ஹைட்ரோகார்பன் அபாயம்

இயற்கைக்கும் மனிதகுலத்துக்கும் எதிரான பேரழிவுத் திட்டம்

கா. அய்யநாதன்

காசி – பட்டம்மாள் தம்பதியின் மூத்த மகன். தொடக்கக் கல்வியில் தொடங்கி முதுகலை பட்டப்படிப்பு வரை அரசு கல்வி நிறுவனங்களில் கல்வி பெற்றவர்.

சமூக ஆர்வத்தால் திராவிடர் கழக செயற்பாட்டாளர். சமூக நீதியாளர் வி.பி.சிங்கோடு ஜனதா தள கட்சியில் பணியாற்றியவர். தமிழின நலன் ஆர்வத்தால் தமிழ்த் தேசிய போராளி.

2002 முதல் 2010 வரை தமிழ் வெப்துனியா எடிட்டர். அப்போது ஈழப் போர் குறித்து பல கட்டுரைகளை ஆதாரப்பூர்வமாக எழுதி வெளியிட்டார். போரின் முடிவுக்குப் பிறகு ஈழ விடுதலைக்கு ஆதரவாக தொடர்ந்து செயல்படுகிறார்.

தமிழீழ விடுதலைப் போராட்டம் அமைதிப் பேச்சுவார்த்தை என்ற பெயரில் சர்வதேச சதியால் முடக்கப்பட்டதையும், தமிழின அழித்தல் நடத்தப்பட்டதன் பின்னணி உண்மைகளையும் ஆதாரமாக வைத்து இவர் எழுதிய 'ஈழம் அமையும்' என்ற புத்தகம் 2015ஆம் ஆண்டில் வெளியானது.

தமிழர் தேசிய முன்னணியின் துணைத் தலைவராகச் செயலாற்றிவரும் அய்யநாதன், நாடு, மக்கள் நலன் சார்ந்த பல்வேறு விடயங்களில் பொது வெளியிலும் ஊடகங்களிலும் விவாதித்து வருபவர்.

வாழ்க்கை அனுபவங்களாலும் இறை அருளாலும் மானுட நேயனாகப் பரிணமித்திருக்கிறார்.

ஹைட்ரோகார்பன் அபாயம்

இயற்கைக்கும் மனிதகுலத்துக்கும்
எதிரான பேரழிவுத் திட்டம்

கா. அய்யநாதன்

கிழக்கு

ஹைட்ரோகார்பன் அபாயம்
Hydrocarbon Abayam

K. Ayyanathan ©

First Edition: July 2017
288 Pages

ISBN: 978-93-86737-11-3
Kizhakku - 1020

Kizhakku Pathippagam
177/103, First Floor,
Ambal's Building, Lloyds Road
Royapettah, Chennai 600 014.
Ph: +91-44-4200-9603

Email : support@nhm.in
Website : www.nhm.in

kizhakkupathippagam
kizhakku_nhm

Author's Email: ayyanathan_2007@yahoo.com

Kizhakku Pathippagam is an imprint of New Horizon Media Private Limited

இயற்கை வளங்களையும் நாட்டு நலன்களையும்
பாதுகாக்கப் போராடும் அனைத்து இதயங்களுக்கும்;
எம்மை இயக்கும் இறை அருளுக்கும் அர்ப்பணம்

உள்ளே

முகவுரை

ஹைட்ரோகார்பன் கண்டறிதலுக்கான (Exploration) ஆய்வும், எண்ணெய் அல்லது எரிவாயு இருப்பு உறுதி செய்யப்பட்டவுடன் ஆழ்துளைக் கிணறுகள் அமைத்து அதனை வெளிக்கொண்டுவரும் துரப்பணப் பணியும் (Production) உலகம் முழுவதிலும் மேற்கொள்ளப்படும் பொருளாதாரம் சார்ந்த முக்கியமான தொழில், வர்த்தகப் பணியாகும். இன்றைய உலக இயக்கத்திற்குத் தேவையான எரிசக்திக்கு இன்றுவரை பெரும் ஆதாரமாக இருப்பது ஹைட்ரோகார்பன் எனும் நீர்மக் கரிமத்தில் இருந்து எடுக்கப்படும் கச்சாவும், அதனைச் சுத்திகரிப்பதன் மூலம் பிரிக்கப்படும் பெட்ரோலியம், டீசல், இயந்திர எண்ணெய், விமான எரிபொருள், மண்ணெண்ணெய், வாகன இயக்கத்திற்கு அவசிய மான வழுக்கெண்ணை ஆகியனவும், அடுப்பங்கரையில் இருந்து மின்சாரம் தயாரிப்பது வரை தேவைப்படும் எரிவாயு என உலக மக்களின் அன்றாட வாழ்வில் தவிர்க்க இயலாத அத்தியாவசிய எரிபொருட்களின் மூலப் பொருளாக ஹைட்ரோகார்பன் இருக்கின்றது.

நமது நாட்டின் பயன்பாட்டிற்கு எந்த அளவிற்கு ஹைட்ரோ கார்பன் தேவையோ அந்த அளவிற்கு நமது நாட்டில் அதன் உற்பத்தி இல்லாத காரணத்தால் கச்சா எண்ணெய் தேவையில் 80 விழுக்காடும், எரிவாயு தேவையில் 20 விழுக்காடும் இறக்குமதி செய்யும் நிலையில் இந்தியா இருக்கிறது. இதன் இறக்குமதி

செலவீனத்தை அந்நிய செலாவணியைக் கொண்டே தீர்க்க வேண்டியுள்ளதால் அது நமது நாட்டின் பொருளாதாரத்தின்மீது ஒரு பெரும் சுமையாக உள்ளது. இந்தியாவின் வர்த்தகப் பற்றாக்குறை - அதாவது ஏற்றுமதி வருவாய்க்கும் இறக்குமதி செலவீனத்திற்கும் இடையிலானது - இந்திய ஒன்றிய அரசின் நிதி நிலை மேலாண்மையில் ஒரு பெரும் சவாலாக இன்றளவும் திகழ்கிறது.

1991ஆம் ஆண்டில் உருவான அந்நிய செலாவணி பற்றாக்குறை நமது நாட்டின் பொருளாதாரப் பாதையையே மாற்றியமைத்தது என்றால் அந்நிய செலாவணி இருப்பின் முக்கியத்துவத்தை விளக்க வேண்டியதில்லை. 1991-92 நிதியாண்டின் தொடக்கத்தில் இருந்த அந்நிய செலாவணி கையிருப்பானது அடுத்த மூன்று வார காலத்திற்கு கச்சா எண்ணெய் இறக்குமதிக்குக் கொடுக்கும் அளவிற்கு மட்டுமே இருந்ததாகக் கூறப்பட்டது. அதுவே காரணமாகி - அல்லது காரணம் ஆக்கப்பட்டு - இந்நாட்டின் பொருளாதாரம் அந்நிய முதலீடுகளுக்கு திறந்துவிடப்பட்டது. இந்தியா ஒரு திறந்த, தாராளமயமாக்கப்பட்ட பொருளாதாரப் பாதைக்குக் கொண்டு செல்லப்பட்டது.

அதன் பிறகு, இந்தக் கால் நூற்றாண்டு கால தாராளமய மாக்கலிற்குப் பின்னர் என்ன நிலை? இன்னமும் அந்நிய செலாவணி தொடர்பான நமது நாட்டின் வர்த்தகப் பற்றாக்குறை மேம்பட்டுவிட்டதா? இல்லை, அதே நிலைதான் நீடிக்கிறது என்றார் மன்மோகன் சிங். 1991இல் நிதி அமைச்சராக இருந்து இந்நாட்டின் பொருளாதாரக் கதவுகளை அந்நிய முதலீட்டிற்குத் திறந்துவிடுவதே ஒரே வழி என்று கூறியவர், அதற்குக் கரணியமாக இருந்த அந்நிய செலாவணி சிக்கலில் இருந்து இந்நாடு இன்றளவும் மீளவில்லை என்று கூறியுள்ளார். மன்மோகன் சிங் அவர்களின் பதிலைப் படிக்கும்போது வியப்பு ஏற்படுகிறது. ஒரு பக்கம் தான் முன்னெடுத்த பொருளாதாரப் பாதை எதிர்பார்த்த பலனை தரவில்லை என்பதை அவர் ஒப்புக்கொண்டது.

மற்றொன்று, எந்தக் காரணத்தை அடிப்படையாகக் கொண்டு இந்நாட்டின் பொருளாதாரப் பாதை மாற்றப்பட்டதோ, அப்பாதை யில் கால் நூற்றாண்டு காலம் பயணித்த பின்னரும் இந்நாடு இன்றளவும் அந்நிய செலாவணி பற்றாக்குறை என்கிற அந்தப் புதைச்சேற்றில் இருந்து விடுபடவில்லை என்றால்? அது ஆராயத்

தக்கதல்லவா? இந்தக் கால் நூற்றாண்டு காலத்தில் இந்நாடு கடைபிடித்த பொருளாதாரச் சீர்த்திருத்தப் பாதை உண்மையில் நமது நாட்டிற்கான மேம்பாட்டைத் தந்துள்ளதா? அதனால் ஏற்பட்ட விளைவுகள் என்னென்ன? என்பது இப்புத்தகத்தின் பிற்பகுதியில் விரிவாக ஆயப்பட்டுள்ளது.

ஆக நமது நாட்டின் பொருளாதாரப் பாதையையே மாற்றிவிட்ட வல்லமை ஹைட்ரோகார்பன் தேவையில் அடங்கியுள்ளது என்பதை யாரால் மறுக்க முடியும்? அதே நேரத்தில், அதன் தேவைக்காக இறக்குமதியையே சார்ந்திருக்காமல் நமது நாட்டில் பொதிந்துள்ள அவ்வளத்தைக் கண்டறிந்து உற்பத்தியைக் கூட்டி இறக்குமதியைக் குறைப்பது என்கிற திட்டமிடலும் நடவடிக்கையும்கூட மறுக்க முடியாதவையே. இப்படியான ஒரு தெளிவான சூழலில் ஹைட்ரோகார்பன் வளம் இருக்கும் இடங் களில் அதனை உற்பத்தி செய்து நாட்டின் தன்னிறைவை நோக்கிய திட்டத்தின் ஒரு பகுதியாக, காவிரிப் படுகை மாவட்டங்களில் ஹைட்ரோகார்பன் வளத்தை எடுப்பதற்கு எதிர்ப்பு உருவாகியுள்ள தென்றால் ஏன்? அதற்கு எதிரான மக்கள் போராட்டம் வலுவடைந்து இந்திய ஒன்றிய அரசின் முடிவைக் கிடப்பில் போடும் நிலைக்குக் கொண்டு செல்கிறது என்றால் அதன் பின்னணி என்ன? போன்ற கேள்விகளுக்கு உரிய பதில் காண்பதே இப்புத்தகத்தின் நோக்கமாகும்.

எதிர்ப்பும் எதிர்பார்ப்பும்

இப்படி நாட்டிற்கும் வீட்டிற்கும் பயணத்திற்கும் பொருளாதார மேம்பாட்டிற்கும் அவசியமான எரிசக்திகளின் மூலமாகத் திகழும் ஹைட்ரோகார்பன் எடுப்புத் திட்டம் ஒன்றிற்கு தமிழ்நாட்டில் எதிர்ப்பு ஏற்பட்டதேன்? இந்திய ஒன்றிய அரசின் பெட்ரோலியத் துறை வெளியிட்ட அறிக்கையில், தமிழ்நாட்டில் 700 இடங்களில் ஆழ்துளைக் கிணறுகள் தோண்டி எண்ணெய் மற்றும் எரிவாயு துரப்பணம் நடைபெற்று வருகிறது. அதனால் பாதிப்பு ஏதும் ஏற்பட்டதாக எந்தத் தகவலும் இல்லை. எனவே இப்போது எழுந்துள்ள எதிர்ப்பு தவறான புரிதலில் ஏற்பட்டதுதான் என்று கூறியுள்ளது. அப்படியானால் தமிழ்நாட்டில்,அதுவும் விவசாயம் செழித்தோங்கும் காவிரி படுகைக் கிராமங்களில் எழுந்துள்ள எதிர்ப்பு என்பது தவறான புரிதலில் உருவானதா? அந்த போராட்டங்களில் எந்த நியாயமும் இல்லையா? பெட்ரோலிய

அமைச்சக அறிக்கை கூறுவதுபோல் இதுவரை பாதிப்பு தொடர்பான எந்த போராட்டமோ, எதிர்ப்போ நடந்ததில்லையா? சிற்சில ஆங்கில செய்தித்தாள்களில் சொன்னதுபோல் இவை யாவும் மக்களைத் தூண்டிவிட்டு பின்னின்று செயல்படும் சில சக்திகளின் செயல்தானா? என்கிற எண்ணிலடங்கா கேள்விகள் எழுகின்றன. அவற்றுக்கெல்லாம் பதில் தேட வேண்டியது இந்தக் காலகட்டத்தின் அவசியமாகிறது.

நெடுவாசல், மாதிரிமங்கலம், கதிராமங்கலம் என்று காவிரிப் படுகையில் எங்கெல்லாம் ஓ.என்.ஜி.சியின் துரப்பணத் திட்டங்கள் செயல்படுத்தப்படுகின்றதோ அங்கெல்லாம் அப்பகுதி கிராமத்தினர் பல்லாயிரக்கணக்கில் திரண்டு நடத்திய, நடத்திவரும் போராட்டங் களின் மைய நோக்கம் என்ன? திட்டத்தின் மீதான எதிர்ப்பா? அல்லது அத்திட்டத்தினால் தங்களுக்கும் தாங்கள் மேற்கொண்டு வரும் விவசாயத்திற்கும் ஏற்படக்கூடிய பாதிப்புகள் தொடர்பான அச்சமா? அவ்வாறாயின் அவர்களின் அச்சத்தில் உண்மையேதும் உள்ளதா? அதனை முறைப்படி அணுகி இந்திய ஒன்றிய அரசோ அல்லது அரசின் பொதுத் துறை நிறுவனமான எண்ணெய் மற்றும் இயற்கை எரிவாயுக் கழகமோ (ONGC) தீர்த்துள்ளனவா? என்பதை அவர்களின் ஆய்வறிக்கைகளைக் கொண்டே ஆராய்ந்துள்ளேன்.

இவ்விடத்தோடு நின்றுவிடச் சம்மதமில்லை. ஹைட்ரோகார்பன் எடுப்பில் எழும் சிக்கல்களும், சுற்றுச் சூழலின் மீது ஏற்படக்கூடிய தாக்கங்கள் பற்றியும் உலகத்தின் - குறிப்பாக எதையும் ஆய்வு செய்து முடிவிற்கு வந்துள்ள ஆய்வுகள் கூறுவதென்ன? என்பதை யெல்லாம் இப்புத்தகத்தின் வாயிலாகப் பொதுப் பார்வைக்குக் கொண்டுவந்துள்ளேன்.

அரசின் திட்டங்களுக்கு எழும் எதிர்ப்பை - அதிலும் குறிப்பாக சூழலியலாளர்களும் இயற்கை நேசிகளும் - காட்டும் போதெல்லாம் அது ஏதோ ஒருவிதத்தில் ஒரு தூண்டல் பாற்பட்டுச் செய்யப்படுவதாகக் குற்றம் சாற்றப்படுகிறது. அந்நியத் தூண்டல், இந்த நாட்டின் வளர்ச்சியைக் கெடுக்க நினைக்கும் பிரிவினை வாதிகளின் சதிச் செயல், தேவையற்ற அச்சத்தை உருவாக்கி திட்டங்களைச் சிதைக்கும் வளர்ச்சிக்கு எதிரான பழமைவாதிகள் என்று பலப்பல சாடல்கள். இதில் உண்மையை ஆழ்ந்து சென்று நிரூபிக்கும் கட்டாயம், அதைப் பற்றி ஆராய்பவன் தலையில் விழுவது தவிர்க்க இயலாதது. அதை எதிர்கொண்டுள்ளேன்.

பலருக்கும் தெரியாத செய்தி ஒன்று உள்ளது! ஈரோடு மாவட்டத்தில் இயங்கிவந்த சவுத் இண்டியா விஸ்கோஸ் நிறுவனத்தின் தொழிற்சாலைக் கழிவுகள் பவானி ஆற்றின் பாசனக் கால்வாயில் திறந்துவிடப்பட்டதை எதிர்த்து சத்தியமங்கலம் உள்ளிட்ட பகுதிகளில் நடந்த போராட்டம் நினைவு கூறத்தக்கது. 1980களில் தொடங்கி பத்தாண்டுக் காலத்துக்கும் மேலாக நடந்த அந்தப் போராட்டமே ஆற்றைக் காப்பாற்ற நடந்த முதல் சுற்றுச் சூழல் பாதுகாப்புப் போராட்டம் ஆகும். இந்தப் போராட்டத்திற்கு வித்திட்டது பவானி பாசனக் கால்வாயில் கலந்த விஸ்கோஸ் நிறுவனக் கழிவுகளால் பல்லாயிரக்கணக்கில் இறந்துபோன மீன்கள்!

மீன்கள் செத்ததற்குக் காரணம் தொழிற்சாலைக் கழிவு பவானிக் கால்வாயில் கலந்ததே என்று மக்கள் போராட, அது பற்றி ஆய்வு நடத்திய பிறகு மக்களைச் சந்தித்த தமிழ்நாடு மாசுக் கட்டுப்பாட்டு வாரியத்தினர், தண்ணீரில் எந்த பாதிப்பும் இல்லை, அது நுகர்வதற்கு ஏற்ற தன்மையோடுதான் உள்ளது என்பது தங்கள் ஆய்வில் தெரியவந்துள்ளதாகக் கூறினர். இதனைக் கேட்டு அம்மக்கள் அதிர்ச்சியடைந்த நிலையில், அக்கூட்டத்தில் கலந்து கொண்ட கீழை மார்க்சிய சிந்தனையாளர் என்று போற்றப்படும் சத்தியமங்கலம் எஸ்.என்.நாகராசன் மக்களைப் பார்த்து இவ்வாறு கூறினாராம்: ‘அவங்க (மாசுக் கட்டுப்பாட்டு வாரியத்தினர்) என்ன சொல்றாங்கன்னா... தண்ணீர் நன்றாகத்தான் இருக்கிறது, இது நமக்குத் தெரிகிறது, இந்த உண்மை அந்த நீரில் வாழும் மீன்களுக்குத் தெரியவில்லை, எனவே அவை செத்துவிட்டன’. எஸ்.என்.நாகராசன் இவ்வாறு கூறியதைக் கேட்டு மா.க.வாரியத்தினர் தலைகுனிந்து வெளியேறினராம்.

இந்த வரலாற்றைக் கூறுவதற்குக் காரணம் இருக்கிறது. தாங்கள் வாழும் சூழலில் ஒரு தொழிற்சாலையாலோ அல்லது எண்ணெய் துரப்பணம் போன்ற பணிகளாலோ தங்களது வாழ்க்கைச் சூழல் கெடுவதை மக்கள் உணர்ந்து போராடினால், அதற்கான காரணத்தை அறிவியற்பூர்வமாக கண்டுபிடிக்கும் வாய்ப்பு அரசு அமைப்புகளுக்கு இருக்கிறது. இருந்தும் தாங்கள் கண்டுபிடித்த உண்மையைத் திரித்துக் கூறி சுற்றுச்சூழல் சீர்கெடத் துணை போகின்றனர். அவர்களைப் பொறுத்தவரை வாரியத்தின் நோக்கத்தை விட உத்தரவிடும் அரசியல் தலைமையின் வேட்கைக்குப் பணிந்துவிடுகிறார்கள். எனவே இந்த நாட்டை

பொறுத்தவரை சுற்றுச்சூழல் பாதிப்பு தொடர்பான ஆய்வுகள்மீது வெளியிடப்படும் அறிக்கைகள் கூட தர்க்க ரீதியான பார்வைக்கும் விவாதத்திற்கும் உட்படுத்தப்பட்டால் ஒழிய உண்மையை உணர முடியாது என்பதே. இந்த நெருடல் ஹைட்ரோகார்பன் பற்றி எழுதச் செல்லும் எனக்கும் உண்டு, எனவே ஒரு எச்சரிக்கையுடன் இதனை அணுகியிருக்கிறேன்.

ஹைட்ரோகார்பன் திட்டத்தை தமிழ்நாட்டின் விவசாயம் சார்ந்து வாழ்ந்துவரும் கிராமத்தினர் எதிர்க்கின்றனர் அல்லது அவர் களிடையே எதிர்ப்பு நிலவுகிறது என்பதை, வளர்ச்சிக்கு எதிரான போராட்டம் என்றோ அல்லது ஹைட்ரோகார்பன் தேவையின் அவசியத்தைப் புரியாத மக்களின் எதிர்ப்பு என்ற அளவில் மட்டுமே சுருக்கிப் பார்க்காமல், இது இயற்கை சார்ந்த வாழ்வியலிற்கும் தொழில் நுட்பம் சார்ந்த மேம்பாட்டுத் திட்டங்களுக்கு இடையி லான மோதல் (conflict) என்று பார்ப்பதும் அணுகுவதும் பயனளிக்கும் என்பதே எனது எண்ணமாகும். இங்கு அரசினைக்கூட அரசியல் கண்கொண்டு பார்ப்பதல்ல நோக்கம். அதன் செயல்பாடுகள் எக்கோணத்திலிருந்து முடிவு செய்யப்படுகிறது என்பதையும், அதன் அணுகுமுறை இந்நாட்டின் இருப்பிற்கும் இயக்கத்திற்கும் உகந்ததுதானா? இச்சிக்கலுக்கு எது தீர்வு என்கிற இறுதி இலக்கை நோக்கி பயனிப்பதையும் அடிப்படையைக் கொண்டே பகுப்பாயப்பட்டுள்ளது.

இப்புத்தகத்தை எழுதியுள்ளவன் என்கிற வகையில் எனக்கு இயற்கையை நேசிக்கும் பண்பு உள்ளதென்பதைத் தெரிவித்துக் கொள்கிறேன். ஜீவிதம் சென்னை மாநகரம்தான் என்றாலும் பிறப்பும் ஈர்ப்பும் இயற்கைச் சார்ந்ததாகவே இருக்கிறது. ஆயினும் கல்வியால் புவியியலையும் பூகோளவியலையும் கற்றுத் தேறிய வனாதலால் அறிவியல் சார்ந்த பார்வையும் உள்ளவனாக வாழ்கிறேன். எனவே இச்சிக்கலை அணுகும்போது உண்மையான தேவையின் பொதுப் பார்வை உள்ளதென்பதை மறுப்பதற் கில்லை. அதே வேளையில் நாடு சார்ந்த பார்வையும் மானுடம் சார்ந்த பற்றுதலுடன் முன்னேற்றத்தின் ஆழ்ந்த அவசியத்தை நெஞ்சில் கொண்டு ஒரு புறம் விவசாயம் எதிர்புறம் ஹைட்ரோ கார்பன் என்கிற அளவிலேயே இச்சிக்கலை அணுகியுள்ளேன்.

ஹைட்ரோகார்பன் திட்டங்கள் செயல்படுத்தப்படும் காவிரிப் படுகை மாவட்டங்களில் கள யதார்த்தம் எவ்வாறு உள்ள தென்பதை நன்கு கண்டறிந்து, உணர்ந்து எழுதியுள்ளேன். இக்கள

ஆய்விற்காக நான் மேற்கொண்ட பயணத்துக்கு உறுதுணையாக நின்ற மன்னார்குடி மருத்துவர் திரு.பாரதிச் செல்வன்; களப் பயணத்திற்கு துணை நின்ற தோழர்கள் செல்வம் ஸ்டாலின், ஜீவா, ராஜராஜன், மன்னர்மன்னன் ஆகியோரும்; ஹைட்ரோகார்பன் திட்டத்தை எதிர்த்து மக்களைத் திரட்டிப் போராடிவரும் உக்கடம் கமலாபுரம் திரு.வி.ஆர்.சரவணன்; மாதிரிமங்கலம் முன்னாள் ஊராட்சி மன்றத் தலைவரும், ஒன்றியக் குழு உறுப்பினருமான திரு.கி.நாகராசன்; பெரியகுடி - காரியாமங்கலம் ஊராட்சி மன்ற நிர்வாகிகள் எம்.ஏ.எஸ்.மொஹம்மது ரஃபீக், கண்ணன், அபுதாகீர், வேட்டங்குடி ஊராட்சி மன்ற நிர்வாகிகள் அங்குதன் உள்ளிட்டோர்; நெடுவாசல் தோழர்கள் செந்தில் தாஸ், சுரேஷ், திருமுருகன், கிருஷ்ணன், முத்துக்குமார், ரஞ்சித் ஆகியோர் உண்மைகளை அறிவதற்கும் மக்களின் உணர்வுகளை புரிந்துகொள்வதற்கும் ஆற்றிய பணிகள் இப்புத்தகத்தின் ஆக்கத்திற்குப் பெரும் உதவியாகும்.

இப்புத்தகத்தை எழுதிக்கொண்டிருந்தபோது மறைந்த புவியியலாளர் திரு. இராசேந்திரன் ஹைட்ரோகார்பன் எடுப்பு தொடர்பான விவரங்கள் பலவற்றை வழங்கியவர். இவரைப் போன்றோரின் வழிகாட்டுதல் இப்புத்தகத்தின் உருவாக்கத்திற்கு முக்கியப் பங்காற்றியுள்ளது.

கச்சா, எரிவாயு துரப்பணங்கள் மற்றும் ஷேல் எரிவாயு எடுப்பு ஆகியவற்றால் இயற்கை சூழலிற்கு ஏற்படும் பாதிப்புகள் பற்றிய பல ஆய்வுகளைப் படித்தேன். அவற்றின் விவரங்கள் இத்திட்டங் கள் மீது செலுத்திய வெளிச்சங்கள் மானுட இருப்பிற்கு அறிவியல் உலகத்தின் மெய்யான பங்களிப்பாகும். அறிவியற்பூர்வமான ஆய்வறிக்கைகளே ஹைட்ரோகார்பன் எடுப்பால் சூழலிற்கு ஏற்படும் பாதிப்புகளை விரிவாகக் கூறுவதற்கு உதவியது. இதற்காக அறிவியல் உலகிற்கு நன்றி செலுத்த கடமைப் பட்டவனாகிறேன்.

எனது எழுத்துக்களுக்கு முதன் முதலில் புத்தக வடிவம் தந்து அதனை சிறப்பான வகையில் வெளியிட்டு உலகுக்குத் தந்த கிழக்குப் பதிப்பகத்தைச் சேர்ந்த திரு. பத்ரி ஷேசாத்ரி எனது நண்பர், பதிப்பிற்கு பெரும் துணையாக நின்ற தோழர் மருதன் - கொள்கைவாதி, எழுத்துப் பணியில் ஈடுபடுகையில் நிலவும் சூழலை எல்லா வகையிலும் சுமந்தவர் திருமதி. ஜமுனா ராணி - என் மனைவி, ஒவ்வொரு அத்தியாயத்தையும் எழுதிய பின்னர்

அதனைப் படித்து இறைவனுக்கு அர்ப்பணித்துக் கூடுதலாய் சேர்க்க வேண்டியதைச் சேர்க்க, நீக்க வேண்டியதை நீக்கப் பணி செய்த திரு. நெடுமான் எமது அகக் குடும்பத்தின் அங்கம். எனவே இவர்களில் எவருக்கும் நன்றி கூறுவது பண்பாகாது, பெற்றதற்கு தெய்வ அன்னைக்கு நன்றி கூறி அக மகிழ்கின்றேன்.

கா.அய்யநாதன்

சென்னை, ஜூன் 18, 2017

-1-

காப்பதற்காகப் போராட்டம், எதிர் நிலை ஊடகங்கள்

'**பி**ரதமர் நரேந்திர மோடி நேசிக்கும் எரிசக்தி திட்டத்தை தமிழ்நாட்டின் ஒரு கிராமம் தடம்புறளச் செய்கிறதா?' என்று தலைப்பிட்டு ஓர் ஆங்கில இணையத்தளம், ஹைட்ரோகார்பன் திட்டத்திற்கு எதிராக நெடுவாசலில் நடந்துவந்த போராட்டம் பற்றிய செய்தியை வெளியிட்டது.[1] நமது நாட்டின் எரிசக்தித் தேவையில் தன்னிறைவை எட்டுவதற்கு, சிறிய எண்ணெய் மற்றும் எரிவாயு வயல்களில் கிடைக்கும் வளங்களைக் கொண்டு நாட்டின் இறக்குமதித் தேவையைக் குறைப்பதற்கு, பிரதமர் தனது அமைச்சரவையைக் கூட்டி எடுத்த முடிவின் அடிப்படையில் நடைமுறைப்படுத்தவுள்ள திட்டத்தை ஒரு கிராமத்தை மையமாக வைத்து நடைபெறும் மக்கள் போராட்டம் தடம்புறளச் செய்கிறதா? இப்படியொரு செய்தியை வெளியிடுவதன்மூலம் இந்திய ஒன்றிய அரசுக்கும், ஹைட்ரோகார்பன் திட்டத்தை எதிர்க்கும் கிராம மக்களுக்கும் இடையிலான ஒரு மோதலாக நெடுவாசல் போராட்டத்தை அச்செய்தி சித்தரிக்கிறது.

ஹைட்ரோகார்பன் எடுப்புத் திட்டத்திற்கு எதிராக புதுக்கோட்டை மாவட்டம் நெடுவாசல், நல்லாண்டார்கொல்லை, கோட்டைக்காடு,

வடகாடு ஆகிய கிராமங்களில் நடந்த, நடந்துகொண்டிருக்கும் போராட்டங்கள் பற்றிய செய்திகளோடு தங்கள் கருத்துகளையும் கூறிய சில ஆங்கில நாளிதழ்கள், 'இத்திட்டம் பற்றி அங்கு போராடும் மக்களுக்கு நன்கு எடுத்துரைத்து புரிய வைக்க அரசுகள் தவறிவிட்டன' என்று எழுதின.

ஹைட்ரோகார்பன் எடுக்கும் திட்டங்கள் தமிழ்நாட்டின் பல பகுதிகளில் செயல்படுத்தப்பட்டு வந்துள்ளதால், இப்போது அதற்கு எதிரான போராட்டங்கள் அச்சத்தின் காரணமாகவோ அல்லது தவறான வழிகாட்டுதலினாலோ நடக்கும் அடிப்படை அற்ற போராட்டங்களே என்று இந்நாளிதழ்கள் கருதுகின்றன.

தமிழ்நாட்டின் நெடுவாசலிலும், புதுவையின் காரைக்கால் பகுதியிலும் சிறிய எண்ணெய் வள வயல்களில் (Discovered Small Fields - DSF) இருந்து எண்ணெய் மற்றும் எரிவாயு எடுக்கும் திட்டம் பற்றிய விளக்கத்தை வெளியிட்ட பெட்ரோலிய அமைச்சகம் ஒரு முக்கிய விவரத்தையும் வெளியிட்டிருக்கிறது. 'இதுநாள்வரை தமிழ்நாட்டில் 700க்கும் மேற்பட்ட துரப்பணக் கிணறுகள் அமைக்கப்பட்டு கச்சா எண்ணெயும் இயற்கை எரிவாயுவும் தொடர்ந்து எடுக்கப்பட்டு வருகிறது, அதனால் எண்ணெய் கிணறுகள் அமைந்துள்ள இடங்களுக்கு அருகிலுள்ள வயல் களுக்கோ, சுற்றுச்சூழலுக்கோ அல்லது அப்பகுதியில் வாழும் மக்களுக்கோ எந்தப் பாதிப்பும் ஏற்பட்டதில்லை' என்று குறிப்பிட்டுள்ளது.[2]

'திட்டமிடப்பட்ட பகுதிகளில் எண்ணெய் கண்டுபிடிப்பு (எக்ஸ்ப்ளோரேஷன்) மற்றும் உற்பத்தி (புரொடக்ஷன்) பணிகள் மேற்கொள்வதன் விளைவாகத் தங்களது விவசாய நிலத்திற்கும், நிலத்தடி நீருக்கும் பாதிப்பு ஏற்படும் என்றும், அதோடு மீத்தேன் எரிவாயு எடுப்பின் தாக்கம் பற்றியும் நெடுவாசல் மக்கள் அச்சத்தை வெளிப்படுத்தியுள்ளனர். அதி நவீன தொழில்நுட்பத்தைப் பயன்படுத்தி பூமிக்குள் இருந்து எண்ணெய் மற்றும் எரிவாயு எடுப்பது நன்கு நிலைநிறுத்தப்பட்ட தொழில்நுட்பம் சார்ந்த நடவடிக்கையாகும். அதுமட்டுமின்றி, சுற்றுச்சூழல் மீதான தாக்கம் (Environment Impact Assessment - EIA) பற்றிய ஆய்வு மேற்கொண்ட பின்னரே பணி தொடங்கப்படும்' என்று உறுதியளித்துள்ள பெட்ரோலிய அமைச்சக அறிக்கை, விவசாயி கள் அச்சப்படுவதற்கு எந்த அடிப்படையும் இல்லை என்று இரண்டு காரணங்களைக் கூறியுள்ளது: 'இத்திட்டத்தின் கீழ்

எண்ணெய் மற்றும் எரிவாயுப் பணிக்கான நிலத் தேவையானது 120க்கு 120 சதுர மீட்டர்தான். அந்த அமைவிடத்தில் ஆழ்துளை யிடப்படும் கிணற்றைச் சுற்றிலும் சிமெண்ட் கான்கிரீட் கொண்டு காப்பிடப்படும் என்பதால், அருகமை நிலங்களுக்கோ அல்லது நிலத்தடி நீர் வளத்திற்கோ எவ்வித பாதிப்பும் ஏற்படாது' எனக் கூறியுள்ளது.(3)

மேற்கண்ட செய்திகளும் பெட்ரோலிய அமைச்சகத்தின் அறிக்கையும் கூறும் யாவும் உண்மையா? இவை யாவும் உண்மை யெனில் நெடுவாசல் உள்ளிட்ட கிராமங்கங்களைச் சார்ந்த மக்கள் நடத்தும் போராட்டம் எழுப்பும் கேள்விகள்தான் என்ன? இவற்றுக்குப் பதில் காண வேண்டிய அவசியம் தமிழ்நாட்டிற்கு மட்டுமின்றி, வளர்ச்சி, மேம்பாடு ஆகியன தொடர்பாகச் சிந்திக்கும் ஒவ்வொரு இந்தியனுக்கும் கடமையாகிறது.

முதலில் ஹைட்ரோகார்பன் திட்டம் பற்றியும் அது தொடர்பாக எழுப்பப்படும் கேள்விகளையும் பட்டியலிடுவோம்.

1. இத்திட்டம் செயல்படுத்தப்படவுள்ள நெடுவாசல் உள்ளிட்ட பகுதிகளில் வாழும் கிராம மக்களின் அச்சங்களைப் போக்க அரசு தவறிவிட்டதா? அது புரியாமல்தான் அங்கு போராட்டம் இவ்வளவு வலிமையாக நடக்கிறதா?

2. நெடுவாசல், கோட்டைக்காடு, வடகாடு - இப்போது மீண்டும் கதிராமங்கலம் - உள்ளிட்ட கிராம மக்களின் போராட்டம் தவறான புரிதல், அச்சம் மற்றும் வழிகாட்டுதலால் தூண்டப் பட்டு நடக்கின்றதா?

3. தமிழ்நாட்டில் இதுவரை 700க்கும் மேற்பட்ட கிணறுகள் அமைத்து கச்சா எண்ணெயும் எரிவாயுவும் எடுக்கப் பட்டுள்ளதே, அங்கெல்லாம் - பெட்ரோலிய அமைச்சகம் சொல்வதுபோல் - சுற்றுச்சூழலுக்கு எந்தப் பாதிப்பும் ஏற்பட வில்லையா?

4. ஹைட்ரோகார்பன் எடுப்பது தொடர்பான கண்டுபிடிப்பு ஆழ்துளையிடுதலும், பிறகு கச்சா எண்ணெய்/எரிவாயு துரப்பணத்திலும் சுற்றுச்சூழலிற்கு எந்த பாதிப்பும் ஏற்படாதா? இதுவரை அப்படி ஏதும் ஏற்பட்டதில்லையா?

இந்தக் கேள்விகளுக்கு நாம் பதில் தேடவேண்டும். அதற்கு முன் இப்பகுதியில் உறுதியாக செயல்படுத்த முடிவு செய்துள்ள

திட்டத்தைப் பற்றியும் இப்பகுதிகளில் கச்சா மற்றும் எரிவாயு கண்டுபிடிப்பினால் ஏற்படும் தாக்கங்கள் பற்றியும் இந்திய ஒன்றிய அரசின் பொதுத் துறை நிறுவனமான ஓஎன்ஜிசி மேற்கொண்ட ஆய்வு அறிக்கையில் என்ன கூறப்பட்டுள்ளது என்பதை அறிந்து கொள்ள வேண்டும்.

ஓ.என்.ஜி.சி. ஆய்வறிக்கை - ஆழ்ந்ததா? சாய்ந்ததா?

இந்திய ஒன்றிய அரசின் பெட்ரோலிய அமைச்சகம் கடந்த மார்ச் 27ஆம் தேதியன்று, புதிதாக கண்டறியப்பட்டுள்ள 31 சிறிய வயல்களில் இருந்து எண்ணெய் / எரிவாயு எடுப்பிற்கான புரிந்துணர்வு ஒப்பந்தத்தை சில அயல் நாட்டு நிறுவனங்கள் உட்பட 22 நிறுவனங்களுடன் கையெழுத்திட்டுள்ளது. இதில் நெடுவாசல் எண்ணெய் மற்றும் எரிவாயு வயலும் ஒன்று. எனவே நெடுவாசல் மக்கள் எதிர்த்து போராடிய ஹைட்ரோகார்பன் திட்டத்தை நடைமுறைப்படுத்துவது என்பதில் பெட்ரோலிய அமைச்சகம் இறுதி முடிவு எடுத்துவிட்டது என்பது உறுதியாகி யுள்ளது. இதற்கு மேல் இத்திட்டம் பற்றிய சுற்றுச்சூழல் ஆய்வும், திட்டத்தின் மீதான மக்களின் கருத்துக் கேட்புக் கூட்டமும் நடத்தப்பட வேண்டும். அதன் பிறகு தமிழ்நாடு அரசின் கீழ் இயங்கும் மாசுக் கட்டுப்பாட்டு வாரியமும் மேலும் சில துறை களும் திட்டத்திற்கான அனுமதியை இறுதி செய்துவிடும். இதில் இந்திய ஒன்றிய அரசின் முடிவிற்கு எதிராக - நெடுவாசல் மக்களுக்கு உறுதியளித்திருந்தபடி - திட்டத்தை நிறுத்தும் முடிவை தமிழக அரசு எடுக்குமா? அதுவும் இன்றுள்ள அரசியல் சூழலில்?

'அப்பகுதி மக்களின் கருத்தறிந்த பின்னரே திட்டத்தை நடை முறைப்படுத்துவோம், அதற்கான நடவடிக்கைகளை மாநில அரசு மேற்கொள்ளும்' என்று இத்திட்டத்திற்கான ஒப்பந்தம் கையெழுத்தான பிறகு செய்தியாளர்களிடம் பேசிய பெட்ரோலிய அமைச்சர் தர்மேந்திர பிரதான் கூறியுள்ளார். இதன் பொருள் என்னவெனில், ஹைட்ரோகார்பன் திட்டம் தொடர்பாக நெடுவாசல் உள்ளிட்ட அத்திட்டப் பகுதிக்கு உட்பட்ட இடங் களில் வாழும் மக்களின் அச்சத்தைப் போக்குவோம் என்பதே. கிராம மக்களைச் சந்தித்து இத்திட்டம் பற்றி (சாதகமாக) எடுத்துரைக்கும் பொறுப்பை மாநில அரசு நிறைவேற்றும் என்று அமைச்சர் தர்மேந்திர பிரதான் கூறியுள்ளார். எனவே உறுதியாக திட்டம் செயல்படுத்தப்படும் என்பதில் ஐயம் ஏதுமில்லை.

இங்கு மற்றொரு உண்மையைச் சொல்லியாக வேண்டும். ஓஎன்ஜிசி நெடுவாசலில் ஏற்கெனவே தனது எண்ணெய் எடுப்புத் திட்டத்தினை செயல்படுத்தியுள்ளது. நெடுவாசல் திட்டத்தின் கீழ் வரும் நல்லாண்டார் கொல்லையில் ஆழ்துளையிட்டு கச்சா எண்ணெய் எடுக்க அமைக்கப்பட்ட குழாய்கள் இன்றும் அப்படியே உள்ளன. இங்கு கச்சா எண்ணெய் துரப்பணம் செய்யப்பட்டு கொண்டு செல்லப்பட்டுள்ளது. அப்போது வெளியேறிய எண்ணெய் கசடுகள் (Sludge) அருகியிலேயே ஒரு சிமெண்ட் தொட்டி அமைத்து கொட்டி வைத்துள்ளார்கள். அதிலிருந்து இப்போதும் கடும் ரசாயன நெடி வீசுகிறது. எண்ணெய் துரப்பணம் செய்யப்பட்டபோது வெளியேறிய வாயுவை, அங்கிருந்து 300 மீட்டர் தூரத்திற்கு கொண்டு சென்று, மேல்நோக்கிக் குழாய் அமைத்து எரித்து (Gas Flaring) வெளியேற்றி இருக்கிறார்கள்.

அந்தப் பகுதி இப்போது துரப்பணப் பணியின்றி நிறுத்தி வைக்கப் பட்டுள்ளது. இதன் பின்னணியை வினவியதற்கு இக்கிணற்றில் எண்ணெய் தீர்ந்துவிட்டது என்று ஓஎன்ஜிசி பெட்ரோலிய அமைச்சகத்திற்குத்த தெரிவித்துவிட்டதாக அப்பகுதி மக்கள் தெரிவிக்கின்றனர். அப்படி ஓஎன்ஜிசி தெரிவித்ததை அவ்வமைப்பின் அதிகாரிகளும் கூறியது செய்தியாக வந்துள்ளது. ஆனால் அந்தக் கிணறும் அதற்கு அருகிலுள்ள கொல்லைகளிலும் (நெல் வயலைக் கொல்லை என்று குறிப்பிடுவது காவிரிப் படுகை மக்களின் வழமை) ஏராளமான எண்ணெய் / எரிவாயு வளங்கள் இருப்பது கண்டுபிடிக்கப்பட்டு, தனியார் நிறுவனமான ஜெம் லேபாரட்டரீஸ் நிறுவனத்திற்கு ஒப்பந்தம் அளிக்கப்பட்டுள்ளது! இத்திட்டத்திற்காக நிலம் கையகப்படுத்த முற்பட்டபோதுதான் அங்கிருக்கும் விவசாயிகள் திட்டத்தின் தீவிரம் புரிந்து எதிர்க்க முற்பட்டுள்ளனர்.

எனவே ஹைட்ரோகார்பன் எடுப்பிற்கான இத்திட்டத்தைப் பற்றி முதலில் நாம் ஆழமாகப் புரிந்துகொள்வது அவசியமாகிறது. பெட்ரோலிய அமைச்சகம் விடுத்துள்ள அறிக்கையில் குறிப் பிட்டுள்ளதுபோல் இது ஏதோ 120க்கு 120 சதுர மீட்டரில் மேற்கொள்ளப்படும் சிறிய, சாதாரணத் திட்டமல்ல, மிக விரிவானது. இப்பகுதியில் எண்ணெய் மற்றும் எரிவாயு கண்டு பிடிப்பிற்கான ஆய்வு மேற்கொண்ட - கண்டுபிடிப்பினால் சுற்றுச் சூழலில் ஏற்படும் தாக்கம் பற்றி (Environmental Impact on

Exploration Activity) - ஓஎன்ஜிசி ஆய்வு நடத்தி அறிக்கையும் தந்துள்ளது. அதில் குறிப்பிட்டுள்ளபடி திட்டத்தின் விரிவை அறியலாம்.

ஆய்வறிக்கையால் எழும் வினாக்களும் விடைகளும்

தமிழ்நாட்டின் தஞ்சை மாவட்டத்தில் அமைந்துள்ள ஹைட்ரோ கார்பன் கண்டுபிடிப்பு உரிமத்திற்கான எல்-2 பகுதியில் (Block L II) அமைந்துள்ள இரண்டு கூடுதல் கிணறுகளை எண்ணெய் வளமறியும் கண்டுபிடிப்பிற்கு ஆழ்துளையிடுவதால் சுற்றுச் சூழலில் ஏற்படும் தாக்கம் பற்றிய அறிக்கை இதுவாகும்.[4] ஆய்வு நடத்தப்பட்ட இப்பகுதி தஞ்சை, புதுக்கோட்டை மாவட்டங்களின் எல்லையின் காவிரிப் படுகை, விவசாயம் செழித்தோங்கும் பகுதி.

ஹைட்ரோகார்பன் என்ற பெயர் நிலத்திற்குள்ளிருந்து எடுக்கப் படும் நிலக்கரி, கச்சா எண்ணெய், நிலக்கரி படிவங்களில் இருந்து எடுக்கப்படும் மீத்தேன் எரிவாயு, 15 முதல் 20 ஆயிரம் அடி ஆழங்களிலுள்ள பாறைப் படிவங்களில் இருந்து எடுக்கப்படும் பாறை எண்ணெய் மற்றும் எரிவாயு (ஷேல் கேஸ்) ஆகிய அனைத்தையும் குறிக்கின்றது. இதில் தமிழ்நாட்டின் நெடுவாசல் உள்ளிட்ட தஞ்சை, புதுக்கோட்டை மாவட்டங்களின் கிராமப் பகுதிகளிலும் (ONGC யின் PEL Block L II), புதுச்சேரி மாநிலத்தின் காரைக்கால் பகுதியிலுமாக மொத்தம் சேர்த்து 1,545.02 சதுர கி.மீ. பரப்பளவில் ஆழ்துளை கிணறுகள் அமைத்து, இப்பகுதியில் எந்த அளவிற்கு ஹட்ரோகார்பன் இருப்பு உள்ளது என்பதை மதிப்பீடு செய்யத் தீவிரமான ஆய்வுகள் மேற்கொண்டு, கிடைக்கும் எரிபொருள் வளத்தை எடுத்திட இயன்ற அளவிற்கு சுரங்கங்களாக (Mining License) மாற்றிட வேண்டும் என்பதை இலக்காகக் கொண்டு, ஆழ்துளை ஆய்வுகள் வரக்கூடிய ஆண்டுகளில் தீவிரமாக மேற்கொள்ளப்படும் என்று இந்த அறிக்கையில் ஓ.என்.ஜி.சி. கூறியுள்ளது (ஆய்வறிக்கயின் பக்கம் 2-7).

எண்ணெய் மற்றும் இயற்கை எரிவாயுக் கழகத்தின் சுற்றுச்சூழல் ஆய்வு அமைப்பான நிறுவன சுகாதார பாதுகாப்பு மற்றும் சூழல் (Corporate Health Safety and Environment - CHSE) எனும் அமைப்பால் அதன் தலைவர் மற்றும் பொது மேலாளர் ஜெ.எஸ். சர்மாவின் தலைமையிலான தொழில் நுட்பக் குழுவால் 2014ஆம் ஆண்டு ஜனவரி முதல் ஆய்வு செய்யப்பட்டு, இறுதி அறிக்கை 2015ஆம் ஆண்டில் சமர்ப்பிக்கப்பட்டுள்ளது. இந்த ஆய்வும்

அறிக்கையும் ஆழ்துளைக் கிணறுகளைத் தோண்டி எண்ணெய் இருப்பைக் கண்டுபிடிக்கும் பணியால் சுற்றுச்சூழலில் ஏற்படும் பாதிப்பு தொடர்பான ஆய்வறிக்கையே என்பதும், ஹைட்ரோ கார்பன் துரப்பணம் செய்வதற்குப் பெரும் ஆழ்துளைக் கிணறுகளை அமைத்து உற்பத்தி செய்வதால் சுற்றுச்சூழலிற்கு ஏற்படும் பாதிப்பு தொடர்பான அறிக்கை இதுவல்ல என்பதும் கவனத்தில் கொள்ளவேண்டியதாகும்.

சோதனை நடத்தப்பட்ட இடங்கள்

ஆழ்துளையிட்டு சோதனை மேற்கொள்ளப்பட்ட PEL Block - LII என்று குறிக்கப்பட்டுள்ள இப்பகுதி 1,545.02 சதுர கி.மீ. பரப்பளவு கொண்டது. காவிரி நதி தீரத்திலுள்ள மையப் பகுதி. தெற்கே துளசிப்பட்டிணம் மற்றும் வடதேருவும், வடக்கே காரைக்கால் (புதுவை மாநிலம்) முதல் மாத்தூர் மற்றும் பூண்டியும் எல்லையாகக் கொண்ட பகுதியாகும். இப்பகுதியில் நடத்தப்பட்ட ஆய்வில் இருந்தே கீழ்க்கண்ட இடங்களில் ஹைட்ரோகார்பன் இருப்பு கண்டுபிடிக்கப்பட்டுள்ளது:

நாகையின் வட பகுதியான நரிமணம், திருவாரூர், கீழ்வேளூர், அடியக்கமங்கலம், பள்ளிவர்மன் மங்கலம், விஜயபுரம், கமலாபுரம், நன்னிலம், கூத்தாநல்லூர் ஆகியவற்றிலும்; நாகையின் தெற்குப் பகுதிகளான பூண்டி, மாதானம் பகுதியிலுள்ள மாத்தூர், கோவில்களப்பால், திருக்கல்லார், பெரியகுடி, துளசிப்பட்டிணம் ஆகியவற்றிலும்; தஞ்சை காவிரி துணைப் படுகையில் புதுக்கோட்டை மாவட்டத்தில் அமைந்துள்ள வடதேரு, கிருஷ்ணாபுரம், நெடுவாசல் ஆகியவற்றிலும் ஹைட்ரோகார்பன் இருப்பு கண்டுபிடிக்கப் பட்டது. இப்பகுதியிலுள்ள மொத்த எண்ணெய், எரிவாயு இருப்பைக் கண்டறிய 1,750 முதல் 6,000 மீட்டர் வரையிலான ஆழத்திற்கு ஆள்துளையிட்டு ஆய்வு மேற்கொள்ளப்பட்டுள்ளது.[5]

எனவே நெடுவாசல் உள்ளிட்ட பகுதிகளில் ஹைட்ரோகார்பன் எடுப்பிற்கான எண்ணெய் கண்டுபிடிப்புப் பணிகள் நடத்தப்பட்டு, எண்ணெய் வள இருப்பு உறுதி செய்யப்பட்டுள்ளது. இப்பகுதியில் எண்ணெய்/ எரிவாயு கண்டுபிடிப்பிற்கான ஆழ்துளை ஆய்வு நடத்துவதால் நிலம், நீர், காற்று, இயற்கைச் சூழல் ஆகியவற்றிற்கு ஏற்படும் பாதிப்புகள் என்னவாயிருக்கும், அதனைத் தீர்க்க என்னென்ன நடவடிக்கைகளை மேற்கொள்ள வேண்டும் என்பது பற்றி ஓ.என்.ஜி.சி. ஆய்வு நடத்தியுள்ளது.

பெட்ரோல், டீசல், மண்ணெண்ணை, தார் உள்ளிட்டவற்றை நாம் பெறக்கூடிய கச்சா எண்ணெய் ஆக இருந்தாலும், கோல் பெட் மீத்தேன் எரிவாயுவாக இருந்தாலும், மிக அதிக ஆழங்களில் உள்ள பாறை எண்ணெய் அல்லது எரிவாயுவை எடுப்பதற்கு ஹைட்ராலிக் ஃபிராக்சரிங் என்றழைக்கப்படும் அதிக அழுத்தத்தில் நீரைச் செலுத்தி பாறை பிளவுகளிலுள்ள எரிவாயுவை மேற்கொண்டு வரக் கூடிய தொழில் நுட்பத்தைப் பயன்படுத்துவதாயினும் அதனால் அந்தப் பகுதியிலுள்ள விளை நிலங்களுக்கும், பொதுவான இயற்கைச் சூழலிற்கும் ஏற்படக் கூடிய பாதிப்புகள் என்னென்ன? என்பது பற்றிய உண்மைகள் ஒளிவு மறைவின்றி அப்பகுதி வாழ் பொது மக்களுக்குத் தெரியப்படுத்திடவேண்டுமல்லவா? அதுதானே முக்கியம்? அது செய்யப்பட்டுள்ளதா?

இரண்டு அடிப்படைகளில் ஒஎன்ஜிசியின் அறிக்கை அளிக்கப் பட்டுள்ளதாகத் தெரிவிக்கப்பட்டுள்ளது. அப்பகுதியில் ஹைட்ரோ கார்பன் இருப்பை அறிய ஆழ்துளையிடும் நடவடிக்கையால் அப்பகுதியின் சுற்றுச்சூழலின் மீது எப்படியான தாக்கங்கள் ஏற்படும் என்பதை அடையாளம் காண்பது, முன்னறிவது, மதிப்பீடு செய்வது ஆகிய கூறுகளையும், இரண்டாவதாக, ஆழ்துளையிட்டுச் சோதனை மேற்கொள்ளும் இந்நடவடிக்கை யால் சுற்றுச்சூழலுக்கு ஏற்படும் பாதிப்புகளைத் தடுக்கவும், குறைப்பதற்குமான (mitigation) ஒரு சுற்றுச்சூழல் மேலாண்மைத் திட்டத்தை வரையறை செய்து அளிப்பதுவுமாகும் என்று அறிக்கையில் கூறப்பட்டுள்ளது (ஆய்வறிக்கை பக்கம் 4).

என்.எல்.21 மற்றும் என்.எல்.22 ஆகிய இரண்டு சோதனை கிணறுகளில் உத்தேசமாக 3,000 முதல் 6,000 மீட்டர் ஆழத்திற்கு மின்சாரத்தின் துணையால் அதிக அழுத்தத்துடன் நீரைப் பயன்படுத்தி துளையிட்டு ஆய்வு நடத்தப்பட்டுள்ளது. பூமியில் துளையிடுவதால் வெளியேறும் சேற்றை ஒரு தொட்டியில் தேக்கி வைத்து, அதனை காஸ்டிக் சோடா உள்ளிட்ட ராசயணங்களைக் கொண்டு தூய்மைப்படுத்தி, அதிலுள்ள ஹைட்ரஜன் அயர்ன் இருப்பை உறுதிசெய்த பிறகு மீண்டும் துளையிட்ட அதே குழியில் நிரப்பப்படும் என்று கூறப்பட்டுள்ளது (பக்கம் ES3).

ஆழ்துளையிடுதலிலும், துளையிடுவதால் வெளியேறும் சேற்றிலும் (Mud Sludge) என்னென்ன தனிமங்கள் கலந்திருக்கும், அதனால் சுற்றுச்சூழலிற்கும், பொது மக்களுக்கும் ஏற்படக்கூடிய

பாதிப்புகள் என்னென்ன என்பது பற்றியெல்லாம் எந்த விவரமும் அறிக்கையில் இல்லை, அதுவே முக்கியத்துவம் வாய்ந்தது.

ஆழ்துளையிடல் சேற்றின் விளைவுகள்?

எண்ணெய்/ எரிவாயு கண்டுபிடிப்பிற்கான கிணறு ஆழ்துளையிடுதலிற்குப் பயன்படுத்தப்படும் துளையிடு திரவத்தில் (Drilling Fluid) இரண்டு ராசாயணப் பொருட்களைக் கலந்து பயன்படுத்துகின்றனர். ஒன்று பென்டோனைட் (Bentonite) - இது துளையிடும் கருவி தடையின்றி குடைந்து செல்ல உதவும் களிமண் கூழ் (Gel). மற்றொன்று, பேரைட் (Barite- $BaSo_4$ பேரியம் சல்ஃபேட்) - மிக மிருதுவான ஆனால் அதிக எடையுடைய இப்பொருள் ஆழ்துளையிடுதலில் அழுத்தத்தை உருவாக்கி துளையிடுதலுக்கு உதவக் கூடியதாகும். ஆழ்துழையிடுதலிற்காகவே சிறப்பான (GLO BAR *4200)* பேரைட் *4.2* (API grade) தயாரிக்கும் நிறுவனம் கட்டாயம் கையுறை அணிதல் வேண்டும் என்பது உள்ளிட்ட கையாளுதலில் சிறப்பு வழிமுறைகளைக் கடைபிடிக்கவேண்டும் என்று அறிவுறுத்தியுள்ளது.[6] இவ்வாறான எச்சரிக்கைக்குக் காரணம் இதில் கலந்துள்ள பாதரசம் மற்றும் காட்மியம் போன்ற சூழலிற்கும் உடலுக்கும் பாதிப்பை ஏற்படுத்தக்கூடிய ரசாயனங்களாகும். பேரைட் கலந்த துளையிடுதல் திரவத்தில் (Drilling Fluid) பாதரசத்தின் அளவு கிலோவுக்கு ஒரு மில்லி கிராமுக்கும், காட்மியத்தின் அளவு 3 மில்லி கிராமுக்கும் மிகாமல் இருக்க வேண்டும் என்பதே ஒப்புக்கொள்ளப்பட்ட அளவாகும்.[7] இவற்றோடு கால்சியம் கார்பனேட் (Chalk) அல்லது ஹேமடைட் (Iron Oxide - Fe_2O_3 - இரும்பு தாதில் இருந்து பிரித்தெடுக்கப்படும் ஒரு கனிமம்) கலந்து பயன்படுத்தப்படும். இதுவும் துளையிடுதலுக்குத் தேவையான எடையைக் கொடுக்கக்கூடியது.

இவை மட்டுமின்றி மேலும் 10 ரசாயசனப் பொருட்கள்[8] துளையிடுத் திரவத்தில் கலந்துதான் பூமிக்குள் செலுத்தப்படுகிறது. அது நிலத்திற்குள் அழுத்தத்துடன் ஊடுருவும்போது பாதிப்பு எதையும் ஏற்படுத்தாது என்று சொல்வதற்கில்லை. ஆனால் இப்படித் துளையிடும்போது அத்துளையைச் சுற்றிலும் சிமெண்ட் கலவையிலான உள்காப்பு (annulus casing) செய்யப்படும் என்று ஓஎன்ஜிசி ஆய்வறிக்கையில் கூறியுள்ளதால், சுற்றியுள்ள மண் படிவங்களில் பாதிப்பு ஏற்படாது என்ற நம்பிக்கையுடன் கேள்வியேதும் எழுப்பாமல் கடந்து செல்லலாம்.

ஆபத்தான கழிவுகள்: இந்திய அரசின் ஆணைகள்

ஆனால் துளையிடுதலில் பூமிக்குள் இருந்து வெளியேறும் சேற்றில் கலந்துள்ள ரசாயனங்களும், அதோடு வெளியேறும் வாயுக்களும் சுற்றுச்சூழலின் மீது ஏற்படுத்தும் தாக்கங்களைக் கவனிக்க வேண்டியது அத்தியாவசியமாகிறது. ஏனெனில் அதைப் பற்றி ஓஎன்ஜிசி ஆய்வறிக்கை விரிவாகக் கூறாமல் கடந்துசெல்கிறது.

1. துளையிடுதலினால் வெளியேறும் திரவத்தில் கலந்துள்ள பாறைத் துகள்கள், மண், சேறு ஆகியனவும், மற்ற திடப் பொருட்களும் (other Solids) தனித்தனியே இயந்திரங்களின் மூலம் பிரித்தெடுக்கப்படும் என்றும், அவ்வாறு பிரிக்கப் பட்டதில் சேகரிக்கப்படும் மண் குழைவை ஆழ்துளை யிடுதலுக்கு மீண்டும் பயன்படுத்தப்படும் என்றும் கூறியுள்ளது. இங்கு 'மற்ற திடப்பொருட்கள்' என்னவென்பது குறிப்பிடப்படவில்லை.[9]

2. ஆழ்துளையிடப்படும் கிணறுகள் ஒவ்வொன்றிலிருந்தும் ஒவ்வொரு நாளும் சற்றேறக்குறைய 150-200 அல்லது 275-350 கன மீட்டர் அளவிற்கு - தோண்டப்படும் இடத்தின் தன்மையைப் பொறுத்து - ஈரமான வெட்டப்பட்ட மீதக் கழிவுகளும், அதோடு நாளொன்றிற்கு 15-20 கன மீட்டர் அளவிற்கு நீர்க் கழிவும் வெளியேறும் என்றும் (1 கன மீட்டர் = 1,000 லிட்டர்), களி மண்ணும் மணலும் கலந்த இந்த மீதக் கழிவை அடர்த்தியாக காப்பிடப்பட்ட (High Density Polyethylene - HDPE lined waste pit) கழிவுக் குட்டையில் தேக்கி வைக்கப்படும் என்றும் கூறப்பட்டுள்ளது.[10]

வெளியேறும் திரவத்தில் கலந்துள்ள திடப்பொருட்களும், மீதக் கழிவு (Residual Wastes) மற்றும் நீர்க் கழிவில் (waste water) கலந்துள்ள ரசாயனங்களும் சுற்றுச்சூழலுக்கும் உயிர் வாழ்வுக்கும் கடுமையான பாதிப்பை ஏற்படுத்தக் கூடிய ஆபத்தான கழிவுக ளாகும் (Hazardous Waste).[11] எண்ணெய்/ எரிவாயு கண்டுபிடிப்பு மற்றும் துரப்பணத்திலும் வெளியேறும் ஆபத்தான கழிவுகளில் அளவு மாறுபாடு இருக்குமேயன்றி, அவற்றின் தன்மைகள் யாவும் ஒன்றேயாம்.

எண்ணெய்/ எரிவாயு கண்டுபிடிப்பு மற்றும் உற்பத்தியின்போது மிக நுண்ணிய தூசிகள் (Particulate Matters) இவைற்றின் விட்டம் 2.5 μm மட்டுமே. இதனோடு நைட்ரஜன் ஆக்ஸைட் (NOx), சல்ஃபர்

ஆக்ஸைட் (SOx), பென்சீன், டோலுயூன், க்சைலீன், ஈதைல் பென்சீன், ஆல்டிஹைட்ஸ் ஆகிய எளிதில் காற்றில் கலந்துவிடக் கூடிய இயற்கை ரசாயனக் கூட்டுகள் (Volatile Organic Compounds - VOC) ஆகியன வெளியேறுகின்றன. இவை மட்டுமின்றி, எண்ணெய் துரப்பணத்தின்போது கச்சாவுடன் வெளியேறும் வாயுவை எரித்து வெளியேற்றுவதால் (Gas Flaring) நைட்ஜன் ஆக்ஸைட், VOC என்று குறிக்கப்படும் வாயுக்களும் வெளியேறுகின்றன.[12]

மேற்கண்ட வாயுக்கள் காற்றுச்சூழலில் கலக்கும்போதும் காற்றில் நச்சுத் தன்மை அதிகரிக்கிறது. இதன் வினையாக இதய-சுவாசக் கோளாறுகளை (Cardio-respiratory effects) உருவாக்கக்கூடிய தெனவும், அப்பகுதி வாழ் மக்களுக்கு இதய பலவீனமான குழந்தைகளுமே பிறக்கின்றன என்பதும் கண்டறியப்பட்டுள்ளது.[13] இந்தியாவைப் போன்ற மக்கள் தொகை அடர்த்தி அதிகம் உள்ள நாடுகளில் - விதிகளைக் கடைபிடிப்பதில் அக்கறையற்ற ஓர் அரசு-நிர்வாக அமைப்பில் மேற்கண்ட பாதிப்புகள் எந்த அளவுக்கு அதிகரிக்கும் என்பதைச் சொல்லத் தேவையில்லை.

இந்த ஆய்வுக் கண்டுபிடிப்புகள் யாவும் நவீன தொழில்நுட்ப முறைகளைக் கொண்டு துரப்பணப் பணிகள் மேற்கொள்ளப்படும் தளங்களில் எடுக்கப்பட்டவை. பழைய முறை எண்ணெய் துரப்பண பகுதிகளில் இந்தப் பாதிப்பு அதிகம் இருப்பதாகவும் கண்டறியப்பட்டுள்ளது. இதன் காரணமாகவே, இப்போது ஏலம் விடப்பட்டுள்ள சிறிய எண்ணெய் வயல்களில் நவீனத் தொழில் நுட்பம் பயன்படுத்தப்படும் என்று பெட்ரோலிய அமைச்சக அறிக்கை குறிப்பிட்டுக் கூறியுள்ளது கவனிக்கத்தக்கதாகும்.

காற்றில் கலக்கும் வாயுக்களின்றி, கண்டுபிடிப்பு மற்றும் துரப்பணம் செய்யும்போது வெளியேறும் நீர் மற்றும் கழிவுகள் ஏற்படுத்தும் தாக்கங்கள் என்ன?

எண்ணெய் துரப்பண தொழிற்சாலைகளால் சுற்றுச்சூழலில் ஏற்படும் பாதிப்புகள் பற்றிய ஆய்வை செய்துள்ள பேராசிரியர்கள் ஜாக்குலின் பார்போசா மாரியானோ, எமிலியோ லிபர் லா ரோவர் ஆகியோர் விடுத்துள்ள ஆய்வறிக்கையில்[14] பின்வருமாறு குறிப்பிடுகிறார்கள்:

1. நீர்க் கழிவுகள், குளிர்விக்க பயன்படுத்தி வெளியேறும் திரவங்கள், அதில் கலந்துள்ள ரசாயனங்கள் ஆகியனவற்றை

உரிய வகையில் சுத்திகரிப்பு செய்த பின்னரே நீர் நிலைகளிலோ நிலத்திலோ வெளியேற்ற வேண்டும் என்கின்றனர். இவையெல்லாம் இந்தியாவில் நடக்குமா? நடந்திருந்தால் காவிரி, அமராவதி, நொய்யல் ஆறுகள் துயரத்தில் மூழ்கடிக்கப்பட்டிருக்குமா?

2. துரப்பணத்தில் வெளியேறும் உப்பு கலந்த நீர் (brine) உள்ளிட்ட ரசாயனக் கலப்புகள் மண்ணில் பெரும் பாதிப்பை ஏற்படுத்தக்கூடியது. இவற்றோடு கலந்திருக்கும் கிரீஸ் உள்ளிட்ட எண்ணெய்க் கூறுகளைப் பிரித்தெடுத்து, உப்புக் கலப்பை நீர்க்கச் செய்து, கார்பன் கலப்பை நீக்கிய பின்னரே நிலத்தில் வெளியேற்ற வேண்டும். இப்படி எங்கேயாவது நடத்தியுள்ளோம் என்று ஓஎன்ஜிசி நிரூபிக்குமா?

3. துரப்பணத்தின்போது வெளியேறும் கழிவுகள் அங்குள்ள சூழல் மற்றும் நீரின் வெப்ப நிலையைவிடக் கூடுதலாக இருக்கும் காரணத்தால் சூழலின் - அதாவது காற்று மண்டலத்தின் வெப்ப நிலையை (Ambient Air Temperature) உயர்த்தும். அதோடு எண்ணெய் ஒழுகல், சிதரலால் அப்பகுதி நீர் மாசுபடும்.

4. துரப்பணம், சுத்திகரிப்பு ஆகியவற்றின் போது வெளியேறும் மிக நுண்ணிய தூசுகள், சல்ஃபர், நைட்ரஜன் ஆக்ஸைட், அமோனியா, அமிலப் படிவம் (Acid mist) ஆகியன காற்றில் கலப்பதைக் கட்டுப்படுத்தக்கூடிய தொழில்நுட்பங்கள் உள்ளன என்றாலும், அவற்றால் காற்று மாசுபடுவதை முழுமையாகத் தடுத்திட முடியாது.

5. அவ்வப்போது வெளியேறி காற்றில் கலக்கும் வாயுக்கள், அமிலங்கள், ஆல்கலைன் போன்றவை மிக ஆபத்தான ரசாயனங்கள் அதாவது நின்று கொல்பவை.[15]

6. இவை போக, துரப்பணத்தின்போது ஏற்படும் பெருமளவிலான எண்ணெய் கசிதல், தீப்பற்றுதல், வெடிப்புகள் போன்ற உயிரிழப்புகளை ஏற்படுத்தக்கூடிய விபத்துகளும் உள்ளன. இந்நிலைகளைக் கையாள மிக விரிவான அவசர கால ஏற்பாடுகள் செய்யப்பட்டிருக்க வேண்டும். இதனை ஓ.என்.ஜி.சி.யும் சொல்கிறது, ஆனால் இந்தியாவில் இவையெல்லாம் இருக்கும் என்று நம்ப முடியுமா?

இந்தச் சோதனை முறை ஆழ்துளை கிணறுகள் அமைக்கப்பட்ட இடங்களை காவிரி துணைப் படுகையிலுள்ள ஆண்டிமடம்

பாறைப் படிமங்கள் (Shales of Andimadam formation in the Cauvery Sub Basin) என்று பெயரிட்டு ஆய்வறிக்கை குறிப்பிடுகின்றது. இப்படிமங்கள் திரவ மற்றும் வாயு வடிவிலான ஹைட்ரோ கார்பன்களை வழங்கக்கூடியவை என்றும் ஓஎன்ஜிசி ஆய்வறிக்கையில் கூறப்பட்டுள்ளது (பக்கம் 2-6, 2-7). ஷேல் கேஸ் என்றால் பாறைப் படிமங்களில் இருந்து எடுக்கப்படும் எரிவாயு ஆகும். இந்த உண்மையைத் தெளிவாக தனது அறிக்கையில் தெரிவித்திருக்கும் ஓஎன்ஜிசி நிறுவனம் போராடும் மக்களிடம் இந்த உண்மையைத் தெளிவாகச் சொல்லத் தயங்குவது ஏன் என்று புரியவில்லை. இப்போது அங்கு கச்சா எண்ணெய் எடுக்கும் வாய்ப்பு மட்டுமே உள்ளது என்று (பத்திரிகை பேட்டிகளில்) மாற்றிக் கூறுவதும் ஏன் என்று விளங்கவில்லை. இவை இரண்டுக்கும் இடையே பூமியிலிருந்து எடுப்பதில் பெரும் வேறுபாடு உள்ளது.

பூமிக்குள் பல்வேறு அடுக்குகளாக உள்ள மண் மற்றும் பாறைப் படிமங்களில் திட்டுத் திட்டாக தேங்கியிருக்கும் கச்சாவை ஆழ்துளை கிணறுகளை அமைத்து வெளிக்கொணர்வது ஒரு வகை. ஆனால் ஷேல் கேஸ் அல்லது மீத்தேன் எரிவாயு ஆகியனவற்றை எடுப்பதற்கு பாறை படிவங்களுக்கு இடையே உயர் அழுத்தத்தில் ரசாயனங்கள், மணல் ஆகியன கலந்த நீரைச் செலுத்தி வெடிப்புக் களை உண்டாக்கி, அப்பிளவுகளில் உள்ள வாயுவை- அதற்கு முன் அந்த ஆழத்திலும் இருக்கும் நீரினை வெளியேற்றிவிட்டு எடுக்க வேண்டும். இப்படிச் செய்வது மட்டுமே சாத்தியம். இத்தொழில் நுட்பமானது பூமியின் மேல் பகுதிக்கும், அடுத்தடுத்துள்ள மண் அடுக்குகளுக்கும் பாரிய பாதிப்புகளை ஏற்படுத்தக்கூடியதாகும். ஹைட்ராலிக் ஃபிராக்சரிங் என்றழைக்கப்படும் ஆழ் பாறைப் படிவங்களில் வெடிப்பை உருவாக்கி எரிவாயு எடுக்கும் முறை பற்றியும் அதனால் மேல் நிலத்திற்கு ஏற்படும் பாதிப்புகள் பற்றியும் அடுத்த அத்தியாயத்தில் விரிவாகப் பார்க்கலாம்.

1. கச்சா எண்ணெய் இருப்பைக் கண்டறியும் ஆய்விற்காக ஆழ்துளையிடுதல் சோதனை மூலம் இயற்கைச் சூழலிற்கு எப்படிப்பட்ட பாதிப்புகள் ஏற்படலாம் என்பதைப் பட்டிய லிட்டுள்ளது ஓஎன்ஜிசி. அறிக்கை. மனித வாழ் சூழல் (Physical Environment), உயிரியல் சூழல் (Biological Environment), சமூக மற்றும் பாரம்பரிய சூழல் (Social Environment) ஆகியவற்றின் மீது ஏற்படும் தாக்கங்களையும் அவற்றைத் தடுக்க அல்லது

நீக்குவதற்கான (mitigation) வழிமுறைகளையும் கூறியுள்ளது (பத்தி 5.1).

2. காற்றின் இயல்புத் தன்மையில் ஏற்படும் தாக்கம் பற்றிக் கூறும்போது, இரண்டு முக்கிய விடயங்களை ஓஎன்ஜிசி அறிக்கை எச்சரிக்கையுடன் சுட்டிக்காட்டுகிறது. ஒன்று, ஆழ்துளையிட்டு குழாய்களைப் பூமிக்குள் இறக்கும் (Drilling Rig) இயந்திரங்களை இயக்குவதற்கு பயன்படுத்தப்படும் டீசல் மின்னாக்கி (DG Set) வெளியேற்றும் வாயு. எப்படிப்பட்ட வாயுக்களை டீசல் மின்னாக்கி வெளியேற்றும், அதனால் ஏற்படும் தாக்கங்கள் என்னென்ன?

3. இரண்டாவதாக, சோதனைக்காக ஆழ்துளை இடும்போதும், அத்துளையை மூடும்போதும் தப்பி வெளியேறும் வாயுக்கள் (Fugitive Emissions). பாதுகாப்பான தொழில் நுட்பங்களைக் கடைப்பிடித்தாலும், அவற்றையும் மீறி வெளியேறக் கூடியவை என்பதால் இவற்றைத் தப்பி வெளியேறும் (ஃபியூஜிடிவ்) வாயுக்கள் என்று குறிக்கின்றனர். இந்த வாயுக் களால் ஆழ்துளைப் பகுதியைச் சுற்றியுள்ள வீடுகளுக்கும் (மக்களுக்கும் என்று சொல்லவில்லை), வேளாண் நிலங் களுக்கும் பாதிப்பு ஏற்படும் என்று கூறியுள்ள ஓஎன்ஜிசி அறிக்கை (பத்தி 5.2.2), அந்த வாயுக்களின் பெயர்களைக் குறிப்பிடாமல் கடந்து சென்றுவிடுகிறது. ஆனால் பூமியைச் சமன்படுத்தும் புல்டோசர், டிராக்டர், கனரக வாகனங்கள் ஆகியவற்றைப் பயன்படுத்துவதால் உண்டாகும் மாசு பற்றிக் குறிப்பிடுகிறது! பிறகு, சில ராசயணப் பொருட்கள், டீசல் ஆகியவற்றை வைத்திருக்கும் கிடங்குகளில் இருந்து சில வாயுக்கள் வெளியேறும் என்று கூறுகிறது. இவற்றைச் சரியாகக் கையாளவில்லை என்றால் அங்கு பணிபுரியும் தொழிலாளர்களுக்கு உடல் பாதிப்பை ஏற்படுத்தும் என்றும் எச்சரிக்கிறது. அப்படி வெளியேறும் வாயுக்களாவன: மீத்தேன், கார்பன் டை ஆக்ஸைட், நைட்ரஸ் ஆக்ஸைட் ஆகியன மிக முக்கியமானவை என்றும் இவற்றோடு கார்பன் மோனாக்ஸைட் மற்றும் சல்ஃபர் டை ஆக்ஸைட் ஆகியனவும் எண்ணெய் மற்றும் எரிவாயு எடுப்பில் வெளியேறும் வாயுக்கள் என்று எண்ணெய் இருப்பு ஆய்வு மற்றும் உற்பத்தியால் ஏற்படும் பாதிப்புகள் பற்றி புவி வெப்பமடைதல் குறித்தான சர்வதேச அமைப்பின் ஆய்வறிக்கை தெரிவிக்கின்றது.

4. இவ்வாயுக்கள் அனைத்தும் சோதனை அகழ்விலேயே வெளியேறுவன என்பதை அந்த அறிக்கை தெளிவுபடக் கூறியுள்ளது. இந்த அறிக்கை புவி வெப்பமடைதலைத் தடுக்கும் நோக்குடன் உலக நாடுகளால் உருவாக்கப்பட்ட சர்வதேச புவி வெப்ப நிலை குறைப்பு அமைப்பின் (Intercontinental Protocol on Climate change - IPCC) வழிகாட்டுதலில் உருவாக்கப்பட்ட ஆய்வறிக்கையாகும்.[16]

ஹைட்ரஜன் சல்ஃபைட் வெளியேற்றல் பாதிப்பே

ஆய்வு செய்கையிலேயே வெளியேறும் வாயுக்களைப் (Fugitive Emissions) பற்றி ஓஎன்ஜிசி அறிக்கை எங்கு குறிப்பிடுகிறது என்றால், அறிக்கையின் பக்கம் 235இல் அபாயங்கள் மதிப்பீடு மற்றும் முன்தடுப்பு நடவடிக்கைகள் (Risk Assessment and Mitigation Measurement) என்ற தலைப்பில் விவரித்துள்ளது. அங்கு ஃபியூஜிடிவ் எமிஷன்ஸ் என்று குறிப்பிடாமல் கூறுகிறது. இத்தலைப்பின் கீழ் 4 முக்கிய ஆபத்தான நிகழ்வுகளைப் பற்றி எச்சரிக்கிறது.

1. வாயு வெளியேற்றத்தால் நிகழும் தீ விபத்து (Blow Out)
2. ஹைட்ரஜன் சல்ஃபைட் (H_2S) வெளியேற்றம்
3. ஹைட்ரஜன் சல்ஃபைடால் ஏற்படும் தீ பிடித்தல்
4. எண்ணெய்க் கசிவு

மேற்கண்ட நான்கில், ஹைட்ரஜன் சல்ஃபைட் வாயு வெளியேற்றம் எப்படிப்பட்ட பாதிப்புக்களை மனிதர்களுக்கும் இயற்கைச் சூழலிற்கும் ஏற்படுத்தும் என்பதை மருத்துவ விவரத்தோடு பட்டியலிட்டுள்ள ஓஎன்ஜிசி அறிக்கை, ஹைட்ரஜன் சல்ஃபைட் வாயு வெளியேற்றத்தின் அளவுகளைக் கொடுத்து, அதனால் என்னென்ன பாதிப்புகள் எவ்வளவு நேரத்தில் ஏற்படும் என்பதையும், அவ்வாறு ஏற்பட்டால் என்னென்ன நடவடிக்கைகள் உடனடியாக எடுக்கப்படவேண்டும் என்பதையும் மிக விரிவாகக் கொடுத்துள்ளது. (பத்தி 1.4)

எடுத்துக்காட்டாக, ஹைட்ரஜன் சல்ஃபைட் காற்றில் கலந்துள்ள அளவு 10 லட்சத்தில் 100 (particles per million -PPM) என்ற அளவுக்கு இருந்தால் முதல் 3 முதல் 25 நிமிடங்களுக்கு இருமல், கண்களில் எரிச்சல், கண் வலி ஆகியனவும், 15 முதல் 20 நிமிடங்களுக்கு

நீடித்தால் தலைச் சுற்றலும் ஒரு மணி நேரத்திற்கும் மேல் தொண்டை எரிச்சலும் ஏற்படும் என்றும் குறிப்பிடப்பட்டுள்ளது.

H_2S அளவு 300 அளவிற்கு இருக்குமானால் அதனால் மூச்சுக் குழாயில் எரிச்சல், மூச்சுத் திணறல் ஆகியன ஏற்பட்டு, உயிருக்கு உடனடி ஆபத்து ஏற்படும் என்று எச்சரித்துள்ளது. இந்த அளவு 500க்கு இருக்குமானால் உடனடி மயக்கம் ஏற்படும் என்றும், மருத்துவ முதலுதவியாக இதய - நுரையீரல் செயல்பாட்டை நிலைநிறுத்தக் கூடிய சிகிச்சை (Cardio-Pulmonary Resuscitation - CPR) அளிக்கப்பட வேண்டும் என்றும் வலியுறுத்தியுள்ளது. இதையும் தாண்டி 700 என்ற அளவிற்கு காற்றில் கலந்திருக்கு மானால் அதனால் மயக்கம், மூச்சு நிறுத்தல், மரணம் நிகழும் அபாயம் ஏற்படும் என்று எச்சரித்துள்ளது. எனவேதான் இவற்றை விபத்தால் ஏற்படக்கூடியவை என்று சொல்லாமல், எதிர்பார்க்கக் கூடிய அபாயங்கள் (Anticipated Hazards) என்று ஓஎன்ஜிசி அறிக்கை குறிப்பிடுகிறது. எனவே எண்ணெய் மற்றும் எரிவாயு கண்டுபிடிப்பிற்கான சோதனை ஆழ்துளையிடுவதிலும் ஆழ்ந்த பாதிப்பை ஏற்படுத்தக்கூடிய வாயு வெளியேற்றம் இருக்கிறது என்பதையும், அது சுற்றுச்சூழலிற்கும், மனித வாழ்விற்கும் ஆபத்தை விளைவிக்கக்கூடியது என்பதையும் இந்த ஆய்வறிக்கை யின் மூலம் உறுதியாக அறிய முடிகிறது.

மண்ணிற்கும், நீருக்கும், உயிருக்கும் பாதிப்பு

ஆழ்துளையிட்டு ஆய்வு நடத்துவது குறுகிய கால நடவடிக்கை தான் என்றாலும் அதனால் அப்பகுதி மண்ணிற்கும், நிலத்தடி நீருக்கும் பாதிப்பு ஏற்படும் என்பதையும் ஓஎன்ஜிசி அறிக்கை தெளிவாகக் குறிப்பிடுகிறது (பத்தி 5.4). ஆழ்துளையிடும் இடத்தில் புல்டோசர்களைப் பயன்படுத்துவதால் அப்பகுதியில் மண் கடினமாகிவிடும் என்றும் இது நிலத்தடி நீர் பெருக்கத்தைப் பாதிக்கும் என்றும் எரிபொருட்களோ ரசாயனங்களோ வழுக் கெண்ணையோ விபத்தாக வெளியேறினால் தவிர நிலத்தடி நீர் மாசுபட வாய்ப்பில்லை என்றும் அந்த அறிக்கையில் கூறப் பட்டுள்ளது.

இதில் கவனிக்க வேண்டியது, குறுகிய கால ஆய்வில் இப்படிப் பட்ட பாதிப்புக்கள் இருக்கும்போது, கச்சா மற்றும் எரிவாயு எடுப்பில் (Production stage) இந்த பாதிப்புகளின் அளவு பனமடங்கு உயர்வது சாத்தியமே என்பதும், அப்படிப்பட்ட நிலையில்

சுற்றுச்சூழலிற்கோ உயிரியல் சூழலிற்கோ அல்லது அருகமை வேணான் நிலங்களுக்கோ பாதிப்பு ஏதும் இருக்காது என்றும் கூறுவது உண்மையல்லவென்பது தெளிவாகின்றது.

ஆழ்துளையிட்டு ஆய்வு செய்யும் இடங்களில் பணிபுரிவோர் அனைவரும் குறிப்பிட்ட கால இடைவெளியில் தங்களை மருத்துவப் பரிசோதனைக்கு உட்படுத்திக்கொள்ள வேண்டும் என்றும் இவ்வறிக்கை கூறுவதால், நீண்டகால எண்ணெய் எடுப்புத் திட்டங்கள் நிச்சயம் அவ்விட இயற்கை வாழ்வியல் சூழலிற்கு கேடானது என்பதும் உறுதியாகின்றது.

சோதனை ஆழ்துளையிடுதலுக்குப் பயன்படுத்தப்படும் திரவங் களும், ஆழ்துளையிடுதலினால் வெளியேறும் உப்புக் கரைசலும் (பிரின்) அப்பகுதியிலுள்ள நீரில் கலக்கும்போது - குறிப்பாக நீருக்கான ஆழ்துளைக் கிணறுகளைத் தோண்டிப் பயன்படுத்து கையில் - அப்பகுதி வாழ் மக்களுக்கு உடல் பாதிப்பை ஏற்படுத்தும். கச்சா எண்ணெய் உற்பத்திக் கிணறுகளுக்கு அருகில் வாழ்வோரின் உடலில் உண்டான மருத்துவ அறிகுறிகளை (biomarkers) ஆய்வு செய்ததில் அவர்களின் உடலில் சுரப்புகளிலும் திசுக்களிலும் அசாதாரண மாற்றங்களும் நீண்ட கால அளவில் அவர்களின் உயிரணுக்களில் மாற்றம் உண்டாகியிருப்பதும் கண்டறியப் பட்டுள்ளது. எண்ணெய் துரப்பணத்திலும் ஃபிராக்சரிங் செய்யப் படுதலினாலும் வெளிப்படும் வாயுக்கள் மனிதர்களுக்கும் விலங்குகளுக்கும் புற்றுநோய் ஏற்படுத்தக்கூடியவை என்பதும் கண்டறியப்பட்டுள்ளன.[17]

தமிழ்நாட்டில் 700க்கும் மேற்பட்ட கிணறுகளை அமைத்து எண்ணெய் துரப்பணப் பணி நடைபெறுகிறதே? ஆனால் இப்படிப் பட்ட பாதிப்புகள் ஏற்பட்டதாக எந்தத் தகவலும் இல்லையே என்று பெட்ரோலிய அமைச்சக அறிக்கை கேட்கிறது. அப் பகுதியில் வாழும் மனிதர்களுக்கும் நிலங்களுக்கும் பாதிப்புகள் ஏற்பட்டுள்ளன, ஆனால் அவை யாவும் மிகக் கவனமாக மறைக்கப்படுகின்றன அல்லது மனித உடல் தாங்கும் அளவிற்கு உட்பட்டே இருக்கின்றன (below tolerable level) என்று சொல்லி மறைக்கப்பட்டுள்ளது என்பதே உண்மை.

ஹைட்ரோகார்பன் அகழ்வாய்விலும் உற்பத்தியிலும் வெளி யேறும், 2.5 μm விட்டத்திற்கும் குறைவான அளவுடைய மற்றும் நைட்ரஜன் ஆக்ஸைட், சல்ஃபர் ஆக்ஸைட் மற்றும் பென்சீன்,

டாலுயூன், க்சைலீன், ஈதைல் பென்சீன், ஆல்டிஹைட்ஸ் போன்ற இயற்கை ராசயணக் கூட்டுகள் (volatile organic compounds - VOC) காற்றில் கலப்பது சுவாசத்துக்கும் உடல் நலத்துக்கும் கேடானவை என்பது பல ஆய்வுகளில் மெய்ப்பிக்கப்பட்டுள்ளது. எண்ணெய் எடுத்தலின் போது வெளியேறும் இயற்கை எரிவாயு எரித்தல் முறையில் (Gas Flaring) வெளியேற்றப்படுகிறது. எண்ணெய் துரப்பணத்தின்போது வெளியேறும் இயற்கை எரிவாயுவைத் தனியாகப் பிரித்து சேகரிக்கும் முறை கடைபிடிக்கப்படாமல் அதனை எரித்தல் முறையில் வெளியேற்றுவது சூழலிற்கு பாதகமானது என்பதும் பல ஆய்வுகளில் கண்டறியப்பட்ட உண்மையே.

இயற்கை எரிவாயு எரித்தலின் மூலம் வெளியேறும் வாயுவில் பெரும்பான்மையாக இருப்பது மீத்தேன் வாயுவே. இதனோடு ஈத்தேன் மற்றும் பிரோபேன் ஆகியனவும் சேர்ந்து *95%* ஆகவும், இவற்றோடு *1-2%* கார்பன்-டை ஆக்ஸைட்டும் சேர்ந்து வெளியேறுகின்றன. எரிக்கப்படும் மீத்தேன், ஈத்தேன், பிரோபேன், பூட்டேன் ஆகியனவும் எரிக்கப்படும்போது காற்றில் கலக்கும் கார்பன்-டை ஆக்ஸைடின் அளவை மேலும் அதிகரிக்கிறது. இவை மட்டுமின்றி *0.1%* நைட்ரஜனும் வெளியேறுகின்றது. இது காற்றில் கலக்கும்போது நைட்ரஜன் ஆக்ஸைட் ஆகி, பின்னர் நைட்ரஜன் டை ஆக்ஸைட் ஆக மாறுகிறது. இதுவே நீர் ஆவியுடன் சேரும்போது நைட்ரிக் ஆசிட் (HNO_3) உருவாகிறது.

வாயு எரித்தலில் குறைந்த அளவிற்கு சல்ஃபர் (*150.0* mg/Sm*3*) வெளியேறுகிறது. இந்த சல்ஃபர் டை ஆக்ஸைட் காற்றுடன் கலக்கும்போது சல்ஃபர் டிரையாக்ஸைட் ஆகவும், சல்ஃபேட் துகள்களாகவும் மாறுகிறது. நைட்ரிக் அமிலமும், சல்ஃபேட் (SO_4) துகள்களும் எஃகு சேர்ந்த பொருட்களை துருப்பிடிக்கச் செய்யும் தேய்மானிகளாகும். இவைகள் சுவாசத்திற்கும் கேடாவது மட்டுமின்றி, கண்ணெரிச்சலையும் ஏற்படுத்தக்கூடியவையாகும்.[18]

கார்பன்-டை ஆக்ஸைட் உள்ளிட்ட மேற்கூறப்பட்ட வாயுக்கள் அனைத்தும் பசுமை வாயு வெளியேற்றத்தையே குறிக்கின்றன. பசுமை வாயுக்கள் வெளியேற்றத்தை மிக அதிகமாக உருவாக்கக் கூடியதே ஹைட்ரோகார்பன் உற்பத்தியின் - அது நிலக்கரியானாலும், கச்சா எண்ணெய் அல்லது பாறை எண்ணெய் மற்றும் மீத்தேன் உள்ளிட்ட எரிவாயு எடுப்புகள் என்று எதுவானாலும் - அதன் கூடுதல் பாதிப்புகளாகும்.

இதற்கு இரண்டு எடுத்துக்காட்டுகளைக் கூறலாம். ஒன்று, கனடா நாட்டின் பெரும் தீவான ஆண்டி காஸ்டி தீவில் நடைபெறும் போராட்டம். 8,000 சதுர கி.மீ. பரப்பளவு கொண்டது இத்தீவு. இங்குள்ள ஹைட்ரோகார்பன் வளம் க்யூபெக் மாகாணத்தின் மொத்த தேவையையும் நிறைவு செய்யக்கூடியதாக இருந்தும், அத்தீவில் வசிப்போர் எண்ணிக்கை வெறும் 350 என்றாலும் (அங்கு இரண்டு லட்சம் கலை மான்கள் வாழ்கின்றன) அம்முயற்சிகளை கனடா நாட்டு அரசு எடுப்பதற்குப் பெரும் எதிர்ப்பு இன்று வரை நீடிக்கிறது. ஃபிரான்ஸ் தலைநகர் பாரிசில் நடந்த உலக வெப்பமயமாதல் தடுப்பு மாநாட்டில் கலந்துகொண்ட கனடா நாட்டுப் பிரதமர் பசுமை வாயு வெளியேற்றத்தைக் குறைக்கும் நடவடிக்கையைத் தனது நாட்டு அரசு முன்னெடுக்கும் என்று உறுதியளித்தார். எனவே அந்த உறுதிக்கு எதிராக, பசுமை வாயு வெளியேற்றத்தை அதிகரிக்கும் ஹைட்ரோகார்பன் திட்டத்தை எவ்வாறு அரசு அனுமதிக்க முடியும்? என்று அந்நாட்டு நாடாளுமன்றத்திலேயே கேள்வி எழுப்புகின்றனர்.[19]

இரண்டாவதாக ஆஸ்ட்ரேலியாவின் குயின்ஸ்லேண்ட் மாகாணத்தில் சுரங்கம் அமைத்து நிலக்கரி எடுத்து அனல் மின் நிலையத்தின் மூலம் மின் உற்பத்தி செய்யும் ஒப்பந்தத்தை அந்நாட்டு அரசுடன் இந்தியாவின் அதானி நிறுவனம் செய்துள்ளது. குயின்ஸ்லேண்டில் மையப் பகுதியிலுள்ள கலீலி பள்ளத்தாக்கில் சுரங்கம் அமைத்து நிலக்கரி வெட்டியெடுத்து, அதனை துறை முகத்திற்குக் கொண் டுவர 388 கிமீ ரயில் பாதை அமைக்கும் 1,650 கோடி ஆஸ்திரேலியன் டாலர் முதலீட்டில் அந்நாட்டு அரசுடன் அதானி நிறுவனம் ஒப்பந்தம் செய்துள்ளது. இத்திட்டத்தைக் கைவிடுமாறு அதானி நிறுவனத்தின் தலைவரை நேரில் சந்தித்து கோரிக்கை விடுத்துள்ளார்கள் ஆஸ்திரேலியாவின் சுற்றுச்சூழல் அமைப்பினர். இத்திட்டத்திற்கு எதிராக அந்நாட்டின் புகழ்மிக்க கிரிக்கெட் வீரர்களான இயன், கிரெக் சாப்பல் சகோதரர்கள் கையெழுத்திட்டுள்ளார்கள். அந்நாட்டில் நடத்தப்பட்ட கருத்துக் கணிப்பில் 20 லட்சம் பேர் இத்திட்டத்திற்கு எதிராக கருத்துக் கூறியுள்ளனர். அவர்கள் சொல்லும் காரணம்: அதானி நிறுவனத்தின் நிலக்கரிச் சுரங்கத் திட்டத்தினாலும், அனல் மின் நிலையத்தினாலும் காற்று மாசும், பசுமை வாயு வெளியேற்றமும் அதிகரிக்கும், அது காற்றின் வெப்பத்தைக் கூட்டும், அதன் காரணமாக மழைப் பொழிவு குறையும் என்று கூறியுள்ளனர்.[20]

இதே காரணத்தினால் நரிமணம் உள்ளிட்ட காவிரி தீரப் பகுதிகளில் அவ்வப்போது பெய்யும் மழைப் பொழிவு முற்றிலும் இல்லாமல் போய்விட்டது, ஆனால் அதனை பேசுவதற்கு இங்கு ஆளில்லை, அமைப்பில்லை. அதனால் பாதிப்பிற்குள்ளான மக்களே ஒன்று திரண்டு போராடுகிறார்கள்.

எனவே நெடுவாசல், புதுக்கோட்டை, கதிராமங்கலம் உள்ளிட்ட காவிரிப் படுகையின் திருவாரூர், நாகை மாவட்டங்களின் கிராமங்களில் ஹைட்ரோகார்பன் எடுப்புத் திட்டத்திற்கு எதிராக நடைபெறும் போராட்டங்கள் அனைத்தும் அத்திட்டத்தினால் ஏற்படும் பாதிப்புகள் தொடர்பான புரிதலுடன்தான் நடந்து வருகின்றன. இப்போராட்டம் அடிப்படையற்ற அச்சத்தின் காரணமாகவோ அல்லது ஐயத்தினாலோ உருவாகவில்லை. இதனை அறிவுப்பூர்வமாகவும் அறிவியல் பூர்வமாகவும் அணுகினால் உணரமுடியும்.

எரிவாயு எடுப்பதற்கான சோதனை, முயற்சி ஏதோ இவர்கள் கூறுவதுபோல் ஒரு சிறு பகுதியே என்பதை மறுப்பதற்கில்லை. ஆனால் இயற்கைப் பேராற்றல் தனித்தனியே ஆங்காங்கு துண்டுத்துண்டாக இல்லை. ஒன்றோடு ஒன்று ஒன்றிணைந்தே உள்ளது. இயற்கை ஆற்றல்கள் எடுக்கப்படும் இடங்களில் அதனை நிரப்ப வேறொரு ஆற்றல் உட்புகும். இது இயற்கை பணிபுரியும் விதம். எனவே மானுட அறிவு எதிர்பார்க்கும் விளைவுகள் மட்டு மின்றி சற்றும் எதிர்பாராத விளைவுகள் உண்டாகும். ஒரு வளம் நோக்கிச் செயல்பட பல வீழ்ச்சிகள் உண்டாகும் வாய்ப்புகள் பெருமளவிற்கு இருக்கின்றன.

உலக நாடுகளில் இது போன்ற முயற்சிகள் செய்யப்பட வில்லையா? அவை வெற்றிகரமாக நடைபெறவில்லையா என கேள்விகள் எழுப்பலாம். அங்கெல்லாம் வளங்கள் அதிகமில்லை. ஆனால் இங்கே எவ்வித ஆபத்துகளும் இல்லாத விவசாயம் நடைபெற்று வருகிறது. அதனைப் பறிகொடுத்தே புதிய வளத்தைப் பெற இயலும் எனும் மனப்போக்கு வலுப்பெற்று அவசரகதியில் முழுமையாய் ஆழ்ந்து பாராமல் செயல்படுத்தப்படுகிறது.

தமிழகத்தின் இயற்கை வளமான பகுதிகளில் தஞ்சையும் அதன் சுற்றுப்புறங்களும் உள்ளன. வறண்டுவிட்ட பகுதிகளில் புது முயற்சிகளை இவர்கள் செய்யவில்லை. இம்முயற்சியால் புது வறட்சிப் பகுதிகளையே உருவாக்க இயலும்.

மக்களின் நலத் திட்டங்களில் இதுவரை முழுவதுமான பயனை மக்களுக்கு அளித்து நிறைவேற்றியது எத்தனை என்று இவர்களால் பட்டியலிட முடியுமா? அங்கு எழும் எதிர் கேள்விகள் மக்களின் அச்சத்தால் எழுந்தவை அல்ல. அரசுகளின் அலட்சியப் போக்கால் எழுபவை. எனவே அவற்றை மழுப்பலாகவோ பெயரளவிற்கோ பதில் கூறி முற்றுப்புள்ளி வைக்க முயல்வது மெய்யான பயனை அளிக்காது.

நாட்டில் வாழ ஒவ்வொரு குடிமகனுக்கும் உரிமை உண்டு. அதனைப் பறிக்க யாருக்கும் உரிமையில்லை. எனவே அவர்களின் வாழ்வாதாரம் எவ்வகையிலும் பறிபோகாதென ஆதாரப் பூர்வமாக நிரூபணம் செய்ய வேண்டும். மத்திய அரசு தன்னையே பலம் என நினைத்து செயல்பட முயன்று திணிக்கிறது. மக்களின் பலமே நாட்டின் பலம் எனும் உண்மையை உணர மறுக்கிறது. மோதல் உருவாகுமானால் ஒட்டுமொத்த நாட்டிற்கே இழப்பு.

அரசு நிறுவனங்கள் அரசியல் தலையீடு இல்லாமல் முழுச் சுதந்தரமாகச் செயல்படும் நிலை இந்நாட்டில் இல்லவே இல்லை. எனவே அரசின் சொற்றொடர் சார்ந்த அறிவிப்புகளை முழுதாய் ஏற்பதற்கில்லை.

அடுத்தப்படியாக, தமிழ்நாட்டில் இதுவரை 700க்கும் மேற்பட்ட கிணறுகள் அமைத்து கச்சா எண்ணெயும், எரிவாயுவும் எடுக்கப் பட்டுள்ளதே, அங்கெல்லாம் - பெட்ரோலிய அமைச்சகம் சொல்வதுபோல் - சுற்றுச் சூழலிற்கு எந்தப் பாதிப்பும் ஏற்பட வில்லையா? இந்தக் கேள்விக்கு விடை தேடலாமா?

ஆதாரக் குறிப்புகள்

1. How a Small Village in Tamil Nadu Could Derail Modi's Energy Project, Anna Isaac, NewsMinute - February 28, 2017.
2. Ministry of Petroleum & Natural Gas, Discovered Small Field activities in the State of Tamil Nadu, 27 February 2017 (Press Information Bureau, GoI).
3. ibid
4. Environment Impact Assessment Report for Exploratory Drilling of Additional Two Wells in PEL Block L-II, located in district Thanjavur, Tamilnadu.

5. Detail in the preface to the report on impact on exploration, ONGC.
6. www.oil-drilling-fluids.com/weighing-materials/barite-api-grade
7. Barite used for drilling fluid should not contain mercury more than 1 mg/kg and cadmium more than 3mg/kg. Environmentally acceptable methods of drill waste such as injection to formation through casing annulus, land farming, bio-remediation, incineration and solidification may be permitted on a case to case basis.

   www.slideshare.net/YADAV456/environmental-monitoring-of-petroleum-industrial-pollution
8. The constituents of water based mud (WBM) are: Barite, Carboxyl Methyle cellulose, Bentonite, Mud thinner / Conditioner, Resinated Lignite, Non&weighted spotting fluid, Weighted spotting fluid, EP Lube, Drilling detergent, Caustic soda, Potassium chloride, Soda ash. ONGC report Page 79, 3.3.1. Drilling Muds.
9. 3.3.5 Solids Removal, Page 81 of the ONGC report.
10. 3.3.6 Drill Cuttings and Waste Residual Muds, ONGC report Page 83.
11. ஓஎன்ஜிசி ஆய்வறிக்கையில் waste water என்பது ஆழ்துளையிடும் கருவியை தூய்மைப்படுத்தப் பயன்படுத்தப் படும் ரசாயனங்களையே குறிப்பிடுகிறது (Under 6.9 waste management, Page 188 - 189). ஆனால் இந்த ஆய்விற்கான இலக்கு நிர்ணயத்தில் (Terms of Reference) பட்டியல் *23* முதல் *26* வரையில் சொல்லப்பட்டுள்ள ஆபத்தான கழிவுகள் (Hazardous waste) கையாளுதல் தொடர்பான கேள்விக்கு *6.9*ன் கீழ் இப்படிப்பட்ட மிக மென்மையான பதிலையே விடையாகக் காட்டியுள்ளது!
12. The main pollutants emitted through hydrocarbon exploration and production activities are fine particles (PM2.5, whose median diameter is < 2.5 µm), Nitrogen Oxides (NOx) and Sulphur Oxides (SOx) and VOCs such as benzene, toluene, xylenes, ethylbenzene and aldehydes. Gas flaring contributes to VOC and NOx emissions.
13. Public Health Issues Related to Gas and Oil Hydrocarbon Exploration and Production, Environmental Health and Toxicology Branch, Biological Risks and Occupational Health Branch, March 2015, Quebec, Canada.
14. Environmental Impacts of the Oil Industry, Jacqueline Barboza Mariano & Energy Specialist at National Petroleum Agency of

Brazil; Emilio Lèbre La Rovere & Professor at Energy Planning Program, Federal University of Rio de Janeiro, Brazil.

15. Occasional release of potentially hazardous materials, such as solvents and acid or alkaline materials - from the above report.

16. Fugitive Emissions Oil and Natural Gas activities & Good Practice Guidance and Uncertainty Management in National Green House Inventories.

    www.ipcc&nggip.iges.or.jp/public/gp/bgp/2_6_Fugitive_Emissions_from_Oil_and_Natural_Gas.pdf

17. Regular operations associated with hydrocarbon exploration and production, including drilling wells and oil extraction, can also be associated with potential exposure of the public to contaminants. More specifically with the fracturing technology, drilling fluids (sludge) as well as well stimulation liquids and flow back fluids (brine) may constitute a risk of exposure by members of the public if they come into contact with water destined for human consumption, including through extraction wells themselves or through migration pathways in geological media concerned. Public Health Issues Related to Gas and Oil Hydrocarbon Exploration and Production, Environmental Health and Toxicology Branch. Biological Risks and Occupational Health Branch, March 2015. Quebec, Canada.

18. Gas Flaring Emissions and their effects on Acidity of Rain Water in the Ebocha Area by Professor C. T. I. Odu.

    www.elaw.org/system/files/Ng.GasFlares.AcidRain.Ebocha.doc

19. I would have preferred to not find this project on my desk: Cuillard - Canadian PM. Philip Authier, Montreal Gazette. July 23, 2016.

20. Australians head to Ahmedabad, as Adani to shelve project. Business Line, March 16, 2017.

- 2 -

எண்ணெய் கண்டுபிடிப்புத் துரப்பணம் ஆபத்தின் உருவாக்கம்

இந்திய ஒன்றிய அரசின் பெட்ரோலியத் துறை வெளியிட்ட அறிக்கை சொல்வது என்ன? ஹைட்ரோகார்பன் திட்டத்தினால் விவசாயத்திற்கு பாதிப்பு ஏற்படும் என்று அப்பகுதி மக்கள் தவறாகக் கருதுகிறார்கள், அதில் உண்மையில்லை. தமிழ்நாட்டில் இதுவரை 700க்கும் அதிகமான எண்ணெய் கிணறுகளை அமைத்து எண்ணெயும் எரிவாயுவையும் உற்பத்தி செய்யப்பட்டுள்ளது. அங்கெல்லாம் பாதிப்பு ஏதுமில்லை என்று அந்த அறிக்கையில் கூறப்பட்டுள்ளது.(1)

எண்ணிலடங்கா அறிவியல்பூர்வமான ஆய்வு ஆதாரங்களை எடுத்துக் கூறி உண்மைகளைப் பகிர்ந்தாலும், ஹைட்ரோகார்பன் கண்டுபிடிப்பு மற்றும் துரப்பணத்தினால் ஏற்படும் பாதிப்புகள் பற்றிய யதார்த்த ஆதாரங்களைக் காட்டினால் மட்டுமே ஏற்றுக் கொள்வோம் என்று அறிவுடை சமூகமாக தங்களைக் காட்டிக் கொள்ளும் புத்திஜீவிகளும், வளர்ச்சிக்கான தேவை என்ற கருத்தியலில் ஈடுபாடு கொண்ட கருத்தாளர்களும் இதழாளர்களும் நிரூபிக்கப்பட்ட உண்மைகளைக்கூட ஏற்றுக்கொள்வதில்லை

என்பதற்கு ஹைட்ரோகார்பன் திட்டங்கள் தொடர்பான இச்சிக்கலும் ஒரு சான்றாகும்.

மானுட வாழ்விற்கு அடிப்படை ஆதாரமான உணவை உழுது, உழைத்து உற்பத்திச் செய்து கொடுத்தாலும், பள்ளிப் படிப்பைத் தாண்டாத விவசாயிகளுக்குப் பொருளாதாரத்தைப் பற்றியும் அதன் வளர்ச்சிக்கான திட்டங்கள் பற்றியும் என்ன தெரியும்? அவர் களுக்கு ஹைட்ரோகார்பன் திட்டம் குறித்த புரிதல் இல்லை. அவர்களைப் போராடுமாறு வேறு சிலர் தூண்டிவிடுகிறார்கள். இப்படியொரு விமரிசனம் வைக்கப்படுகிறது. நெடுவாசல், நல்லாண்டார் கொல்லை, வடகாடு, கதிராமங்கலம், மாதிரி மங்கலம் என்று போராட்டத்தில் ஈடுபட்ட கிராமத்தினர் எவராயினும், அவர்கள் தஞ்சை மண்டலத்தில் ஹைட்ரோகார்பன் துரப்பண செய்யப்படும் இடங்களில் அப்பகுதி விவசாயப் பெருங்குடி மக்கள் எப்படிப்பட்ட பாதிப்புகளுக்கு ஆளாகி யுள்ளனர் என்பதை அறிந்தவர்கள்தாம். எண்ணெய் வளத்தைக் கொடுத்துவிட்ட தம் நிலங்கள் அதற்கு மேல் பயிர் கொடுத்துக் கொழிக்கும் திறன் செத்துவிட்டதையும் அவர்கள் அறிவார்கள். அந்த அனுபவப் படிப்பினையில் முகிழ்ந்ததுதான் அவர்களின் போராட்டம். ஆங்கிலத்தில் விவசாயிகளை வெளுத்துக்கட்டும் கருத்தாளர்கள் இதனை முதலில் புரிந்துகொள்ளவேண்டும். தங்களுடைய அறியாமையை விவசாயிகள்மீது சாற்றி அவர் களுடைய போராட்டத்தைக் கொச்சைப்படுத்துவதை இந்தக் கருத்தாளர்கள் தவிர்க்கவேண்டும்.

நிலம் அதிரச் சோதனை

இந்திய ஒன்றிய அரசின் பொதுத் துறை நிறுவனமான ஒஎன்ஜிசி காவிரிப் படுகையில் எண்ணெய் வளத்தைக் கண்டுபிடித்து, துரப்பணம் செய்யும் பணியை கடந்த 50 ஆண்டுகளாக மேற் கொண்டு வருகிறது. இதுவரை தமிழ்நாட்டில் நிறுவியுள்ள எண்ணெய் மற்றும் எரிவாயுக் கிணறுகளில் இருந்து நாள் ஒன்றுக்கு 700 டன் கச்சா எண்ணெயும், 38 லட்சம் கன மீட்டர் இயற்கை எரிவாயுவையும் உற்பத்தி செய்து வருகிறது.

இத்தோடு நின்றுவிடப்போவதில்லை! காவிரிப் படுகையை ஒட்டிய கடற்பகுதியில் ஹைட்ரோகார்பன் வளத்தைக் கண்டறிந்து துரப்பண செய்வதற்கு பிரிட்டிஷ் கேஸ் நிறுவனத்துடன் இணைந்து ஆய்வு செய்யவும் திட்டமிட்டுள்ளது என்கிற விவரத்தை

எண்ணெய் வளக் கண்டுபிடிப்பிற்கான ஓஎன்ஜிசி இயக்குனர் ஏ.கே.திவேதி கூறியுள்ளார். காவிரிப் படுகை மாவட்டமான திருவாரூரில் எண்ணெய் / இயற்கை எரிவாயு ஆகியவற்றின் இருப்பை அறிய நில அதிர்வுச் சோதனைகள் நடத்தப்படும் என்றும், வண்டல் பாறை வாயு (ஷேல் கேஸ்) எடுப்பது தொடர்பான கொள்கை முடிவை அரசு எடுத்த பின்னரே காவிரிப் படுகையில் அது பற்றிய சோதனைகள் மேற்கொள்ளப்படும் என்றும் திவேதி கூறியுள்ளார்.[2]

இதன் பிறகு 2016இல் வெளியிட்ட ஒரு செய்திக் குறிப்பில் இந்தியா முழுவதிலும் 17 இடங்களில் வண்டல் பாறை வாயுக்களை வெளிக்கொணர்வதற்கான ஒப்புதலை ஓஎன்ஜிசிக்கு இந்திய ஒன்றிய அரசு அனுமதி அளித்துள்ளது என்றும், அதற்காக ரூ.700 கோடி ஒதுக்கப்பட்டுள்ளது என்றும் தெரிவிக்கப்பட்டுள்ளது. ஷேல் கேஸ் கண்டுபிடிப்பிற்கான 17 கிணறுகளில் ஒன்று காவிரிப் படுகையின் கடைமடைப் பகுதியான நாகப்பட்டிணத்தில் அமைக்கப்படும் என்றும், இதற்காக மட்டும் ரூ.45 கோடி ஒதுக்கப்பட்டுள்ளதெனவும் தெரிவிக்கப்பட்டுள்ளது. விவசாயம் முழுமையாக நடந்துவரும் நாகையிலும், காவிரிப் படுகையின் இதர இடங்களிலும் ஷேல் கேஸ் எடுப்பதனால் ஏற்படக்கூடிய பாதிப்பு மற்றும் மாற்றங்கள் பற்றி அடுத்த அத்தியாயத்தில் விரிவாகப் பார்ப்போம்.

மேற்கண்ட பேட்டியில் ஹைட்ரோகார்பன் இருப்பை அறிவதற்கு நில அதிர்வுச் சோதனை நடத்தப்படும் (Seismic or Geo-physical Survey) என்று ஏ.கே. திவேதி கூறியுள்ளது கவனிக்கத்தக்கதாகும். காவிரிப் படுகை மாவட்டங்களான தஞ்சை, திருவாரூர், நாகை ஆகியவற்றில் 1970ஆம் ஆண்டுகளில் இருந்து எண்ணெய் / எரிவாயு இருப்பைக் கண்டறிய நில அதிர்வுச் சோதனைகளை ஓஎன்ஜிசி மேற்கொண்டு வருகிறது. விவசாய நிலங்களில் 60 அடிக்கு துளையிட்டு அதில் வெடிப்பொருள்களைச் செலுத்தி வெடிக்கச் செய்து, அது உருவாக்கும் அதிர்வலைகள் பூமிக்குள் பாய்ந்து எண்ணெய் இருப்பைக் கொண்டிருக்கும் படிவங்களில் மோதி மீண்டும் நிலத்தின் மேற்பகுதியை நோக்கி வருவதைப் பதிவு செய்து, அதன்மூலம் ஹைட்ரோகார்பன் இருப்பு உறுதி செய்யப்படுகிறது. இப்படியான நில அதிர்வுச் சோதனைகள் தஞ்சை மண்டலத்தில் பரவலாக நடத்தப்பட்டுள்ளது.

நிலத்தில் எண்ணெய் / எரிவாயு வளங்களை அறிவதற்கு மற்றொரு முறையும் உலக அளவில் கையாளப்படுகிறது. பூமிக்குள் அதிர் வலைகளை ஏற்படுத்தக்கூடிய வைப்ரேட்டர் எனும் வாகனத்தை ஓரிடத்தில் நிலைநிறுத்தி, அது உருவாக்கும் அதிர்வலைகள் பூமிக்குள் ஊடுருவிச் சென்று எண்ணெய் / எரிவாயுவைக் கொண்டுள்ள படிவங்களில் மோதி மீண்டும் - எதிரொலி போல் - பூமியின் மேல் பகுதியை வந்தடையும். அதைப் பதிவு செய்து ஹைட்ரோகார்பன் இருப்பு உறுதி செய்யப்படும். கடற்பகுதியில் எண்ணெய் வளத்தை அறிவதற்கு இப்படிப்பட்ட அதிர்வலை களை உருவாக்கக்கூடிய கண்டுபிடிப்புக் கப்பல்கள் பயன்படுத்தப் படுகின்றன.

தஞ்சை மண்டலத்தில் நடத்தப்பட்ட நில அதிர்வுச் சோதனை களுக்கு வருவோம். மாவட்ட அலுவலகத்தில் இருந்து ஓர் அறிவிக்கையை மட்டும் செய்துவிட்டு, விவசாய நிலங்களில் பல்லாயிரக்கணக்கில் ஆழ்துளையிட்டு வெடிபொருட்களைச் செலுத்தி வெடிக்கச் செய்யும் சோதனை 70களில் இருந்து ஓஎன்ஜிசி. தொடர்ந்து நடத்தி வருகிறது. இந்தச் சோதனை நடத்தப்பட்ட பல நிலங்களில் பாசனத் தேவைக்காக தண்ணீர் இரைக்கப் போடப்பட்ட ஆழ்துளைக் கிணறுகள் செலயற்றுப் போயுள்ளன. அதுவரை நன்றாக தண்ணீரை இரைத்த பல ஆழ்துளைக் கிணறுகள் இச்சோதனையால் நீர்த் தடம் மாறியதால் பயனற்றுப் போயுள்ளன. தஞ்சை மண்டலத்தில் சோதனையிடப் பட்ட கிராமங்களுக்குச் சென்று விவசாயிகளைக் கேட்டால் இந்த விவரங்களை ஏராளமாகப் பெறலாம். இப்படியான பாதிப்பு களுக்கு எந்த இழப்பீட்டையும் ஓஎன்ஜிசி தரவில்லை.

ஆனால், நில அதிர்வுச் சோதனை நடத்தப்பட்ட இடங்களில் எண்ணெய் இருப்பு உறுதி செய்யப்பட்டால் அந்த நிலத்தை வேலியிட்டு எடுத்துக்கொண்டு நிலத்தின் உரிமையாளருக்கு இழப் பீட்டை வழங்கியுள்ளது ஓஎன்ஜிசி. இழப்பீட்டுத் தொகை நிலத்திற்கு நிலம் மாறுபடுகிறது. நன்கு போராடிய - சண்டை போட்ட - விவசாயிக்கு இழப்பீட்டுத் தொகை அதிகம் கிடைத்துள்ளது! ஓஎன்ஜிசியால் கையகப்படுத்தப்பட்ட நிலத்தில் எண்ணெய் இருப்பு குறைந்தாலோ அல்லது போதுமான அளவிற்கு எண்ணெய் இருப்பு இல்லை என்பது தெரிந்தாலோ அந்த நிலத்தை மீண்டும் பயன்படுத்தத் தக்கதாக மாற்ற எந்த உதவியும் விவசாயிகளுக்கு ஓஎன்ஜிசி செய்யவில்லை. இழப்பீடு கொடுத்தாகிவிட்டது

அதற்கு மேல் பொறுப்பேற்க ஏதுமில்லை என்ற முடிவோடு ஓஎன்ஜிசியும், அதற்கு உறுதுணையாக நிற்கும் மாவட்ட நிர்வாகமும் செயல்படுகின்றன. எனவே எண்ணெய் எடுப்புக்குக் கையகப்படுத்தப்பட்ட அந்த நிலங்கள் மறு பயன்பாட்டிற்கு வழியின்றி தரிசாகக் கிடப்பதை இன்றும் காணலாம். விவசாய நிலமானது பல நூற்றாண்டுகளுக்குப் பயன் தரும் வாழ்வாதாரம் என்கிற அடிப்படை உண்மையை உணராமல் ஓஎன்ஜிசி செயல் பட்டுள்ளதை அறியலாம்.(3)

ஹைட்ரோகார்பன் கண்டுபிடிப்புச் சோதனையின் இந்த முதற்கட்டப் பணி குறித்தும் அதனால் ஏற்படும் பாதிப்புகள் பற்றியும் ஓஎன்ஜிசி ஆய்வறிக்கையில் எந்த விவரமும் இல்லை என்பது குறிப்பிடத்தக்கதாகும்.

நாட்டின் வளர்ச்சிக்காக விவசாயிகளும் தியாகம் செய்யவேண்டும் என்று ஆளும் கட்சித் தலைவர்கள் கூறுகின்றனரே, அப்படிப்பட்ட தியாகங்கள் பலவற்றை - எந்த வித எதிர்பார்ப்பு இன்றியும், எதிர்ப்பு காட்டாமலும் - தஞ்சை மண்டல விவசாயிகள் செய்துள்ளனர் என்பதற்கு நில அதிர்வுச் சோதனையில் அவர்களுக்கு ஏற்பட்ட சேதாரங்களே அத்தாட்சியாகும்.

துரப்பணம் தீமைக்குத் தூர்வாரல்

ஹைட்ரோகார்பன் கண்டுபிடிப்பிற்கான ஆழ்துளை கிணறுச் சோதனையிலோ அல்லது எண்ணெய் இருப்பு உறுதி செய்யப் பட்டவுடன் அதனைத் துரப்பண செய்யும் திட்டத்தினாலோ பாதிப்பு ஏதும் ஏற்பட்டதாக இதுவரை எந்தப் புகாரும் தெரிவிக்கப்படவில்லை என்று ஓஎன்ஜிசியும், ஒன்றிய அரசின் பெட்ரோலிய அமைச்சகமும் கூறுகின்றன. 700க்கும் மேற்பட்ட கிணறுகளை அமைத்து துரப்பண செய்து வருகிறோம். நாள் ஒன்றிற்கு 700 டன் கச்சாவும், 38 லட்சம் கன மீட்டர் இயற்கை எரிவாயுவும் இன்றளவும் தமிழ்நாட்டில் உற்பத்தி செய்யப் படுகிறது என்ற ஆதாரத் தரவுகளுடன் பெட்ரோலிய அமைச்சக அறிக்கை பேசுகிறது. உற்பத்தியை மட்டுமே பேசும் பெட்ரோலிய அமைச்சக அறிக்கை, எண்ணெய் துரப்பணப் பணியால் அருகமை நிலங்களுக்கு பாதிப்பு ஏதும் ஏற்பட்டுள்ளதா என்பதைப் பற்றி ஆய்வு எதுவும் செய்யவில்லை. புகார்கள் ஏதும் வரவில்லை, எனவே பாதிப்பு ஏதும் ஏற்படவில்லை என்று தன்னிச்சையாக

முடிவு செய்துகொண்டு இவ்வாறு பேசியும் அறிக்கை விடுவதும் அரசுக்கு அழகாகுமா?

எண்ணெய் துரப்பணத்தால் அப்பகுதியிலும் அருகமை நிலங்களிலும் எப்படிப்பட்ட பாதிப்புகள் ஏற்படும் என்பதை வேறு பல நாடுகளில் நடத்தப்பட்ட ஆய்வுகள் வெட்ட வெளிச்சமாக்கியுள்ளன. அந்த ஆய்வுகள் கூறுவதை முதலில் பார்த்துவிட்டு, அதன் பிறகு காவிரிப் படுகையில் விவசாய நிலங்களுக்கு ஏற்பட்ட பாதிப்புகளை ஆராயலாம்.

விவசாயத்திற்கு நிலம், நீர், காற்று ஆகியன அடிப்படையானவை. ஹைட்ரோகார்பன் எடுப்பிற்கு ஆதரவாகப் பேசக்கூடிய அறிவியலாளர்களும், இந்திய ஒன்றிய அரசை ஆளும் கட்சியினரும் என்ன சொல்கிறார்கள்? எண்ணெய் துரப்பணம் செய்யப்படும் இடத்திற்கு அருகிலேயே விவசாயம் எவ்வித பாதிப்புமின்றி நடந்து வருகிறது. எண்ணெய் துரப்பணத்தால் அருகமை நிலங்களில் விவசாயம் பாதிக்கப்படும் என்று சொல்வதெல்லாம் கிளப்பிவிடப்படும் கதைகள் என்கின்றனர். எவ்வித ஆய்வு ஆதாரங்களும் இன்றி, தன்னிச்சையாக இப்படியெல்லாம் இந்தியாவைத் தவிர வேறு எங்காவது பேசமுடியுமா?

ஆபத்தான கழிவுகள் பற்றியும், அவற்றைக் கையாள்வது குறித்தும் தொழிற்சாலைகளுக்கு வழிகாட்டுதலை அளிக்கும் இந்திய ஒன்றிய அரசின் சிறப்பு விதிமுறைகளில் கச்சா எண்ணெய் மற்றும் எரிவாயு எடுப்பில் ஆபத்தான கழிவுகள் (Hazardous Waste) பற்றி கூறியிருப்பதை இவர்கள் அறிவார்களா?

இந்திய ஒன்றிய அரசின் வனம் மற்றும் சுற்றுச்சூழல் அமைச்சகத்தினால் 2003ஆம் ஆண்டு, மே மாதம் 20ஆம் தேதியன்று வெளியிடப்பட்ட அரசிதழ், 2002ஆம் ஆண்டு இறுதி செய்யப்பட்ட 'ஆபத்தான கழிவுகள் (மேலாண்மை மற்றும் கையாளுதல்) திருத்த விதிகள்[4] கீழ் இணைக்கப்பட்டுள்ள ஆபத்தான கழிவுகள் பட்டியல் 1ல் வரிசை எண்.2: எண்ணெய் மற்றும் எரிவாயு துரப்பணப் பணியை குறிப்பிட்டு அதில் உருவாகும் ஆபத்தான கழிவுகள் என்று 1. எண்ணெய்யுடன் கூடிய துளையிடும் கருவிகள்; 2. எண்ணெய் கலப்புடன் கூடிய மண் சேர் (Sludge); 3. துளையிட பயன்படுத்தப்படும் மண் கலவை மற்றும் துளையிடுதலில் வெளியேறும் கழிவு' ஆகியவற்றைக் குறித்துள்ளது.

வரிசை எண் 3: பெட்ரோலிய எண்ணெய் சேமித்து வைக்கப்படும் கொப்பரைகள் மற்றும் கப்பல்களைத் தூய்மைப்படுத்தவும், முழுமையாக காலி செய்யவும் பயன்படுத்தப்படும் ஆபத்தான கழிவுகள் என்று 1. எண்ணெயோடு கலந்திருக்கும் சரக்கு எச்சங்கள், கழுவ பயன்படுத்தப்பட்ட நீர், மண் சேர் ஆகியன; 2. ரசாயனம் கலந்துள்ள சரக்கு எச்சங்கள், சேருடனான நீர், 3. எண்ணெய் தோய்ந்த மண் சேர் மற்றும் வடிகட்டிகள்; 4. சரக்குக் கப்பலில் சமநிலைக்காக ஏற்றப்பட்டு, பிறகு வெளியேற்றப்படும் எண்ணெய் கலந்த நீர் ஆகியனவற்றை ஆபத்தான கழிவுகள் என்று கூறுகிறது.

வரிசை எண் 4: பெட்ரோலிய சுத்திகரிப்பு, பயன்படுத்தப்பட்ட எண்ணெய் மறு-சுத்திகரிப்பு, கழிவு எண்ணெய் மறுசுழற்சி ஆகிய செயல்பாடுகளில் வெளியேறும் 1. எண்ணெயுடன் கூடிய சேர் மற்றும் சிறு துளிகளாய் வெளியேறும் எண்ணெய் பிசுக்குகள்; 2. கச்சா எண்ணெய் சுத்திகரிப்பில் பயன்படுத்தப்படும் மெட்டல் ஆக்ஸைட், சல்ஃபைட் ஆகியன இறுதியில் வெளியேறும் திடக் கழிவுகள் (Spent Catalyst); 3. ஸ்லோப் ஆயில் எனப்படும் பெட்ரோலியம் கலந்த எண்ணெய் கழிவு ஆகியன உள்ளிட்ட 6 ஆபத்தான கழிவுகளைப் பட்டியலிட்டுள்ளது.

மேற்கண்ட ஆபத்தான கழிவுகள் வெளியேறுவது தவிர்க்க இயலாதது என்பதால் அவை மிகாமல் வெளியேற்றப்படலாம் என்பதையும், அதனை உறுதி செய்ய அங்கீகரிக்கப்பட்ட அமைப்புகளின் சான்றிதழ்கள் பெறப்படுவதை கட்டாயப் படுத்தியும் இச்சட்ட விதிகள் வகுக்கப்பட்டுள்ளன. எனவே கச்சா எண்ணெய் மற்றும் எரிவாயு உற்பத்தியிலும், உற்பத்தி செய்யப்பட்ட கச்சா / எரிவாயு ஆகியவற்றை சுத்திகரிப்பு நிலையங்களுக்குக் கொண்டு செல்வதிலும், இறுதியாக சுத்திகரிப்பிற்குப் பின்னரும் ஆபத்தான கழிவுகள் வெளியேற்றப் படுவதை எவரும் மறுக்க இயலாது என்பது உண்மையாகிறது. ஆனால் இவற்றால் சுற்றுச்சூழலிற்கு எந்த பாதிப்பும் ஏற்பட வில்லை என்று பெட்ரோலிய அமைச்சக செய்திக் குறிப்பும், அரசு சார்ந்து பேசும் கருத்தாளர்களும் சொல்வது அப்பட்டமான ஏமாற்றுதலே. தெரியாமல் செய்யும் தவறு அல்ல இது. ஏனெனில் இந்தக் கருத்தாளர்கள் யாவரும் படித்தவர்களே.மேலும், நமது மக்களின் படிப்பறிவின்மையை நன்கு அறிந்திருப்பவர்களும்கூட, வளர்ச்சியின் பேரால் வளங்களைக் கொள்ளையடிக்கும் பெரு

நிறுவனங்களின் நோக்கத்துக்குத் தெரிந்தே அப்பாவி மக்களின் நலன்களை இவர்கள் பலியாக்குகிறார்கள்.

எண்ணெய் துரப்பணத்தால் நிலத்திற்கும், நிலத்தடி நீருக்கும், காற்றிற்கும் எப்படிப்பட்ட பாதிப்புக்கள் எதனால் ஏற்படுகின்றன என்று ஆய்வுகள் கூறும் உண்மைகளைப் பார்ப்போம்:

ஒன்றே நிலைக்கும் - எது தேவை?

'எண்ணெய் / எரிவாயு வளங்கள் இருப்பது நிலத்தின் மேல் பரப்பில் இருந்து பல்லாயிரம் மீட்டர் ஆழத்தில் உள்ளது, அவற்றை ஆழ்துளையிட்டு கிணறு அமைத்து எடுப்பதால் நிலத்தின் மேற்பரப்பிற்கோ அல்லது நிலத்தடி நீருக்கோ எந்தப் பாதிப்பும் ஏற்பட வாய்ப்பில்லை' என்று ஓஎன்ஜிசி அதிகாரிகள் கூறியதாகச் செய்திகள் வெளியாகியுள்ளன.

பெட்ரோலிய அமைச்சகத்தின் செய்திக்குறிப்பில் கூட, 'பூமியின் மிக (ஆயிரம் மீட்டருக்கும் மேற்பட்ட) ஆழமான பகுதியில் இருந்தே எண்ணெய் மற்றும் எரிவாயு எடுக்கப்படுகிறது, எனவே மிகக் குறைவான ஆழத்திலிருக்கும் நிலத்தடி நீர் இருப்பு எந்த விதத்திலும் பாதிப்பிற்குள்ளாகாது' என்று கூறியுள்ளது.[5]

உண்மையென்ன? எண்ணெய் மற்றும் எரிவாயு வளங்கள் பூமியின் ஆழ் படிவங்களில் இருந்து துரப்பணக் கிணறுகளில் வாயுவாக மிக அதிக அழுத்தத்துடனேயே வெளியேறுகின்றன. எண்ணெய் வளங்களைக் கொண்ட அந்தப் படிவங்களில் (Sedimentary Strata) துளையிடும்போது அவை அழுத்தத்துடன் வெளியேறுவது தவிர்க்க முடியாதது. அவ்வாறு மிகுந்த அழுத்தத்துடன் மேலெழும்பி வெளியேறும்போது எண்ணெயின் ஒரு பகுதி மண் படிவங்களில் ஊடுருவிப் பாய்வதையும் தடுக்க முடியாது. துரப்பண செய்யும் கிணற்றின் சுவர்கள் சிமெண்டால் காப்பிடப் படும் (well casing) என்பதால் இது நிகழாது என்று ஓஎன்ஜிசி கூறுகிறது. 3,000 மீட்டர் முதல் 6,000 மீட்டர் (20,000 அடி) வரை துரப்பணத்திற்கான கிணறு தோண்டும்போது இது சாத்திய மில்லை. எனவே மண் படிவங்களில் எண்ணெய் ஊறி, ஊடுருவிப் பாய்வதும் தடுப்பதற்கில்லை.

இந்தப் பாதிப்பிற்கான அத்தாட்சியாக தமிழ்நாட்டின் நரிமணத்தில் அமைக்கப்பட்டுள்ள கிணறுகளில் இருந்து பல மீட்டர் தூரத்தில் உள்ள விவசாய நிலங்களில் பாசனத்திற்காக (150 முதல் 200

அடிக்கு) ஆழ்துளையிட்டபோது எண்ணெய் கலந்த நீரே வெளியேறியது. இதனால் (திருவாரூர் மாவட்டத்தின்) அப்பகுதி விவசாயிகள் 40, 50 அடி ஆழமுள்ள கிணறுகளில் தேங்கும் நீரை நம்பியே விவசாயம் செய்து வருகின்றனர்.[6] இதேபோல் திருவிடைமருதூர் ஒன்றியத்திற்குட்பட்ட கதிராமங்கலம் கிராமத்திலும் ஆழ்துளை நீர்க் குழாய்களில் வந்த நீரில் எண்ணெய் படலம் மிதப்பதை அப்பகுதி மக்கள் காட்டி, அது காட்சி ஊடகங்களிலும் வெளியாகியுள்ளது. ஆக நிலத்தின் மேற்பரப்பில் இருந்து மிகக் குறைவான ஆழம் வரை ஊடுருவியுள்ள மண்ணுடன் கலந்துவிட்ட எண்ணெய், துரப்பணக் கிணறுகளுக்கு அருகில் அமைந்துள்ள நிலங்களில் கிணறு தோண்டி நீரெடுத்தால் அது விவசாயம் செய்யக்கூடியதாக இருக்குமா?

தற்போது எண்ணெய் கிணறுகள் அமைக்கப்பட்டு எண்ணெய் துரப்பணம் செய்யப்படும் நரிமணம், பனங்குடி, நகரி (சீர்காழி), வெள்ளக்குடி (திருவாரூர்), அடியக்கமங்கலம் ஆகிய கிராமங் களுக்குச் சென்று அங்குள்ள விவசாயிகளிடம் பேசுங்கள், உண்மை தெரியும். நரிமணத்தைச் சுற்றியுள்ள 4 மைல் சுற்றளவிற்கு மழை பெய்வதில்லை (பசுமை வாயு வெளியேற்றத்தின் தாக்கம் இது). நிலத்தடி நீரில் எண்ணெய் கசடு கலந்து வருவதால் விவசாயத்திற்கு பயன்படுத்த முடியாத நிலையும் உள்ளது. இந்த உண்மை விவரங்களை அறிய நேரில் சென்றபோது விவசாயிகள் பகிர்ந்து கொண்ட அவலங்கள் தனி அத்தியாயமாகவே தரப்பட்டுள்ளது.

வாழ்வித்தலை எமன் ஆக்கல்!

விவசாயத்தைப் பொறுத்தவரை நீரின்றி நிலமில்லை, மழையின்றி ஏதுமில்லை. நிலத்தின் வளம் அது பெற்றுள்ள மண்ணைச் சார்ந்தது, மண் வளம் நிலத்தடி நீரைச் சார்ந்தது. நிலமும் நீரும் நீடித்த விளைச்சலும் தர மழை இன்றியமையாதது. காவிரியாறு கொடுத்த வண்டல் கொடையால் இவை யாவும் ஒருங்கே அமைந்ததே காவிரிப் படுகையாகும். நில வளம், நீர் வளம், மழை வளம் ஆகிய மூன்றும் ஒருசேர அமைந்த வேளாண் பூமியாக வரலாற்றுக் காலம் தொட்டு தன்னை நிலைநிறுத்திக் கொண்டுள்ளது.

இப்படிப்பட்ட காவிரிப் படுகையில் இதுவரை 700 கிணறுகளை அமைத்து எண்ணெய் / எரிவாயு துரப்பணச் செய்துள்ளோம் என்று கூறும் இந்திய ஒன்றிய அரசின் பெட்ரோலிய அமைச்சகம்,

மேலும் 21 இடங்களில் எண்ணெய் / எரிவாயு எடுக்க முடிவு செய்துள்ளதாகவும், அதற்கு காவிரிப் படுகை மக்களிடமிருந்து எந்த எதிர்ப்பும் இல்லை(!) என்றும் கூறியுள்ளது.[7] அமைச்சகத்தின் செய்திக் குறிப்பில் மற்றொரு விவரமும் தரப்பட்டுள்ளது. யாதெனில், இத்திட்டத்திற்காக அப்பகுதி மக்களிடம் கருத்துக் கேட்பு நடத்தப்போவதில்லையாம். இதற்கான விலக்கு மாசு கட்டுப்பாட்டு வாரியத்திடம் இருந்து பெற நடவடிக்கை எடுக்கப் பட்டுள்ளதாம். எதிர்ப்புதான் இல்லையே, கருத்துக் கேட்பு நடத்துவதை ஏன் தவிர்க்க வேண்டும்? எதிர்ப்பு வெளிப்பட்டு விடும் என்கிற அச்சமா?

இந்திய ஒன்றிய அரசின் பெட்ரோலிய அமைச்சகத்திற்கும், பொதுத் துறை நிறுவனமான ஓஎன்ஜிசிக்கும் நாம் வைக்கும் கேள்வி இதுதான்: விவசாயம் செழித்தோங்கும் பகுதியில் எண்ணெய் துரப்பணமும் அருகருகே நடப்பது சாத்தியமா? இரண்டும் ஒன்றையொன்றுத் தழுவி நிகழக் கூடியதா? அப்படி உலகில் எங்காவது நடக்கிறது என்று கூற முடியுமா? எந்தத் துணிச்சலில் கூசாமல் உண்மையைத் திரித்துப் பேசுகிறார்கள் தெரியுமா? நமது நாட்டு மக்கள் தங்களுக்கு ஏற்படும் பாதிப்பை - அது அரசின், அரசுத் துறையின் செயல்பாட்டால் ஏற்படும்போது - புகார்கூடக் கொடுப்பதில்லை, வழக்குத் தொடர்வதில்லை. அவ்வளவு ஏன், ஒன்றுகூடி எதிர்ப்புத் தெரிவிப்பதுகூட இல்லை. இதையே தங்களுக்குச் சாதமான நிலையாக எடுத்துக்கொண்டு மக்கள் எதிர்க்கவில்லை என்று கூறுவது ஜனநாயக அரசிற்கு அழகாகுமா?

எதிர்ப்பே தெரிவிக்காமல் விதி விட்ட வழி என்று நினைத்து வாளாவிருந்த மக்களின் மனப்போக்கு இன்று மாறிவிட்டது. அவர்கள் ஒன்றிணைந்து போராட முற்பட்டுவிட்டார்கள். அப்படியான போராட்டம்தான் மாதிரிமங்கலம், கதிராமங்கலம், நெடுவாசல் என்று தொடர்ந்து வடகாடு வரை முழு வலிமையுடனும் உறுதியுடனும் நடக்கிறது. சமூக, தேச விரோதிகள் போராட்டத்தைத் தூண்டுகிறார்கள் என்று அவதூறு கூறினார்கள். அதையும் தாண்டி போராட்டம் தொடரவே, போராட்டத்தை முடிக்கும் பேச்சுவார்த்தை தோல்வியில் முடிந்த நிலையில், அப்பகுதி மக்களின் ஒப்புதல் இன்றி திட்டத்தை நிறைவேற்ற மாட்டோம் என்று உறுதியளித்தார்கள். அந்த உறுதிமொழியைக் கைவிட்டுவிட்டுத் திட்டம் நிறைவேற்றப்படும்

என்று அறிவித்துவிட்ட நிலையில், மீண்டும் ஒரு பெரும் போராட்டம் வராமல் தடுக்கும் முயற்சிகளில் அரசு இயந்திரத்தை முடுக்கி விட்டுள்ளனர். மக்கள் போராட்டத்தை முன்னின்று நடத்தியவர்களை மிரட்டி முடக்கியுள்ளனர்.[8] மிரட்டலை யெல்லாம் தாண்டி போராட்டம் அங்கு நடைபெற்றுக்கொண்டிருக் கிறது. ஏனெனில் போராட்டத்தில் ஈடுபடும் விவசாயிகள் - ஆண், பெண், இளைஞர்கள், மாணவர்கள் உள்பட - அனைவரும் ஹைட்ரோ கார்பன் திட்டம் தங்களது வாழ்வாதாரத்தை மட்டுமல்ல, தமது வாழ்வின் பூர்வீகத்தையே சிதைத்துவிடும் என்பதில் உறுதியாகவுள்ளனர்.

இன்றைய தலைமுறை உலகளாவிய தொழில்நுட்பத்தால் ஒருங்கிணைந்து வாழ்கிறது. எண்ணெய் / எரிவாயு துரப்பணத்தின் பாதிப்பு பற்றி அறிவியல் ஆய்வுப் பூர்வமான உண்மைகளை இவர்கள் அறிந்துள்ளனர். பொதுத் தளத்திலுள்ள அந்த உண்மைகளை - நிலத்தடி நீருக்கும், நீர் நிலைகளுக்கும் எண்ணெய் துரப்பணம் ஏற்படுத்தும் கேடுகளை இணையத்தளங்களில் ஏராளமாகப் பார்க்கலாம்.

பூமிக்கடியில் எண்ணெய் மற்றும் எரிவாயு இருப்பைக் கொண்டுள்ள பாறை, மண் படிவங்களில் பெருமளவிற்கு தண்ணீரும் கலந்திருக்கும். எண்ணெய் துரப்பணத்தின் விளைவாக இவை வெளியேறுகின்றன. இதனை உற்பத்தியாகும் நீர் (Produced Water) என்றழைக்கின்றனர். மணல், ரசாயனக் கலவை கொண்ட நீரை அதிக அழுத்தத்தில் செலுத்தி எண்ணெய் / எரிவாயுவை வெளிக்கொணர்வதும் ஒரு தொழில்நுட்பமாகும். அவ்வாறு செலுத்தப்படும் நீர் மீண்டும் எண்ணெய் / எரிவாயுவுடன் வெளியேறுகிறது. இதனை மீண்டு வரும் திரவம் (Flow Back Fluid) என்றழைக்கின்றனர். இவ்விரண்டிலும் பொது சுகாதாரத்திற்கும், சுற்றுச்சூழலிற்கும், நிலத்தடி நீருக்கும், நீர் நிலைகளுக்கும் கேடு விளைவிக்கக் கூடிய சில ரசாயனக் கூட்டுகள் உட்பட நூற்றுக் கணக்கான தனித்த ரசாயனயப் பொருட்கள் வெளியேறுகின்றன.[9]

உற்பத்தியாகும் நீரானது பெருமளவிற்கு பிரின் (Brine) எனும் உப்பும், நீரில் கரையும் தன்மை கொண்ட திடப்பொருட்களும் (Total dissolved solids - TDS) கொண்டதாகும். இதனை எப்படி சுத்திகரிப்புச் செய்தாலும் விவசாயத்திற்கு பயன்படுத்த முடியாது. இவை மட்டுமின்றி லெட், ஜின்க், மாங்கனீஸ், பேரியம், இரும்பு ஆகிய கடின கனிமங்களும், சில பகுதிகளில் இவற்றோடு

இயற்கையாக உண்டாகும் கதிர்வீச்சுப் பொருட்களும் (Naturally Occurring Radioactive Material - NORM) வெளியேறும்.

இவ்வாறு எண்ணெய் துரப்பணத்தில் வெளியேறும் உற்பத்தியாகும் நீர் உள்ளிட்ட திரவங்களில் கலந்துள்ள ரசாயனங்கள் சூரிய ஒளியில் நீராவியாகிவிடும் வகையில் தனியாக ஒரு தொட்டியில் சேகரித்து வைத்துவிடுவர். இம்முறையானது ஆபத்தான கழிவு களைக் காப்பதற்கும், தூய்மைப்படுத்துவதற்குமான சிறந்த வழி அல்ல என்ற முடிவுக்கு வந்துள்ள அறிவியலாளர்கள், இப்படிப் பட்ட நச்சுக் கழிவுகளை நீக்குவதற்கான மேம்பட்ட தொழில் நுட்பங்களைப் பயன்படுத்தவேண்டும் என்றும், அதன் பின்னரே இக்கழிவுகள் நிலத்தின் மீதோ அல்லது நீர் நிலைகளிலோ வெளியேற்ற வேண்டும் என்றும் கூறியுள்ளனர். எனவேதான் இது மிக ஆபத்தான தொழிற்சாலைக் கழிவு என்று பட்டியலிடப் பட்டுள்ளது.[10]

நெடுவாசல் கிராமத்தை அடுத்த நல்லாண்டார் கொல்லையில் அமைக்கப்பட்டுள்ள கிணற்றில் இருந்து எண்ணெய் எடுத்தபோது வெளியேறிய எண்ணெய்க் கழிவையும், கழிவு நீரையும் தனித்தனி தொட்டிகளில் நிரப்பி வைத்துள்ளனர். அவற்றின் அளவு குறைவாக இருப்பதால் அவற்றிலிருந்து நெடி அடிப்பதைத் தவிர பாதிப்பு ஏதுமில்லை. இதுவே பெருமளவிற்கு எண்ணெய் துரப்பணம் செய்யும்போது வெளியேறும் இக்கழிவுகளை எப்படிக் கையாள்வார்கள்? அப்போது அருகமை விவசாய நிலங்களுக்குப் பாதிப்பு ஏற்படாது என்பதற்கு என்ன உத்தரவாதம்?

நமது நாட்டில் துணிக்குச் சாயமேற்றும் சாயப் பட்டரைகளில் இருந்தும் தோல் பதனிடும் தொழிற்சாலைகள் பதனிட்ட தோலுக்கு ஊட்டம் சேர்க்கும் Fatliqours உள்ளிட்ட ரசாயனங்களை எவ்வித சுத்தகரிப்பும் செய்யாமல் நிலத்திலும், நீர் நிலைகளிலும் திறந்து விடுவதால் அமராவதி, பவானி ஆறுகள் வரை மாசு பட்டிருப்பதைப் பார்த்துக்கொண்டிருக்கிறோம். இந்த நிலையில் எண்ணெய் துரப்பணம் செய்ய ஏலம் எடுத்துள்ள தனியார் நிறுவனங்கள் இப்படிப்பட்ட ஆபத்தான கழிவுகளை எந்த அளவுக்கு பாதுகாப்பாகக் கையாண்டு, சுத்தகரிப்புச் செய்வார்கள் என்பது கேள்விக்குறியே.

எனவே எண்ணெய் துரப்பணம் முழு அளவிற்கு நடைபெறும் இடங்களில் நிலமும் நிலத்தடி நீரும் எவ்விதத்திலும் பாதிப்படையாது என்று கூறுவதற்கும், துரப்பணக் கிணற்றின்

அருகமை நிலங்களில் தாராளமாக விவசாயம் செய்யலாம் என்று கூறுவதும் அறிவியல்பூர்வமாக எந்த ஆதாரமும் அற்றதாகும். மிக முக்கியமாக, இதுநாள்வரை எண்ணெய் துரப்பணம் செய்யப்படும் இடங்களில் அருகமை வேளாண் நிலங்களில் எப்படிப்பட்ட மாற்றங்கள் ஏற்பட்டுள்ளது என்பதைக் கண்டறிய ஒஎன்ஜிசி எந்த சோதனையும் மேற்கொள்ளாதது ஒரு திட்டமிட்ட இருட்டடிப் பாகவே தோன்றுகிறது.

இந்த இடத்தில், எண்ணெய் துரப்பணத்தால் உருவாகும் ஆபத்தான கழிவுகளால் சுற்றுச்சூழல் மற்றும் நீர் நிலைகள் எவ்வாறு பாதிக்கப்படுகின்றன என்பதைக் கண்டறிய ஐக்கிய அமெரிக்கக் குடியரசின் சுற்றுச்சூழல் பாதுகாப்பு முகமை இப்படிப்பட்ட தப்பிவரும், உயிர்க் காற்றை நஞ்சாக்கும் (Fugitive Emissions) வாயுக்கள் குறித்து எச்சரிக்கின்றது. மனிதர்கள் மட்டுமல்ல, தாவரங்களும் சுவாசிக்கின்றன. மனிதனுக்கு எந்த அளவிற்கு தூய உயிர்க் காற்று (ஆக்ஸிஜன்) அவசியமோ அந்த அளவுக்குப் பறவைகளுக்கும், பிராணிகளுக்கும்கூட அவசியமே. மனிதர்கள் ஆக்ஸிஜனை சுவாசித்து கரியமில வாயுவை வெளியேற்றினால், அதனைச் சுவாசித்து மனிதனும் விலங்குகளும் பறவைகளும் சுவாசிக்க ஆக்ஸிஜனைத் தருகின்றன தாவரங்கள். உயிராற்றலின் இயக்கத்திற்கு சுவாசமே அடிப்படையென்றால், அதற்கு அடிப்படையானது உயிர்க்காற்றே. உயிர் வாழ்வதற்கான இந்தச் சூழலுக்கு இயற்கையான காற்று அவசியமானது. அதனால்தான் அறிவியல் ஆய்வுகள் இக்காற்றுத் தன்மையை சுவாசிப்பதற்கேற்ற காற்றுத் தரம் (Ambient Air Quality - AAQ) என்று குறிக்கிறார்கள்.

சுவாசிப்பதற்கேற்ற காற்றுத் தரம் என்பதென்ன?

நாம் சுவாசிக்கத் தகுந்த தூய்மையான காற்று - அதாவது ஆக்ஸிஜனில் ஒரு சதுர மில்லி மீட்டரில் சாதாரணமாக 5,000 நேர்மின் அயனிகளும், அதே எண்ணிக்கையில் எதிர்மின் அயனிகளும் இருக்கும். இந்த அளவிற்கு அயனிகள் நிறைந்திருக்கும் காற்றைச் சுவாசிக்கும்போது நாம் மிக உற்சாகமாகப் பணியாற்றுகிறோம். இதில் எதிர்மின் அயனிகள் இருப்பில் பெரும் குறைபாடு ஏற்படும்போதுதான் போதுமான ஆக்ஸிஜன் காற்றில் இல்லை என்று கூறுகிறோம். காலை தலைவலி, சிறிது நேரப் பணியிலேயே களைப்படைதல் ஆகியன ஏற்படுவதற்குக் காரணம் இந்த அயனி குறைபாடே. நகரங்களில் போடப்பட்டுள்ள தார் சாலைகள், மைய

குளிர்ச்சி வசதி செய்யப்பட்ட கட்டடங்களில் காற்றைக் கொண்டு வரும் குழாய்கள் ஆகியன காற்றிலுள்ள எதிர்மின் அயனிகளைச் சிதைத்துவிடுவதால்தான் இருக்குமிடம் குளிர்ச்சியாக இருந்தாலும் நாம் களைப்படைகிறோம், தூக்கம் தூக்கமாக வருகிறது என்கிறோம். அயனி குறைப்பாட்டை ஈடுகட்ட அயனைசர்கள் விற்கப்படுகின்றன. அவை அறைகளுக்குள் இக்குறைப்பாட்டை நீக்குகின்றன.

இந்த அயர்னைசேஷன் நடப்பதை உணரவேண்டுமா? மாலை அல்லது முன்னிரவு நேரங்களில் தூரத்தில் மின்னலும் இடியும் ஏற்படும்போது அத்திசையில் இருந்து வீசும் காற்று மிக சுகமான உணர்வை அளிப்பதை அனுபவித்திருப்போம். மின்னல் ஒளிக் கீற்று காற்று மண்டலத்தை ஊடுருவிப் பாய்கையில் (அதனால் தான் இடிச் சத்தம் உருவாகிறது) அந்த உரசலில் ஏராளமான நெகடிவ் அயர்ன்கள் உற்பத்தியாகின்றன. இவையே நமக்கு அந்தச் சுகமான அனுபவத்தைத் தருகின்றன. நள்ளிரவில் இது ஏற்படும்போது அந்த இரவில் நாம் மிக நன்றாகத் தூங்கியிருப் போம். இதுபோன்ற உணர்வு கடற்கரையில் அலைகளுக்கு அருகே நிற்கும்போதும், அருவிகளுக்கு அருகே நிற்கும்போதும்கூட உணரலாம்.

சுவாசிக்கத்தக்க காற்றுத் தரம் என்கிற அந்த அடிப்படையை ஏற்றே தனது ஆய்வறிக்கையை ஓஎன்ஜிசி தந்துள்ளது. அதனால் தான் சுவாசிப்பதற்கேற்ற காற்றுத் தரம் எண்ணெய் / எரிவாயு கண்டுபிடிப்பின்போதும் முழுமையான துரப்பணத்திலும் எவ்வாறு பாதிக்கப்படும் என்பதை விரிவாக விளக்கியுள்ளது. எண்ணெய் துரப்பணத்தால் பெரும் பாதிப்பிற்குள்ளாவது காற்று மண்டலமே.

எண்ணெய் மற்றும் எரிவாயு துரப்பணத்தில் ஈடுபடுத்தப்படும் தொழில்நுட்பங்களால் கட்டுப்படுத்த முடியாத அல்லது கட்டுக்குள் வராமல் வெளியேறும் வாயுக்களே சுற்றுச்சூழலிற்கும் மனித வாழ்விற்கும் பெரும் பாதிப்பை ஏற்படுத்தக்கூடியன. இவற்றைத் தப்பிவிடும் வாயுக்கள் (Fugitive Emissions) என்று அறிவியல் பெயர் சூட்டியுள்ளது.

எண்ணெய் துரப்பணத்தின்போது ஏற்படும் தீ விபத்தால் அல்லது வாயுக்களை எரித்தலால் வெளியேறும் சல்ஃபர் டை ஆக்ஸைட் (SO_2), ஹைட்ரஜன் சல்ஃபைட் (H_2S), சிறிய அளவிற்கு வெளியேறும் கார்பன் மோனாக்ஸைட் (CO), நைட்ரஜன் ஆக்ஸைட்ஸ் ஆகியவற்றோடு எரிந்தும் எரியாத நிலையில்

காற்றில் கலக்கும் ஹைட்ரோகார்பன் மற்றும் சில கார்பன்கள் (distillates) என இவை யாவும் உடல் நலத்திற்கும் தாவர வளர்ச்சிக்கும் ஆபத்தான விளைவுகளை ஏற்படுத்தக்கூடியன என்று கண்டறியப்பட்டுள்ளது.(11)

இவை மட்டுமின்றி, கார்பன் டை ஆக்ஸைட், மீத்தேன், மீத்தேன் அல்லாத மாறத் தன்மை கொண்ட இயற்கை ரசாயனக் கூட்டுகள் (Non-volatile organic compounds - NVOCs) ஆகியனவும் சுவாசிக்கத்தக்கக் காற்றுத் தரத்தை கெடுக்கின்றன.

எண்ணெய் / எரிவாயு துரப்பணத்தின்போது வெளியேறும் காற்றில் எளிதில் கலந்துவிடக்கூடிய இயற்கை ரசாயனக் கூட்டுகள் (volatile organic compounds - VOCs) அந்தப் பகுதியின் காற்று மண்டலத்தையே மாற்றக்கூடியவையாகும். இவற்றோடு நைட்ரஜன் ஆக்ஸைட், சூரிய ஒளி இரண்டும் சேரும்போது சுவாசிப்பதற்கேற்ற காற்றின் தரத்தை வெகுவாக மாற்றக்கூடியவையாகும். இந்த கூட்டு விளையாடலால் அப்பகுதியில் பனி மண்டலம் போன்றதொரு படலம் (photochemical smog) உருவாகிறது. இதனை ஒரு வகை ஓசோன் என்றே அழைக்கின்றனர். நைட்ரஜன் ஆக்ஸைட், நைட்ரஜன் டை ஆக்ஸைட் ஆகியவற்றைச் சுவாசிப்பதால் மனிதர்களுக்கு சுவாச சிக்கலும், தாவரங்களுக்கு வளர்ச்சி பாதிப்பும் ஏற்படுவது உறுதி செய்யப்பட்டுள்ளது.(12)

இவை மட்டுமின்றி எண்ணெய் உடன் வெளியேறும் சல்ஃபர் ஆக்ஸைட் காற்றில் கலந்துவிட்ட நிலையில் அப்பகுதியில் மழை பொழியுமாயின் அது அமில மழையாக ஆகும். அமில மழை நீர் மண்ணில் பரவும்போது நிலத்தில் உப்புத் தன்மை அதிகரித்து தாவர வளர்ச்சியையும் பாதிக்கும். இதனால் வன வளம், நில நீர் நிலைகளில் வாழும் உயிர்களும் பாதிப்பிற்குள்ளாகும்.

இவை எல்லாவற்றிற்கும் மேலாக ஹைட்ரோகார்பன் எடுப்பில் கரியமில வாயுவும் மீத்தேனும் வெளியேறுகின்றன. இவற்றால் எண்ணெய் துரப்பண செய்யும் பகுதியில் பசுமை இல்ல வாயு நிறைகிறது.(13) இது அப்பகுதி காற்று மண்டலத்தின் வெப்ப நிலையை அதிகரிக்கக்கூடியதாகும். இதனால் மழை பொழிவதில் பெறும் மாற்றம் (ஏமாற்றம்) ஏற்படுகிறது.

கரியமில வாயு மட்டுமின்றி, அதனோடு சிறிய அளவுக்கு கார்பன் மோனாக்ஸைடும் வெளியேறுகிறது. நாம் சுவாசிக்கும் காற்றில் கார்பன் மோனாக்ஸைட் சிறிய அளவில் கலந்தாலும் அது நுரையீரலுக்குள் செல்லும்போது ரத்த ஓட்டத்துடன் கலந்து

கார்போக்ஸி ஹீமோகுளோபின் (COHb) என்பதை உருவாக்குகிறது. இதன் விளைவாக உடல் திசுக்களுக்கு ஆக்ஸிஜனை கொண்டு செல்லும் ரத்த அணுக்களின் (haemoglobin) திறன் குறைகிறது. இந்த உருவாக்கம் மொத்த ரத்த சிவப்பு அணுக்களின் எண்ணிக்கையில் 5% அதிகமாகும்போது அது இதயம், நுரையீரல் ஆகியவற்றின் செயல்பாடுகளைப் பாதிக்கிறது என்பது கண்டறியப் பட்டுள்ளது.[14] வளங்களை வளர்ச்சிக்கான வழி என்று காணும் அரசும் அதன் துறைகளும், அதனை வெளிக்கொணரும்போது அப்பகுதி மக்களின் உயிர் வாழ்வின் ஆதாரங்களுக்கு ஏற்படும் இப்படிப்பட்ட பாதிப்புக்களை நோக்காதது ஏன்?

எடுத்துக்காட்டாக, முதன் முதலில் எண்ணெய் துரப்பணக் கிணறு அமைக்கப்பட்ட நரிமணத்தில் அவ்வப்போது மழை பெய்வது நின்றுவிட்டது என்று அப்பகுதி விவசாயி ஒருவர் கூறினார். வங்கக் கடலில் புயல் சின்னம் உருவாகும்போது மட்டுமே தங்கள் பகுதியிலும் மழை பெய்யும் என்றும், மற்றபடி மற்ற பகுதிகளில் மழை பெய்கிறபோதும் நரிமணத்தில் எண்ணெய் கிணறு அமைக்கப்பட்டுள்ள 4 சதுர மைல் பரப்பில் மழையே பெய்வதில்லை என்றும் கூறியுள்ளார்.[15] இதனால் பெரும் மழை பெய்வதால் நிரம்பும் கிணறுகளை மட்டுமே நம்பி விவசாயம் செய்ய வேண்டிய நிலை காவிரிப் படுகையிலேயே உருவாகியுள்ளது, ஆண்டுக்கு மூன்று போகம் செய்து நெல் விளைவித்த காவிரி தீரத்தில் இது அவலமல்லவா? இது ஓஎன்ஜிசிக்கோ அல்லது மாவட்ட நிர்வாகத்திற்கோ தெரியாதா?

எண்ணெய் துரப்பணத்தில் வெளியேறும் வாயுவைக் கொண்டு சென்று நெடுங்குத்தாக அமைக்கப்பட்ட குழாயில் செலுத்தி எரித்து விடுவதால் ஏற்படும் பாதிப்புகள் குறித்து முன் அத்தியாயத்தில் தெளிவாக விளக்கப்பட்டுள்ளது.

எனவே நிலம், நீர் நிலைகள், நிலத்தடி நீர், காற்று, காற்று மண்டலம் ஆகிய உயிர் சூழல் முழுமைக்கும் பாதிப்பை ஏற்படுத்தும் ஹைட்ரோகார்பன் எடுப்புத் திட்டத்தை விவசாயம் எனும் இயற்கை சார்ந்த நிரந்தர வாழ்வாதாரத்தைப் பெற்றுள்ள மக்கள் எதிர்த்து நிற்பது அறிவியல் பார்ப்பட்ட உண்மைகளை உணர்ந்ததாலும், அனுபவத்தினால் பெற்ற படிப்பினைகளாலுமே அன்றி, ஐயத்தின் பார்ப்பட்டோ அல்லது தூண்டிவிடுதலாலோ உருவானதல்ல. அவர்களின் வாக்குகளைப் பெற்று நாட்டை ஆள்பவர்கள் இதனை உணர்ந்திட வேண்டும்.

பாரத் ஸ்டேஜ் 4 - தூய்மைக்கான விதியில் கிராமங்களுக்குச் சதியா?

நகர்புறங்களில் நாளும் அதிகரித்துவரும் வாகனப் புகையால் உருவாகும் காற்று மாசுபாட்டினால் ஏற்படும் பாதிப்பைக் குறைக்க பாரத் ஸ்டேஜ் 4 என்ற தர நிர்ணயத்தை (எமிஷன் ஸ்டாண்டர்ட்) கடைபிடிக்குமாறு சமீபத்தில் இந்திய உச்ச நீதிமன்றம் தீர்ப்பளித்துள்ளது.[(16)] அது என்ன பாரத் ஸ்டேஜ் 4? வாகனங்களில் இருந்து வெளியேறும் புகையில் கலந்து காற்றை மாசுபடுத்தும் நைட்ரஜன் ஆக்ஸைட், மொத்த ஹைட்ரோகார்பன் (THC), உலோகம் சாராத ஹைட்ரோகார்பன், கார்பன் மோனாக்ஸைட், பார்ட்டிகுலேட் மேட்டர் போன்றவற்றின் அளவைக் குறைக்கும் மோட்டார் எரிபொருள்களைப் (பெட்ரோல், டீசல் ஆகியன) பயன்படுத்தி இயக்கக்கூடிய வாகனங்களை மட்டுமே இந்திய நகரங்களில் பதிவு செய்திடல் வேண்டும் என்று 2010ஆம் ஆண்டு அறிவுறுத்தியதை இப்போது இறுதித் தீர்ப்பாக்கியுள்ளது!

வாகனப் புகை வெளியேற்றத்தினால் காற்று மாசுபடுவதைத் தடுக்க உலகளவில் உருவாக்கிக் கடைபிடிக்கப்படும் எரிபொருளுக்கான இந்தத் தர நிர்ணயத்தின்படி தயாரிக்கப்பட்ட வாகனங்களில் பயன்படுத்த வேண்டிய பெட்ரோல், டீசல் ஆகியவற்றின் சுத்திகரிப்புத் தொழில்நுட்பத்தை மேம்படுத்த பொதுத் துறை சுத்திகரிப்பு நிறுவனங்கள் மட்டும் ரூ.30,000 கோடி முதலீடு செய்துள்ளதையும் இத்தீர்ப்பில் உச்ச நீதிமன்றம் சுட்டிக்காட்டியுள்ளது!

இத்தீர்ப்பில் உச்ச நீதிமன்றம் சுட்டிக்காட்டியுள்ள ஒரு விவரம் கவனத்தில் கொள்ளத்தக்கதாகும். பாரத் ஸ்டேஜ் 4 எரிபொருள் தர நிர்ணயத்தின்படி இயங்கக்கூடிய வாகனங்களை மட்டுமே போக்கு வரத்துத் துறை பதிவு செய்யவேண்டும் என்ற தீர்ப்பால், பாரத் ஸ்டேஜ் 3 தர நிர்ணயத்தின்படி தயாரிக்கப்பட்டு விற்கப்படாமல் இருக்கும் பல்லாயிரக்கணக்கான இரு சக்கர வாகனங்கள், கார்கள், லாரிகள் ஆகியவற்றினால் அவற்றை உற்பத்திச் செய்த நிறுவனங் களுக்குப் பெரும் இழப்பு ஏற்படுமே என்று இந்திய ஒன்றிய அரசின் தலைமை வழக்குரைஞர் முன்வைத்த வாதத்தை ஏற்க மறுத்த உச்ச நீதிமன்றம், ‘நிறுவனங்களுக்கு வணிக ரீதியாக ஏற்படும் இழப்பைவிட இந்நாட்டு மக்களின் உடல் நலனுக்குப் பாதிப்பை ஏற்படுத்தும் நச்சு வெளியேற்றத்தைக் கட்டுப்படுத்துவது முக்கியமானதென்றே இந்நீதிமன்றம் கருதுகிறது’ என்று கூறியுள்ளார்கள்.

சுத்திகரிக்கப்பட்ட பெட்ரோல், டீசலில் உள்ள காற்றை மாசுப் படுத்தும் நச்சுத்தன்மையைக் குறைக்க உச்ச நீதிமன்றம் கூறும் தர நிர்ணயத்தை ஏற்கும் இந்திய ஒன்றிய அரசு, இந்த எரிபொருட்களின் மூலமான கச்சா உற்பத்தியில் இதைவிட கடுமையான அளவுக்கு மனித, தாவர, விலங்களின் வாழ்வுக்கு அடிப்படையான காற்றுக்கும் சுற்றுச்சூழலிற்கும் பாதிப்பை ஏற்படுத்தும் நச்சு வாயு வெளியேற்றத்தைக் கட்டுப்படுத்துவதில் அக்கறை காட்டாதது ஏன்? நமது நாட்டின் உணவு பாதுகாப்பை உறுதி செய்வது மட்டுமின்றி, இந்நாட்டு மக்களில் ஐந்தில் மூன்று பங்கு மக்கள் வாழும் கிராமப் புறங்களின் இயற்கைச் சூழலைச் சிதைக்கும் கச்சா எடுப்பினால் உண்டாகும் மாசு பற்றி கவலை கொள்ள வேண்டாமா? நகர மக்களுக்கு மட்டுமானதா வளர்ச்சியும் வாழ்க்கையும்? கிராம மக்களுக்கு இல்லையா?

நம் நாட்டுக்கு பெட்ரோலும் டீசலும் மண்ணெண்ணையும் மட்டுமின்றி கச்சா எண்ணெயில் இருந்து எடுக்கப்படும் மேலும் பல எரிபொருட்களும் எந்த அளவுக்கு அவசியமோ அதற்கும் மேலாக உணவுப் பொருட்களை உற்பத்தி செய்து தரும் வேளாண்மையும் அவசியமானதே. வளர்ச்சிக்கான எந்தவொரு திட்டமும் நாட்டின் வருவாய்க்கும் வேலை வாய்ப்புகளை உருவாக்கவும் அவசியம். அதைவிட மேலாக நம் நாட்டு மக்களில் பெரும்பான்மையோருக்கு வாழ்வையும் உணவுத் தன்னிறைவை யும் வேலை வாய்ப்பையும் அளித்துவரும் வேளாண்மையும் அவசியமானதே. எனவே வேளாண்மை செழித்தோங்கியுள்ள மண்டலத்தில் வளர்ச்சிக்கான திட்டம் என்று அதனை அழிக்கும் ஒரு திட்டத்தை நடைமுறைப்படுத்தாமல், அப்படிப்பட்ட சிக்கல் ஏதுமற்ற வேறு பகுதிகளில் திட்டங்களை நிறைவேற்றினால் வளர்ச்சியும் சாத்தியம், இயற்கை சார்ந்த வாழ்வாதரங்களும் காப்பாற்றப்படும். இந்தச் சாதாரண உண்மையை இந்திய ஒன்றிய அரசு உணர்வது சிரமமல்ல. வளர்ச்சிக்கு இந்த நாட்டின் வளங்கள் எப்போதும் உதவக்கூடியனவே. ஆனால் அந்த வளங்களை எங்கு எடுப்பது, எப்படிக் கையாள்வது, அதன் பயன் நாட்டின் பொருளாதார மேம்பாட்டுக்குப் பங்களிக்கக்கூடியதாக மாற்றுவது எப்படி ஆகியவற்றில்தான் ஆளுமையின் திறன் உள்ளது.

உலக நாடுகளால் அங்கீகரிக்கப்பட்ட டீசல், பெட்ரோல் ஆகியவற்றால் இயங்கும் வாகனங்களின் புகையே தூய்மையான காற்றை மாசுபடுத்துகிறது என வேறு வழியின்றி இப்போது

ஒப்புக்கொண்டுள்ளனர். அவ்வாறெனில் கச்சா எண்ணெய் எடுப்பின்போதும் சுத்திகரிப்பின்போதும் உண்டாகப்போகும் மாசுக்களின் அளவை என்னவென்று கூறுவது?

நாட்டின் தூய்மைக்குப் பஞ்சம் ஏற்பட்டுள்ளதால்தான் தூய்மை இந்தியா எனும் திட்டம் தீட்டப்பட்டு பல்லாயிரம் கோடி ரூபாய்கள் செலவழிப்படுகின்றன. இந்தியா தூய்மை பெற இந்திய மக்கள் அறிவுடன், உணர்வுடன் ஒத்துழைத்தால் போதும். ஆனால் கச்சா எண்ணெய், எரிவாயு எடுக்கும் முயற்சிகளில் இருந்து வெளியாகும் கழிவுகளை நாணயமற்ற இந்நாட்டு அரசு மட்டு மல்ல மானுடமே சேர்ந்து உழைத்தாலும் சுத்தப்படுத்தமுடியாது. இயற்கையை, அதன் ஆற்றல்களை அனுசரித்தே பாதிப்பில்லாத வாழ்வை வாழ இயலும். அவற்றைத் தகர்த்து, சிதைத்து மேம்பட்டு வாழ்ந்திடலாம் என்பது எப்படி அறிவான செயலாகும்?

இங்கிருக்கும் ஒரே வளம் அதுவெனில் வேறு வழியின்றி முயலலாம். எளிதான வழியில் இயற்கை வாரி வழங்கும் விவசாய நிலங்களைச் சீரழித்துப் பெறப்போவது எதை?

சிறிய அளவிலான மக்கள் தொகை கொண்ட நாட்டின் உணவுப் பொருள்களை உலகச் சந்தையில் பெற்று வாழ்ந்திடலாம். ஆனால் இந்நாட்டின் இப்போதைய மக்கள் தொகை 125 கோடி ஆயிற்றே, வருங்காலத்தில் என்னவாயிருக்கும்? உணவு உற்பத்தியில் தன்னிறைவை அடையாமல் போவதே ஆபத்தாயிற்றே, இந் நிலையில் கச்சா எண்ணெய்க்காக விவசாயத்தைச் சீரழித்தால் வருங்காலத்தில் தேவையான உணவுக்கும் அல்லவா போராட வேண்டிவரும்?

டீசல், பெட்ரோல் ஆகியவற்றுக்கான மாற்று உலக நாடுகளால் உன்னிப்பாகத் தேடப்பட்டு வருகிறது. அது நிறைவேறவும் செய்யும். அதற்கு மேலும் சில ஆண்டுகள் ஆகலாமேயன்றி, இயலாமல் போகப்போவதில்லை. இந்நிலையில் இந்நாட்டின் கச்சா எண்ணெய் உற்பத்தி இவர்களின் கற்பனையைப் போலவே உச்சத்தை எட்டிவிடும் என்றாலும் மாற்று வழிகள் உருவான பிறகு பழைய தடம் மானுடத்தால் புறக்கணிக்கப்பட்டு வருகிறது. அது புது மயக்கம் அல்லவா! தொலை நோக்குப் பார்வை இல்லை யெனில் அம்மனிதன் சூழ்நிலைக் கைதியன்றி வேரல்ல. இந்நாடும் தவறான உணர்ச்சிப் பார்வையால், போக்கால் சூழ்நிலைக் கைதியாக நிற்கப்போகிறதா? இச்சாதனைக்கா மக்கள் வஞ்சிக்கப்

பட்டு திட்டங்கள் நிறைவேற்றப்பட வேண்டும்? இந்திய ஒன்றிய அரசின் பெட்ரோலிய அமைச்சகம் திட்டமிட்டுவரும் மற்றொன்று பாறை எரிவாயு எடுப்பு. அதன் சாதக பாதகங்களைப் பற்றி அடுத்த அத்தியாயத்தில் பார்ப்போம்.

ஆதாரக் குறிப்புகள்:

1. Discovered Small Field activities in the State of Tamil Nadu, Ministry of Petroleum and Natural Gas, Government of India, PIB press release, February 27, 2017.
2. ONGC carrying out seismic surveys for oil, gas in Tamil Nadu, IANS, Business Standard, Chennai Sep 3, 2015.
3. தஞ்சை மாவட்டத்திலுள்ள வடசேரியிலும், சுற்று வட்ட கிராமங்களிலும் விவசாயிகளும் நிலங்களும் இப்படிப்பட்ட பாதிப்புகளுக்கு ஆளாகியுள்ளனர்.
4. Ministry of Environment and Forest, Hazardous Wastes (Management and Handling) Rules, 1989. Amended Rules 2002, notified in the Gazette on the May 20, 2003.
5. Oil and gas extraction are being carried out from deeper earth area (generally > 1000m), and thus doesn't affect ground water aquifers which are located at much shallower levels - Para 8, Ministry of Petroleum and Natural Gas - Press Release dt. Feb 5, 2017.
6. விவசாயி சரவணனின் பேட்டி. நரிமணத்தில் அமைந்துள்ள ஒரு எண்ணெய் கிணற்றிற்கு சற்று தூரத்தில் இவருடைய நிலம் உள்ளது. இவரைப் பேட்டியெடுத்து தனது முகநூலில் வெளியிட்டார் மன்னார்குடியைச் சேர்ந்த மருத்துவர் பாரதிச்செல்வன்.
7. பெட்ரோலியம் மற்றும் இயற்கை எரிவாயு அமைச்சக செய்திக் குறிப்பு, மே 06, 2017. அனைத்துத் தொலைக்காட்சி, பத்திரிகைகளில் வெளியான செய்தி.
8. இந்த அத்தியாயத்தை எழுதிக்கொண்டிருந்தபோது (மே 07, 2017) கிடைத்த தகவல் இது. ராணுவத்தைக் கொண்டு வந்து நிறுத்துவோம் என்று நெடுவாசலில் போராட்டத்தை முன்னின்று நடத்திய பெரியவர்களைக் காவல் துறையினர் மிரட்டியுள்ளனர்.

9. Oil and Gas Production Wastewater: Soil Contamination and Pollution Prevention, John Pichtel. www.hindawi.com/journals/aess/2016/2707989/

10. Dissolved gas flotation, Plate coalescers and Gravity separators (Refer Wikipedia) are some of the technologies used in treating wastes from produced water. Oil and gas extraction effluent treatment guidelines. United States Environmental Protection Agency.

11. An Environmental Assessment of Oil and Gas Exploration by Dr. VBNS Madduri - University of Hyderabad and E. Mohan Reddy - Oil and Natural Gas Corporation, New Delhi.

12. Photochemical smog: haze in the atmosphere accompanied by high levels of ozone and nitrogen oxides, caused by the action of sunlight on pollutants.

13. An Environmental Assessment of Oil and Gas Exploration by Dr. VBNS Madduri & University of Hyderabad and E. Mohan Reddy & Oil and Natural Gas Corporation, New Delhi.

14. It has been observed that a CO level of 50 ppm leads to an equilibrium value of 7% COHb and 100 ppm of CO level to about 14% COHb. At levels greater than 5% of COHb, there are cardiac and pulmonary function changes. மேற்கண்ட அதே ஆய்வறிக்கையில்.

15. திருவாரூர் மாவட்டம், கிராமத்து விவசாயி சரவணன் நேரடியாக அளித்த பேட்டி.

16. இந்திய உச்ச நீதிமன்றத் தீர்ப்பு, மார்ச் 29, 2017. எம்.சி.மேத்தா எதிர் இந்திய ஒன்றிய அரசு மற்றும் பலர். Judgement on Writ Petition (Civil) No:13029 / 1985.

- 3 -

ஷேல் கேஸ் – விவசாயத்தை சாய்த்து தன்னிறைவா! தன் அழிவே

மரபு சாரா எரிவாயு கண்டுபிடிப்பும் உற்பத்தியும் சுற்றுச்சூழலின் மீது தவிர்க்க இயலாத பாதிப்புகளை ஏற்படுத்தக்கூடியவை. இத்தொழில்நுட்பத்தைச் சரியாகப் பயன்படுத்தாவிட்டால் பல ஆபத்துகள் உருவாகும், சரியாகப் பயன்படுத்தினாலும் மற்ற விளைவுகள் ஏற்படும். மரபு சாரா எரிவாயு உற்பத்தி முறையால் பசுமை வாயு வெளியேற்றம் கணிசமாக அதிகரிக்கும், நீர் ஆதாரங்களை மாசுப்படுத்தும், நீரின் தன்மையைக் கெடுத்திடும், உடல் நலத்திற்குப் பொதுவான (காற்று, மண் கெடுதல் மற்றும் சத்தத்தின் மூலம்) கேடுகளை ஏற்படுத்தும். கிணறு அமைக்க நிலத்தைத் தெரிவுசெய்து ஒதுக்கீடு செய்வதால் உயிரியல் பரவல் (பயோ டைவர்சிட்டி) பாதிக்கப்படும். நீராதாரங்களும், நிலமும் மாசுபடுவதாலும், சுருங்குவதாலும் உணவுத் தட்டுப்பாடு ஏற்படும். உள்வெடிப்பின் காரணமாக அடி நிலம் நொருங்குதலும், மணல் மாசுபடுவதும் ஏற்படும்.

- ஐ.நா.வின் சுற்றுச்சூழல் எச்சரிக்கை அமைப்பு 2012[1]

விவசாயத்தை மட்டுமே சார்ந்து வாழும் தஞ்சை உள்ளிட்ட காவிரிப் படுகை மாவட்டங்கள் மட்டுமின்றி, எண்ணற்ற நதிகள்

பாயும் இந்நாட்டின் பல்வேறு ஆற்றுப் படுகைகளுக்கும் அது சார்ந்து வாழும் வேளாண் குடிகளுக்கும் மிகப் பெரிய அச்சுறுத்தலே ஷேல் கேஸ் என்றழைக்கப்படும் வண்டல் பாறை எரிவாயு எடுப்புத் திட்டமாகும். இதை மேற்கண்ட எச்சரிக்கை ஐயத்திற்கிடமின்றி பறைசாற்றுகிறது.

கச்சா எண்ணெய் போன்று இந்நாட்டின் எரிசக்தித் தேவைக்கு இயற்கை எரிவாயு என்பதும் பெரும் தேவையாக உள்ளது. ஆனால் கச்சா எண்ணெய் போன்றல்லாமல் இந்தியாவின் ஒட்டுமொத்தத் தேவையில் 80 விழுக்காடு இப்பூமியிலிருந்தே பெறப்படுவதால், 20 விழுக்காடு அளவுக்கு மட்டுமே அயல்நாடுகளில் இருந்து பெற்று தேவையை நிறைவு செய்கின்றோம். ஆனால் நமது நாட்டின் எரிவாயுவுக்கான தேவை என்பதும் கச்சாவைப் போன்று நாளும் அதிகரித்துக்கொண்டுதான் இருக்கிறது. எனவே அத்தேவையையும் உள்நாட்டு உற்பத்தியின்மூலம் நிறைவு செய்யும் இலக்கோடு இந்திய ஒன்றிய அரசின் பெட்ரோலிய அமைச்சகம் அதற்கான திட்டமிடுதலை மேற்கொண்டுவருகிறது. இதில் குறை காண்பதற்கில்லை. ஆனால் அதற்கான இடம் எது? வரலாற்றுக் காலம் முதல் இன்று வரை பரந்துபட்டு விவசாயம் நடைபெறும் காவிரிப் படுகை இதற்காகப் பலியிடப்பட வேண்டுமா?

காவிரிப் படுகையில் வண்டல் பாறை எரிவாயு (Shale Gas) இருப்பை கண்டுபிடிப்பதும் உற்பத்தி செய்வதும் முதலீடு - உற்பத்தி அளவில் மாபெரும் திட்டமாகும். மீத்தேன் எரிவாயு எடுப்புத் திட்டம் என்ற பெயரில் கிரேட் ஈஸ்டர்ன் எனர்ஜி கார்ப்பரேஷன் எனும் அயல் நாட்டு நிறுவனத்திற்கு ஒப்பந்தம் அளிக்கப்பட்டு, அப்பகுதி மக்களின் கடும் எதிர்ப்பினால் திட்டத்தை நடைமுறைப்படுத்த இயலாத நிலையில், அனுமதிக் கான கால அவகாசம் காலாவதி ஆகிவிட்டதாக பெட்ரோலிய அமைச்சகம் அறிவித்தது. திட்டத்தின் எதிர்ப்பாளர்களும் கொண்டாடினர். பிறகு எதற்கு அத்திட்டம் பற்றி பேச, எழுத வேண்டும் என்று கேள்வி எழுகிறதல்லவா?

இப்போதும்கூட பாறை எரிவாயு எடுக்கும் திட்டத்தை தஞ்சை மண்டலத்தில் நடைமுறைப்படுத்தும் திட்டம் இல்லை என்றுதான் ஓஎன்ஜிசி கூட சொல்கிறது. ஆனால் பெட்ரோலிய அமைச்சகம் அப்படி எதையும் கூறவில்லை. நமது நாட்டைப் பொறுத்தவரை ஏதாவது ஒரு திட்டத்தைப் பற்றிப் பேசுகையில் அதனை

நடைமுறைப்படுத்தும் எண்ணம் இல்லை என்று அரசு கூறினால், அதனை நேர் எதிர் பொருளில் புரிந்துகொள்ள வேண்டும். எடுத்துக்காட்டுக்கு, நெடுவாசல் மக்களிடம் அரசு சார்பாக மாவட்ட நிர்வாகத்தினர் மக்கள் எதிர்க்கும் எந்தத் திட்டத்தையும் அவர்களின் மீது திணிக்க மாட்டோம் என்று உறுதியாகவே கூறினர். அதனையே தமிழ்நாட்டைச் சேர்ந்த இரண்டு அமைச்சர்களும், தமிழக அரசின் முதல்வரும், அமைச்சர்களும், ஒன்றிய அரசின் ஆளும் கட்சியின் சார்பாக ஊடகங்களில் பேசியவர்களும் கூறினார்கள். ஆனால் போராட்டம் கைவிடப் பட்ட ஒரே மாதத்தில் எண்ணெய் கண்டுபிடிக்கப்பட்ட சிறு சுரங்கங்கள் திட்டத்தை நிறைவேற்றுவதற்கான புரிந்துணர்வு ஒப்பந்தம் பெட்ரோலிய அமைச்சர் தர்மேந்திர பிரதான் முன்னிலையில் 27.03.2017 அன்று கையெழுத்திடப்பட்டது!

இந்நிகழ்வின்போது வெளியிடப்பட்ட செய்திக் குறிப்பில் திட்டத்தை தமிழ்நாட்டு மக்களிடம் புரியவைத்த பின்னரே, அதுவும் தமிழக அரசு ஒப்புதல் தந்தால் மட்டுமே நிறைவேற்ற முடியும் என்றும் பெட்ரோலிய அமைச்சகம் கூறியிருந்தது. அந்த நிலையும் மாறி, மே முதல் வாரத்தில் தஞ்சை, திருவாரூர், நாகை, அரியலூர் மாவட்டங்களில் மேலும் 21 இடங்களில் எண்ணெய் கிணறுகள் அமைக்கும் திட்டத்தைச் செயல்படுத்த உள்ளதாக பெட்ரோலிய அமைச்சகம் அறிவித்துள்ளது. இத்திட்டத்தினை நிறைவேற்றும் இடங்களில் மக்களிடம் கருத்துக் கேட்புக் கூட்டங்கள்கூட நடத்தப்படாது என்றும், அதற்கான விலக்கு அளிக்குமாறும் ஒன்றிய அரசின் வனம் மற்றும் சுற்றுச்சூழல் அமைச்சகத்திடம் கோரிக்கை வைக்கப்பட்டுள்ளதாகத் தெரிவிக்கப்பட்டுள்ளது. இன்னும் ஒரு படி மேலேபோய் எண்ணெய் / எரிவாயு திட்டங்களுக்கு தமிழ்நாட்டில் எதிர்ப்பே இல்லை என்றும் கூறியுள்ளார்கள்![2]

அப்படியானால் மீத்தேன் எரிவாயு எடுப்புத் திட்டத்திற்கு பல ஆண்டுகளாக தஞ்சை, திருவாரூர், நாகை மாவட்டங்களில் நடந்த போராட்டங்களும், எண்ணெய் எடுப்பிற்கு எதிராக நாகையில் இருந்து திருவாரூர், தஞ்சை, புதுக்கோட்டை ஆகிய மாவட்டங் களில் நடந்த போராட்டங்களும் ஆதரவுப் போராட்டங்களா? எவ்வளவு துணிச்சலோடு உண்மையை மாற்றிப் பேசுகிறார்கள்?

இங்குதான் நமது அரசுகள் - இந்திய ஒன்றிய அரசும், தமிழக அரசும் - எவ்வித மாறுபாடும் இன்றி திட்டத்தை நிறைவேற்றுவது என்கிற

ஒரே நோக்குடன் செயல்படுவதைப் புரிந்துகொள்ளவேண்டும். மக்களின் வாக்குகளால் ஆளும் அதிகாரத்தைப் பெற்ற ஆட்சியாளர்கள் பிறகு மக்களுக்கு எது நன்மையானது என்பதைத் தீர்மானிக்கும் அதிகாரம் அனைத்தும் தங்களுக்கே உள்ளது என்பதை முரட்டுத் தனமாகப் பறைசாற்றுகிறார்கள். இதில் ஜனநாயகம், மரபுகள், மக்களின் கருத்துகள் என்று எதற்கும் இடமில்லை. அதைத்தான் மக்களிடம் கருத்துக் கேட்பு கூட்டங்களுக்கு விலக்கு அளிக்குமாறு துணிந்து கேட்கிறார்கள். பிரதமர் நரேந்திர மோடி கூறும் கூட்டுறவுக் கூட்டாட்சி (Co-operative Federalism) என்பது ஒன்றிய - மாநில அரசுகள் மக்கள் நலனை ஒன்றிணைந்து புறக்கணித்துச் செயல்படுவதுதானோ? மக்களிடமிருந்து அதிகாரத்தைப் பெற்று விட்டோம், பிறகென்ன வசதிக்கு வளைத்துக்கொள்ள வேண்டிய தான். இதில் மாநில அரசு முரண்பட்டால்? அப்படியெல்லாம் முரண்பட மாட்டார்கள் - இன்றுள்ள நிலையில்!

பிறகு மக்கள் எதிர்க்கவில்லை என்று எதை வைத்துக் கூறினார்கள்? மெரினாவில், நெடுவாசலில்,கதிராமங்கலத்தில், வடகாட்டில் நடந்தது போன்ற போராட்டங்களை இதற்குமேல் நடைபெறவே அனுமதிக்க மாட்டோம் என்பது அதன் பொருள். அதைத்தான் நெடுவாசலில் மீண்டும் தொடங்கியுள்ள போராட்டத்தில் கலந்து கொள்ளச் செல்வோரைத் தடுத்து திருப்பி அனுப்புவதும், முன்பு போராட்டத்தை முன்னின்று நடத்தியவர்களை - ராணுவத்தைக் கொண்டு வந்து நிறுத்துவோம் என்று - மிரட்டி பின்வாங்கச் செய்வதுமாகும். கச்சா எண்ணெய் குழாய் உடைந்து எண்ணெய், எரிவாயு வெளியேறியதை எதிர்த்துப் போராடிய கதிராமங்கலம் மக்களை எப்படி அடித்து ஒடுக்கினார்கள் என்பதையும் கவனத்தில் கொள்ளவேண்டும்.

எண்ணெய் எடுப்புத் திட்டத்துக்கு எதிராக மக்கள் போராடிய அதே மண்டலத்தில் மேலும் 21 எண்ணெய் கிணறுகள் அமைப்போம் என்று கூறுவதும் இதற்கு அத்தாட்சி. எனவே பாறை எரிவாயு எடுப்புத் திட்டத்தை நிறைவேற்றுவது என்பதில் அரசுகள் உறுதியாக உள்ளன என்பதைப் புரிந்துகொள்ள வேண்டும்.

ஷேல் கேஸ் இருப்பைக் கண்டுபிடிப்பது தொடர்பான ஆய்வுகளைப் பல ஆண்டுகளாகவே ஒ.என்.ஜி.சி. மேற்கொண்டு வருகிறது. காவிரிப் படுகையில் மாயவரம் அருகிலுள்ள குத்தாலம் எனுமிடத்தில் ஷேல் கேஸ் இருப்பு கண்டறியப்பட்டுள்ளதாக 2015ஆம் ஆண்டில் நடந்த செய்தியாளர்கள் சந்திப்பில் அதன்

கண்டுபிடிப்பு இயக்குனர் கூறியுள்ளார். அதனை மேற்கொண்டு ஆய்வு செய்ய வனம் மற்றும் சுற்றுச்சூழல் அமைச்சகத்திற்கு கோரிக்கை விடுத்துள்ளதாகவும் கூறியுள்ளார்.[3]

ஆனால் அதற்கும் முன்னதாகவே, 1991ஆம் ஆண்டிலேயே காவிரிப் படுகையின் எண்ணெய் வளம் பற்றிய மதிப்பீடுகள் செய்யப் பட்டுள்ளன. நன்னிலம் ஒன்றியத்திற்குட்பட்ட நரிமணத்தில் எண்ணெய் கிணறுகள் அமைக்கப்பட்டு துரப்பணம் நடைபெற்று வந்த நிலையில், காவிரிப் படுகையில் ஒரு நாளைக்கு 70,000 பேரல் உற்பத்தி செய்யக்கூடிய அளவிற்கு கச்சா வளம் உள்ளதை ஓ.என்.ஜி.சி. மதிப்பீடு செய்துள்ளது. 1995ஆம் ஆண்டிற்குள் நாள் ஒன்றிற்கு 40,000 பேரல் உற்பத்தி இலக்கும் நிர்ணயம் செய்யப் பட்டுள்ளது.

ஓ.என்.ஜி.சி.யின் மதிப்பீட்டிற்கு உட்பட்ட காவிரிப் படுகை என்பது புதுவை மாநிலத்தில் தொடங்கி குமரி முனைவரை நிலத்திலும், பால்க் நீரிணையில் இருந்து இலங்கை மன்னார் வளைகுடா இடைப்பட்டக் கடற்பகுதியை உள்ளடக்கியதாகும். பரப்பளவுக் கணக்குப்படி நிலத்தில் 25,000 சதுர கிலோ மீட்டரும், கடலில் 23,000 சதுர கிலோ மீட்டரும் கொண்டதாகும்!

இப்பகுதியில் கிடைக்கும் எண்ணெய் வளத்தைக் கொண்டு ஒரு பெரும் சுத்திகரிப்பு தொழிற்சாலையை இங்கு நாகையில் நிறுவ சென்னை சுத்திகரிப்புக் கழகம் முடிவு செய்துள்ளது (இது இரானின் பங்கு முதலீட்டுடன் மணலியில் இயங்கிவரும் தொழிற் சாலையாகும். இரானில் இருந்து பெறப்படும் கச்சா எண்ணெயைச் சுத்திகரிப்புச் செய்யும் சிறப்பு தொழிற்சாலை இது).

1991ஆம் ஆண்டுக் கணக்கீட்டின்படி காவிரிப் படுகையில் எண்ணெய் துரப்பணம் செய்யப்படும் கிணறுகளின் எண்ணிக்கை 21, மேலும் 5 கிணறுகளில் இருந்து எரிவாயு துரப்பணம் செய்யப் படுகிறது. காவிரிப் படுகையில் கிடைக்கும் எரிவாயுவைக் கொண்டு 2 மில்லியன் டாலர் முதலீட்டில் 6 சோடியம் சிலிகான் உற்பத்தித் தொழிற்சாலை நிறுவவும் திட்டமிடப்பட்டுள்ளது.[4]

எண்ணெய் மற்றும் எரிவாயு உற்பத்தியின் மூலம் காவிரிப் படுகை தொழில் மண்டலமாக மாறும் என்று அச்செய்தி கூறுகிறது! எனவே மீத்தேன் எரிவாயு திட்டம் என்பதோ அல்லது ஹைட்ரோகார்பன் திட்டம் என்பதோ அல்லது வண்டல் பாறை எரிவாயு எடுப்புத் திட்டம் என்றோ எதுவானாலும் மக்களின்

எதிர்ப்பையும் தாண்டி நிறைவேற்றப்படும் என்பதை மேற்கண்ட செய்திகள் உறுதிப்படுத்துகின்றன.

இந்நாட்டின் எரிவாயு தேவையை நிறைவு செய்வது என்பதற்காக மட்டுமே அல்ல, அதையும் தாண்டி காவிரிப் படுகையில் கண்டு பிடிக்கப்பட்டுள்ள எரிவாயு வளத்தின் மதிப்பு அரசுகளையும், அந்த வளத்தை எடுத்து வணிகமாக்கி லாபம் பார்க்கும் உள்நாட்டு, அயல்நாட்டுப் பெரு நிறுவனங்களையும் இணைத்தே இயக்குகிறது. 2011ஆம் ஆண்டில் இந்திய ஒன்றிய அரசால் ஒப்பந்தம் அளிக்கப்பட்டு, தமிழக அரசால் தொழில் சார்ந்த அனுமதி வழங்கப்பட்ட தி கிரேட் ஈஸ்டர்ன் எனர்ஜி கார்ப்பரேஷன் என்கிற நிறுவனத்திற்கு மட்டும் மன்னார்க்குடி பகுதியில் 691 சதுர கி.மீ. பரப்பளவில் நிலக்கரி படிவங்களில் உள்ள மீத்தேன் எரிவாயு (Coal Bed Methane - CBM) எடுக்கும் திட்டத்தை நடைமுறைப் படுத்தும் அனுமதி அளிக்கப்பட்டுள்ளது. மொத்தம் 66,700 ஹெக்டேர் நிலப்பகுதியில் சற்றேறக்குறைய 1 டிரில்லியன் (1 லட்சம் கோடி) கன அடி அளவிற்கு எரிவாயு வளமும் 19,50,000 டன் அளவிற்கு நிலக்கரி வளமும் இருக்கிறது. நிலக்கரி எடுப்பை தவிர்த்துவிட்டு, நிலக்கரி படிவங்களுக்குள் இருக்கும் மீத்தேன் வாயுவை மட்டும் எடுக்கும் திட்டம் கையளிக்கப்பட்டது.[5]

ஆனால் ஓ.என்.ஜி.சி. வரையறை செய்துள்ள இப்பாறை இருப்பின் பரப்பளவானது அரியலூர் மாவட்டம் ஜெயங்கொண்டத்தில் இருந்தும், கிழக்கே புதுவை மாநிலம் காரைக்காலில் இருந்தும் மேற்காக மன்னார்குடி, ஒரத்தநாடு வரையிலான பெரும் நிலப்பகுதியாகும். ஜெயங்குண்டம் அருகிலுள்ள ஆண்டிமடம் என்கிற ஊரின் பெயரை வைத்தே இப்பகுதியில் இருக்கும் வண்டல் பாறையை ஆண்டிமடம் படிவங்கள் (Andimadam Formations) என்று ஓ.என்.ஜி.சி. தனது ஆய்வறிக்கையில் குறிப்பிட்டுள்ளது. பல்லாயிரம் சதுர கி.மீ. பரப்பளவு கொண்ட இந்நிலப் பகுதிக்குள் உள்ள மொத்த எரிவாயு இருப்பை மதிப்பிட்டால், அது பல லட்சம் கோடி டாலர்கள் வணிக மதிப்புள்ளதாக மாறும். எனவே தொழில் வளர்ச்சி முதல் வேலை வாய்ப்பை உருவாக்குவது வரை அந்நிய நேரடி முதலீட்டை வரவேற்கும் அரசுகள் இவ்வளவு பெரும் எரிசக்தி வளத்தை அயல் நாட்டு நிறுவனங்களுக்கு குத்தகை கொடுப்பதைத் தேவை நிவர்த்தி செய்வதற்கும், வளர்ச்சியை விரைவு செய்வதற்குமான வழி என்று சொல்கிறார்கள்.

மன்னார்குடி பகுதியில் மட்டும் ஒப்பந்தம் அளிக்கப்பட்ட 690 சதுர கி.மீ. பரப்பில் 66,700 ஹெக்டேரில் இத்திட்டத்தை செயல்படுத்தும் போது அதன் எதிர்வினையாக விவசாய நிலங்களுக்கும் ஏற்படும் பாதிப்பைக் கணக்கில் கொண்டால் 1.75 லட்சம் ஏக்கர் (1 ஹெக்டேர் = 2.5 ஏக்கர்) நிலங்கள் பாழ்பட்டுப்போகும் என்று அப்பகுதி விவசாய மக்களின் நலன் நாடி செயல்பட்டுவரும் மன்னார்குடி ரங்கநாதன் கூறியுள்ளார். மீத்தேன் எரிவாயு எடுப்பு என்பதோடு இத்திட்டம் நின்றுவிடாது என்றும் அதன் தொடர்ச்சியாக இப்பகுதியிலுள்ள நிலக்கரியையும் வெட்ட வெளிச் சுரங்கம் (Open Cast Mining) அமைத்து எடுக்கும் திட்டத்தைச் செயல்படுத்தும் நோக்கம் உள்ளது என்றும் கூறியுள்ளார்.[6]

மற்றொரு கவலையையும் திரு.ரங்கநாதன் வெளிப்படுத்தியுள்ளார். மன்னார்குடியில் இருந்து புதுவை எல்லையையொட்டியுள்ள மரக்காணம் முதல் ராமேஸ்வரம் வரையிலான கடலோரப் பகுதிகள் வரையிலான நிலக்கரி படிவப் பாறைகளுக்கு இடையே பல வெந்நீர் ஊற்றுகள் இருப்பது கண்டுபிடிக்கப்பட்டுள்ளது. இந்தப் படிவங்கள் காவிரி படுகையையும் தொட்டுக்கொண்டுச் செல்கின்றன. எரிவாயு எடுக்கும் திட்டத்தைச் செயல் படுத்துகையில் இந்த நீரூற்றுகள் பொத்துக்கொள்ளுமாயின் மிக அதிகமான சல்ஃபர் கலப்பு கொண்ட நீர் அதிலிருந்து வெளியேறு வதைத் தடுக்க முடியாது. ஹைட்ரஜன் சல்ஃபைட் கலந்திருக்கும் நீர் பெருமளவிற்கு அமிலத் தன்மை கொண்டது, நிலத்தடி, நிலப்பகுதி நீரை முழுமையாக கெடுத்துவிடும் என்று நிலவியல் நிபுணர்கள் சுட்டிக்காட்டியுள்ளனர் என்றும் கூறியுள்ளார். மன்னார்குடி ரங்கநாதன் புவியியலாளர் என்பதும் குறிப்பிடத்தக்கதாகும்.[7]

கோல் பெட் மீத்தேன் எடுப்புத் திட்டம் பற்றி எழுப்பப்பட்ட கேள்விகளுக்கும் விவசாயிகளின் அச்சம் பற்றியும் ஒப்பந்தத்தைப் பெற்ற தி கிரேட் ஈஸ்டர்ன் எனர்ஜி கார்ப்பரேஷன் நிறுவனம் என்ன கூறியுள்ளது என்பதைப் பார்த்துவிட்டு, மீத்தேன் அல்லது பாறை எரிவாயு எடுப்புத் திட்டம் எவ்வாறு செயல்படுத்தப்படுகிறது என்பதையும், அதனால் உருவாகும் விளைவுகளையும் பார்க்கலாம்.

மீத்தேன் எரிவாயு எடுப்பால் நிலத்தடி நீருக்கு எந்த பாதிப்பும் ஏற்படாது. மீத்தேன் எரிவாயுவைக் கொண்டுள்ள நிலக்கரி படிவங்கள் 400 முதல் 600 மீட்டர் ஆழத்தில்தான் உள்ளன என்று கூறியுள்ள கிரேட் ஈஸ்டர்ன் எனர்ஜி கார்ப்பரேஷன், நிலக்கரிப்

படிவங்களில் உள்ள மீத்தேன் எரிவாயு எடுக்கப்படுவது இயற்கைச் சூழலில் ஒரு சமநிலையை உருவாக்கும், ஏனெனில் நிலக்கரி எடுக்கையில் வெளியேறும் மீத்தேன் வாயுவால்தான் புவி வெப்பமடைதல் கார்பன் டை ஆக்ஸைடை விட 21 மடங்கு கூடுதலாக்கும் என்றும் தெரிவித்துள்ளது.

இதில் மற்றொரு உண்மையையும் அந்நிறுவனப் பிரதிநிதி கூறியுள்ளது கவனிக்கத்தக்கது: 'நிலக்கரி படிவ மீத்தேன் எடுப்பால் மீத்தேன் நீக்கம் (Demethanation) நடக்கிறது, இதனால் காற்று மண்டலத்தில் மீத்தேன் கலப்பது தடுக்கப்படுகிறது. நிலக்கரி எடுப்பில் மீத்தேன் வெளியேற்றம் அதிகம் இருப்பதால் தான் நிலக்கரிச் சுரங்கச் செயல்பாடு ஆபத்தானதாக இருக்கிறது. மீத்தேன் வாயுவை நாங்கள் எடுத்துவிடுவதால் எதிர்காலத்தில் இங்கு நிலக்கரி எடுத்தாலும் அது ஆபத்தற்றதாகவே இருக்கும்' என்று கூறியுள்ளார்.[8]

மீத்தேன் எடுப்பு இயற்கைச் சூழல் இழப்பு

கார்பன் டை ஆக்ஸைடை விட மீத்தேன் வாயு காற்று மண்டலத்தில் கலப்பதால் புவி வெப்பமடைதல் 21 மடங்கு அதிகமாக இருக்கும் என்பதை ஒப்புக்கொண்டாலும், அதனைப் பூமிக்குள் இருந்து எடுக்க பயன்படுத்தப்படும் தொழில்நுட்பத்தைப் பற்றி கிரேட் ஈஸ்டர்ன் எனர்ஜி நிறுவனம் மட்டுமல்ல இத்தொழிலில் ஈடுபடும் எந்த நிறுவனமும் உண்மைகளை உரைப்பதில்லை. காரணம், ஒன்று இரண்டல்ல சற்றேறக்குறைய 100 ரசாயனப் பொருட்களை நீருடன் கலந்து, கடும் அழுத்தத்துடன் அதனை மண், பாறை படிவங்களில் செலுத்துவதன்மூலம் வண்டல் பாறைகளில் உடைப்பை உண்டாக்கியே அப்படிவங்களில் இருக்கும் எரிவாயு வெளிக்கொணரப்படுகிறது.

மீத்தேன் வாயு என்பதற்கும் வண்டல் பாறை வாயு - அதாவது ஷேல் கேஸ் என்பதற்கும் உள்ள வேறுபாடு என்ன என்பதை முதலில் புரிந்துகொள்ளவேண்டும். இரண்டுமே இயற்கை வாயுக்கள்தான், ஆனால் பூமிக்குள் இருந்து எடுக்கப்படும் நிலைகளில் - படிவங்களையும், எடுக்கும் முறைகளையும் கொண்டு வேறுபடுத்தப்படுகிறது.

நிலப்பரப்பிலிருந்து மிகக் குறைந்த ஆழங்களில் நிறைந்திருக்கும் நிலக்கரிப் படிவங்களில் உறைந்துள்ள இயற்கை வாயுவைப்

பூமிக்குள் துளையிட்டு, ரசாயனங்கள் கலந்து நீரை உயர் அழுத்தத்தில் செலுத்தி, நிலக்கரிப் படிவங்களில் விரிசல் ஏற்படுத்தி, அவற்றுக்கிடையே சிக்கியுள்ள வாயுவை எடுப்பதையே நிலக்கரிப் படிவ மீத்தேன் (Coal Bed Methane Extraction) எடுப்பு என்று கூறுகிறார்கள்.

வண்டல் பாறை வாயு எனும் ஷேல் கேஸ் இயற்கை வாயுதான். இது மிக அதிக ஆழங்களில் - 3,000 முதல் 6,000 மீட்டர்களில் இருக்கும் வண்டல் பாறைப் படிவங்களில் - குறிப்பாக சுண்ணாம்புப் பாறைகளில் உள்ள வெற்றிடங்களில் உரைந்திருக்கும். இதனை வெளிக்கொணர்வதற்குத்தான் மிக அதிக அளவில் - 100க்கும் மேற்பட்ட ரசாயனங்கள் கலந்த நீரை மிக அழுத்தத்துடன் செலுத்தி, பாறைப் படிவங்களை உடைத்து அதிலுள்ள வாயுவை வெளிக்கொணர்கின்றனர்.[9]

முதலில் மீத்தேன் எடுப்புக்கான நீர் தேவையைப் பற்றி - அரசு நடத்திய கருத்துக் கேட்புக் கூட்டத்தில் - விவசாயிகள் மிக விவரமாகக் கேள்வியை எழுப்பினர். அதற்கு பதிலளித்த கிரேட் ஈஸ்டர்ன் எனர்ஜி கார்ப்பரேஷன் நிறுவனப் பிரதிநிதி, ஒரு கிணற்றுக்குச் செலுத்த 1,350 கன மீட்டர் தண்ணீர் பயன்படுத்தப்படும் என்று கூறினார். இது எவ்வளவு?

ஒரு கியூபிக் மீட்டர் என்பது 1,000 லிட்டர் நீர் - அதாவது 13,50,000 லிட்டர்! இது ஒரு கிணற்றுக்கு மட்டும். மன்னார்குடிப் பகுதிக்கு அந்நிறுவனம் திட்டமிட்டது 50 கிணறுகள் என்றால் அதற்கான தண்ணீர் தேவையை எங்கிருந்து பெறுவார்கள்? காவிரிப் படுகையில் இருந்துதான்! ஆழ்துளைக் குழாய்களைப் பதித்து நிலத்தடி நீரை எடுத்தே இத்திட்டத்துக்குப் பயன்படுத்தமுடியும், வெளியில் இருந்து கொண்டுவந்து இதனைச் செய்திட முடியாது, செய்ய மாட்டார்கள். எனவே இத்திட்டத்தின் முதல் பாதிப்பு நிலத்தடி நீரை வற்றச் செய்யும்.

நீரியல் வெடிப்பு முறை (Hydraulic Fracking) – நன்மைக்கு வெடிவைப்பு

இதுவே மேலும் அதிக ஆழத்தில் - 20 ஆயிரம் அடிகளுக்கும் அதிகமான படிவங்களில் - இருக்கும் ஷேல் கேஸ் எடுப்பதற்கு என்றால் அதற்குத் தேவைப்படும் தண்ணீரின் அளவு என்ன? ஒரு கிணற்றுக்கு 5 லட்சம் லிட்டர் தண்ணீர்! தண்ணீருடன் மண்ணையும்

(இதுவும் காவிரிப் படுகையில் இருந்து எடுக்கப்படுவதே), இவற்றோடு ஆழ்துளையிடுவதற்கும், வாயுக்கள் உறைந்துள்ள வண்டல் பாறை படிவங்களை நொறுக்குவதற்கும், வாயுக்களை வெளியேற்றிக் கொணரவும் 100க்கும் அதிகமான ரசாயனங்கள் கலந்த நீரை கடும் அழுத்தத்தில் குழாய்களின்மூலம் பூமிக்குள் செலுத்துவார்கள்.

பூமியின் மேல் பகுதியில் இருந்து துளையிடல் மூலம் பதியும் குழாய்கள், முதலில் மண் படிவங்களைக் கடக்கும் வரை கீழ்நோக்கிச் செல்லும், பிறகு ஷேல் கேஸ் உறைந்துள்ள வண்டல் பாறைப் படிவங்களுக்கு வந்ததும் அதுவரை செங்குத்தாகச் சென்ற ஆழ்துளையிடுதல் நெட்டுவாக்கில் செலுத்தப்படும். இந்த நிலையில் குழாய்கள் வழியாக தண்ணீருடன் மண்ணும் ரசாயனங் களும் சேர்ந்த கலவை கடும் அழுத்தத்துடன் குழாய் வழியாகச் செலுத்தப்படும்போது அந்த அழுத்தத்தால் வண்டல் பாறைப் படிவங்கள் நொறுக்கப்படுகின்றன. அந்த வெடிப்புகளில் மண்ணும் ரசாயனக் கலவைகளுடனும் உறைந்துள்ள ஷேல் கேஸும் வெளியேறச் செய்கின்றன.

பாறை எரிவாயுவுடன் சேர்ந்து செலுத்தப்பட்ட நீரின் ஒரு பகுதி நீர்க் கழிவாக பூமிக்கடியில் இருக்கும் இயற்கை ரசாயனக் கூட்டுகளுடன் கலந்து வெளியேறும். இதனை உற்பத்தியாகும் நீர் (Produced Water) என்றும், செலுத்தப்பட்ட தண்ணீரின் ஒரு பகுதி மீண்டும் மேற்பகுதிக்கு வரக்கூடியதை வெளியேறும் நீர் (Flow Back) என்றும் அழைக்கின்றனர். ஒட்டுமொத்தமாக இவ்விரண்டையும் கழிவு நீர் என்று அழைக்கின்றனர். பூமியின் மேற்பகுதிக்கு வெளியேறும் நீர்க் கழிவைத் தனியாகப் பிரித்து தனித் தொட்டியில் தேக்கி வைத்து சுழற்சி செய்தும், சூரிய வெப்பத்தாலும் அதில் கலந்துள்ள ரசாயனங்களை வெளியேற்ற வேண்டும் அல்லது நீர்த்திடச் செய்தல்வேண்டும். இதுவே நீரியல் வெடிப்பு ஷேல் கேஸ் எடுத்தல் வழியாகும். இம்முறை பழமையானது, ஆபத்து நிறைந்தது என்று ஆய்வுகளால் அறியப் பட்டாலும், இம்முறையே இன்றுவரை உலகின் பல இடங்களில் கடைபிடிக்கப்படுகிறது. இதனை மரபு சாரா உற்பத்தி முறை (Unconventional Method) என்றே அழைக்கின்றனர், ஆனால் மிக லாபகரமானது! இப்படிப்பட்ட எரிவாயு எடுப்புமுறை சுற்றுச் சூழலுக்கும் மனித வாழ்வுக்கும் ஆபத்தானது என்பதைத்தான் ஐ.நா.வின் சுற்றுச்சூழல் பாதுகாப்பு அறிக்கை எச்சரிக்கை

செய்துள்ளது. அதுதான் இந்த அத்தியாயத்தின் தொடக்கத்திலேயே குறிப்பிடப்பட்டுள்ளது.

ஒவ்வொரு ஆழ்துளைக் கிணறு அமைக்கும்போதும் தேவைப்படும் நீரின் அளவு 5 லட்சம் லிட்டர் என்றால், அதனோடு கலப்பதற்கு தேவைப்படும் மணலின் அளவு 2,500 டன்களாகும்! நீரியல் வெடிப்பு முறையில் பயன்படுத்தப்படும் மண்ணின் தன்மை மிக முக்கியமானது.

ஆழ்துளை நீர் வெடிப்புக்குப் பயன்படுத்தக்கூடிய மண் ஒரே சீரான அளவு கொண்ட சிலிகா சாண்ட் என்பதாக மட்டுமே இருக்க வேண்டும். அது கடினமானதாகவும் அமிலக் கலப்பற்றதாகவும் இருக்க வேண்டும். இம்மண்ணை ரெசின் எனும் ரசாயனத்தைக் கலந்து - அதனோடு மற்ற ரசாயனங்களையும் நீருடன் கலந்தே பூமிக்குள் செலுத்தப்படும். இதற்குப் பயன்படுத்தும் மணல் Proppant என்று அழைக்கப்படுகிறது. பூமிக்குக் கிழே உள்ள பாறைகளில் மோதிப் பிளக்கச் செய்து அதிலுள்ள வாயுவை வெளிக்கொணர்வதால் (prop open) இப்பெயர்.[10]

எனவே பாறை எரிவாயு எடுப்புக்குத் தேவையான தண்ணீர் (காவிரி ஆற்றின் நிலத்தடி நீர்), மணல் (காய்ந்து கிடக்கும் காவிரி ஆற்றின் மணல்), வெளியேறும் கழிவு நீரைத் தேக்கவும், மறுசுழற்சி / சுத்திகரிப்புச் செய்வதற்குமான விசாலமான இடம்... இவை யாவும் 'இயற்கை'யாக அமைந்துள்ளதால்தான் காவிரிப் படுகையைத் தேர்ந்தெடுத்துள்ளனர். எரிவாயு எடுப்பதற்கு தொழில்நுட்ப ரீதியில் எல்லா விதத்திலும் சரியான இடம் இவர்களுக்குக் காவிரிப் படுகைதான்! காவிரி ஆற்றில் ஒவ்வொரு நாளும் எடுக்கப்படும் பல நூறு லாரி மணல் கொள்ளையால் அது தாங்கி வைத்துள்ள மண்ணீர் இருப்பு (Aquifer) கரைகிறதே என்று விவசாயிகள் கவலைப்படுகின்றனர். ஆனால் நம்மை ஆளும் அரசுகளோ காவிரி ஆற்று மணலை பல்லாயிரம் டன்கள் கணக்கில் தோண்டியெடுத்து ஷேல் கேஸ் எடுப்புக்கும் மீத்தேன் எரிவாயு எடுப்புக்கும் பயன்படுத்திக்கொள்ள அனுமதி தருகின்றன! இத்திட்டத்தால் அப்பகுதியில் விவசாயத்துக்கோ அல்லது குறைந்த ஆழத்திலுள்ள நீர் ஆதாரங்களுக்கோ எக்குறையும் ஏற்படாது என்று அரசும், ஓ.என்.ஜி.சி.யும் அளிக்கும் உறுதி மொழிகள் நகை முரணாக இருக்கின்றதல்லவா?

அடுத்தபடியாக ஷேல் எரிவாயுவை எடுக்க பயன்படுத்தப்படும் முறைசாரா உற்பத்திக்கு அதி அழுத்தத்துடன் செலுத்தப்படும்

நீருடனும், மணலுடனும் கலக்கப்படும் ரசாயனப் பொருட்கள் எவை என்பதையும், அவற்றால் ஏற்படும் பாதிப்புகள் பற்றியும் ஆய்வறிக்கைகள் கூறுவதென்ன என்பதைப் பார்ப்போம்.

நீர், மண்ணுடன் உருவாக்கப்படும் கலவையில் சேர்க்கப்படும் ராசயணப் பொருட்களின் பெயர்களையும், எதற்காக அவை சேர்க்கப்படுகின்றன என்பதையும் ஆங்கிலத்தில் உள்ளது உள்ளபடியே படிப்பது, புரிந்துகொள்ளவது எளிதாயிருக்கும்:

Hydraulic fracturing fluids usually include:

- Gelling agents to hold the proppant in suspension (eg mixtures of industrial guar gum, diesel, alkanes/alkenes);
- Gel stabilisers (eg sodium thiosulphate) and gel breakers (eg Ammonium persulfate, sodium persulfate);
- Friction reducers to ease pumping and evacuation of fluid (eg polyacrylamide, mixtures of methanol, ethylene glycol, surfactants /fluorocarbon surfactants);
- Diluted acid to dissolve minerals (eg hydrochloric acid, muriatic acid);
- Biocides to prevent bacterial action underground (eg glutaraldehyde, Tetrakis hydoxymethyl phosphonium sulfate / THPS, 2-Bromo-2-nitro-1, 3-propanediol (Bronopol), 2, 2-Dibromo-3-nitrilopropionamide (DBNPA);
- Clay stabilisers to prevent clay expanding on contact with water and plugging the reservoir (eg tetramethyl ammonium chloride);
- Buffer fluids and crosslinking agents.

Fracking may also use:

- Corrosion inhibitors (eg formamide, methanol, naphthalene, naptha, nonyl phenols, acetaldhyde);
- Scale inhibitors (eg ethylene glycols);
- Iron control (eg citric acid, thioglycolic acid);
- pH adjusting agents (sodium or potassium carbonate); and
- Various surfactants to affect fluid viscosity (eg isopropanol, 2-Butoxyethanol /2-BE.)

Drilling fluid components include:

- Viscosifiers to increase viscosity of mud to suspend cuttings (eg bentonite, polyacrylamide)

- Weighting agent (eg barium sulphate)
- Bactericides/biocides to prevent biodegradation of organic additives (eg glutaraldehyde)
- Corrosion inhibitors to prevent corrosion of drill string by acids and acid gases (eg zinc carbonate, sodium polyacrylate, ammonium bisulphate)
- Defoamers to reduce mud foaming (eg glycol blends, light aromatic and aliphatic oil, naptha)
- Emulsifiers and de&emulsifiers to help the formation of stable dispersion of insoluble liquids in water phase of mud.
- Lubricants to reduce torque and drag on the drill string (eg chlorinated paraffins)
- Shale control inhibitors to control hydration of shales that causes swelling and dispersion of shale, collapsing the wellbore wall (eg anionic polyacrylamide, acrylamide copolymer, petroleum distillates)
- Polymer stabilisers to prevent degradation of polymers to maintain fluid properties (eg Sodium sulfite).
- Breakers to reduce the viscosity of the drilling mud by breaking down long chain emulsifier molecules into shorter molecules
- Salts (eg potassium chloride, sodium chloride, calcium chloride)

The Persistent Organic Pollutant, perfluorooctane sulfonate (PFOS) is permitted in hydraulic fracturing fluids under an exemption to the Stockholm Convention on POPs 2001.30

Chlorinated paraffins are also used in drilling fluids, with POPs chemicals, short chain chlorinated paraffins (SCCPs) listed in drilling fluid patents.

POPs are recognised as the most dangerous of all man-made chemicals.[11]

மேற்கண்ட வரியில் விடுக்கப்பட்டுள்ள எச்சரிக்கையைப் பாருங்கள். பாறை எரிவாயு எடுப்பிற்கான நீரியல் வெடிப்பில் பயன் படுத்தப்படும் சில ரசாயனக் கூட்டுகள் சுற்றுச்சூழலைத் தொடர்ச்சியாகக் கெடுக்கவல்ல ரசாயனங்கள். மனிதன் கண்டு பிடித்ததிலேயே மிக ஆபத்தானவை இவை என்று அங்கீகரிக்கப் பட்டுள்ளன. ஐ.நா.வின் சுற்றுச்சூழல் எச்சரிக்கை அறிக்கையில் இது கூறப்பட்டுள்ளது.

நீரியல் வெடிப்பில் பயன்படுத்தப்படும் (ஷேல் எரிவாயு எடுப்பிற்கான பயன்பாட்டு முறைகளை இங்கே பார்த்தாலும், இதில் பெருமளவிற்கு நிலக்கரி படிவ மீத்தேன் எடுப்பிலும் பயன்படுத்தப்படுகிறது என்பதையும் கருத்தில் கொள்ள வேண்டும்) மேற்கண்ட ரசாயனங்களால் ஏற்படும் பாதிப்புகள் என்ன என்பதையும் ஐ.நா.வின் சுற்றுச்சூழல் எச்சரிக்கை அறிக்கை பட்டியலிட்டுள்ளது.(12)

- Ethylene Glycol: மனிதர்களின் சுவாச மண்டலத்தைப் பாதிக்கக் கூடிய அமிலத்தன்மை கொண்டதென அறியப்பட்டது என்பது மட்டுமின்றி, பெண்களின் கருச் சிதைவுக்கும் மலட்டுத் தன்மைக்கும் காரணியாகும்.

- 2-Butozyethanol: நிலத்தடி நீருடன் வேகமாகக் கலந்துவிடக் கூடியது, தொடர்ச்சியான பாதிப்பை ஏற்படுத்தக்கூடியது. விலங்குகளிடையே இன விருத்தியை பாதிக்கக்கூடியது, பிறப்பு குறைபாடுகளை ஏற்படுத்தக்கூடியது, ரத்தத்தில் உள்ள சிவப்பணுக்களைச் சிதைக்கக்கூடியது.

- Ethoxylated 4-nonylphenol: மனிதர்கள், விலங்குகளின் உடல்களில் வேகமாக சேரக்கூடியது (bio-accumulative), ஜீரண மண்டலத்தைப் பாதிக்கக்கூடியது (endocrine disruptor). இதனால் வளர்ச்சி பாதிப்பு, நரம்பு மண்டலச் சிக்கல்கள், இனப் பெருக்கம், எதிர்ப்புச் சக்தி குறைபாடு ஆகியனவற்றை ஏற்படுத்தும். நீர் வாழ்வனவற்றுள் ஆயிஸ்டரின் முட்டை உருவான நிலையில் அதனில் உருச்சிதைவை ஏற்படுத்தக் கூடியது. சோதனைச் சாலை விலங்குகளில் மார்பகப் புற்று நோயை உருவாக்கியவை.

- Methanol: மிகப் பரவலாகப் பயன்படுத்தப்படும் ரசாயனம் - காற்றிலும், நீரிலும் வேகமாகக் கரைந்துவிடக்கூடிய, மனிதனைப் பெரிதும் பாதிக்கக்கூடிய அமிலத்தன்மை கொண்டது.

- Isopropanol: மைய நரம்பு மண்டலத்தில் பாதிப்பை ஏற்படுத்தக்கூடியது, சோதனைச் சாலை விலங்குகளின் மூளையில் வளர்சிதை மாற்றத்தை ஏற்படுத்துக்கூடியதென கண்டுபிடிக்கப்பட்டது.

- Formamide: கருமுட்டை மற்றும் கரு வளர்ச்சி நிலையை பாதிக்கவல்லது (Teratogen). மனித தோலின்மூலம் நடைபெறும் சுவாசத்தால் உட்கிரகிக்கப்பட்டு உடலுக்குள்

பரவும், இதனால் கருவிலுள்ள குழந்தையின் வளர்ச்சி பாதிக்கப்படும்.

- Naphthalene: சுவாசித்தலால் மனிதர்களின் மூச்சுக் குழாயிலும், நுரையீரலிலும் புற்று நோயைக்கு வித்திடும் கட்டிகளை ஏற்படுத்தக்கூடியது. மனிதர்களிடையே புற்று நோயை ஏற்படுத்தவல்ல கார்சனோஜனை உடலில் உருவாக்கக் கூடியதென சர்வதேசப் புற்றுநோய் ஆராய்ச்சி முகமையால் (IARC) பட்டியலிடப்பட்ட வேதிப்பொருள்.
- Glutaralhehyde, Brominated biocides (DBNPA, DBAN), Propargyl alcohol, 2-Butozyethanol and Heavy Naphtha போன்ற ஆபத்து மிகுந்த ரசாயனங்களை ஆஸ்திரேலிய எரிவாயு எடுப்பு நிறுவனங்கள் பயன்படுத்துகின்றன, இவை கண்டுபிடிக்கக் கூடிய அளவுக்கும் குறைவாக இருந்தாலும், அவற்றால் ஏற்படும் பாதிப்பு அதிகமானது என்று அமெரிக்காவின் நியூ யார்க் பல்கலை தனது ஆய்வறிக்கையில் தெரிவித்துள்ளது.
- பூமிக்குள் ஆழ்துளையிட்டு பாறைப் படிவங்களின் இடுக்கு களில் சேர்ந்துள்ள எரிவாயுக்களை எடுக்க செய்யப்படும் அதி அழுத்த உடைப்பு (fracturing) முறையில் பயன்படுத்தப்படும் வெடிப்பு கலவையில் சேர்க்கப்படும் கிரிஸ்டலைன் சிலிக்கா போன்றவை அப்பணியில் ஈடுபடுத்தப்படுவோரையும் கடுமையாக பாதிக்கின்றது என்பதும் கண்டறியப்பட்டுள்ளது [13].

விஷத்தின் சாரம் (Hexavalent Chromium - Cr^{6+})

இப்படி பூமிக்குள் ஆழ்துளையிட்டு பல்வேறு ரசாயனங்களைச் செலுத்தி வண்டல் பாறைப் படிவங்களைப் பிளக்கச் செய்யும் வெடிப்பு முறையால் வெளியேறும் எரிவாயுவோடு இயற்கைச் சூழலுக்கும், விலங்கு, மனித உயிர் வாழ்வுக்கும் பெரும் தீங்கிழைக்கக்கூடிய ஒரு ரசாயனத்தின் இருப்பு கண்டுபிடிக்க பட்டுள்ளது. அதன் பெயர் ஹெக்ஸாவேலண்ட் குரோமியம் (Cr^{6+}) என்பதாகும்.

அமெரிக்காவின் மேற்கு வர்ஜீனியா, கலிபோர்னியா ஆகிய மாகாணங்களில் ஷேல் வாயு எடுப்பினால் வெளியேறிய கழிவு நீரை ஆய்வு செய்ததில் அதில் மிக ஆபத்தான இந்த ரசாயனத்தின் கலப்பு இருந்தது கண்டுபிடிக்கப்பட்டுள்ளது. இதனைப் பற்றி நியூ யார்க் டைம்ஸ் நாளிதழ் தொடர்ச்சியான கட்டுரைகளாக

வெளியிட்டுள்ளது. ஹெக்ஸாவேலண்ட் குரோமியம் 6 நீரில் மிக வேகமாக கலக்கக்கூடியது என்றும், அதனை சுத்திகரிப்பின்மூலம் பிரிக்க இயலாது என்றும் கூறப்பட்டுள்ளது. இது மனித, விலங்கு களின் உடலில் கிரகிக்கப்படும்போது புற்று நோயை ஏற்படுத்தும் கார்சினோஜன்கள் உருவாகும் என்றும் கூறப்படுகிறது.[14]

பொதுவாக நீரியல் வெடிப்பு முறையில் குரோமியம் 3 ரசாயனம் கலக்கப்படுகிறது என்றும் அது வெளியேறும் கழிவு நீரில் கலந்திருந்தாலும் உடலுக்குப் பாதிப்பில்லை என்றும் மற்றொரு ஆய்வு கூறுகிறது.[15] ஆனால் இங்கு கவனிக்கத்தக்க விடயம் யாதெனில், ஹெக்ஸாவேலண்ட் குரோமியம் 6 பூமிக்குள் இருந்து இரைக்கப்படும் ஷேல் வாயுவில் கலந்து வெளியேறுகிறதா இல்லையா என்பதே.

ஹைட்ராலிக் ஃபிராக்சரிங் நுட்பத்தைப் பயன்படுத்தி பாறை எரிவாயுவை (Shale Gas) எடுப்பதால் பூமிக்குள் ஏற்படும் சிதைவுகளும் மாற்றங்களும் நிலப்பரப்பைப் பாதிக்கும் என்பது மட்டுமல்ல, வெளியேற்றப்படும் உப்பு நீராலும், அமிலங்களாலும் நிலமும், நிலப்பகுதியும் வாழத் தகுதியற்ற புரப்புகளாகும் என்பதே மேற்கண்ட ஆய்வுகளில் இருந்து பெறும் உண்மைகளாகும்.

நமது அன்றாட வாழ்க்கையின் முக்கியத் தேவையாக இன்றளவில் இருப்பது ஹைட்ரோகார்பன் என்பது உண்மை. அதே சமயம், அதன் கண்டுபிடிப்பிலும், உற்பத்திலும், சுத்திகரிப்பிலும் சீர்குலைவு ஏற்படுகின்றது என்பதும் உண்மை. இயற்கை சார்ந்த வாழ்வையும், உணவு பாதுகாப்பினை உறுதி செய்யும் விவசாயத்தையும், மானுட வாழ்விற்கு இன்றியமையாத நிலம், நீர் நிலைகள், காற்று ஆகியவற்றையும் ஹைட்ரோகார்பன் சீர்குலைக் கிறது. இது அறிவியல்பூர்வமாக நிரூபிக்கப்பட்டிருக்கிறது.

‘ஒன்றை இழந்து ஒன்றைப் பெறுவது மானுடம்’ இது படைப்பின் நியதி. எனவே ஒன்றை இழக்காமல் மற்றொன்றைப் பெற இயலாது என்பது மறுக்க இயலாத உண்மை. இதிலிருந்து உணர்ந்து ஏற்க வேண்டியது என்ன? இழப்பதைவிடப் பெறுவது மேம்பட்டதாக இருக்கவேண்டும் அல்லவா?

கச்சா எண்ணெயும் இயற்கை எரிவாயுவும் இக்காலத் தேவையில் தவிர்க்க இயலாதவை என்பது உண்மையே. உயிரின, மானுடத்திற்கான தூய நீர், தூயக் காற்று, சாரங்களை இழக்காத உணவுப் பொருட்களின் தேவை தவிர்க்க இயலாத படைப்பின் பெரும் தேவைகள் என்பது பெரும் உண்மையாயிற்றே?

மாற்று வேறு, அடிப்படை இருப்பை, தேவையைப் பறிகொடுத்தல் வேறு. எதையும் ஆழ்ந்துணராமல் செய்வது எதிர்காலத்தில் துன்பத்தையே கொடுக்கும்.

அந்நிய செலாவணியைப் பெருக்குவது, தன்னிறைவை அடைவது எனக் காரணம் காட்டுகின்றனர். இயற்கை வளங்களைக் கண்டறிந்து, செயல்பட்டு மக்கள் எதிர்ப்பைச் சமாளித்து அவர்களை மிரட்டி, அடக்கி, ஒடுக்கி திட்டங்களை நிறைவேற்றி உள்நாட்டு, வெளிநாட்டு பெரு நிறுவனங்கள், அது சார்ந்த வணிக உரிமைகளைத் தாரை வார்த்து அதிலிருந்து ஒரு பகுதியை நாட்டுக்கும், மறு பகுதியை அரசியல் கட்சிகளுக்கும் ஊழல் வழிகளில் வரும் செல்வமாக மாற்றுவதாலும் எப்படி அந்நிய செலாவணி பெருகும்? நாட்டு மக்களுக்கு அடிப்படை ஆதார வாழ்விற்கும் ஆபத்தை உண்டாக்கி, நாட்டின் இயற்கை வளங்களையும் பறிகொடுக்கும் அவல நிலையை அல்லவா உருவாக்க முடியும்?

நிலம், நீர், காற்று சார்ந்த அளவில் இந்தப் பாதிப்பு நின்று விடுவதில்லை, நமது உயிர் வாழ்க்கைக்கு அடிப்படையான ஆதாரம் மழையல்லவா? ஹைட்ரோகார்பன் துரப்பணச் செய்யுமிடங்களில் மழைப் பொழிவு எவ்வாறு பாதிக்கப்பட்டுள்ளது என்பதை அடுத்த அத்தியாயத்தில் பார்ப்போம்.

ஆதாரக் குறிப்புகள்:

1. Toxic Chemicals in Unconventional Gas Exploration and Production, UNEP Global Environmental Alert System, 2012. www. ntn.org.au
2. ONGC to drill 21 exploratory wells across districts in Tamil Nadu, The New Indian Express, May 07, 2017.
3. A.K. Dwivedi - Director, Exploration: At Cauvery Basin, one location has been identified in Kuthalam area for preliminary investigation - September 03, 2015.
4. Oil - Gas Journal, volume 89, issue 23: Cauvery Basin Seen Key Oil Region for India. ONGC targets a tenfold jump in onshore Cauvery basin oil production by 1994-95 from the current 6,600 b/d. A further increase in Cauvery production will come with start-up later this decade of production from recent strikes in the offshore portion

of the basin. The basin covers much of Tamil Nadu state and extends from Pondicherry along the Coromandal coast south to Cape Coromin and into Palk Bay and the Gulf of Mannar. The basin in all covers 25,000 sq km onshore and 23,000 sq km offshore. Of 105 wells drilled there since 1959, 21 found oil. Stepped up oil and gas E-D will complement increasing industrialization of the region. Madras Refineries Ltd. has proposed building a small refinery fed by Cauvery crude. In addition, six $2 million sodium silicate plants to be fed by Cauvery gas are under construction or on stream in the Narimanam area. Five have started taking gas, and two more are planned.

www.ogj.com/articles/print/volume-89/issue-23/in-this-issue/drilling/cauvery-basin-seen-key-oil-region-for-india.html

5. Directorate of Hydrocarbon - Government of India

6. Mines of concern by S. Durairaj. Frontline, December 15-28, 2012.

7. ibid

8. ibid

9. Bridgend's Green Leftie - An Eco Socialist Blog. Shale Gas vs Coal Bed Methane

   greenleftie.uk/2011/12/30/shale-gas-vs-coal-bed-methane/

10. Shiva Maharajan - Research Scholar in Energy storage materials at University of Fribourg, Switzerland (2014).

    www.quora.com/What-is-the-purpose-of-extracting-hydrocarbon-in-Neduvas al-Tamil-Nadu-and-why -did-they-choose-that-place

11. Toxic Chemicals in Unconventional Gas Exploration and Production - Annex 1. National Toxic Network, Australia. www.ntn.org.au

12. Toxic Chemicals in Unconventional Gas Exploration and Production - Annex 2. National Toxic Network, Australia. www.ntn.org.au

13. Breathing silica can cause silicosis, and exposure to silica dust is a known cause of lung cancer and a suspected contributor to autoimmune diseases, chronic obstructive pulmonary disease and chronic kidney disease. NIOSH Hazard Review - Health Effects of Occupational Exposure to Respirable Crystalline Silica. National Toxicology Program [2012]. Report on carcinogens 12th ed. U.S. Department of Health and Human Services, Public Health Service.

    www.osha.gov/dts/hazardalerts/hydraulic_frac_hazard_alert.htm

14. Chromium 6 in Gas Drilling Waste? Environment Protection Group.

    www.ewg.org/enviroblog/2011/03/chromium-6-gas-drilling-wastes

15. Chemical Speciation of Chromium in Drilling Muds by Takeyoshi Taguchi, Mitsuru Yoshii and Khoza Shinoda. The Institute of Multidisciplinary Research for Advanced materials, Tohoku University.

- 4 -

புவி வெப்பமடைதல் – சொல்லில் தடுத்தல் செயலில் வளர்த்தல்!

இன்று புவி வாழ்வை மிரட்டிக்கொண்டிருக்கும் பேராபத்தாக மானுடம் கருதுவது புவி வெப்பமடைதலாகும். உலக அளவில் போர் மூண்டு அது உக்கிரமடையும் நிலையில்தான் பேரழிவை ஏற்படுத்தும் அணுகுண்டுகள்கூடப் பயன்படுத்தப்படும். ஆனால் புவி வெப்பமடைதல் என்பது உலக அளவில் நமது உயிர் வாழ்வைப் பேரழிவை நோக்கி - நமது ஒத்துழைப்புடன் - ஒவ்வொரு நாளும் நகர்த்திச் செல்லும் ஒரு பேரபாயமாகும்.

நமது உயிர் வாழ்க்கையின் மூலமான காற்று மண்டலத்துக்கு - அதன் இயற்கையான தூய்மைக்கு - அச்சுறுத்தல் ஏற்பட்டுள்ளது. நமது வாழ்வின் தேவைகள் என்று கருதக்கூடிய எரிபொருட்களின் பயன்பாட்டினால் உற்பத்தியாகும் கார்பன் டை ஆக்ஸைட் உள்ளிட்ட கரிமங்களின் மூலம் பசுமை வாயு வெளியேற்றத்தை அதிகரித்து காற்று மண்டலத்தின் வெப்ப நிலையை உயர்த்திக் கொண்டிருக்கிறோம். அதனால் ஏற்படும் விளைவுகள் நம் வாழ்வையே அச்சுறுத்திக்கொண்டிருக்கின்றன.

நிலக்கரி எடுப்பு, எரிப்பு, கச்சா எண்ணெய் துரப்பணம், எரிவாயுக்கள் உற்பத்தி, அவற்றின் பயன்பாடு ஆகியவற்றோடு

தொழிற்சாலைக் கழிவுகளிலிருந்து வெளியேறும் பசுமை வாயுக்களின் விளைவாக இப்புவியைச் சுற்றியுள்ள காற்று மண்டலத்தின் தூய்மை கெட்டுப்போயுள்ளதோடு வெப்பமும் அதிகரித்திருக்கிறது. இதனால் ஏற்பட்டுள்ள விளைவுகள் என்னென்ன? புவியின் இயற்கைத் தன்மை சிதைக்கப் பட்டிருக்கிறது. ஓசோன் மண்டலம் தாக்கி அழிக்கப்பட்டிருக்கிறது. சூரியனில் இருந்து வரும் கதிரியக்கமிக்க ஊதா கதிர்களை வடிகட்டி புவியின் மீது மோதும் சூரியக் கதிர்களால் உருவாகும் வெப்பத்தை மீண்டும் காற்று மண்டத்தைக் கடக்கச் செய்து, புவிச் சூழலின் வெப்ப நிலையை உயிரினங்கள் ஏற்கும் மித நிலையில் தக்க வைக்கும் பாதுகாப்புப் போர்வையே ஓசோன். இதனால் பசுமை வாயு வெளியேற்றமும் அதன் காரணமாக புவி வெப்ப மடைதலும் நிகழ்ந்துள்ளது.

புவி வெப்பமடைதலின் விளைவாக புவியின் வட, தென் துருவங்களில் நிறைந்திருக்கும் பனிப் பாறைகளும், இமயமலை உள்ளிட்ட உலகின் பெரும் மலைத் தொடர்களில் உறைந்திருக்கும் பனிப் படலங்களும் வேகமாக உருகிவருகின்றன. இதனால் கடல் நீர் மட்டம் உயர்தல், நதிகளில் மிக அதிகமான வெள்ளப் பெருக்கு, பருவ மழைகள் எதிர்பார்த்த அளவிற்கு, எதிர்பார்க்கும் காலத்தில் பெய்யாமல் பருவம் தவறி பெய்தல், மிக அதிகமான மழை அல்லது பொய்த்துப்போதல், உணவு உற்பத்திப் பாதுகாப்பு கேள்விக்குறியாவது, தூய குடி நீர் நிலைகள் குறைந்து வருவது, குடி நீருக்காக உலக நாடுகள் போராடக் கூடிய ஆபத்து என்று இன்றைய உலகம் பல சிக்கல்களை எதிர்கொண்டு வருகிறது.

இங்கு கவலை தரத்தக்க ஒரு விடயம் யாதெனில் இப்புவிவாழ் உயிரினங்களின் மொத்தக் குடி நீர்த் தேவையில் 75 விழுக்காடு - அதாவது நான்கில் மூன்று பங்கு - துருவப் பனிப் பாறைகளும், இமயமலை உள்ளிட்ட பெரு மலைகளின் சிகரங்களில் இருந்து பல ஆயிரம் அடிகளுக்கு பரவிக் கிடக்கும் பனிப் படலங்களுமே.[(1)] எனவே இவற்றைக் காக்க முடியாமல் போனால் - துருவக் கரடிகளை மட்டுமல்ல, அவற்றோடு மானுட இனத்தின் பெரும் பகுதியும் அழிவைச் சந்திக்க நேரிடும்.

இரண்டாவதாக, துருவப் பனிப் பாறைகளும் (இவை நாம் வசிக்கும் கண்டங்கள் அளவுக்குப் பரப்பளவுடையவை), பெரு மலை பனிப் படலங்களும் (கிளேஸியர்ஸ்) பசுமை வாயு வெளியேற்றத்தால் புவியின் காற்று மண்டலத்தில் அதிகரிக்கும்

வெப்ப அளவின் காரணமாக வேகமாக உருகத் தொடங்கினால் அட்லாண்டிக் முதல் வங்காள விரிகுடா, அரபிக் கடல் வரை வியாபித்துள்ள கடல் நீர் மட்டம் கடுமையாக உயரும். எந்த அளவிற்குத் தெரியுமா? 70 மீட்டர் (230 அடி) வரை! அப்படி உயரும்போது சென்னை, விசாகப்பட்டிணம் போன்ற எண்ணற்ற கடற்கரை நகரங்கள் மூழ்கிவிடும். சுருங்கக் கூறுவதெனின் பூகம்பம் இல்லாத ஆழிப்பேரலைத் தாக்குதல்! இவை யாவும் கற்பனையல்ல, அச்சுறுத்தலுக்காக சொல்லப்படுவதும் அல்ல, புவியியலாளர்கள் ஆழ்ந்த ஆய்வின மூலம் மானுடத்திற்கு வெளிப்படுத்தியுள்ள எச்சரிக்கை.

இப்படிப்பட்ட ஆழ்ந்த சிக்கலில் இருந்து மீட்சியடையவே உலக நாடுகளின் தலைவர்கள் ஒன்று கூடி வானிலை மாற்ற மாநாடுகளை பல ஆண்டுகளாக நடத்தி வருகிறார்கள். கடைசியாக பிரான்ஸ் தலைநகர் பாரிசில் இதற்கான மாநாடு நடந்தது. இம்மாநாட்டில் கூடிய தலைவர்கள், புவியின் காற்று மண்டலத்தை வெப்பமடையச் செய்யும் பசுமை வாயு வெளியேற்றத்தை கட்டுப்படுத்துவோம் என்ற உறுதியை ஏற்றுள்ளனர்.[2]

இந்த நூற்றாண்டின் இறுதிவரை காற்று மண்டலத்தின் வெப்ப நிலை உயர்வை 2 டிகிரி செல்சியஸ் அளவிற்கும் குறைவாக நிலைப்படுத்த உரிய நடவடிக்கைகளை எடுப்பது என்றும், அதனை உறுதி செய்ய பசுமை வாயு வெளியேற்றத்தைக் கட்டுப் படுத்தும் நடவடிக்கைகளில் உரிய தொழில்நுட்பங்களின் உதவியுடன் ஈடுபடுவது என்றும் 195 நாடுகளின் தலைவர்கள் உறுதியேற்றுள்ளனர்.

பசுமை வாயு வெளியேற்றத்திற்கு பங்களிக்காத நாடு என்று இவ்வுலகில் ஏதாவது இருக்கின்றதா, அப்படியொரு வாழ்க்கையை வாழ்கின்றதா என்றால் அது இமயமலை அடிவாரத்தில் உள்ள நாடான பூடான் மட்டுமே. இந்நாடு மட்டுமே தனது இயற்கைச் சூழலை கெடுத்துக்கொள்ள விரும்பாமல், ஹைட்ரோகார்பன் பயன்பாட்டிற்கு முழுமையாக தடை விதித்துள்ள நாடாகத் திகழ்கிறது! இந்நாட்டைப் பொறுத்தவரை வளர்ச்சி என்பதற்கான அளவுகோல் மக்களின் மகிழ்ச்சி மட்டுமே! எனவே மின்சாரம் மட்டுமே அவர்கள் ஏற்றுக்கொண்ட அறிவியல்பூர்வமான ஒரே எரிசக்தி. தம் நாட்டின் அழகையும் வாழ்வையும் தொன்றுதொட்டு காத்துவரும் இயற்கையை சிதைக்க அவர்கள் இன்றளவும் துணியவில்லை. அப்படி நிகழ்ந்துவிடக் கூடாது என்பதற்காகவே

நேபாளம், இந்தியா, வங்கதேசம் ஆகிய நாடுகளுடன் தங்களை இணைத்துக்கொள்ளும் சாலைத் திட்டத்தில் இருந்து சமீபத்தில் வெளியேறிவிட்டது பூடான்.

பசுமை வாயு வெளியேறும் வெப்பம் தலைதூக்கும்

பசுமை வாயு வெளியேற்றத்திற்கு மூல காரணமாக இருப்பது கரியமில வாயுவே - அதாவது கார்பன் டை ஆக்ஸைட். கூடுதலாக மீத்தேன், நைட்ரஸ் ஆக்ஸைட் இவைகளோடு ஃப்ளோரினேடட் வாயுக்களான ஹைட்ரோஃபிளோரோ கார்பன்ஸ், பெர்ஃபிளோரோ கார்பன்ஸ், சல்ஃபர் ஹெக்சாஃபிளூரைட், நைட்ரஜன் டிரைஃபிளூரைட் ஆகியனவுமாகும்.

இவற்றில் கார்பன் டை ஆக்ஸைட் 82%, மீத்தேன் 10%, நைட்ரஸ் ஆக்ஸைட் 5%, ஃப்ளோரினேடட் வாயுக்கள் 3% ஆகியன காற்று மண்டலம் வெப்பமடைதலுக்குக் காரணமாகின்றன.[3]

மேற்கண்ட வாயுக்களை அதிகமாக வெளியேற்றக்கூடிய தொழில்கள், தொழிற்சாலைகள் யாவை?

கார்பன் டை ஆக்ஸைட்: நிலக்கரி, இயற்கை எரிவாயு (இதில் மீத்தேன், ஷேல் கேஸ் ஆகியன உள்ளடக்கம்), எண்ணெய் ஆகியவற்றை எரிப்பதனாலும், திடக் கழிவுகள், மரம் மற்றும் மரப் பொருட்கள், சிமெண்ட் உற்பத்தியில் நடைபெறும் ரசாயன மாற்றங்கள் ஆகியவற்றினால்தான் அதிக அளவில் கார்பன் டை ஆக்ஸைட் உற்பத்தியாகி காற்று மண்டலத்தில் கலக்கிறது. இவ்வாறு காற்று வெளியில் கலக்கும் கரியமில வாயுவின் ஒரு பகுதியை தாவரங்கள் சுவாசித்துக் குறைக்கின்றன.

மீத்தேன்: நிலக்கரி, இயற்கை எரிவாயு, கச்சா எண்ணெய் ஆகியவற்றின் உற்பத்தியிலும், அதனைக் கொண்டு செல்லும் போதும் மீத்தேன் வாயு அதிகமாக வெளியேறி காற்றில் கலக்கிறது. கார்பன் டை ஆக்ஸைடை விட மிகக் குறைவான அளவிற்கு வெளியேறினாலும், காற்று மண்டலத்தை வெப்பமடையச் செய்யும் இதன் திறன் 21 மடங்கு கார்பன் டை ஆக்ஸைடை விட அதிகமாகும்.[4] *கால்நடைகள் வளர்ப்பு மற்றும் விவசாயத் தொழில்களில் ஆகும் கழிவுகள் மக்குவதாலும், மனிதக் கழிவுகளில் இருந்தும் மீத்தேன் வாயு வெளியேறுகிறது.*

நைட்ரஸ் ஆக்ஸைட்: விவசாயம் மற்றும் தொழிற்சாலை தொடர்பான பொருட்கள் மற்றும் நடவடிக்கைகள், நிலக்கரி, திடக்

கழிவுகள் ஆகிவற்றில் இருந்தே நைட்ரஸ் ஆக்ஸைட் பெருமளவிற்கு வெளியேறி காற்றில் கலக்கிறது.

ஃப்ளோரினேடட் வாயுக்கள்: பெரும்பாலான தொழிற்சாலை உற்பத்திகளில் இருந்து வெளியேறக்கூடிய ஹைட்ரோஃபிளோரோ கார்பன்கள், பெர்ஃபிளுரோ கார்பன்கள், சல்ஃபர் ஹெக்சாஃபிளுரைட், நைட்ரஜன் டிரைஃபிளுரைட் ஆகிய மிகக்குறைவாக வெளியேறும் செயற்கை ரசாயன வாயுக்கள் என்றாலும், சக்தி வாய்ந்த பசுமை வாயுகள் என்றும் புவி வெப்பமடைதலுக்குப் பெரும் பங்காற்றும் மிக அதிக உலக வெப்பமய வாயுக்கள் (High Global Warming Potential gases) என்றும் குறிக்கப்பட்டுள்ளன.[5]

புவி வெப்பமடைதலுக்கு ஹைட்ரோகார்பன் மட்டுமே காரணம் என்று நாம் சொல்லவில்லை, அப்படி சொல்லிவிடவும் முடியாது. ஆனால் அந்நிலைக்கு பெரும் காரணியாக ஹைட்ரோகார்பனும் அதன் துரப்பணத்தின் போது வெளியேறும் வாயுக்களின் பங்களிப்பும் உள்ளது என்பதையே மேற்கண்ட விவரங்கள் தெளிவாக வெளிப்படுத்துகின்றன.

நஞ்சை வெளியேற்றும் தொழில்கள், ரசாயனங்கள்

அனல் மின் நிலையங்கள்: எந்தெந்த தொழில்கள் அல்லது தொழிற்சாலைகள் பசுமை வாயுக்களை அதிகமாக வெளியேற்று கின்றன என்பதில் முதல் இடத்தில் நிற்பது நிலத்தடி எரி சக்திகளான நிலக்கரி, இயற்கை எரிவாயு ஆகியவற்றைப் பயன்படுத்தி மின் உற்பத்தி செய்யும் அனல் மின் நிலையங்களே! மொத்த பசுமை வாயு வெளியேற்றத்தில் அனல் மின் நிலையங்களின் பங்கு 29 விழுக்காடாகும்.[6]

போக்குவரத்து: கச்சா எண்ணெய் சுத்திகரிப்பில் இருந்து பெறப் படும் பெட்ரோல், டீசல், கேசோலின் ஆகியவற்றினை எரிபொரு ளாக பயன்படுத்தி இயங்கும் கார், லாரிகள், கப்பல், விமானம் ஆகியனவற்றில் 90 விழுக்காடு பெட்ரோல் சார்ந்த எரி பொருளையே கரியாக்குகின்றன. இதன் மூலம் இவற்றின் பசுமை வாயு வெளியேற்றப் பங்கு 27 விழுக்காடாகும்.

தொழிற்சாலைகள்: தொழிற்சாலைகள் நிலத்தடி எரிபொருட் களான நிலக்கரி, எண்ணெய், எரிவாயு ஆகியவற்றைப் பயன் படுத்துவதாலும், கச்சாப் பொருட்களில் இருந்து பொருள்

உற்பத்திக்கான மூலங்களைப் பிரிக்கையில் வெளியேறும் ரசாயனங்களாலும் பசுமை வாயுக்கள் வெளியேற்றுகின்றன. இதில் தொழிற்சாலைகளின் பங்கு 21 விழுக்காடாகும்.

வணிகம் மற்றும் வீடுகள்: பொருட்களைச் சூடேற்றவும், உணவு சமைக்கவும் பயன்படுத்தக்கூடிய எரிபொருட்களில் இருந்து பெருமளவிலும், கழிவுகளைக் கையாள்வதில் சிறிதளவிலும் பசுமை வாயுக்கள் வெளியேறுகின்றன. இவற்றின் பங்கு 12 விழுக்காடு.

விவசாயம்: கால்நடைகள் - குறிப்பாக மாடுகளின் சாணம், நிலத்தின் மண், நெல் உற்பத்தி ஆகியவற்றில் இருந்து வெளியேறும் பசுமை வாயுக்களின் பங்கு 9 விழுக்காடாகும்.

வனங்களும் நிலங்களும்: காற்று மண்டலத்தில் இருந்து கரியமில வாயுவை உள்வாங்கிக்கொண்டு உயிர்காற்றை வெளியிடுதலால் பெருமளவுக்குப் பசுமை வாயு நிறைவைக் குறைப்பதில் நிலத்திலும், வனத்திலும் உள்ள தாவரங்களின் பங்கு உயிர் வாழ்வின் ஆதாரமாகும். இவற்றால் பசுமை வாயு 11.8 விழுக்காடு குறைகிறது. ஆயினும் இவற்றில் இருந்தும் ஓரளவிற்கு பசுமை வாயு வெளியேற்றம் நிகழ்கிறது. ஆனால் இவை வெளியேற்றும் பசுமை வாயு அளவை (2%) விட உள்வாங்கிக்கொள்ளும் அளவு மிக அதிகமாகும் என்பது அமெரிக்க சுற்றுச்சூழல் பாதுகாப்பு முகமையின் கண்டுபிடிப்பாகும்.

புவி வெப்பமடையும், மழை மறையும்

கார்பன் டை ஆக்ஸைட், மீத்தேன், ஈத்தேன் (மீத்தேனைப் போல் இந்த வாயுவும் எண்ணெய் துரப்பணத்தில் வெளியேறுகிறது), நைட்ரஸ் ஆக்ஸைட், ஃபிளோரினேடட் வாயுக்கள் ஆகிய பசுமை வாயுக்கள் காற்றில் கலப்பதால் காற்று மண்டலம் கூடுதலாக வெப்ப நிலையை அடைகிறது. இது இந்தியா போன்ற வெப்ப மண்டல நாடுகளில் மழைப் பொழிவைப் பாதிக்கிறது, கனடா போன்ற நாடுகளில் பனி மழைப் பொழிவை அதிகரிக்கச் செய்கிறது!

20ஆவது நூற்றாண்டில் உலகெங்கும் மழை பொழிவில் ஏற்பட்ட மாற்றங்கள் பற்றிய ஆய்வில், வட, தென் அமெரிக்க கண்டங் களின் கிழக்குப் பகுதிகளிலும், வட ஐரோப்பாவிலும், ஆசியக் கண்டத்தின் வடக்கு மற்றும் மத்தியப் பகுதிகளிலும் பனிப்

பொழிவு அதிகரித்திருக்கிறது. ஆனால் ஆப்பிரிக்கா, மத்தியத் தரைக்கடல் நாடுகள், ஆசியக் கண்டத்தின் தென்பகுதி (இந்தியா உள்ளிட்ட நாடுகளில்) ஆகிய இடங்களில் மழைப் பொழிவு பெருமளவிற்குக் குறைந்துள்ளது.[7]

புவி வெப்பமடைதலால் ஏற்பட்டுள்ள இந்த மாற்றம், ஒரு வெப்ப நிலப் பரப்பில் வாழ்ந்து வரும் விலங்கினங்கள், பறவைகள் ஆகியனவற்றிற்கு அச்சுறுத்தல் ஏற்படுத்தியுள்ளது.[8] எடுத்துக் காட்டாக: வட துருவத்தில் பனிப் பாறைகள் வேகமாக உருகி வருவதால் பனிக் கரடிகள் எண்ணிக்கை குறைந்து வருகிறது. அரிதாகி வரும் சைபீரியக் கரடிகள் எண்ணிக்கை பெருமளவிற்குக் குறைந்துள்ளது. பூமத்திய ரேகைப் பகுதியிலுள்ள மழைக் காடுகளில் இருந்து வந்த தாவரங்கள் அழிந்து வருகின்றன. பறவையினங்கள் பலவும் அரிதான இனங்கள் என்கிற அளவிற்கு எண்ணிக்கையில் குறைந்துள்ளன.

பல நூற்றாண்டுகளாகப் பயிரிட்டு வந்த உணவு (விதை) ரகங்கள் பருவ நிலைகளில் ஏற்பட்ட மாற்றத்தினாலும், மழைப் பொழிவு குறைந்ததாலும் அரிதாகி வருகின்றன. ஒரு இடத்தின் தட்ப வெப்ப நிலை மாறும்போது அதுவரை அங்கு சாகுபடி செய்துவரும் பயிர்கள் - விதைகள் விளைவிக்க இயலாதவை யாகின்றன. இது அப்பகுதி மக்களின் வாழ்வையும், உணவு வர்த்தகத்தையும் பாதித்துள்ளது. இப்படிப்பட்ட பருவ நிலை மாற்றமும் காலம் கடந்த மழைப் பொழிவும் தமிழ்நாடு உள்ளிட்ட விவசாயத்தைச் சார்ந்துள்ள பகுதிகளில் பெரும் பாதிப்பை ஏற்படுத்தியுள்ளது கவனிக்கத்தக்கது.

பசுமை வாயு வெளியேற்றம் உருவாக்கும் புவி வெப்பமடைதலால் பொதுவாக புவியின் பூமத்திய ரேகையை ஒட்டியுள்ள இந்தியா போன்ற வெப்ப மண்டல நாடுகளைத் தாக்கும் நோய்களின் பரவல் அதிகரித்து அது குளிர்ந்த தட்ப வெப்ப நிலையுடைய (Temperate Regions - Europe, Canada etc.) நாடுகளுக்கும் பரவும் அபாயம் உள்ளதென சில அறிவியலாளர்கள் எச்சரித்துள்ளனர்.[9]

வெப்ப மாற்றம், பருவ கால மாற்றம்

இதனை அறிவியல் உலகம் விரிவாக ஆய்வு செய்துள்ளது. சூரிய ஒளியால் காற்று மண்டலம் வெப்பமடைவதைவிட, பசுமை வாயுக்களால் ஆகும் வெப்பமடைதல் காரணமாக உலகின் மழைப்

பொழிவுகளில் பெரும் மாற்றங்கள் ஏற்பட்டுள்ளதாக பல்வேறு நாடுகளைச் சேர்ந்த அறிவியலாளர்கள் இணைந்து மேற்கொண்ட ஆய்வில் தெரிவித்துள்ளனர். கணினி மாதிரிகளைக் கொண்டு அவர்கள் நடத்திய ஆய்வில் கி.பி.950 முதல் 1250 வரையிலான 300 ஆண்டுகளில் இருந்த வெப்ப நிலையைக் காட்டிலும் வெப்பம் இப்போது அதிகரித்திருக்கிறது. மேலும்,அப்போது மழைப் பொழிவு ஆண்டுக்கு ஆண்டு உயர்ந்த அளவிற்கு இப்போது உயரவில்லை என்றும் கூறியுள்ளனர். பொதுவாக வெப்பம் அதிகரிக்கும்போது கடல் நீர் ஆவியாவது அதிகரித்து அதன் மூலம் மழைப் பொழிவு அதிகரித்திருக்க வேண்டும், அது நிகழவில்லை. ஏனெனில் காற்று மண்டலம் வெப்பமடைந்திருப்பதே இதற்குக் காரணம் என்பதே இவர்களுடைய ஆய்வின் முடிவாகும். 2013ஆம் ஆண்டு ஜனவரியில் நேச்சர் என்ற ஆய்விதழில் இவர்களின் கண்டுபிடிப்பு அறிக்கை வெளியானது.(10)

கடந்த ஓராயிரம் ஆண்டுகளில் தொடங்கி 21வது நூற்றாண்டு வரை உலக அளவில் மழைப் பொழிவில் ஏற்பட்டுள்ள மாற்றங்களை ஆய்வு செய்த சர்வதேச அறிவியலாளர்கள், சூரிய வெப்பத்தி னாலும், எரிமலைகள் வெடிப்பதனாலும் புவியின் காற்று மண்டலத்தில் உயரும் வெப்ப நிலையை, மானுட செயற் பாட்டால் உருவாகும் பசுமை வாயு வெளியேற்றத்தால் உயரும் வெப்ப நிலைகளுடன் ஒப்பீடு செய்து இயற்கையில் ஏற்பட்ட மாற்றங்களை ஆய்வு செய்துள்ளனர். காற்று மண்டலத்தையும், கடல் நீர் மேல் பரப்பு வெப்ப நிலையையும் (Sea Surface Temperature - SST) இணைத்து உருவாக்கி ஓர் ஆய்வு மாதிரியைப் பயன்படுத்தி இவர்கள் செய்த ஆய்வில் வெளிப்பட்ட உண்மை யாதெனில், தொழில் புரட்சி நடந்த பிறகு புவியின் வெப்ப நிலை ஒரு டிகிரி உயர்ந்தபோது மழைப் பொழிவு உயர்வில் 40 விழுக்காடு குறைந்து வருவதைக் கண்டனர்.

‘எங்களுடைய தட்ப வெப்ப மாதிரியைக் கொண்டு ஆய்வு செய்ததில் கடல் நீர் மேல் பரப்பு வெப்ப நிலை மாறுபாடு ஒவ்வொன்றும் ஒரு முடிவைத் தந்தது; பசுமை வாயு வெளியேற்றத்தால் வெப்பமடையும்போது பூமத்திய ரேகை பகுதி பசிபிக் பெருங்கடல் நீரின் வெப்ப நிலை மாறுபாடுகள் குறைகின்றது. ஆனால் சூரிய வெப்பத்தால் கடல் நீர் மேல் பரப்பு வெப்ப நிலை அதிகரிக்கும்போது இந்த மாறுபாடு மேலும் அதிகரிக்கிறது. இதேபோல் நிலத்தில் சராசரி வெப்ப நிலை அதிகரிக்கும்போது, குறைவான வெப்ப நிலை மாறுபாடு

கொண்ட கடல் நீரின் வெப்பத்தால் பூமத்திய ரேகை நாடுகளில் மழைப் பொழிவு குறைகிறது' என்று இந்த ஆய்வில் ஈடுபட்ட பேராசிரியர் பின் வாங் கூறியுள்ளார்.[11]

இந்த ஆய்வில் ஈடுபட்ட மற்றொரு ஆராய்ச்சியாளர், புவியின் காற்று மண்டலத்தில் மேலும் கீழுமான வெப்ப நிலைப் பரவலில் பசுமை வாயுக்களால் ஏற்படும் மாற்றத்தையும் அதனால் எப்படிப் பருவ மழை பொழிவு குறைகிறது என்பதையும் கண்டறிந்துள்ளார். 'காற்று மண்டலத்தின் கீழ் அடுக்கிற்கும் மேலடுக்கிற்கும் இடையிலான வெப்ப நிலை வேறுபாட்டை, பசுமை வாயுக்கள் கலப்பதால் உயரும் கூடுதல் வெப்ப நிலை மாற்றி விடுகிறது. இதனால் புவியைச் சுற்றியுள்ள காற்று மண்டலத்தில் - மேலடுக்கு கீழடுக்கு இடையிலான - வெப்ப நிலை வேறுபாடு குறைந்து விடுகிறது. இதனால் பருவக் காற்று பலவீனமடைகிறது. இதன் விளைவாக பசிபிக் பெருங்கடலின் கிழக்குப் பகுதி அதன் மேற்குப் பகுதியை விட அதிகமாக கடல் நீர் மேல் பரப்பு அதிக வெப்ப நிலையை அடைகிறது. கடல் நீர் மட்டத்தின் இந்த வெப்ப நிலை மாறுபாடு அதன் சராசரி மாறுபாட்டைவிடக் குறைவானதாகிறது - இது எல் நினோ வெப்ப அலை பாதிப்புக்கு ஈடானதாகும். சராசரி வெப்ப நிலை மாறுபாட்டில் பசுமை வாயு கலப்பு ஏற்படுத்தும் பாதிப்பே பருவக் காற்றை பலவீனப்படுத்தி, பருவ மழைப் பொழிவைக் குறைக்கிறது.

பொதுவாக - பசுமை வாயு கலப்பற்ற காற்று மண்டத்தில் சூரிய வெப்பக் கதிர்கள் ஊடுருவலால் கீழடுக்கில் வெப்ப நிலை அதிகமாகவும், மேலடுக்கில் வெப்ப நிலை குறைவாகவும் இருப்பதால் இந்த மாறுபாடு மழையைக் கொண்டுவரும் பருவக் காற்றுக்குச் சாதகமான நிலையை உருவாக்குகிறது. இதனால் பசிபிக் பெருங்கடலின் மேற்குப் பகுதி வெப்பமடைவதும், கிழக்குப் பகுதி குளிர்வடைந்து கடல் நீர் மட்டம் உயராமலும் இருக்கும்.[12]

'புவியின் காற்று மண்டல வெப்ப நிலை சூரியக் கதிர்களால் மட்டுமே வெப்பமடைந்த முந்தைய உலகில் பூமத்திய ரேகையின் கிழக்கு-மேற்கு கடல் நீர் மேற்பரப்பு வெப்ப நிலை வேறுபாடு நிலைத்திருந்தது, பருவ மழைப் பொழிவும் நிச்சயமாக இருந்தது. ஆனால் பசுமை வாயு வெளியேற்றத்தினால் உயரும் காற்று மண்டல வெப்பத்தின் காரணமாக கடல் நீர் மேற்பரப்பு வெப்ப நிலை வேறுபாடு குறைகிறது, இதன் காரணமாக ஒவ்வொரு

ஆண்டும் மழைப் பொழிவு குறைந்து கொண்ட வரும் என்பதே எங்களின் ஆய்வு முடிவு.' என்று கூறியுள்ளனர்.[13]

புவியியல் - தட்ப வெப்ப நிலை தொடர்பான இந்த ஆய்வு மிகுந்த கவனத்துடன் புரிந்துகொள்ளப்பட வேண்டியதாகும். இயற்கையான தட்ப வெப்ப நிலையில், காற்றழுத்தத் தாழ்வு மண்டலம் உருவாவதில் வெப்ப நிலை மாறுபாடு பெரும் பங்காற்றுகிறது. இவை ஒன்றோடொன்று தொடர்புடையன. இவற்றின் இயற்கையான இயங்கு உறவைப் பசுமை வாயு வெளியேற்றத்தினால் காற்று மண்டலத்தின் வெப்ப உயர்வு சிதைக்கிறது. எனவேதான் பசுமை வாயு வெளியேற்றத்தின் தாக்கத்தை எல் நினோ வெப்ப நீரோட்டத்தின் தாக்கத்துடன் ஒப்பிட்டுள்ளனர். இதனைப் புரிந்து கொள்ள, நமது நாட்டில் இந்த மாற்றம் எப்படி மழைப் பொழிவைப் பாதித்திருக்கிறது என்பதில் இருந்து புரிந்துகொள்ளலாம்.

இன்றிலிருந்து 30 ஆண்டுகளுக்கு முன்னர் வரை ஓராண்டின் குறிப்பிட்ட காலத்தில் - மாதத்தில் எதிர்பார்த்தபடி, ஏறக்குறைய எதிர்பார்த்த அளவிற்கு மழை பெய்துகொண்டுதான் இருந்தது. உலக அளவில் தட்ப வெப்ப நிலைகளைப் பற்றி நடத்தப்பட்ட பரவலான ஆய்வுகளின் மூலம் தட்ப வெப்ப மண்டலங்கள் குறிக்கப்பட்டன. சிற்சில ஆண்டுகளைத் தவிர பொதுவாக அதில் குறிக்கப்பட்டபடியே பருவக் காற்று வீசும், மழை பெய்யும், கோடைக் காலத்தில் வெப்பம் அதிகரிக்கும், கோடைக் காலங்களில் கூட அவ்வப்போது மழை பெய்யும். இந்தத் தட்ப வெப்ப மண்டலங்களின் ஆய்வையே நாங்கள் பட்டப்படிப்பில் ஒரு பாடமாக படித்துத் தேர்ந்தோம்.[14]

தமிழ்நாட்டைப் பொறுத்தவரை ஐப்பசி, கார்த்திகை மாதங்களில் பெரும்பான்மையான ஆண்டுகளில் வட கிழக்குப் பருவ மழை பெய்யும். அப்போதெல்லாம் பல நாட்களுக்கு - குறைந்தது ஒரு வார காலத்துக்காவது பகலென்றும் தெரியாது, இரவென்றும் தெரியாது அப்படி மழை கொட்டும். வடகிழக்குப் பருவக் காற்று வீசத் தொடங்கியதும் இந்தியப் பெருங்கடலில் உருவாகும் காற்றழுத்தத் தாழ்வு மண்டலம் தமிழ்நாட்டின் கரையை நோக்கி நெருங்கி வர வர வலுப்பெற்று புயல் சின்னமாக மாறும். அது கரையைக் கடக்கும் வரை மழை நீடிக்கும். சில ஆண்டுகளில் இப்படி வரும் புயல் சின்னங்களின் எண்ணிக்கை ஐந்து, ஆறு என்று நீண்டதுண்டு, அப்போதெல்லாம் தமிழ்நாடு, கேரளம், ஆந்திரம், தென் கன்னடா ஆகிய மாநிலங்களிலும், புயல் சின்னம் மேல்

நோக்கி நகர, நகர ஒடிசா, மேற்கு வங்கம், வங்க தேசம் என்று மழைப் பொழிவு இருக்கும்.

இப்படிப்பட்ட பருவநிலை பல நூற்றாண்டுகளாகத் தமிழ்நாட்டில் நிலவி வந்துள்ளது. மழை பெய்து காவிரி உள்ளிட்ட ஆறுகளிலும், அதன் கிளையாறுகளிலும் ஏற்படும் வெள்ளப் பெருக்கை மணல் மூட்டைகளைக் கொண்டு- இதற்கென காத்திருந்தது போல் அவற்றைக் கிராம மக்களே தயார்படுத்தி வைத்திருப்பர் - கரை உடைந்துவிடாமல் காப்பார்கள். இந்த மழைக்குப் பிறகு தமிழ்நாட்டின் மழை மறைவு பகுதிகளான தர்மபுரி போன்ற மாவட்டங்களைத் தவிர எங்கு நோக்கினும் பசுமையாகவே காட்சியளிக்கும்.

புவி வெப்பம் மழை அதிகரிக்கும்! நாசாவின் சாய்வறிக்கை

பூமி வெப்பமடைவது ஆண்டுக்கு ஆண்டு அதிகரித்து வருவதால் பூமத்திய ரேகையின் இரு பக்கங்களிலும் உள்ள வெப்ப மண்டல நாடுகளில் மழைப் பொழிவு அதிகரிக்கும் என்று அமெரிக்காவின் விண்வெளி ஆய்வு அமைப்பான நாசா தெரிவித்துள்ளது. சமீபத்தில் வெளியான இந்த ஆய்வு புவி வெப்பமடைதலுக்கும் மழைப் பொழிவில் ஏற்படும் மாற்றங்களுக்கும் இடையிலான தொடர்பைப் பற்றிப் பல்வேறு கேள்விகளை எழுப்புகிறது.

நாசாவின் ஆய்வு முடிவுகளின்படி, மழை மேகங்கள் மட்டுமே மழைப் பொழிவிற்குக் காரணங்களாவதில்லை. மாறாக, இப்புவியின் எரிசக்திச் சமன்பாடும் - அதாவது சூரிய ஒளியால் புவிக்குக் கிடைக்கும் வெப்ப அளவிற்கும் புவியில் இருந்து வெளியேறி காற்று மண்டலத்தில் கலக்கும் வெப்ப அளவிற்கும் இடையிலான சமன்பாட்டின் வேறுபாடே மழைப் பொழிவை நிர்ணயிக்கும் மற்றொரு காரணியாக இருக்கிறது என்று கூறும் நாசா ஆய்வு, புவியின் காற்று மண்டத்தின் உயர் பகுதியில் நிலைகொள்ளும் மேகங்கள் காற்று மண்டலத்தின் வெப்ப நிலையை அதிகரிக்கச் செய்கின்றன, இப்படிப்பட்ட மேகங்கள் உருவாக்கம் எதிர்காலத்தில் குறையும் நிலையில், காற்று மண்டல வெப்பம் குறைந்து குளிர்ச்சியடைந்து மழைப் பொழிவு அல்லது பனிப் பொழிவு அதிகரிக்கும் என்று கூறியுள்ளது.

எதிர்காலத்தில் மழைப் பொழிவு எவ்வாறிருக்கும் என்பதைக் கண்டுபிடிக்கும் ஆய்வாக இது நடத்தப்பட்டுள்ளதென கூறியுள்ள

நாசாவின் அறிவியலாளர் ஹூய் சூ, மழைப் பொழிவு குறித்து கடந்த 30 ஆண்டுகளில் நடந்த பல்வேறு ஆய்வுகள், ஒவ்வொரு டிகிரி வெப்ப உயர்வும் மழைப் பொழிவை அதிகரித்து வந்துள்ளது என்கிற காரணியைக் குறைத்து மதிப்பிட்டுள்ளன என்று கூறியுள்ளார். நாசாவின் இந்த ஆய்வு, நேச்சர் கம்யூனிக்கேஷன் என்கிற இதழில் வெளியாகியுள்ளது.(15)

நாசாவின் இந்த ஆய்வில் புவியின் இயற்கை தொடர்பான ஒரு முக்கிய உண்மை மறைக்கப்படுகிறது. அது என்னவெனில், சூரிய ஒளியால் புவியின் நில மேல்பரப்பு வெப்பமடையும்போது அது நில மேல்பரப்பிலுள்ள நீரை உள்ளிழுத்துக்கொள்ளும். எனவே நீர் ஆவியாவது குறையும். இந்நிலையில் காற்று மண்டலத்தின் வெப்ப நிலையும் - கரியமில வாயு சேர்க்கையினால் உண்டாகும் ஓசோன் படிவ உருவாக்கத்தால் - அதிகரிக்கப்பதால் மழை மேகங்களின் மீது மோதும் காற்றின் வெப்ப நிலை அதிகரிக்கிறது. இதனால் மழைப் பொழிவு நிகழாது.

கோடைக் கால மழைப் பொழிவை எடுத்துக்காட்டுவதற்குரிய தரவுகளே நாசாவில் உள்ளது. கோடகைக் காலங்களில் புவியின் வெப்ப நிலை பகல் நேரத்தில் அதிகரிக்கும்போது நில நீர் நிலைகளிலுள்ள நீர் ஆவியாகி மேல் நோக்கி எழும்பி, உயரம் செல்லச் செல்ல வெப்ப நிலைக் குறைவின் காரணமாக நீராவியாகி, காற்று மண்டலத்தின் வெப்ப நிலை குறையும் நிலையில் மழையாகிறது. இதனை மேலடுக்குச் சுழற்சி என்று நமது வானிலை நிலையங்கள் குறிக்கின்றன.

இதுநாள் வரை புவி வெப்பமடைதலே நீராதாரங்கள் குறைவதற்கும், பனிப்படலங்கள் உருகுவதற்கும், மழைப் பொழிவு குறைவதற்கும் காரணம் என்று சொல்லி வந்த அமெரிக்காவின் நாசா ஆய்வு மையம், இப்போது அதையே மாற்றிச் சொல்வதன் நோக்கம் என்ன? புவி வெப்பமடைதலைத் தடுக்க கரியமில வாயு வெளியேற்றத்தைக் குறைக்கும் பாரிஸ் ஒப்பந்தத்தில் இருந்து அமெரிக்கா வெளியேறும் என்று இன்றைய அமெரிக்க அதிபர் டொனால்ட் டிரம்ப் அறிவித்தது நியாயமானது, உண்மையானது என்று நிரூபிக்கவா?

ஆனால் இந்தியாவைப் பொறுத்தவரை 90களுக்குப் பிறகு நமது நாடு (அரசுகள்) கடைபிடிக்கத் தொடங்கிய தொழில் - முதலீட்டுக் கொள்கைகளால் ஏராளமான தொழிற்சாலைகள் பெருகின. இவை வெளியேற்றிய புகையினால் காற்று மண்டலம் மாசுபட்டது

மட்டுமின்றி, புகையோடு வெளியேறிய பசுமை வாயுக்களால் வெப்பமடைந்துள்ளதே மழைப் பொழிவைப் பாதித்துள்ளதை இப்போது அறிகின்றோம்.

நஞ்சுக்கு உறவான அந்நியத் தொழில் நிறுவனங்கள்

எண்ணெய் துரப்பணம் மட்டுமல்ல, அந்நிய நேரடி முதலீடாக இந்தியா வந்துள்ள எண்ணற்ற நிறுவனங்கள் இப்படிப்பட்ட பசுமை வாயு வெளியேற்றத்தை அதிகம் செய்யக்கூடியனவாகும். எடுத்துக்காட்டாக, சென்னையை அடுத்த ஸ்ரீபெரும்புதூரில் அமைந்துள்ள செயிண்ட் கோபைன் என்கிற கண்ணாடி உற் பத்தியில் ஈடுபட்டிருக்கும் அயல்நாட்டு நிறுவனத்தை எடுத்துக் கொள்வோம். இந்நிறுவனம் செயல்படத் தொடங்கியதில் இருந்து அப்பகுதியில் அவ்வப்போது பெய்துவந்த மழை கடந்த சில ஆண்டுகளில் பெய்யவில்லை. ‘முன்பெல்லாம் மாலையில் தொடங்கி முன்னிரவு வரை மழை பெய்யும், மறுநாள் காலை வந்து பார்த்தால் ஸ்ரீபெரும்புதூர் ஏரி (இது தமிழ்நாட்டின் மூன்றாவது பெரிய நீர் நிலையாகும்) நிரம்பி கலம்பங்களின் வழியாக உபரி நீர் அக்கம் பக்கத்து கிராமங்களுக்கு வழிந்தோடிக்கொண்டிருக்கும். எப்போது இங்கு செயிண்ட் கோபைன் தொழிற்சாலை இயங்கத் தொடங்கியதோ அப்போதிருந்து முன்பெல்லாம் பெய்த அந்த மழை பெய்வதில்லை’ என்று அப்பகுதியில் நீண்ட காலமாக வசித்து வரும் ஒருவர் கூறினார். செயிண்ட் கோபைன் கண்ணாடிப் பொருட்கள் தயாரிக்கும் தொழிற்சாலையில் பற்ற வைக்கப்பட்ட பாய்லரில் (இது நிறுத்தப் படாமல் தொடர்ந்து இயங்கிக்கொண்டிருக்குமாம்) இருந்து வெளியேறும் வெப்பமே இதற்குக் காரணம் என்றார்.

சமீபத்தில் ஒரு நாள் திருப்பெரும்புதூருக்குச் செல்ல வேண்டிய அவசியம் ஏற்பட்டது. நான் அங்கு செல்வதற்கு முன் ஒரு அரை மணி நேரம் மழை பெய்திருந்தது. அது குறித்து உறவினர்களிடம் பேசியபோது, இன்றைக்குத்தான் இந்தக் கோடையில் ஒரு மழை - அதுவும் கொஞ்ச நேரம் பெய்தது. சென்னையில் மழை பெய்து வெள்ளம் வீடுகளை நிறைத்த அந்த நாட்களில்கூட இங்கு மழை ஏதும் பெய்யவில்லை தெரியுமா? என்று கேட்டார். என்றைக்கு இவ்வூரில் ஏராளமான (பெரும்பாலும் கார்) தொழிற்சாலைகள் வந்தனவோ அப்போதிருந்தே இங்கு பெய்துக் கொண்டிருந்த மழை பெய்வதில்லை என்றும் கூறினார்கள்.

பசுமை வாயு வெளியேற்றம் நமது உயிர் வாழ்விற்கு ஆதாரமாகத் திகழும் காற்று மண்டலத்தில் ஏற்படுத்தியுள்ள பாதிப்பு எத்தகையது என்பதை இதிலிருந்து புரிந்துகொள்ளலாம். இயற்கையின் எந்த விளைவும் தனியே இல்லை, சங்கிலித் தொடர் போல் அமைந்துள்ளது. இதில் எங்கு ஊறு நிகழ்ந்தாலும் அங்கு மாற்றம் ஏற்பட்டு இயற்கையின் கொடைகளில் தடை ஏற்படும். அனைத்து உயரினங்களிலும் புற ஆற்றல் குறைவாகக் கொண்டவன் மனிதனாவான். எவ்வாறெனில் அவன் பயன்பாட்டுப் பொருட்களில், ஆற்றல்களில் சிறு குறையோ, சிறு தூய்மையின்மையோ ஏற்பட்டால் உடல் பலவீனம் அடைந்துவிடுகிறான். பஞ்ச பூதங்களில் காற்று, நீர் ஆகியவற்றில் சின்னஞ்சிறு மாற்றமும் மனித ஆயுளுக்குச் சவாலாகி காலப்போக்கில் முற்றுப் பெற வைத்துவிடும்.

இரு நூற்றாண்டிற்குமுன் மனித இனத்தில் இருந்த பலம் இப்போது இல்லாமல் போயுள்ளது. பயன்படுத்தப்படாத மனித ஆற்றல் மங்கி மறைந்திடும். சில தலைமுறைகளில் அடுத்த தலைமுறைக்கு பிறப்பு ரீதியாகப் பரிமாறப்படாது. இதுவே இன்றுள்ள மனிதர்க்கு ஆற்றல் இல்லாமைக்குக் காரணம். இக்குறைபாடு எந்த நோய் தாக்குதல்களையும் எதிர்க்கும், தாங்கிப்பிடிக்கும் நோய் எதிர்ப்புச் சக்தியும் குறைந்திடும். இதுவே துல்லியமாய் கண்டறியப்படாத பல நோய்களுக்கும் மரணங்களுக்கும் விதையாய் இருக்கின்றது.

பெரு மக்கள் தொகை கொண்ட நாடுகளில் ஒன்றான இந்தியாவில் எந்த நோய்த் தொற்றும் எளிதில் வெகு விரைவாகப் பரவிடும். அதனைக் கண்டுப்படுத்த, நீக்க பெரிய அளவிலான நிதி தேவைப் படும். எனவே எவ்வித இயற்கைக்கு எதிரான விஷப் பரிட்சையும் வேறு வழியே இல்லாவிட்டால் மட்டுமே செய்வது சாத்திய மாக்கப்பட வேண்டும்.

ஒவ்வொரு நாட்டிற்கும் மரபு, பாரம்பரியம், பண்பாடு உண்டு. அவை இயற்கையோடு இசைந்தவையாகவே இருக்கும். இன்றைய அறிவுக்குப் பெரும் தீனி போடுகின்ற மனித இயல்புக்கு, பார்வைக்கு அவை தெரிய வாய்ப்பில்லை. எடுத்துரைத்தாலும் புரிய வாய்ப்பில்லை. இந்தியா, எகிப்து, கிரேக்கம், ஜப்பான் போன்ற புவியின் பழைமையான நாடுகளின் காலத்தால் அழிக்கப் படாமல் நீளும் கட்டடக் கலைகள், சிற்பங்கள், மரபு சார்ந்த வாழ்வியல் முறைகள் இன்றைய காலத்திலும் பிரமிப்பையும், பல கேள்விகளையும் பெரும் மூச்சோடு உண்டாக்குகின்றன. இவை அனைத்துக்கும் ஒரே விளக்கம் இதுதான். இயற்கையோடு

இசைந்து வாழ்ந்ததால் இயற்கையே தன் ஆற்றல்களை அவர்களுக்கு எடுத்துக்காட்டியுள்ளது.

அறிவியல் கண்டுபிடிப்புகளால் உலகம் அனைவருக்கும் அருகிலேயே உள்ளது. இதை மறுப்பதற்கில்லை. எப்பகுதியிலும் உள்ள எதனையும் ஏற்பதால் பல நிலப்பகுதிகளின் தனித்தன்மைகள் பாழாகி வருகின்றன. இவ்வாறாகத் தொடர்கின்றபோது மானுடம் குழம்பிய குட்டையாகவே மாறும். அவை எந்த மேன்மையையும் அளிக்காது.

பாரம்பரியமிக்க இந்நாட்டைச் சார்ந்தவர்கள் ஆழ்ந்து பார்த்து ஏற்ற இறக்கங்களை உணர்ந்த பின்னரே பிற நாட்டுத் தொழில்களை, செயல்களைப் பின்பற்றவேண்டும். இல்லையெனில் இந்நாட்டைத் திசை திருப்பி பாதாளத்தில் தள்ளி மேலும் சில நூற்றாண்டு இந்நாட்டு வாழ்க்கையினை போராட்டக்களமாகவே கீழ்நோக்கித் தள்ள இயலும். வருங்காலம் நகைக்கின்ற செயல்களை செய்கின்றவர்களா ஆற்றல் மிகுந்தவர்கள்!

நாம் பதில் காணவேண்டிய மிக முக்கிய கேள்விக்கு வந்துள்ளோம். தமிழ்நாட்டில் 700க்கும் அதிகமான எண்ணெய்க் கிணறுகளை அமைத்து எண்ணெய் துரப்பணமும், எரிவாயு எடுப்பும் நடைபெற்று வருகிறது. அதற்கு எதிராக இதுவரை எந்தப் புகாரும் இல்லை என்று இந்திய ஒன்றிய அரசின் பெட்ரோலிய அமைச்சகம் வெளியிட்ட செய்திக் குறிப்பில் தெரிவிக்கப் பட்டிருந்ததே அது உண்மையா? களத்தில் சென்று சேகரிக்கப்பட்ட தகவல்களை அடுத்த அத்தியாயத்தில் காணலாம்.

ஆதாரக் குறிப்புகள்:

1. Green House Effect: National Geography.
2. Climate Action: Paris Agreement : A long-term goal of keeping the increase in global average temperature to well below 2°C above pre-industrial levels; <https://ec.europa.eu/clima/policies/international/negotiations/paris_en>
3. Overview of Green House Gases: United States Environment Protection Agency.
4. A GEECL source claimed the implementation of the CBM project would only help maintain the ecological balance in the

lignite&bearing areas where methane gas released during mining escaped into the atmosphere and damaged the ozone layer "as the global warming potential of methane is 21 times higher than carbon dioxide". (Frontline)

5. Overview of Green House Gases: United States Environment Protection Agency.
6. US Environment Protection Agency: U.S. Energy Information Administration (2016). Electricity Explained & Basics.
7. Green House Effect: National Geography.
8. Ibid
9. Ibid
10. Nature, January 2013. Green House Gases Affect Rainfall Differently Than Natural Global Warming - An article by April Flowers for Redorbit.com.
11. Bin Wang - Professor of Meteorology at the International Pacific Research Center, University of Hawaii at Manoa - from the above article.
12. The report's co-author Jian Liu from the Chinese Academy of Sciences. மேற்கண்ட ஆய்வறிக்கையின் இணை எழுத்தாளர். (www.redorbit.com).
13. Bin Wang - Professor of Meteorology at the International Pacific Research Center, University of Hawaii at Manoa - from the above article.
14. Climatology by Trevartha. இதுதான் பட்டப்படிப்பில் தட்ப வெப்ப நிலை பற்றிய எங்களுக்கான பாடத்திட்டத்திற்கான விரிவான புத்தகம். இப்புத்தகத்தில் இடம் பெற்றிருந்தவாறு இப்போது உலகின் வெப்ப மண்டலங்கள் இல்லை, அப்படியே மாறிவிட்டன.
15. Tightening of Tropical Ascent and High Clouds Key to Precipitation Changes in a Warmer Climate, Nature

-5-

களஆய்வு : பறைசாற்றும் உண்மைகள்

140 ஆண்டுகள் காணா அளவிற்கு தென்மேற்கு, வடகிழக்குப் பருவ மழைப் பொழிவு 65 விழுக்காடு குறைந்ததே தமிழ்நாட்டில் தற்போது நிலவி வரும் வறட்சிக்குக் காரணம் என்பதே நமக்கெல்லாம் தெரிந்த அல்லது தெரிவிக்கப்பட்ட செய்தி. ஆனால் பயிர் வளச் செழிப்பால் நம்மைக் கவர்ந்த பசுமை இன்று நமது கண்ணிற்குக் கிட்டாமல் செய்யும் இந்த வறட்சிக்குப் பருவ மழைக் குறைவாகப் பெய்தது மட்டுமே காரணமா?

சிறு பிள்ளைப் பருவம் முதல் எத்தனையோ ஆண்டுகள் தொடர்ச்சியாகத் தஞ்சைத் தரணியில் பயணித்திருக்கிறேன். ஆனால் ஹைட்ரோகார்பன் துரப்பணத்தால் ஏற்பட்டுள்ள பாதிப்பை உணர மேற்கொண்ட இந்தப் பயணத்தில் அனுபவித்த வெப்பமும், நிலங்கள் வறண்டு கிடந்த காட்சியும் இதுவரை கண்டிராத ஒன்று. அந்த அளவிற்குப் பயிர் வளத்திற்கும் பசுமைக்கும் எடுத்துக்காட்டாகத் திகழ்ந்த காவிரிப் படுகை மாவட்டங்களான தஞ்சை, திருவாரூர், நாகை மாவட்டங்கள் இப்போது வறண்டுக் கிடக்கின்றன.

பேசத் தெரிந்த அம்மண்ணின் மைந்தர்களான விவசாயிகளும், விவசாயத்தைச் சார்ந்து வாழும் மனிதர்களும் மட்டுமின்றி, அங்குள்ள இயற்கைச் சூழலும் எப்படிப்பட்ட பாதிப்பை அனுபவித்து வருகின்றன என்பதை அங்கு சென்று பார்ப்பவர்களால் உணரமுடியும். பசுமை வயல்களுக்கு இடையே நடந்து செல்லும் போது வீசும் காற்றும், மரங்களின் நிழல்களில் நின்று பார்க்கும் போது கண்ணிற்குக் கிடைக்கும் பசுமைக் காட்சிகளும் பழங்கதையோ என்று நினைக்கும் அளவிற்கு அங்கு இயற்கைச் சூழல் உயிரற்றுக் கிடக்கிறது.

மன்னார்குடியில் இருந்து நாகை மாவட்டத்தின் கடற்கரைக் கிராமங்கள் வரை மூன்று நாட்கள் பயணம் செய்து பார்த்தபோது, எங்கெல்லாம் ஓ.என்.ஜி.சி.யின் எண்ணெய்/ எரிவாயு துரப்பணக் கிணறுகள் அமைக்கப்பட்டுள்ளவோ அங்கெல்லாம் நிலவிய சூழலிற்கும், மற்ற இடங்களில் நிலவிய சூழலிற்கும் நன்கு உணரக்கூடிய வேறுபாடுகள் இருந்தன. வரலாற்றுக் காலம் முதல் வேளாண் மண்டலமாகத் திகழ்ந்த காவிரிப் படுகையில் 'வளர்ச்சி'க் காண எண்ணெய் துரப்பணத் திட்டங்களினால் ஏற்பட்டுள்ள பாதிப்பை எவ்வளவு கூறினாலும் அது எழுத்தின் போதாமையை வெளிப்படுத்தக்கூடியதாகவே இருக்கும். ஒவ்வொரு கிராமத்திற்கும் நேரில் சென்று பார்த்தால் மட்டுமே அந்த உன்னத மான இயற்கைச் சூழல் எப்படியெல்லாம் தன்னை இழந்துக் கொண்டிருக்கிறது என்பதை உணர முடியும்.

இக்கள ஆய்வில் சென்ற இடங்கள், அங்குள்ளவர்கள் கூறிய தகவல்கள், எனது கேள்விகளுக்கு கிடைத்த பதில்கள், கண்ட காட்சிகள் ஆகியவனவே இங்கு தந்துள்ளேன்.(1)

உக்கடை கமலாபுரம்

திருவாரூர் மாவட்டம், கோட்டூர் ஒன்றியம், பனையூர் ஊராட்சிக்கு உட்பட்ட கிராமம். இங்கு மட்டும் 7 இடங்களில் ஓ.என்.ஜி.சி.யின் துரப்பணக் கிணறுகள் அமைக்கப்பட்டுள்ளன. மேலும் 7 இடங்களில் துரப்பணம் செய்ய இடம் குறிக்கப்பட்டுள்ளதாக நம்மிடம் பேசிய விவசாயி சரவணன் கூறினார். இவர் இக்கிராமத்தில் பல்லாண்டுக் காலமாக விவசாயம் செய்து வருபவர். ஓ.என்.ஜி.சி. துரப்பணப் பணிகளால் ஏற்பட்ட பாதிப்புகளை மக்களைத் திரட்டித் தட்டிக்கேட்டவர்.

இவருடைய நிலத்திற்குப் பக்கத்தில் அமைந்துள்ள எண்ணெய் கண்டறிதலுக்கான ஆழ்துளைக் கிணற்றை பார்க்கச் சென்றோம். அது அமைந்துள்ள சாலையில் திரும்பியதுமே அனலாக இருந்தது. சில நூறு மீட்டர்கள் வரை அனல் தொடர்ந்தது. கண்டுபிடிப்பு முடிந்து கிணற்றைத் தற்காலிகமாக மூடும் பணி நடந்து கொண்டிருந்ததாகக் கூறினர். ஆனால் இக்கிணறு இயங்கியபோது வெளியேறிய திரவக் கழிவை அருகிலேயே ஓரிடத்தில் பள்ளம் தோண்டி, அதன் மீது பிளாஸ்டிக் தார்ப்பாலினை விரித்துக் கொட்டி வைத்துள்ளதைக் கண்டோம்.

இக்கிணற்றிற்கு அருகில் இருந்த சரவணனின் நிலக் கால்வாயில் ஓடிக்கொண்டிருந்த நீர் பச்சையாகவும், பாசி படிந்தும் இருந்தது. போர் போட்டு எடுக்கும் நீரே இப்படித்தான் பச்சையாக இருக்கிறது என்று கூறினார். விவசாய நிலங்களில் இயங்கும் போர்களில் இருந்து வரும் நிலத்தடி நீர் கண்ணாடி போன்று இருக்கும். அது வாய்க்காலில் ஓடும்போதும் அவ்வளவுத் தெளிவாக இருக்கும். போரில் நீர் கொட்டும் இடத்திலும், வாய்க்காலிலும் ஆற்று மணல் போல் தூய்மையான மணலைக் காணலாம். ஆனால் இங்கு பயன்படுத்தாத நீர் பாசிபடிந்து இருப்பதைப் போல் இருந்தது. அருகில் ஒரு மாட்டைக் கட்டியிருந்தார்கள், மாடு இந்த நீரைக் குடித்தால் என்ன ஆவது?

நிலத்தின் ஒரு பகுதியைக் காட்டிய சரவணன், அங்கு பயிர்கள் அப்படியே காய்ந்து வருவதைக் காட்டினார். ‘நிலத்தடி நீர் கெட்டு அது பயிர் வளர்ச்சியை எப்படிக் கெடுக்கிறது என்பதைப் பார்த்துக் கொள்ளுங்கள்’ என்றார்.

அங்கிருந்து சற்று தூரத்தில் இயங்கிக் கொண்டிருக்கும் ஒரு கிணற்றைப் பார்வையிட்டோம். அதில் இணைக்கப்பட்டுள்ள குழாய் வாயிலாக எண்ணெய்/ எரிவாயு வெளியேறிக் கொண்டிருந்தது. துரப்பணக் கிணறுகள் அனைத்தும் குழாய்களால் இணைக்கப்பட்டு, அவற்றின் உற்பத்தி ஒரு நிலையத்தில் (நரிமணம்) சேமிக்கப்பட்டு வருவதாகக் கூறினார். இயங்கிக் கொண்டிருந்த அந்த கிணற்றிற்கு அருகில் ஓ.என்.ஜி.சி.யைச் சேர்ந்த ஒருவர் கூட இல்லை!

அக்கிராமத்தின் மற்றொரு பகுதியில் இயங்கிக்கொண்டிருந்த மற்றொரு துரப்பணக் கிணற்றைக் காணச் சென்றோம். NKK-1 (நரிமணம் காரைக்கால் திட்டம் ஒன்று) என்று பெயரிடப் பட்டிருந்த அக்கிணற்றின் வெளிப்புறத்தில் Effluent Water என்று

பெரிய எழுத்தில் எழுதப்பட்ட டேங்கர் லாரி நின்று கொண்டிருந்தது. சுற்றிலுள்ள நிலங்கள் எல்லாம் வறண்டே கிடந்தன. இங்கிருந்து கொண்டு செல்லப்படும் கழிவு நீரை எங்கே கொண்டு சென்று சுத்திகரிப்புச் செய்கிறார்கள் என்பது தெரியவில்லை.

மேலும் சில துரப்பண கிணறுகள் இருந்த இடங்களுக்குச் சென்று பார்த்துவிட்டுத் திரும்பினோம். ஓ.என்.ஜி.சி.யைச் சேர்ந்தவர்கள் வாகனத்தில் வந்து இவ்விடங்களைப் பார்வையிட்டுச் செல்வதை யும் காண முடிந்தது. இப்பயணத்தில் துரப்பணக் கிணறுகள் இருந்த பல இடங்களுக்குச் சென்று பார்த்தோம். சில இடங்களில் மட்டுமே பாதுகாப்பான வேலியமைக்கப்பட்டிருந்தது. பெரும் பாலும் வெட்ட வெளியில் திறந்த நிலையிலேயே துரப்பணக் கிணறுகள் எவ்வித பாதுகாப்பும் இன்றி, ஏதோ நிலத்தடி நீர்க் குழாய்களை அமைப்பதுபோல் அமைக்கப்பட்டிருந்தன!

பறிபோன இனிமை

ஓ.என்.ஜி.சி. ஆழ்துளைக் கிணறுகள் அமைத்த 2013-14ஆம் ஆண்டுகளுக்குப் பிறகு எங்கள் கொல்லைகளில், வீடுகளில் போர் மூலம் எடுத்து நாங்கள் குடிக்கும் நீர் கெட்டுவிட்டது. 'அதற்கு முன்னரெல்லாம் பூமியில் இருந்து போர் மூலம் எடுத்து குடிக்கும் நீர் இளநீர் போல சுவையாக இருக்கும்' என்று கூறிய சரவணனிடம் இதற்கு துரப்பணக் கிணறுகள் அமைத்ததே காரணம் என்று எப்படிக் கூறுகிறீர்கள் என்று கேட்டதற்கு, 'இங்கிருந்து 6 கி.மீ. தொலைவில் கோரையாறு இருக்கிறது. அங்கு நிலத்தடி நீர் இன்றும் கெடாமல் சுவையோடு இருக்கிறது. 20 கி.மீ. தூரத்திலுள்ள ஆலத்தாங்குடியில் (குடவாசல் ஒன்றியம்) நிலத்தடி நீர் சுவையாக இருக்கிறது. ஒரு காலத்தில் இந்தக் கிராமத்தின் நிலத்தடி நீரின் சுவைக்காகவே பல ஜமீன்களும் மிராசுதார்களும் பல ஏக்கர்களுக்கு பூமியை வாங்கிக் குவித்துள்ளார்கள். அதெல்லாம் இன்று பழங்கதையாகிவிட்டது' என்றார்.

'நான் சொல்வது பொய்யென்றால் இப்பகுதியில் நிலத்தடி நீரின் தன்மையைச் சோதித்துப் பார்க்கட்டும், அமிலக் கலப்பு அதிகமாகி யிருப்பதாகக் கூறுகிறார்கள், அதனால்தான் பயிர்கள் பட்டுப்போய் விடுகின்றன. அரசு சோதித்து உண்மையை சொல்லட்டுமே' என்றார்.

தண்ணீரில் உள்ள pH அளவை சோதித்தறிவதன் மூலம் நிலத்தடி நீர் குடிப்பதற்கும், பயிர்களுக்குப் பாய்ச்சுவதற்கு உகந்ததா

என்பதை அறியலாம். pH என்பது நீரின் அமிலம் அல்லது உப்புத் தன்மைக் கலப்பைக் குறிக்கும் ஒரு அளவை (Logarithmic Scale) ஆகும். 0 முதல் 14 வரை கொண்ட இந்த அளவையில் 7 என்கிற அளவில் இருந்தால் அது பயன்படுத்தத் தக்க நீராகும். இதனை சமத்தன்மை (நியூட்ரல்) என்று அளவையில் குறிக்கப்படுகிறது. 7க்கும் குறைந்தால், அது எந்த அளவிற்கு குறைந்துகொண்டே போகிறதோ அந்த அளவிற்கு அமிலத்தன்மை அதிகம் கொண்டதென்றும், 7க்கும் அதிகமாக இருந்தால், அது எந்த அளவிற்கு அதிகமோ அந்த அளவிற்கு உப்புத் தன்மை கொண்டதாகவோ கணக்கிடப்படுகிறது. இதில் 7 என்பது நீரில் கலந்துள்ள ஹைட்ரஜன் அயர்னும், ஹைட்ராக்ஸைட் அயர்னும் சம அளவில் இருப்பதைக் குறிக்கிறது.[2]

சரவணன் கூறிய மற்றொரு தகவலும் ஆச்சரியப்பட வைத்தது. ஒரு காலத்தில் இப்பகுதியில் நிலத்தை வாங்கிக் குவித்த ஜமீன்களும், மிராசுதார்களும் ஓ.என்.ஜி.சி. கேட்டதும் முதலில் நிலத்தை குத்தகைக்கோ அல்லது கிரயம் செய்தோ கொடுத்துவிட்டனர். அதன் பிறகே எங்களைப் போன்ற சிறு விவசாயிகளுக்கு ஏக்கருக்கு 65,000 முதல் 85,000 வரை குத்தகைப் பணம் கொடுத்து நிலங்களை எடுத்துத் துரப்பணம் செய்கின்றனர். எல்லாம் மூன்று போகம் பயிர் செழிக்கும் விவசாய நிலங்கள், இன்றைக்கு ஒன்றுமில்லாமல் போய்க்கொண்டிருக்கின்றன என்று கவலையோடு கூறினார்.

பெய்தல் பொய்த்தல் ஆனது

மழைப் பொழிவைப் பற்றி வினவியதற்கு, இங்கு எண்ணெய் துரப்பணக் கிணறுகள் அமைக்கப்பட்ட நாளில் இருந்து எப்போதும் பெய்கின்ற மழை இப்போதெல்லாம் பெய்வதில்லை என்றார். 'இப்பகுதியை சுற்றி 4 சதுர கி.மீ. தூரத்திற்கு மழை பெய்து பல ஆண்டுகள் ஆகிவிட்டது. முன்பெல்லாம் 40 அடிக்குள் நல்ல நீர் கிடைக்கும். கிணற்றில் நீர் இருக்கும், இப்போதெல்லாம் 200 அடிக்கும் கீழேதான் நீர் கிடைக்கிறது, அதுவும் விவசாயத்திற்கு ஏற்றதாக இல்லை' என்றும் சரவணன் கூறினார்.

அவர் இல்லத்தில் அமர்ந்து பேசிக்கொண்டிருந்த போது அவருடைய கணுக்காலிலும், பாதத்தின் மேற்பகுதிகளிலும் கறுப்பாகத் திட்டுத் திட்டுகளாக இருந்ததைக் கண்டு அது குறித்து விசாரித்தபோது, எதனால் வந்தது என்று தெரியாது என்றார். உங்களுக்கு மட்டும்தானா இல்லை இங்கு வேறு எவருக்கு

உள்ளதா என்று வினவியதற்கு, பலருக்கும் இப்படி இருக்கிறது என்றார். மருத்துவரிடம் போனீர்களா என்று கேட்டதற்கு போகணும் என்றவர், மற்றொரு விடயத்தைக் கூறினார்.

'ஒரு நாள் மருத்துவ முகாம் நடப்பதாக மக்கள் சொல்லிக்கொண்டு சென்றனர், என்னவென்று விசாரித்ததில் ஓ.என்.ஜி.சி. மருத்துவ முகாம் நடத்துவதாகச் சொன்னார்கள். யாருக்கும் எதையும் சொல்லாமல் திடீரென்று எதற்கு நடத்துகிறார்கள் என்று யோசித்தேன், ஒன்றும் புரியவில்லை. கொஞ்ச நேரத்திற்குப் பிறகு மருத்துவ முகாமுக்குச் சென்று வந்த மக்கள் கையில் பையோடு சென்றார்கள். என்னவென்று விசாரித்தேன். மருத்துவ முகாமில் கலந்துகொண்டவர்களுக்கு ஓ.என்.ஜி.சி. பரிசுப் பொருட்கள் போட்ட பையைக் கொடுத்தார்கள் என்று சொன்னார்கள்' என்று விவரித்தார். என்னென்ன பரிசுப் பொருட்கள் என்று கேட்டதற்கு, நான் அதை பார்க்கவும் இல்லை, விசாரிக்கவும் இல்லை என்று கூறியவர், பரிசுப் பை கொடுப்பதற்கு முன்னர் ஆதார் அட்டை விவரங்களைப் பதியவைத்துக் கொண்ட பிறகு கொடுத்தார்கள் என்று மக்கள் கூறியதாகவும் குறிப்பிட்டார்.(3)

இப்படிப்பட்ட பாதிப்புகளை மாவட்ட நிர்வாகத்திடமோ அல்லது ஓ.என்.ஜி.சி.யிடமோ ஏன் கூறவில்லை என்று கேட்டதற்கு, மக்களைத் திரட்டி மனு கொடுத்தோம். எல்லாவற்றையும் சரி செய்து விடுகிறோம் என்றார்கள். ஆனால் சிக்கல்களைச் சரி செய்யவில்லை, திட்டத்தை எதிர்ப்பவர்களை 'முறையாக' (அரசியல் கட்சிகளின் பெயர்களைக் குறிப்பிடுகிறார்) சரி செய்து விடுகிறார்கள். மருத்துவ முகாம் நடத்தி மக்களையும் சரி செய்து விட்டார்கள் என்று சிரித்தார். மாவட்ட நிர்வாகமும், வருவாய்த் துறையும் அவர்களுக்கு (ஓ.என்.ஜி.சி.) ஆதரவாகத்தான் நிற்கிறார்கள் என்கிறார்.

அவர் வீட்டில் தண்ணீர் வாங்கிக் குடித்தோம். கிராமத்தில் கிடைக்கும் நீரின் சுவை அதிலில்லை. நாங்கள் கவனித்த மற்றொரு விடயம், வயல்களில் - அது எந்தக் காலமாக இருந்தாலும் விவசாயிகள் ஏதாவது செய்துகொண்டிருப்பார்கள். ஆனால் இங்கு ஏதோ பொட்டல் காட்டில் சுற்றி வருவதுபோல்தான் இருந்தது. எதிரில் வாகனத்தில் வருவோரும் ஓ.என்.ஜி.சி.யைச் சேர்ந்தவர்களாகவே இருந்தனர். விவசாயம் நடந்துகொண்டிருந்த இக்கிராமத்தில் எண்ணெய் துரப்பணப் பணிகள் மட்டும் வீரியத்துடன் நடந்து வருவதைக் காண முடிந்தது.

கண்டுபிடிக்கப்பட்ட சிறு சொத்துகள்

கமலாபுரத்தில் இருந்து கொராடாச்சேரியை நோக்கி சென்று கொண்டிருந்தபோது வழியில் ஆதிச்சநல்லூர் டி.எஸ்.ஏ. காவிரி சொத்து (Adhichanallur DSA, Cauvery Asset) ஓ.என்.ஜி.சி. என்று எழுதப்பட்டிருந்தது. டி.எஸ்.ஏ. என்றால் கண்டுபிடிக்கப்பட்ட சிறு சொத்துகள் (Discovered Small Assets) என்பதாகவே இருக்கக்கூடும். சிறிய அளவில் எண்ணெய் /எரிவாயு கிடைக்கும் இடங்களை இவ்வாறு ஓ.என்.ஜி.சி. பெயரிட்டிருக்கிறது. இதைத்தான் இப்போது கண்டுபிடிக்கப்பட்ட சிறு வயல்கள் (Discovered Small fields - DSF) என்று பெயர் மாற்றி தனியார்களுக்கு பெட்ரோலிய அமைச்சகம் ஏலம் விடுகிறது. ஆனால் இது பற்றியெல்லாம் விசாரிக்க அவ்விடத்தில் எவரும் இல்லை.

நன்னிலம் மின்சார நிலையம்

கொராடாச்சேரி ஒன்றியத்திற்குட்பட்ட செட்டிச்சிமிழி, கமலாபுரம் (பெருங்குடி) ஆகிய இரண்டு இடங்களில் ஓ.என்.ஜி.சி. அமைத்துள்ள நன்னிலம் மின் சக்தி நிலையங்களில்தான் இப்பகுதியில் கிடைக்கும் எரிவாயுவைக் கொண்டு மின்சாரம் தயாரிக்கப்படுகிறது. திருவாரூர் மாவட்டம் அடியக்கமங்கலத்தில் உள்ள எரிவாயு சேகரிப்பு மையத்தில் (Gas Collection Center - GCC) இருந்து இந்த மின் சக்தி நிலையங்களுக்கு எரிவாயு கொண்டுவரப் படுகிறது. இவை யாவும் ஓ.என்.ஜி.சி.யின் காவிரிச் சொத்துகள்!

இவ்விரு நிலையங்களிலும் எண்ணெய் சுத்திகரிப்பு நிலையங்களில் எரிவது போன்று வெளியேறும் எரிவாயு தொடர்ந்து எரிந்துக் கொண்டே இருக்கிறது. இந்த இரண்டு மின் சக்தி நிலையங்களைச் சுற்றியுள்ள நிலங்கள் வறண்டு கிடக்கின்றன. இந்நிலையங்கள் அமைந்துள்ள பகுதிகளில் வெப்ப நிலை அதிகமாக உள்ளதை நன்கு உணரமுடிந்தது. சற்றுத் தொலைவிற்குச் சென்றால் அந்த வெப்பநிலை குறைவாக உள்ளதையும் உணர முடிந்தது.

பெருங்குடி கமலாபுரம் மின் சக்தி நிலையத்திற்கு அருகிலுள்ள பனை மரங்களின் ஓலைகள் முக்கால் பங்கிற்குக் காய்ந்து தொங்குகின்றன. இக்காட்சியை எங்கெல்லாம் எரிவாயுக் குழாய் எரிந்து நெருப்புக் கக்கிக் கொண்டிருக்கிறதோ அங்கெல்லாம் காண முடிந்தது. இவ்விடங்களில் இருந்து 2-3 கி.மீ. தூரத்தில் இருக்கும் பனை மரங்களில் கீழ்ப்பகுதியிலுள்ள சில ஓலைகள்

காய்ந்திருந்தன. ஆனால் அவற்றில் நுங்கு காய்த்திருந்தது. அந்தக் காய்ப்பு ஓ.என்.ஜி.சி. நிலையங்களுக்கு அருகிலிருக்கும் பனைகளில் காணப்படவில்லை.

இங்கும் மக்களிடையே சரிக்கட்டும் பணியை ஓ.என்.ஜி.சி. நன்றாகச் செய்துள்ளது. 'அவர்கள் சாலை போட்டுத் தந்திருக் கிறார்கள் (அது ஓ.என்.ஜி.சி. மின் சக்தி நிலையத்திற்காகப் போடப்பட்டுள்ளது. நிலையத்திற்கு அப்பால் சாலையின் நிலை மோசமாகவே கிடக்கிறது). வேண்டிய வசதிகளைச் செய்துத் தருவதாக கூறியிருக்கிறார்கள்' என்றெல்லாம் கூறிய ஒருவரிடம், நிலத்தடி நீர் எப்படியிருக்கிறது, குடி நீருக்கு என்ன செய்கிறீர்கள் என்று கேட்டதற்கு, குடிப்பதற்கு நீர் நன்றாகவே இருக்கிறது என்றார். ஒரு செம்பு நீர் வாங்கிக் குடித்த அப்பகுதியைச் சேர்ந்த தோழர் செல்வம் ஸ்டாலின் எனக்குத் தராதது மட்டுமின்றி, குடித்த நீரையும் துப்பிவிட்டு செம்பில் மீதமிருந்த நீரையும் கொட்டி விட்டார். இதையெல்லாம் பாத்துக்கொண்டிருந்த அந்த நபர் ஒன்றும் பேசவில்லை! நம்மிடம் பேசிய நபர் ஒரு நேரத்தில் இங்கு எண்ணெய் துரப்பணப் பணிகள் மேற்கொள்ளப்படுவதை எதிர்த்தவர்!

செட்டிச்சிமிழி அருகில் கைவிடப்பட்ட நிலையில் இருந்த ஒரு துரப்பணக் கிணற்றை பார்த்தோம். NNM -3 என்று பெயரிடப்பட்ட அந்தக் கிணற்றில் இருந்து வெளியேறிய எண்ணெய்க் கசடை அருகில் ஒரு கான்கிரீட் தொட்டியில் கொட்டி வைத்துவிட்டு அப்படியே விட்டுச் சென்றுள்ளார்கள். பச்சை நிறத்தில் காய்ந்தும் காயாமலும் இருக்கும் எண்ணெய்க் கசடு மழைக்காலத்தில் எப்படிப்பட்ட பாதிப்பை அந்நிலத்திற்கு ஏற்படுத்தும்? கொராடாச்சேரி ஒன்றியத்திற்குட்பட்ட பகுதியில் இப்படி கண்டுகொள்ளாமல் விடப்பட்ட கிணறுகளைக் காண முடிந்தது.

ஓ.என்.ஜி.சி. – ஒப்பந்தமும் உட்பந்தமும்!

ஓ.என்.ஜி.சி.யின் மிகப் பெரிய எரிவாயு சேமிப்பு நிலையம் (Kuttalam Gas Collecting Station & Cauvery Asset) குத்தாலத்தில் கும்பகோணம் - மயிலாடுதுறை நெடுஞ்சாலையில் உள்ளது. இப்பகுதியைச் சுற்றி பத்துக்கும் மேற்பட்ட இடங்களில் எடுக்கப்படும் எரிவாயு இந்நிலையத்திற்கு கொண்டு வரப்படுகிறது. நாம் பார்த்தபோது மிகப் பெரிய அளவிற்கு எரிவாயு எரிந்துக் கொண்டிருந்தது.

இப்பகுதியில் உள்ள எண்ணெய், எரிவாயு வயல்களைக் காட்டுவதற்காகத் துணை வந்த தோழர்கள் ராஜராஜன், மன்னர் மன்னன் ஆகியோர், எப்போதெல்லாம் இங்கு மழை மேகங்கள் திரள்கின்றனவோ அப்போது மிக அதிக அளவில் எரிவாயுக் கோபுரம் உச்சியில் பெரும் சுவாலைகளுடன் எரிக்கச் செய்து மழை மேகங்களை விரட்டி விடுவதாகக் கூறினர். ‘மழை மேகங்கள் நன்றாகத் திரண்டு வரும்போதும், மழை பெய்யும்போதும் அதிகமான அளவிற்கு எரிக்கவிடுவார்கள். அப்போது மழை மேகங்கள் ‘U’ வடிவில் பிளந்துகொண்டு கலைந்துவிடும். இதனால் பெய்ய வேண்டிய மழை இங்கு பெய்வதில்லை. இதனை இப்பகுதி மக்கள் அனைவரும் கண்டிருக்கின்றனர். இங்கு முன்பெல்லாம் பெய்துக்கொண்டிருந்த மழையில் இப்போது 20 விழுக்காடு மட்டுமே பெய்கிறது’ என்றார் ராஜராஜன்.

‘ஒரு நேரத்தில் இங்கு 20 முதல் 40 அடியாழத்தில் நீர் இருந்தது, இப்போது 150 அடி வரை கூட நீர் கிடைப்பதில்லை. குத்தாலம் நல்ல விளைச்சல் தரும் பூமி. ஏக்கருக்கு 60 மூட்டை வரை எடுத்துள்ளோம். இங்கு இந்நிலையம் அமைக்கப்பட்ட பிறகு தை மாதத்தில் பின் பனிக் காலத்தில் இவர்கள் எரியவிடும் வாயு காற்றில் கலந்து நெற்பயிரைக் கருக்காயாக்கி (நெல் பூ நெல் மணி ஆகாமல் கருகிவிடுவது, அதாவது பதராகி) விடுகிறது’ என்றனர்.

நாகை சாலையிலுள்ள குத்தாலம் ஒன்றியத்திற்குட்பட்ட மாதிரிமங்கலம் கிராமத்தில் ஓ.என்.ஜி.சி. அமைக்க முற்பட்ட துரப்பணக் கிணற்றை எதிர்த்து மக்கள் நடத்திய போராட்டத்தில் முன்னிலையில் நின்ற இக்கிராமத்தின் ஊராட்சி மன்ற முன்னாள் தலைவரும், ஒன்றியக் குழு உறுப்பினராக இருந்தவருமான திரு.கி.நாகராஜனிடம் பேசினோம்.

‘1998ம் ஆண்டு முதலே இங்கு எண்ணெய் கண்டுபிடிப்பிற்காக வெடி போட்டு சோதனை (Seismic Survey) செய்யத் தொடங்கினார்கள். அப்போதே எனது வீட்டில் விரிசல் விழுந்தது. இது 10 அடி அடித்தளம் போட்டு கட்டப்பட்ட வீடு, இதிலேயே இந்த நிலை என்றால் மற்ற கட்டுமானங்களின் என்னாகும்? எனது வீட்டைத்தான் முதலில் கேட்டார்கள், தர மறுத்துவிட்டேன், மிரட்டிப் பார்த்தார்கள், பதிலுக்கு நானும் மிரட்டினேன், போய் விட்டார்கள். ஆனால் ஏதுமறியாத 3 விவசாயிகளிடமிருந்து 10 ஏக்கர் நிலத்தைப் பெற்றுத்தான் இங்கு துரப்பணத்தை ஆரம்பித்தார்கள்’ என்றார்.

2008ஆம் ஆண்டு முதல் இங்கு துரப்பணம் நடந்து வருகிறது. அதற்கு மாதிரிமங்கலம் கிராம மக்கள் எதிர்த்துள்ளனர். குடியிருப்புப் பகுதியிலோ அருகிலோ துரப்பணப் பணிகள் மேற்கொள்ளக்கூடாது என்று போராடியிருக்கிறார்கள். இதனைத் தொடர்ந்து மாவட்ட ஆட்சியர், ஓ.என்.ஜி.சி. அதிகாரிகள், பொது மக்கள் என முத்தரப்புப் பேச்சுவார்த்தை 24.04.2008 அன்று நடந்துள்ளது. இதில் மக்கள் வாழுமிடங்களுக்கு அருகில் துரப்பணப் பணி மேற்கொள்வதில்லை என்றும், குறைந்தது 500 மீட்டருக்கு அப்பால்தான் கிணறு அமைத்திட வேண்டும் என்றும் ஒப்புக்கொள்ளப்பட்டுள்ளது. இது தொடர்பான ஒப்பந்தத்தில், 'தற்போது துரப்பணப் பணிகள் மேற்கொள்ள உத்தேசிக்கப் பட்டுள்ள இடத்தில் (KADL) கடந்த மாதம் வெடி சோதனை நடத்தப்பட்டபோது நில நடுக்கம் போன்று அதிர்வு ஏற்பட்டுள்ளதால் அந்த இடத்தில் துரப்பணப் பணிகளை கைவிட வேண்டுமென்று வலியுறுத்தல் ஏற்கப்பட்டு, மேற்படி இடத்தில் துரப்பணப் பணிகள் கைவிடப்பட்டன!' என்று முத்தரப்பும் கையெழுத்திட்டுள்ளன! (ஒப்பந்த நகல், இணைப்பில்). இதையும் மீறி துரப்பணப் பணியைத் தொடங்கியுள்ளது ஓ.என்.ஜி.சி.

மாதிரிமங்கலத்தில் எடுக்கப்பட்ட எரிவாயுவைக் கொண்டு செல்லும் குழாய் ஒன்று குத்தாலம் ஒன்றியத்திற்குட்பட்ட எம்.ஜி.ஆர். நகரில் வெடித்து விபத்து ஏற்பட்டுள்ளது. அந்த இடத்தில் அப்போது யாரும் இல்லாததால் உயிர்ச் சேதம் ஏற்படவில்லை என்றார் அப்பகுதியைச் சேர்ந்த சண்முகம்.

'மழையளவு குறைந்துவிட்டது, பருவ மழைக் காலங்களில் பெய்தாலும் ஈஸ்னோஃபிலியா போல சளி அடைப்பு ஏற்பட்டு சுவாசிப்பது கடினமாகிறது. எனவேதான் இங்கேயிருந்து இக்கிணற்றை நீக்கிட வேண்டும் என்று கோரி மாதிரிமங்கலம் ஊராட்சியில் தீர்மானம் (2015இல்) போட்டுள்ளோம்' என்று கூறிய கி.நடராஜன், 'இங்குள்ள துரப்பணக் கிணற்றை அகற்றவேண்டும் என்று மக்கள் போராட்டம் நடத்தியபோது அதனைக் கலைக்க காவல்துறையினர் தடியடி நடத்த தயாராக இருந்த நிலையில், அங்கு வந்த மாவட்ட ஆட்சியர் பழனிசாமி, 2008இல் கொடுத்த உறுதிமொழிக்கு எதிராக திட்டத்தை நிறைவேற்றக் கூடாது என்று ஓ.என்.ஜி.சி.யினரிடம் கூறிவிட்டுச் சென்றார். இந்தப் போராட்டத்தில் 2,000 பேர் கலந்துகொண்டோம்' என்றார்.

ஆனாலும் ஓ.என்.ஜி.சி. விடுவதாக இல்லை என்று கூறிய நடராஜன், 'கடந்த வாரம் கூட (14.05.2017), தமிழக அமைச்சர் ஓ.எஸ். மணியனும், மாவட்ட ஆட்சியரும் மக்கள் கருத்தறியும் கூட்டத்திற்கு வருகிறார்கள் என்று இங்குள்ள வருவாய் ஆய்வாளர் கூறினார். எந்த அறிவிப்பும் இல்லாமல் எப்படிக் கூட்டமுடியும் என்ற யோசித்த நான் அமைச்சர் மணியனிடம் கேட்டதற்கு, அப்படி எந்தத் திட்டமும் இல்லை என்றார். காவல் ஆய்வாளரும் தனக்கு அப்படி எந்த தகவலும் இல்லை என்று கூறினார். 'இப்படி எந்த அறிவிப்பும் இன்று மக்களைக் கூட்டி அதனால் சட்டம் ஒழுங்கு சிக்கலை உருவாக்கி போராடும் மக்கள் அத்துமீறினார்கள் என்று பொய் கூறி சட்டம் ஒழுங்குச் சிக்கலை உருவாக்க திட்டமிடுகிறார்கள் என்பது வெளிச்சமானது' என்றவர், 'எங்களை அச்சுறுத்தியாவது எதையும் சாதித்திட நினைக்கிறார்கள், எங்களை அடிமைகள் என்று நினைத்து செயல்படுகிறார்கள்' என்று வருதத்துடன் கூறினார்.

எழுந்ததற்கு விழுந்த அடிகள்

சீர்காழியை நோக்கிய பயணத்தில் விக்கிரமன் ஆறு - காவிரி வடிநிலப் பகுதி என்ற பெயர்ப் பலகையுடன் காணப்பட்ட காவிரியாற்றின் கிளை நதியில் நீரில்லை. அதனை ஒட்டிய சாலையில் வாகனத்தில் சென்று கொண்டிருந்தோம். இதுதான் காவிரிப் பூம்பட்டினத்தில் இருந்து மதுரையை நோக்கி கண்ணகியும் கோவலனும் நடந்து சென்ற பாதை என்றார்கள். அங்குள்ள நிலங்கள் வளமாய் இருந்தன.

ஆனால் கொஞ்ச தூரத்திலேயே - திருவிடைமருதூர் வட்டம், கதிராமங்கலம் கிராமத்தில் - ஓ.என்.ஜி.சியின் ஒரு எண்ணெய்/ எரிவாயு துரப்பணக் கிணறு அமைக்கப்பட்டுள்ளது. 2000ஆவது ஆண்டில் ஓ.என்.ஜி.சி. ஆழ்துளை கிணறுகள் அமைத்துத் துரப்பணம் செய்யும் எரிவாயு குத்தாலம் எரிவாயு மையத்திற்குக் குழாய் மூலம் கொண்டு செல்லப்படுகிறது. இத்திட்டத்தை எதிர்த்து அன்று முதல் இப்பகுதி மக்கள் போராடி வருகின்றனர். அப்பகுதியில் இருந்த தென்னை மரங்களின் ஓலைகள் பலவும் மஞ்சளாக இருந்தன. அருகில் இருந்த வாழைத் தோட்டத்திலும் அதே அவலக் காட்சி. 'வளமான இப்பகுதியில் இப்போது தென்னையும், வாழையும் செத்துக்கொண்டிருக்கின்றன. இங்கு நேற்று (மே 19 அன்று) மக்கள் திரண்டு இந்த எண்ணெய் கிணற்றை

எடுக்க வேண்டும் என்று கோரி போராட்டம் நடத்தியுள்ளனர்' என்றார் ராஜராஜன்.

இதன் பிறகு ஜூன் 2, 3ஆம் தேதிகளில் இங்குள்ள துரப்பணக் கிணற்றை அகற்றவேண்டும் என்று கோரி மறியல் போராட்டத்தில் மக்கள் ஈடுபட்டுள்ளனர். அவர்களைக் கைது செய்துள்ளது காவல்துறை. அவர்களுக்கு ஆதரவாக மீத்தேன் எரிவாயு எடுப்புத் திட்டத்தை எதிர்த்துத் தொடர்ந்து போராடிவரும் பேராசிரியர் ஜெயராமன் வந்துள்ளார். அவர்களை காவல்துறையினரைக் கொண்டு மிரட்டியுதோடு, ஜெயராமன் உள்ளிட்ட 150க்கும் மேற்பட்டோரை கைது செய்து சிறைபடுத்தியுள்ளனர்.

இதன் பிறகு ஜூன் 4 ஆம் தேதியன்று அங்கு 144 தடையுத்தரவு பிறப்பிக்கப்பட்டுள்ளது. இருபதுக்கும் மேற்பட்ட காவல் துறை வாகனங்களும், 200க்கும் அதிகமான காவல்துறையினரும், கலவரத்தை அடக்கப் பயன்படுத்தப்படும் வஜ்ரா வாகனமும் கொண்டுவரப்பட்டுள்ளது. காவலர்கள் வீடு வீடாகச் சென்று மக்களை மிரட்டியுள்ளனர். சில வீடுகளில் புகுந்த காவல்துறையினர் பெண்களை அவர்களின் தலைமுடியைப் பிடித்து வெளியில் இழுத்துக்கொண்டு வந்து காவல் வாகனத்தில் ஏற்றி அங்குள்ள காவல் நிலையத்திற்குக் கொண்டு வந்து மிரட்டியுள்ளனர்.

ஜூன் 5ஆம் தேதி காலை, அக்கிராமத்து மக்கள் பலரைக் காவல் நிலையத்திற்குக் கொண்டு வந்து மிரட்டி, போராட்டத்தை கைவிடுகிறோம் என்று எழுதி கையெழுத்திட்டுத் தருமாறு வற்புறுத்தி வருவதாகத் தகவல்கள் வந்துள்ளன. மக்கள் எதிர்த்தால் திட்டத்தைக் கைவிடுவோம் என்று கூறிய அரசுகள், இப்போது எதிர்க்கும் மக்களை மிரட்டி ஒடுக்கும் முயற்சியில் ஈடுபட்டு வருவதற்கு இதுவே அத்தாட்சி.

இதன் பிறகுதான் இங்கு எடுக்கப்படும் கச்சா எண்ணெய் கொண்டு செல்லும் குழாயில் கசிவு ஏற்பட்டு, அது பெரும் சிக்கலாகி, எதிர்த்து கேட்ட மக்கள் காவல்துறையின் கடும் ஒடுக்குதலுக்கு ஆளாக்கப்பட்டனர். இத்தனை அடக்குமுறைக்குப் பின்னரும் அஞ்சிடாத கதிராமங்கலம் மக்கள் ஓ.என்.ஜி.சி. துரப்பணக் கிணற்றை அகற்றும் வரை ஓயப்போவதில்லை என்று தொடர்ந்து போராடி வருகின்றனர்.

அஞ்ஞாறுவர்த்தலை எனுமிடத்தில் வேலிகள் இட்டு பல எரிவாயு துரப்பணக் கிணறுகள் இயங்கிவருகின்றன, அருகில் விவசாய

நிலங்கள். இத்துரப்பணக் கிணறுகள் அமைக்கப்பட்டுள்ளது ஒரு பள்ளியின் பின்பக்க மதில் சுவரை ஒட்டி! இங்கு 1990 முதல் எரிவாயு எடுக்கப்படுகிறது. எரிவாயுக் குழாய்களில் கசிவு ஏதும் ஏற்பட்டால் முன்னால் இருக்கும் பள்ளியில் படிக்கும் மாணவர்களே முதலில் பாதிக்கப்படக்கூடிய நிலையில் மிக அருகில் இத்திட்டம் இயங்குகிறது.

இப்பகுதியில்தான் திருவேள்விக்குடி எனுமிடத்தில் மீத்தேன் எடுப்பதற்கு முதன் முதலில் கருத்துக் கேட்புக் கூட்டம் திட்டமிடப் பட்டிருந்தது, ஆனால் நடக்கவில்லை. குத்தாலம் எரிவாயு நிலையத்தை மையப்படுத்தி இப்பகுதியில் மட்டும் 47 இடங்களில் துரப்பணக் கிணறுகள் அமைக்கப்பட்டுள்ளன என்று கூறிய தோழர் மன்னர் மன்னன், அவற்றில் சில கிணறுகளில் வெள்ளை பெட்ரோல் கிடைக்கிறது என்றார். இச்சுற்று வட்டாரத்திலுள்ள சேத்திரபாலபுரம், பாண்டூர், தேருவேழந்தூர் என்று பல இடங்களில் துரப்பணம் செய்யப்படுகிறது என்றார்.

கசிவின் தொடக்கம், மாணவிகள் மயக்கம்

மயிலாடுதுறை நகரத்தை ஒட்டியுள்ளது நாஞ்சில் நாடு எனும் பகுதி. இங்கு இந்நகரத்திற்கு பெயராக விளங்கும் மயூரநாதர் கோயில் நிலத்தில் 100 மீட்டர் இடைவெளியில் இரண்டு எரிவாயு துரப்பணக் கிணறுகள் (கிறிஸ்மஸ் ட்ரீ என்று இதனை ஓ.என்.ஜி.சி.யினர் அழைக்கின்றனர்) அமைத்துள்ளனர். இவற்றில் ஒரு கிறிஸ்மஸ் ட்ரீயில் 2016இல் வால்வு பழுதாகி வாயு வெளியேறியதில் மிக அருகில் அமைந்துள்ள ஆசாத் பெண்கள் மேனிலைப் பள்ளியைச் சேர்ந்த 12 மாணவிகள் மயக்கமுற்று விழுந்துள்ளனர். இந்த விபத்தைத் தொடர்ந்து அப்பகுதி மக்கள் ஓ.என்.ஜி.சி.க்கு எதிராக போராட்டம் நடத்தியுள்ளனர். பழுதான அந்த வால்வு மாற்றப்பட்டுள்ளது (படத்தில் நீல நிறத்தில் தெரிவது), ஆனால் துரப்பணம் நடைபெறவில்லை.

இக்கிணறுகளில் இருந்து வெளியேறிய கழிவுகளும் கழிவு நீரும் தனித் தனித் தொட்டிகளில் நிரப்பி வைத்துள்ளனர், அதற்கு மேல் கண்டுகொள்ளவில்லை. இப்படி தேக்கி வைத்துள்ள கழிவுகளும் கழிவு நீரும் சுற்றுச்சூழலுக்கும், உயிர் வாழ்க்கைக்கும் ஆபத்தை விளைவிக்கும் பல ரசாயனங்களைக் கொண்டுள்ளவை. ஓ.என்.ஜி.சியின் சுற்றுச்சூழல் மீதான தாக்கம் தொடர்பான ஆய்வறிக்கையிலும் இந்திய ஒன்றிய அரசின் ஆபத்தான கழிவுகள்

தொடர்பான வழிகாட்டுதல்களிலும் இவற்றை எவ்வாறு பாதுகாப்பான வழிகளில் கையாளப்பட வேண்டும் என்றுள்ளது, யதார்த்த நிலையோ அக்கறையற்ற போக்கையே காட்டுகிறது.

சீர்காழியில் இருந்து கூழையார் எனும் கடற்கரைப் பகுதியிலும் பல துரப்பணக் கிணறுகள் அமைக்கப்பட்டுள்ளன. திருநகரி எனுமிடத்தில் அமைக்கப்பட்ட இரண்டு துரப்பணக் கிணறுகளும் மக்களின் எதிர்ப்பால் நிறுத்தப்பட்டுள்ளது. இதுபோலவே தாண்டவன்குளம் எனுமிடத்தில் நிறுவ இருந்த துரப்பணக் கிணறும் ஆரம்பக் கட்டத்திலேயே மக்கள் எதிர்ப்பினால் நிறுத்தப்பட்டுள்ளது. நிலத்தடி நீர் கெட்டு தாவரங்களின் வளர்ச்சி இல்லாமல் போனதே மக்கள் எதிர்ப்பிற்குக் காரணம் என அப்பகுதி மீனவர்கள், விவசாயிகள் கூறினர். ஆனால் மக்கள் எதிர்ப்பால் நிறுத்தப்பட்ட தொடுவாய் என்ற இடத்தில் அமைக்கப்பட்ட துரப்பணக் கிணறு இப்போது இயக்கப்படுவதாக தகவல்கள் கூறுகின்றன.

மாரி தானம் பறிக்கப்பட்ட மாதானம்

இருவக்ககொல்லை எனுமிடத்தில் அமைக்கப்பட்டுள்ள துரப்பணக் கிணற்றில் இருந்து கிடைக்கும் எரிவாயு பழைய பாளையத்தில் அமைந்துள்ள எரிவாயு சேமிப்பு மையத்திற்கு குழாய் மூலம் கொண்டு செல்லப்படுகிறது. மாதானம் எனுமிடத்தில் மிகப் பெரும் நிலப்பரப்பில் இயங்கிவரும் எண்ணெய் மற்றும் எரிவாயு சேகரிப்பு மையம் ஓ.என்.ஜி.சியின் மிகப் பெரிய சொத்தாகும். குற்றாலம் எரிவாயு மையத்தில் எரிவதைப் போல இங்கும் எரிவாயு கோபுரம் தொடர்ந்து எரிந்துகொண்டேயிருக்கிறது. இதன் பாதிப்பை எழுத்தால் விவரிப்பதை விட அங்கு ஒரு காலத்தில் செழுமையாக வளர்ந்திருந்த பனை மரங்கள் இப்போது எப்படி கருகி நிற்கின்றன என்பதைப் பார்த்தால் போதும். இப்பகுதியைப் பார்த்துக்கொண்டிருந்தபோது செல்பேசியில் அழைத்த தமிழ் வார இதழ் ஒன்றின் செய்தியாளர், இப்பகுதியில் நிறுவப்பட்டுள்ள துரப்பணக் கிணறுகளால் மழை என்பதே இல்லாமல் போய் விட்டது, ஆனால் மக்கள் அவ்வப்போது எதிர்ப்பைக் காட்டினாலும் போதுமான விழிப்புணர்வு ஏற்படவில்லை என்று கூறினார்.

மாதானம் எரிவாயு மையத்தில் இருந்து சீர்காழி நோக்கி திரும்பிய சாலையில் ஓரிரு கிலோ மீட்டர் தூரம் பயணித்திருப்போம், அங்கு பனை மரங்கள் பசுமையாகவும், நுங்குகள் காய்த்தும் வளமாக இருந்ததைக் கண்டோம்.

பனை வளம் அப்பகுதியின் மண் வளத்தையும் விவசாயத்தின் செழுமைக்கும் அத்தாட்சி என்று கூறுவார்கள். அந்த அடையாளங்கள் இன்றைய சூழலின் அவலத்தின் சாட்சியாக நிற்கின்றன.

வெளியேறிய விபத்து

இந்தக் களப் பயணத்தில் எதிர்பாராத சில முக்கிய விவரங்கள் கிடைத்த இடம் பெரிய குடி ஊராட்சிக்கு உட்பட்ட காரியாமங்கலம் கிராமம். வீரபாண்டியாறு ஓடும் நில வளமுள்ள இயற்கை அழகுடன் விளங்கும் பகுதி. 2004ஆம் ஆண்டு முதல் இங்கு வெகு குறைந்த இடைவெளியில் 4 துரப்பணக் கிணறுகளை அமைத்து அவற்றில் இருந்து எண்ணெய், எரிவாயுவை துரப்பணம் செய்து வருகிறகிறது ஓ.என்.ஜி.சி.

எண்ணெய் இருப்பைக் கண்டுபிடிக்க இங்கு நடத்திய வெடிச் சோதனையில் இக்கிராமத்தில் வலிமையாகக் கட்டப்பட்ட வீடுகளில் எல்லாம் விரிசல் ஏற்பட்டிருக்கிறது. நிலத்தடி நீர் கெட்டுள்ளது, நிலத்தின் விளைச்சல் பாதிக்கப்பட்டுள்ளது. பாதிப்பை உணர்ந்த மக்கள் நடத்திய போராட்டத்தால் சில காலம் துரப்பணப் பணி நிறுத்தப்பட்டிருந்த இடம் இதுவாகும். எனவே இம்மக்களின் எதிர்ப்பை சரிக்கட்ட ஓ.என்.ஜி.சி.யும் விடா முயற்சிகளை மேற்கொண்டு வருகிறது.

2012ஆம் ஆண்டில் இங்குள்ள ஒரு துரப்பணக் கிணற்றில் நடந்த விபத்தால் வாயு வெளியேற்றம் ஏற்பட்டு இக்கிராமத்து மக்கள் வெகுவாகப் பாதிக்கப்பட்டுள்ளனர். பலருக்கு உடல் முழுவதும் அரிப்பு ஏற்பட்டுள்ளது, பலர் மயக்கமடைந்துள்ளனர். யாரும் அடுப்பைப் பற்ற வைக்கவேண்டாம் என்றும் உடனடியாக பள்ளி வாசலில் இருந்து அறிவிப்பு செய்யுங்கள் என்றும் ஓ.என்.ஜி.சி. கேட்டுக்கொள்ளும் அளவிற்கு இந்த விபத்தின் தாக்கம் இருந்துள்ளது.

இது குறித்துப் பேசிய பெரியவர் திரு. அபு தாகீர், ‘வாயு காற்றில் கலந்த சில நிமிடங்களில் மரங்களின் இலைகளில் அப்படியே ஓட்டை ஓட்டையாக விழுந்துவிட்டது’ என்றார்.

‘இப்பகுதியில் ஏராளமான நாட்டு நாய்கள் இருந்தன, அவை எல்லாம் இன்றைக்கு இல்லை, ஏன் தெரியுமா? என்று கேட்ட அபு தாகீர், துரப்பணக் கிணறுகளில் இருந்து எண்ணெய்யுடன் வெளியேறும் சேற்றை அங்கு ஒரு இடத்தில் கொட்டி

வைத்திருந்தனர். நாட்டு நாய்கள் ஓடிச் சென்று அதில் படுத்துவிடும். பிறகு அரிப்பு ஏற்பட்டு வாயால் கடித்து கடித்து புண்ணாகி அவை இறந்துபோய்விட்டன. அரிப்பு ஏற்படத் தொடங்கிய 6 மாதத்தில் இறப்பு நிகழ்கிறது. இதனை நாங்கள் ஓ.என்.ஜி.சி.யினருக்கு சுட்டிக்காட்டினோம். அவர்கள் பதில் ஏதும் சொல்லவில்லை'' என்றார்.

4,500 அடிக்கு மேல் ஆழ்துளையிட்டு இங்கு துரப்பணம் நடக்கிறது. இதற்கும் அதிகமான ஆழத்திலுள்ள எரிவாயு வளத்தை எடுக்க முற்பட்டபோது பாறையாய் இருப்பதால், அவற்றைப் பிளக்க அமெரிக்காவில் இருந்து இயந்திரங்களைத் தருவிக்கப் போவதாக கூறுகின்றனர் என்று கூறிய திரு.கண்ணன், இங்குள்ள மக்களை தங்கள் வயப்படுத்த ஓ.என்.ஜி.சி. கடைபிடித்த வழிமுறைகளை விளக்கினார்.

'ஆரம்பத்தில் அவர்கள் வெளியில் உழைத்துக் கிடைக்கும் கூலியைப் போல் இரண்டு மடங்கு கொடுத்து வேலைக்கு வைத்தார்கள். இத்திட்டத்திற்கு யாரெல்லாம் எதிர்ப்பு தெரிவிக்கிறார்கள் என்பதை இவர்களையே ஒற்றர்களாகப் பயன்படுத்தி அறிந்து கொண்டு அவர்களைச் சரிகட்டும் வேலையைச் செய்தார்கள். பிறகு எதிர்ப்பு அதிகமான நிலையில், இங்குள்ள பஞ்சாயத்துத் தலைவர்களுக்கு ஒரு லட்சம் வரை கொடுத்து சரிகட்டியுள்ளது ஓ.என்.ஜி.சி. உங்கள் ஊருக்கு என்ன செய்ய வேண்டுமோ செய்து கொள்ளுங்கள் என்று கூறி இத்தொகைகளை அளித்துள்ளனர்' என்றார்.[(4)]

காரியாமங்கலம் உள்ளிட்ட பகுதிகளில் நடந்த மக்கள் கருத்து கேட்புக் கூட்டத்தில் விவசாயிகள் கேட்ட கேள்விகளுக்குப் பதிலளிக்க முடியாமல் ஓ.என்.ஜி.சி.யினர் மௌனம் காத்துள்ளனர்! ஓ.என்.ஜி.சி. அதிகாரி ஒருவர் எண்ணெய் துரப்பணம் பற்றி விளக்கும்போது, நிலத்தின் மிக ஆழமான பகுதிக்கு குழாயை இறக்கி அங்குள்ள எண்ணெய் வளம்தான் எடுக்கப்படுகிறது, இதனால் நீங்கள் பயன்படுத்தும் மிக குறைந்த ஆழத்திலுள்ள நிலத்தடி நீர் ஒன்றும் ஆகாது என்று கூறியுள்ளார். இதற்கு பதில் கேள்வி போட்ட விவசாயி ஒருவர், அது எப்படி ஐயா சாத்தியம்? சர்பத் கிளாசில் ஸ்ட்ரா போட்டு கீழிருந்துதான் உறிஞ்சி குடிக்கிறோம். ஆனால் மேலே உள்ள சர்பத் கீழே இறங்குகிறதே, அப்படித்தானே பூமிக்குள்ளும் ஆகும் என்று கேட்டுள்ளார்!

மற்றொரு விவசாயி ஒரு டி.வி.எஸ். 50 வண்டியில் அதிகமாக புகை வந்தால் அதை நிறுத்தி ரூ.2,000 அபராதம் போடுகிறீர்களே. இந்த ஓ.என்.ஜி.சி. நிறுவனம் கேஸை எரித்து மேக மூட்டத்தைக் கலைத்து காற்றை மாசுபடுத்துகிறதே இதற்கு ஏன் அபராதம் போடவில்லை என்று பசுமை தீர்ப்பாயம் நடத்திய கருத்துக் கணிப்பு கூட்டத்தை நடத்திய அதிகாரிகளைக் கேட்டுள்ளார்!

இச்சந்திப்பின்போது நம்மிடம் பேசிய திரு.எம்.ஏ.எஸ். மொஹம்மது ரஃபீக் எண்ணெய், எரிவாயு துரப்பணத்தால் எப்படிப்பட்ட பாதிப்புகள் மக்களுக்கும் சூழலிற்கும் ஏற்படுகின்றன என்பதை மாவட்ட, உள்ளாட்சி நிர்வாகத்தினரிடம் விரிவாக எடுத்துக் கூறியுள்ளது மட்டுமின்றி, மக்களுக்கு ஏற்படும் பாதிப்பு களுக்கு ஓ.என்.ஜி.சி.யே நிவாரணம் அளிக்கவேண்டும் என்று கேட்டுள்ளதாகத் தெரிவித்தார்.

எனவே மக்களில் பலரும் ஹைட்ரோகார்பன் திட்டத்தினால் ஏற்பட்டுள்ள பாதிப்புகளை நன்கு உணர்ந்தவர்களாக இருக்கின்றனர் என்பது மட்டுமின்றி, இந்தப் பாதிப்புகள் இத்திட்டம் மேலும் விரிவடையும்போது அதிகரிக்கும் என்பதையும் அறிந்தவர்களாக இருக்கின்றனர், அதனாலேயே எதிர்க்கின்றனர்.

700 இடங்களில் துரப்பணக் கிணறுகள் அமைத்து எண்ணெய்/எரிவாயு எடுத்து வருகிறோம், மக்கள் எவரும் எதிர்க்கவில்லை, புகார் தெரிவிக்கவில்லை என்றெல்லாம் பெட்ரோலிய அமைச்சகமும், ஓ.என்.ஜி.சி.யும் சொல்வது உண்மையல்ல என்பதை இப்பகுதி களுக்கு சென்று மக்களிடம் நேரடியாகப் பேசினால் அறிந்துகொள்ளலாம்.

இந்த மூன்று நாள் களப் பயணத்தில் கிடைத்த அனுபவங்களில் இருந்து நான் உணர்ந்தது இதுதான். வாயுவை எரியவிட்டு மழை மேகங்களைக் கலைத்து, மழைப் பொழிவைத் தடுத்து, வறட்சியை உருவாக்கி, அதன்மூலம் மக்களை வறுமையில் தள்ளி இப்பூமியின் வளத்தைப் பறிக்கும் பெரும் சுரண்டலே ஹைட்ரோகார்பன் திட்டம் என ஐயத்திற்கிடமின்றி உணர்ந்தேன்.

700 இடங்களில் எண்ணெய், எரிவாயு கிணறுகள் அமைக்கப்பட்டு பணிகள் மேற்கொள்ளப்படுகின்றன, மக்களிடமிருந்து எவ்வித எதிர்ப்பும் வரவில்லை என்று ஓ.என்.ஜி.சி. கூறுவது பொய். எதிர்க்கவில்லை என்றே எடுத்துக்கொண்டாலும் அதனை ஏற்கப் பட்டதென எப்படிப் பொருளாகும்? அரசு தனது பணியைச்

செய்கின்றதென மக்கள் நினைக்கின்றனர். ஆனால் தங்களுடைய இயற்கை வளங்களைப் பறித்து, நேரடியான தொடர்பு இல்லாத மிகவும் பலம் பொருந்திய இயற்கையின் ஆற்றல்களை மிகவும் அடியாழத்தில் இருந்து எடுக்க முயன்று, எடுத்து அதுவரை இப்பகுதி மண்ணும் நீரும் மக்களும் சந்தித்திராத மண்ணால், நீரால், மக்களால் இயல்பாய் பொருந்திட இசைந்து இயங்கிட இயலாத புது ஆற்றல்களால் பாதிப்பு உண்டாகும்போது அதனை உணர்ந்து எதிர்க்கவே செய்கின்றனர்.

புது வளத்திற்காக அதுவரை இல்லாத மோதல்களை, பின்னடைவு களைச் சந்திப்பதில் தவறு இல்லை என்பது நாட்டின் தலைமை களின் கூற்றாக இருக்குமேயானால் இந்நாட்டைப் பொறுத்தவரை அதுவரை மக்களிடம் இல்லாதிருந்து புதிதாய் விழுப்புணர்வு உண்டாகி எதிர்கேள்விகள், போராட்டங்கள் தோன்றினாலும் புது அரசியல் கட்சிகள், புதுத் தலைவர்கள், இளம் தலைமுறையினர் ஒரு நாட்டில் இருந்து இன்னொரு புது நாடு என்று புது வளர்ச்சி பெறும்போது புதுப்புது மோதல்கள் பின்னடைவுகள் தோன்றும் போது தவறில்லை என ஏற்காதது ஏன்? மிரட்டி, அடக்கி, ஒடுக்கி அழிப்பது ஏன்? நாட்டைக் கடந்து வேறொரு நாட்டின் உள்நாட்டுப் பிரச்னையில் தலையிட்டு அது ஒற்றை நாடேயென இவர்கள் சூளுரைப்பது ஏன்? குடிமக்கள் மீது தேவையற்று திணிக்கப்படும் தீமைகள் வளர்ச்சி எனும் போர்வையால் போர்த்தப்படுகின்றன. ஆனால் இவர்களை நோக்கி உண்மையில் புது வளமும் பலமும் உருவாகும்போது அதனை ஏற்காமல் தீமைகள் என பொய்ப் போர்வைகளைப் போர்த்துகின்றனர், அழிக்க முற்படுகின்றனர். மேற்காண்பவைகள் உண்மையென நிரூபிக்க புது ஆதாரங்கள் எதையும் தேடி பிடிக்க வேண்டியதில்லை. ஏனெனில் நாடெங்கும் இவர்களால் அடக்குமுறைகளும் மக்களின் போராட்டங்களும் ஓயாமல் நிகழ்ந்த வண்ணமே இருக்கின்றன.

மேதின்மக்கள் யார்? எவ்வித புது முயற்சியிலும் இன்னல்களை இன்முகத்தோடு தாங்கள் தாங்கி பிறருக்கு நலன்களை அளிப்பவர்கள். இங்கே நிலைமை தலைகீழாக அல்லவா இருக்கின்றது!

வளர்த்து வளர்வதே வளர்ச்சியின் பண்பு. வீழ்த்தி வளர்வது வீழ்ச்சியின் தீங்கு. வளர்ச்சி வீழ்த்தாது, வீழ்ச்சி வளர்க்காது. காலம் இதனைப் பலவந்தமாக எடுத்துக்காட்டியே மெய்பிக்க வேண்டு மானால் நாட்டின் தலைமையினர் பொய்யர்களே.

எந்த அளவிற்கு காவிரிப் படுகையில் ஹைட்ரோகார்பன் வளம் உள்ளதோ அதற்கும் மேலாக காவிரி சென்று கலக்கும் (கலந்த) கடற்பகுதியிலும் இருக்கிறது என்பது கண்டறியப்பட்டுள்ளது. எனவே அடுத்தக் குறி கடலோரப் பகுதிகள்தான் (Off-shore) என்பது உறுதியாகிறது. அதன் பாதிப்புகளை அடுத்த அத்தியாயத்தில் பார்ப்போம்.

ஆதாரக் குறிப்புகள்:

1. *2017 மே 18, 20, 22ஆம் தேதிகளில் இக்கள ஆய்வுகள் மேற் கொண்டேன். இதில் ஓ.என்.ஜி.சி, துரப்பணக் கிணறுகள் அமைந்துள்ள இடங்கள், நிலங்கள், அங்குள்ள விவசாயிகள், சார்ந்து வாழும் கிராமத்தினர், பொது அமைப்பினர் என்று பலரோடும் பேசி இத்தகவல்களைச் சேகரித்துள்ளேன்.*
2. What is pH? The logarithmic scale of pH means that as pH increases, the H+ concentration will decrease by a power of 10. Thus at a pH of 0, H+ has a concentration of 1 M. At a pH of 7, this decreases to 0.0000001 M. At a pH of 14, there is only 0.00000000000001 M H+
3. *இக்களப்பணியில் பல இடங்களில் இப்படியான விடயங் களை அப்பகுதியினர் தெரிவித்தனர். கிராமத்தினர் அரசிடமும், உள்ளாட்சி நிர்வாகத்திடமும் எதிர்பார்த்திருந்த பல பணிகளை ஓ.என்.ஜி.சி. செய்து தந்துள்ளது. மருத்துவ முகாம் பல இடங்களில் நடத்தப்பட்டுள்ளது. எல்லாம் நெடுவாசல் போராட்டத்திற்குப் பிறகு என்பதும் விசாரித்ததில் தெரிந்தது.*
4. *கூழையார் பகுதியில் உள்ள கிராமங்களிலும் இதே போன்று - அங்கெல்லாம் பஞ்சாயத்திற்கு ரூ.3 லட்சம் வரை கொடுத்து உங்கள் கிராமத்திற்கு தேவையான வசதிகளை செய்து கொள்ளுங்கள் என்று கூறி ஓ.என்.ஜி.சி. கொடுத்துள்ளதாக வும் கூறினார்கள். கடலோரம் மிக முக்கியமானதல்லவா? அடுத்தக்கட்ட துரப்பணம் பெரும்பாலும் கடற்பகுதியில்தான் நடைபெறும் என்று நம்புவதற்குப் பல காரணங்கள் இருக்கின்றன.*

- 6 -

கடற்பரப்பில் ஹைட்ரோகார்பன்: எடுப்பும் எதிர்வினைகளும்

இந்தியத் துணைக் கண்டத்தில் இமாயல மலைத் தொடரில் உருவாகும் சிந்து, கங்கை, பிரம்மபுத்திரா நதிகள், அவற்றின் கிளையாறுகள் முதல் கன்னியாகுமரி வரை பாய்ந்தோடும் தீபகற்ப நதிகள் வரையிலான நதிகளின் படுகைகள் அனைத்தின் கீழும் - எங்கெல்லாம் 200 ஆயிரம் ஆண்டுகளுக்கு முற்பட்ட வண்டல் பாறைப் படிவங்கள் (Tertiary sedimentary strata) உள்ளனவோ, அங்கெல்லாம் ஹைட்ரோகார்பன் வளம் நிறைந்திருப்பதை இந்நாட்டின் புவியியல் அமைப்பை அறிந்தோர் நிச்சயம் அறிவர்.

இம்மாபெரும் நிலத்தைப் போலவே இந்திய தீபகற்பத்தை முப்புரமும் சூழ்ந்துள்ள கடற்பகுதியிலும் - நிலப்பகுதியின் நீட்சியாக கடற்பகுதியுள் அமிழ்ந்துள்ள (Continental Shelf) குறைந்த ஆழங்களிலும் ஹைட்ரோகார்பன் வளம் இருப்பது உறுதி செய்யப்பட்டுள்ளது.

தீபகற்ப இந்தியாவின் கடலில் அமிழ்ந்துள்ள இந்த வண்டல் பாறைப் படுகைகளின் பரப்பு - 200 மீட்டர் வரை ஆழமுள்ள கடற்பகுதியை கணக்கிட்டால் அது 17.80 லட்சம் சதுர கிமீ ஆகும்.

200 மீட்டர் ஆழத்திற்கும் அதிகமான வண்டல் பாறைப் படிவங்கள் கொண்ட பரப்பையும் சேர்த்தால் அது 31.40 லட்சம் சதுர கி.மீகளாக விரிந்துள்ளது. இதில் 200 மீட்டருக்கு உட்பட்ட ஆழப்பகுதியில் இருப்பதாக மதிப்பிடப்பட்டுள்ள ஹைட்ரோகார்பன் வளம் 2,000 கோடி டன்களாகும். இதற்கும் அப்பாலுள்ள கடற்பகுதியில் உள்ள வளங்களைக் கணக்கிட்டதில் அதன் இருப்பு மேலும் 500 கோடி டன்கள் கூடுதலாக இருக்கும் என்று மதிப்பிடப்பட்டுள்ளது. கடந்த 30 ஆண்டுகள் தொடர்ந்து நடைபெற்றுவரும் ஹைட்ரோகார்பன் கண்டுபிடிப்புச் சோதனைகளில் இந்த மதிப்பீடு செய்யப்பட்டுள்ளது.(1)

இதில் தமிழ்நாட்டின் கடற்பகுதியில் 2007ஆம் ஆண்டில் ஓ.என்.ஜி.சி.யும் ஹார்டி ஆயில் எனும் கண்டுபிடிப்பு நிறுவனமும் இணைந்து வங்கக் கடலிலுள்ள காவிரிப் படுகையில் எரிவாயு இருப்பை உறுதி செய்தனர். ஆனால் எண்ணெய்/எரிவாயு கண்டுபிடிப்பிற்கான அனுமதியை வழங்கும் ஹைட்ரோகார்பன் இயக்குனரகத்துடன் (டைரக்டர் ஆஃப் ஹைட்ரோகார்பன்ஸ்) ஏற்பட்ட முரண்பாடாடல் அங்கு துரப்பணம் நிறுத்தி வைக்கப் பட்டுள்ளது.

இதன் பிறகு 2012ஆம் ஆண்டு ஆகஸ்டில் பாரத் பெட்ரோலியக் கழகத்தின் கண்டுபிடிப்புக் கிளையான பாரத் பெட்ரோ ரிசோர்சஸ் லிமிடெட் அமைப்பும் ஓ.என்.ஜி.சி.யும் இணைந்து மேற்கொண்ட கண்டுபிடிப்புச் சோதனையில் சிதம்பரத்தில் இருந்து நேர் கிழக்காக 14 கி.மீ. தூரத்தில் - காவிரிப் படுகையின் கடற்பகுதி நீட்சியில் பெரும் அளவிற்கு எண்ணெய்/ எரிவாயு வளம் இருப்பது கண்டுபிடிக்கப்பட்டது. நாள் ஒன்றிற்கு 115 டன்கள் கச்சாவும், 11,500 சதுர மீட்டர் எரிவாயுவும் கிடைப்பதாகத் தெரிவிக்கப்பட்டது.(2)

1986ஆம் ஆண்டு நரிமணத்தில் கண்டுபிடிக்கப்பட்ட எரிவாயுக் கிணறுகள் 2000ஆவது ஆண்டின் தொடக்கத்தில் தீர்ந்துபோய் விட்ட நிலையில், 1990ஆம் ஆண்டு முதல் மயிலாடுதுறை வட்டத்திலுள்ள குத்தாலம் வட்டத்தில் மட்டுமே எரிவாயு உற்பத்தி நடந்துவருகிறது. எனவே காவிரிப் படுகையின் கடற்பகுதியில் கிடைத்துள்ள ஹைட்ரோகார்பன் இருப்பு முக்கியத்துவம் வாய்ந்ததென இக்கண்டுபிடிப்பு பற்றி அச்செய்திக் குறிப்பு கூறுகிறது.

இதே காலக்கட்டத்தில் இக்கடற்பகுதியில் ஹைட்ரோகார்பன் இருப்பை அறிய ஆய்வு மேற்கொண்ட ரிலையன்ஸ் இண்டஸ்ட்ரீஸ் நிறுவனம் புதுவைக்கும் காரைக்காலிற்கும் இடைப்பட்ட

கடற்பகுதியில் 9 இடங்களில் கிணறுகள் அமைத்து மேற்கொண்ட கண்டுபிடிப்புச் சோதனையில் 3 கிணறுகளில் ஹைட்ரோகார்பன் இருப்பை உறுதிசெய்தது. மேற்கொண்டு 8 துரப்பணக் கிணறுகளை அமைத்து பணிகளைத் தொடர இந்திய ஒன்றிய அரசின் வனம் மற்றும் சுற்றுச்சூழல் அமைச்சகத்திடம் அனுமதி கோரியது. இத்திட்டத்திற்கான அனுமதியை 2016ஆம் ஆண்டு சுற்றுச்சூழல் மீதான தாக்கம் தொடர்பான அறிக்கையின் அடிப்படையில் சுற்றுச்சூழல் அமைச்சகம் அளித்தது.(3)

புதுவை கடற்கரையில் இருந்து 22 கிமீ தொலைவில் 400 மீட்டர் முதல் 3,000 மீட்டர் ஆழமுள்ள கடற்பகுதியில் 10,665 சதுர கிமீ பரப்பளவில் எண்ணெய்/எரிவாயு இருப்பு கண்டறியப் பட்டுள்ளது. ரூ.800 கோடி முதலீட்டில் ரிலையன்ஸ் இத்திட்டத்தை மேற்கொள்ளவுள்ளது.

சுற்றுச்சூழல் அமைச்சகம் விதித்த நிபந்தனைகள்

புதிய கண்டுபிடிப்புகளுக்கான உரியக் கொள்கை (ராயல்டி பாலிஸி) 3இன் அடிப்படையில் ரிலையன்ஸ் நிறுவனத்திற்கு வழங்கப்பட்ட இந்த அனுமதியானது, சுற்றுச்சூழல் தாக்கம் தொடர்பான ஆய்வைச் செய்த பகவதி அண்ணா லேப்ஸ் லிமிடெட் நிறுவனம் அளித்த சான்றிதழை ஏற்று, அதன் அடிப்படையில் வழங்கப்பட்டுள்ளது.

கடற்பரப்பில் ஹைட்ரோகார்பன் எடுப்பின்போது வெளியேறும் வாயுக்களை உரிய அமைப்புகளை நிறுவி (Flaring Booms) சூழலிற்கு பாதிப்பு ஏற்படாமல் எரித்திடவேண்டும் என்றும், எண்ணெய்/எரிவாயு எடுப்பில் இத்துறையில் பயன்படுத்தப்படும் உச்சபட்சமான தொழில்நுட்பத்தைப் பயன்படுத்தி சுற்றுச்சூழல் பாதுகாப்பை உறுதி செய்ய வேண்டும் என்றும், கடற்பரப்பில் துரப்பணம் செய்யும்போது அதன் தரைப்பகுதியில் உள்ள கடல் தாவரங்களுக்கோ அல்லது அதைச் சார்ந்து வாழும் உயிர் வாழிகளுக்கோ எந்த பாதிப்பும் இன்றி மேற்கொள்ளப்பட வேண்டும் என்றும், அக்கடல் பகுதியில் வாழ்ந்திடும் உயிரினங் களை பாதுகாக்கும் நோக்குடன் செயல்படவேண்டும் என்கின்ற நிபந்தனைகளுடன் வழங்கப்பட்டதாகும்.

இதற்கும் மேலாக ஒரு முக்கிய நிபந்தனையும் அந்த அனுமதியில் குறிப்பிடப்பட்டுள்ளது. மீன்கள் உள்ளிட்ட கடல் வாழ்

உயிரினங்களின் உடலிற்குள் பெட்ரோலியம் ஹைட்ரோகார்பன் மற்றும் கடின உலோகங்கள் ஆகியவற்றின் கலப்பு இருக்கிறதா என்பதைக் குறிப்பிட்ட கால இடைவெளிகளில் சோதித்து அறிக்கை அளித்திடல் வேண்டும் என்றும், துரப்பணத்தின்போது வெளியேறும் ஆபத்தான கழிவுகளை நிலப்பகுதிக்கு கொண்டு வந்து அதற்கான விதிமுறைகளின்படி சுத்திகரிப்பு செய்திடல் வேண்டும் என்றும் குறிப்பிடப்பட்டுள்ளது.[4]

சுற்றுச்சூழல் அமைச்சகம் குறித்துள்ள இந்த நிபந்தனைகள் யாவும் நிறைவேற்றக்கூடியவையா? உலகில் எங்காவது இவை நிறைவேறியிருக்கின்றனவா? இந்தியாவில் விதிமுறைகளின்படி கழிவுகளைச் சுத்திகரித்துக் கையாளும், கையாண்ட நிறுவனம் என்று ஏதாவது உள்ளதா? அப்படியெல்லாம் இருந்தால் சாயப் பட்டறைகளால் அமராவதியும், தோல் பதனிடுத் தொழிற்சாலை களால் அடையாறு உள்ளிட்ட ஆறுகளும், வடக்கே கங்கை, யமுனை நதிகளும் சீரழிந்திருக்குமா? நதிகளைத் தூய்மை செய்ய பல ஆயிரம் கோடி ரூபாய்களை ஒதுக்க வேண்டியிருக்குமா?

நிலத்தில் மேற்கொள்ளப்படும் எண்ணெய்/எரிவாயு துரப்பணத்தில் கடைபிடிக்காத ஓ.என்.ஜி.சி. போன்ற அமைப்புகளும், அது கடைபிடிக்கப்படுகிறதா என்பதை உறுதிப்படுத்தாத மாசுக் கட்டுப்பாட்டு வாரியம் உள்ளிட்ட சுற்றுச்சூழல் அமைப்புகளும், கடலில் மேற்கொள்ளப்படும் துரப்பணத்தை எப்படிக் கையாள்வார்கள், கண்காணிப்பார்கள்? இதையெல்லாம் திறந்த மனத்துடன் அணுகிட வேண்டும்.

வடசென்னையில் இயங்கிவரும் அனல் மின் நிலையத்தில் எரிக்கப்படும் நிலக்கரியால் உருவாகும் சாம்பல் அருகிலிருக்கும் கொற்றலையாற்றில் (கொசத்தலையாறு என்று அழைக்கப் படுவது) கலந்து, ஆற்றுப் படுகையிலேயே திட்டுத் திட்டாக உருவாகி அந்த ஆற்றையே கெடுத்து வருகிறது என்று கூறிய மீனவர் ஒருவர், ஆற்றில் பிடித்த ஒரு நன்னீர் இறாலின் தலைப் பகுதியில் இந்தச் சாம்பல் சேர்ந்திருப்பதைக் காட்டினார். தாங்கள் பிடித்து விற்பனைக்கு வைக்கும் இறாலில் கறுப்பாக தேங்கியுள்ள சாம்பலைக் காணும் மக்கள் அதனை வாங்க மறுத்துவிடுகிறார்கள், அதனால் தங்களின் பிழைப்பு பாதிக்கப்படுகிறது என்று கூறினார்[5]. இதனை அரசோ அல்லது மாசுக் கட்டுப்பாட்டு வாரியமோ கண்டுகொண்டதா? ஒரு நாளைக்கு ஆயிரம் ரூபாய் வரை சம்பாதித்து வாழ்க்கை நடத்திக்கொண்டிருந்த மீனவர்கள் இன்று

வருவாய் இழந்து வாடுகின்றனர். மற்றொருபுறம் மணல் கொள்ளையால் கொற்றலையாறு பள்ளம் மேடாக அவலக் காட்சியளிக்கிறது. இப்படிப்பட்ட ஆறுகளைக் காக்காத, அக்கறையற்ற நமது அரசு அமைப்புகள் கடலை பாதுகாத்திடு வார்களா?

மீனவர்களுக்கு மாற்று வழியா? சதியா?

விவசாயத்தை வாழ்வாதாரமாகக் கொண்டு வாழும் மக்களுக்கு நிலம் ஆதாரமாக இருப்பதுபோல், மீன் பிடித்தலை வாழ்வாகக் கொண்ட மீனவர்களுக்கு கடலே ஆதாரமாக இருக்கிறது. 7,517 கி.மீ. நீள கடற்கரையைக் கொண்ட நமது நாட்டின் கடலோரப் பகுதிகளில் 3,827 மீனவ கிராமங்களும், 1,914 பாரம்பரிய மீன்பிடித் துறைகளும் உள்ளன. சற்றேறக்குறைய ஒன்றரைக் கோடி மக்கள் கடல் சார் மீன் பிடித் தொழில் செய்து வாழ்ந்து வருகின்றனர்.

நமது கடற்பரப்பில் சர்வதேச அளவில் சந்தை பெற்றுள்ள 65 வகை மீன்களும், பெரிய அளவிற்கு வளரும் புலி இறால், வெள்ளை இறால் ஆகியனவும் ஏற்றுமதிச் சந்தையில் பெரும் வருவாய் ஈட்டக்கூடியனவாகும். கடல் மற்றும் உள்நாட்டு நீர் நிலைகளில் பிடிக்கும் மீன், இறால், நண்டு, லாப்ஸ்டர் என்று ஆண்டு ஒன்றுக்கு 6 லட்சம் டன்கள் (உலக உற்பத்தியில் 4%) 90 நாடுகளுக்கு ஏற்றுமதி செய்து அதன் மூலம் 180 கோடி டாலர்கள் (2006ஆம் ஆண்டுக் கணக்கு) அளவிற்கு அந்நிய செலாவணி ஈட்டித்தரும் தொழில் மீன் பிடிப்பாகும். சீனா, தென் அமெரிக்க நாடான பெரு, ஐப்பான் ஆகியவற்றிற்குப் பின் 4வது இடத்தில் கடல் உணவு வள உற்பத்தியில் இந்தியா திகழ்கிறது. நமது நாட்டின் இறால்கள் ஏற்றுமதி மட்டும் 1.20 லட்சம் டன்களாகும்![5]

தமிழ்நாட்டின் 1,076 கி.மீ. நீள கடற்கரையில் கடலாடி மீன் பிடிக்கும் தொழிலில் ஈடுபட்டுள்ள மீனவ குடும்பங்களின் எண்ணிக்கை 1,92,152. மீன் பிடி கிராமங்களின் எண்ணிக்கை 582. தமிழ்நாட்டை ஒட்டியுள்ள புதுவை மாநிலத்தில் 28 மீனவக் கிராமங்களும், 11,541 குடும்பங்களும் மீன் பிடித்தலில் ஈடுபட்டு வருகின்றன. 24 கி.மீ. நீளமுடைய கடற்கரையைக் கொண்ட புதுவையின் மீன் பிடி உற்பத்தி ஆண்டொன்றுக்கு 35,000 டன்களாகும்.

தமிழ்நாட்டின் கடலூர் மாவட்டத்தை மட்டும் எடுத்துக் கொண்டால் 57.5 கி.மீ. நீள கடற்கரையைக் கொண்டுள்ளது. 45

மீனவக் கிராமங்களையும், 3 மீன் பிடித் துறைகளையும், மீன் பிடித்தலில் ஈடுபடும் 14,000 மீனவர்களையும் கொண்டதாகும். இம்மாவட்டத்தின் மீன் உற்பத்தித் திறன் 18,000 மெட்ரிக் டன்கள்.

ஹைட்ரோகார்பன் எடுப்பில் கடும் பாதிப்புக்குள்ளாகிவரும் மாவட்டமான நாகப்பட்டிணம் 187 கி.மீ. நீள கடற்கரையைக் கொண்டதாகும். 64 மீனவக் கிராமங்களையும், 4 பெரும் மீன் பிடித்துறைகளையும், 42 சிறு மீன் பிடித் துறைகளையும் கொண்டுள்ள இம்மாவட்டத்தில் 75,000 பேர் மீன் பிடித்தலில் ஈடுபட்டுள்ளனர். இம்மாவட்டத்தின் மீன் உற்பத்தி ஆண்டுக்கு 80,000 மெட்ரிக் டன்களாகும். இது தமிழ்நாட்டின் மொத்த கடல் வள உற்பத்தியில் 18 விழுக்காடாகும்.

இப்போது கண்டுபிடிக்கப்பட்ட சிறு எண்ணெய் வயல்கள் திட்டத்தின் கீழ் கையெழுத்தாகியுள்ள நெடுவாசல், வடகாடு உள்ளிட்ட பகுதிகளைக் கொண்ட புதுக்கோட்டை மாவட்டம் 42.8 கி.மீ. தூர கடற்கரையும், 32 மீன் பிடி கிராமங்களையும், மீன் பிடித் தொழிலில் ஈடுபடும் 25,000 பேரையும் கொண்டதாகும். ஆண்டு மீன் பிடித்தல் 21,000 மெட்ரிக் டன்கள்.[6]

ராமேஸ்வரத்தை உள்ளடக்கிய ராமநாதபுரம் மாவட்டம்தான் தமிழ்நாட்டில் மிக நீண்ட கடற்கரையைக் கொண்ட மாவட்டமாகும். 271 கிமீ நீளமுடைய கடற்கரையும், 78 மீனவக் கிராமங்களையும், 17 மீன் பிடித் துறைகளையும், மீன் பிடித்தலைச் சார்ந்து வாழும் ஒன்றேகால் லட்சம் மக்களையும் கொண்டது. இதன் மீன் பிடி மதிப்பு ஆண்டிற்கு 1,06,000 மெட்ரிக் டன்களாகும். இது தமிழ்நாட்டின் மொத்த உற்பத்தியில் 24%.

ஆக, இந்தியாவின் ஒட்டுமொத்த கடல் மீன் உற்பத்தியில் 4இல் ஒரு பங்கும், இறால் ஏற்றுமதியில் 42%, ஒட்டுமொத்தமான ஏற்றுமதியில் மாதத்திற்கு ரூ.1.500 கோடி மதிப்பிற்கு அந்நிய செலாவணியை ஈட்டித் தரும் தமிழ்நாட்டின் 12 கடற்கரை மாவட்ட மீனவர்களின் மக்கள் தொகை 7.5 லட்சம் பேர்.

இந்தப் புள்ளிவிவரங்களை எடுத்துரைப்பதற்குக் காரணம், வங்கக் கடலில் எண்ணெய்/ எரிவாயு எடுப்புக்கான துரப்பணப் பணி மேற்கொண்டால் இவர்களின் வாழ்வும், மீன் உற்பத்தியும், இந்த நாட்டின் ஏற்றுமதியும் கடும் பாதிப்புக்குள்ளாகும் என்பது மட்டுமல்ல, ஏழரை லட்சம் மக்களின் கடல் சார் வாழ்வு கேள்விக் குறியாகும். இவர்கள் பரம்பரையாகவும் பாரம்பரியமாகவும் மீன் பிடித் தொழிலில் ஈடுபட்டு வருபவர்கள்.

இக்கேள்விக்கு இந்திய ஒன்றிய அரசு பதிலளித்துள்ளது. இவர்கள் 200 மீட்டர் ஆழமுள்ள கடற்பகுதியில்தான் அதிகமாக மீன் பிடித்து வாழ்கிறார்கள், அதனால் அப்பகுதிகளில் மீன் வளம் குறைந்து விட்டது. எனவே 500 மீட்டர் ஆழமுள்ள கடற்பகுதிகளில் மீன் பிடிக்க வகை செய்யும் ஆழ் கடல் மீன் பிடிப்பை மேற்கொள்ள ரூ.1,500 கோடி ஒதுக்கியுள்ளோம். இதில் பாதித் தொகை நாங்களும், மீதித் தொகை தமிழ்நாடு அரசும் பங்களிப்போம். ஆழ்கடல் மீன் பிடிப்பிற்குத் தேவையான படகு வாங்க ஒரு கோடி ரூபாய் வரை கடன் வழங்கப்படும் என்றெல்லாம் மத்திய அரசு அறிவித்துள்ளது. இதை ஏற்றுக்கொண்டுள்ள தமிழக முதலமைச்சரும் ஆழ்கடல் மீன்பிடிப்பில் மீனவர்களை ஈடுபடச் செய்ய ரூ.1,650 கோடி ஒதுக்கிட வேண்டும் என்று ஒன்றிய அரசைக் கேட்டுக்கொண்டுள்ளார்.[7]

ஆழ்கடல் மீன் பிடித்தலில் இந்திய மீனவர்களை ஈடுபடுத்தும் நோக்கிலேயே மீனா குமாரி ஆய்வறிக்கை வெளியிடப்பட்டது. ஆனால் ஆழ்கடல் மீன் பிடித்தல் லாபகரமானதா? இல்லை என்கிறார்கள் கேரள, கோவா மீனவர்கள்!

மீன் பிடித்தலால் எதிர்கொள்ளும் பிரச்னைகளில் பெரும் போராட்டத்தை நடத்திவரும் கேரளத்தின் பாதிரியார் தாமஸ் கொச்சேரி, ஆழ்கடல் மீன் பிடித்தல் பெரும் தோல்வி என்று கூறியுள்ளார். ஏன் தோல்வி என்பதையும் விளக்கியுள்ளார் கொச்சேரி.

1994ஆம் ஆண்டிலேயே ஆழ்கடல் மீன் பிடித்தலை எதிர்த்த பங்குத் தந்தை கொச்சேரி, இந்திய ஒன்றிய அரசின் திட்டமிடல்படி, 2,600 ஆழ்கடல் மீன் பிடி இயந்திரப் படகுகளைக் கொண்டு, படகு ஒன்றுக்கு 120 முதல் 2000 டன்கள் வரை மீன் பிடித்தலை இலக்காகக் கொண்டது. இந்தியாவின் தனித்த பொருளாதார மண்டலமான (Exclusive Economic Zone - EEZ) கரையில் இருந்து 300 கி.மீ தூரம் வரையிலான பகுதியில் இந்த அளவிற்கு மீன் பிடித்தால் அது சற்றேறக்குறைய ஒரு மில்லியன் டன் அளவிற்கு ஒரே ஆண்டில் முடிந்துவிடும். இது இப்பகுதியில் உள்ள மீன் வளத்தில் பாதியை விழுங்கிவிடும், அதன் பிறகு? என்று கேள்வியை எழுப்பிய பங்குத் தந்தை கொச்சேரி, சர்வதேச அளவில் தொழில்முறை மீன் பிடித்தல் என்பது ஒரு பெரும் தோல்வியாகும். இந்தியாவின் தனித்த பொருளாதார மண்டலத்தில் ஏராளமாக மீன் வளம் இருக்கிறது என்பதெல்லாம் கற்பனையான மதிப்பீடே தவிர, எந்த விதத்திலும் நிரூபிக்கப்பட்டது அல்ல என்று கூறியுள்ளார்.

'நமது நாட்டின் கடல்களில் உள்ள மொத்த மீன் வளம் 40 லட்சம் டன்கள் மட்டுமே. இதில் 23 லட்சம் டன் ஏற்கனவே பிடிக்கப்பட்டு விட்டது. இவை யாவும் 50 மீட்டர் ஆழமுள்ள கடற்பகுதியில் நமது மீனவர்கள் பிடித்துவிட்ட கணக்கு. இப்போதுள்ள மீன் வளத்தை நீட்டித்து மீன் பிடித்தலை தொடர வேண்டுமானாலும் அதிகபட்ச மாக மேலும் 20 இலட்சம் டன் மட்டுமே பிடிக்க முடியும். இந்த 50 மீட்டர் ஆழத்திற்கு அப்பாற்பட்ட கடற்பகுதியிலுள்ள மீன் வளம் மேலும் 17 லட்சம் டன்கள் என மதிப்பிடப்பட்டுள்ளது. இதில் வணிக ரீதியாக 5 லட்சம் டன்கள் வரை பிடிக்கலாம், அதற்கு மேல் சாத்தியமில்லை' என்று கூறியுள்ளார்.(8)

தனது வாதத்துக்கு ஆதாரமாக ஆந்திர மாநிலம் விசாகப் பட்டிணத்தில் இருந்து இயங்கும் 148 ஆழ்கடல் மீன் பிடி கப்பல் களைச் (கவனிக்க படகுகள் அல்ல) சுட்டிக்காட்டுகிறார் கொச்சேரி. இக்கப்பல்கள் யாவும் இந்திய கப்பல் கடன் மற்றும் முதலீட்டுக் கழகத்திடமிருந்து (Shipping Credit and Investment corporation of India - SCICI)பெற்ற கடன்களைக் கொண்டு வாங்கப்பட்டு இயங்குகின்றன. இவற்றில் 20 கப்பல்களைத் தவிர மற்ற அனைத்தும் நட்டத்தில்தான் இயங்குகிறது, ரூ.100 கோடிக்கும் மேலான கடன் கட்டடப்படாமல் நிலுவையில் உள்ளது என்று கூறியுள்ளார்.

இவை மட்டுமின்றி ஐப்பான், தைவான் போன்ற நாடுகளைச் சேர்ந்த இந்திய அரசின் உரிமம் பெற்ற பெரும் மீன் பிடிக் கப்பல்கள் (Chartered Vessels) மும்பை, கொச்சி மீன் பிடித் துறைகளில் டீசலை நிரப்பிக் கொண்டு காத்துக்கிடக்கின்றன. இவை ஒரு முறை கடலுக்குச் சென்றால் மீன் வளத்தைப் பல டன்களுக்கு அப்படியே அள்ளிக்கொண்டு சென்றுவிடுவார்கள். இது மட்டுமா?

அமெரிக்கா, மெக்சிகோ, ஜப்பான் உள்ளிட்ட நாடுகளோடு நமது நாட்டின் நிறுவனங்கள் செய்துகொண்டுள்ள கூட்டு வணிக மீன் பிடி ஒப்பந்தத்தின் கீழ் இந்திய ஒன்றிய அரசு 49 உரிமங்களைக் கொடுத்துள்ளது. இதில் குறிப்பாக மெக்சிகோ நாட்டிற்கு 50 மில்லியன் டாலர் மதிப்பிற்கு ஒப்பந்தம் ஒன்று போடப் பட்டுள்ளது. இதன் கீழ் 6 பெரும் மீன் பிடி சிறப்புத் தொழில்நுட்ப வசதிகள் கொண்ட (Purse Seiners) கப்பல்களைக் கொண்டு மீன் பிடிக்க உரிமம் அளிக்கப்பட்டுள்ளது. இக்கப்பல்களில் 15 முதல் 20 கி.மீ. நீள வலைகள் இருக்கின்றன. ஆழ்கடலில் பிரித்து விட்டுக் கொண்டே செல்லும். இதில் எல்லா மீன் வளமும் சிக்கிவிடும்.

பிறகு நமது மீனவர்களுக்கு என்ன மிஞ்சும் என்று கேட்டுள்ளார் கொச்சேரி.

சர்வதேசச் சந்தையை ஈர்க்கும் இறால், சுறா, டூனா போன்ற சில குறிப்பிட்ட வகை மீன் ரகங்களை இலக்காகக் கொண்டு செய்யக்கூடிய ஆழ்கடல் மீன் பிடித்தல் மட்டுமே லாபகரமானதாக இருக்கும். மற்றபடி, இந்திய ஒன்றிய அரசு திட்டமிடுவதற்கு இணங்க செயல்பட்டால் அது பெரும் தோல்வியிலேயே முடியும் என்று கூறியுள்ளார்.

இதுதான் இன்றுள்ள யதார்த்த நிலை! இதில் ஒரு கோடி வரை கடன் கொடுத்து, அதைக் கொண்டு 20 மீட்டர் நீளம் வரையிலான இயந்திரப் படகு கட்டி, அதைக் கொண்டு ஆழ்கடல் மீன் பிடித்தலில் லாபகரமாக சாதிப்பது என்பதெல்லாம் நடக்கக் கூடியதல்ல. இதையெல்லாம் புரிந்துகொண்டு செயல்படுத்தக் கூடிய அரசுகளா மாநிலங்களில் உள்ளன?

எனவே நமது கடற்பகுதியிலுள்ள மீன் வளங்களை இப்போதுள்ள இயந்திரப் படகுகளின் பயன்பாட்டோடு மேலும் சற்று அதிக தூரத்திற்குச் சென்று மீன் பிடிக்க வழிகாட்டலாமேயன்றி, உலகப் பெரு தொழில்முறை மீன் பிடித்தல் நிறுவனங்களின் கப்பல் களோடு நமது மீனவர்களை மோத விடுவது பெரும் நட்டமாகவே முடியும்.

200 மீட்டர் கடற்பரப்பு:
மீனவருக்கா, ஹைட்ரோகார்பனுக்கா?

கடற்பரப்பில் ஹைட்ரோகார்பன் எடுப்புத் திட்டத்தின் நன்மை தீமைகளை ஆராயும் இடத்தில் ஆழ்கடல் மீன் பிடித்தலைப் பற்றி ஆழமாகப் பார்க்கவேண்டிய அவசியம் என்ன என்ற கேள்வி எழுகிறதல்லவா? தொடர்புடையதுதான்.

தற்போது நமது மீனவர்கள் - இந்தியாவின் அனைத்து மாநில கடற்கரைப் பகுதிகளிலும் மீன் பிடித்தலைச் சார்ந்து வாழ்ந்துவரும் - அனைவரும் பங்குத் தந்தை கொச்சேரி சொல்வது போல் கரையை ஒட்டிய குறைந்த கடற்பகுதியில் மீன் பிடித்தே வாழ்ந்து வருகின்றனர். அதாவது அதிகபட்சமாக 200 மீட்டருக்கும் குறைவான பகுதிகளில் உள்ள மீன் உள்ளிட்ட கடல் வாழிகளைப் பிடித்தே வாழ்ந்து வருகின்றனர். இதே 200 மீட்டர் ஆழமுள்ள

கடற்பரப்பில்தான் ஹைட்ரோகார்பன் வளமும் அதிகமாக இருக்கிறது!

தீபகற்ப இந்தியாவின் கடற்கரையை ஒட்டிய 200 மீட்டருக்கும் குறைவான கடற்பகுதியின் பரப்பு 17.80 லட்சம் சதுர கி.மீ. ஆகும். இதிலுள்ள ஹைட்ரோகார்பன் வளம் 2,000 கோடி டன்கள் என்று இந்த அத்தியாயத்தின் தொடக்கத்திலேயே குறிப்பிடப் பட்டுள்ளது. எனவே நமது மீனவர்கள் எந்தக் கடற்பரப்பில் தங்கள் தொழிலைச செய்கின்றனரோ அதே பகுதியில்தான் எண்ணெய்/ எரிவாயு துரப்பணக் கிணறுகளை அமைத்து ஹைட்ரோகார்பன் வளத்தை எடுக்க வேண்டும்! இது சாத்தியமில்லை. எண்ணெய் துரப்பணம் செய்யுமிடத்தில் மீன் வளமும் இருக்காது, மீனவர்களும் அண்ட முடியாது. இதில் அதிக வணிக மதிப்புக் கொண்டது எது? நிச்சயம் கச்சா எண்ணெய்யும், எரிவாயுவுமே. எனவே இப்பகுதியில் இருந்து மீனவர்களை 'அப்புறப்படுத்த' வேண்டியது அவசியமாகிறதல்லவா?

அதனை சாத்தியப்படுத்தவே மீனவர்கள் மீது இலங்கை கடற்படை தாக்குதல் நடத்தும்போதெல்லாம் மென்மையான ஒரு எச்சரிக்கைக் கூட செய்யாமல் இந்திய ஒன்றிய அரசு ஒப்புக்குக் கண்டனம் தெரிவிக்கிறது. 600க்கும் மேற்பட்ட மீனவர்கள் கொல்லப்பட்ட போதும் வழக்கு, பிணக்கு ஏதுமின்றி இலங்கையோடு எந்த மோதலுமின்றி அமைதி காத்தது. இதனையும் தாண்டி மீன் பிடித்தல் தொடர்கிறது. எனவே ஆழ்கடல் மீன் பிடிப்பு எனும் வலை வீசப்படுகிறது. முந்தைய அத்தியாயங்களில் குறிப்பிட்டுள்ளதுபோல் ஒன்றை இழந்துதான் ஒன்றைப் பெற வேண்டும் என்கிற நியதியை ஏற்கலாம். அது நாட்டிற்கும், நாட்டு மக்களுக்கும், நம்மை வாழ வைக்கும் இயற்கைக்கும் பாதுகாப்பை யும், முன்னேற்றத்தையும் தருவதாக இருந்தால் ஏற்கலாம். எண்ணெய்/ எரிவாயு துரப்பணம் அப்படிப்பட்டதா? எனவேதான் கடலில் எண்ணெய்/எரிவாயு துரப்பணத்தை மேற்கொள்ளும் திட்டங்களைப் பற்றி ஆராய வேண்டிய கட்டாயம் ஏற்படுகிறது.

எது உத்தரவாதம்?

பூமியின் மீது எந்த இடத்தில் துரப்பணம் மேற்கொண்டாலும் அதன் தன்மை ஒன்றே. நிலத்தில் மேற்கொள்ளும்போது வெளியேறும் கழிவுகள், வாயுக்கள் ஆகியவற்றால் நீர் நிலைகளும், நிலத்தடி நீரும், காற்று மண்டலமும் எவ்வாறு மாசுபட்டுக்

கெடுகின்றனவோ அதைவிட அதிகமாக கடலில் எண்ணெய் துரப்பணம் செய்யும்போது பாதிப்பு அதிமாகவே இருக்கும் என்று ஆய்வுகள் உறுதிசெய்கின்றன.

ஆழ்துளையிடுவதற்குப் பயன்படுத்தப்படும் ரசாயனக் கலப்பு களுடன் கூடிய கலவை, வெளியேறும் எண்ணெய்க் கசடுடன் கூடிய கழிவு ஆகியன கடல் நீரில் ஒரு சிறு பகுதி கலந்தால்கூடக் கடல் வாழ் தாவரங்களுக்கும், உயிரினங்களுக்கும் கடும் பாதிப்பை ஏற்படுத்தக்கூடியன.

அதுபோலவே துரப்பணத்தில் வெளியேறி காற்றுடன் எளிதில் கலக்கவல்ல இயற்கை ரசாயனக் கூட்டுகள் (Volatile Organic Compounds - VOC), வெளியேறும் வாயுக்களை எரிப்பதால் காற்றில் கலக்கும் பென்சீன், க்ஸைலீன், டாலியூன், ஈதைல் பென்சீன் (BTEX) ஆகியனவற்றால் காற்று மண்டலத்தில் கலக்கும் தப்பிய வாயுக்கள் (Fugitive Emissions), இதன் விளைவாக மாசுபடும் காற்றால் தடைபடும் கடல் நீர் ஆக்சிஜனைசேஷன். இதன் காரணமாக குறையும் கடல் நீரின் உயிர்க்காற்றுக் கலப்பு ஆகியன உயிர் வாழிகளை இடம்பெயரச் செய்யும் அபாயம் என்று நீரில் மேற்கொள்ளப்படும் துரப்பணத்தால் பாதிப்பு அதிகமாகும்.

இவை யாவற்றையும் விட பெரும் பாதிப்புகளை ஏற்படுத்தக் கூடியது எண்ணெய் கசிவு. 2010ஆம் ஆண்டில் மெக்சிகோ வளைகுடாவில் பிரிட்டிஷ் பெட்ரோலியம் அமைத்த எண்ணெய் துரப்பணக் கிணற்றில் இருந்து வெளியான கச்சா எண்ணெய் கடலில் சிந்திய விபத்தினால் அட்லாண்டிக் பெருங்கடலின் நீரடிப் பகுதி வாழ் தாவரங்களுக்கும் உயிரினங்களுக்கும் ஏற்பட்ட பேரழிவை மறக்கமுடியாது. 11 தொழிலாளர்களின் உயிரைப் பறித்தது மட்டுமின்றி, கடலில் பரவிய 4.2 மில்லியன் பேரல் எண்ணெய்க் கசிவை நீக்க 87 நாட்கள் நடந்த போராட்டப் பணியை உலகம் இன்றளவும் பெரும் எடுத்துக்காட்டாகச் சொல்லி எச்சரிக்கிறது.

இந்த விபத்து நடந்து 5 ஆண்டுகள் ஆண பின்னரும் எந்த அளவிற்கு பாதிப்பு ஏற்பட்டுள்ளது என்பதைக் கணிக்கமுடியாத அளவிற்கு எண்ணெய் கசடுகள் கடலின் தரைப்பகுதியிலிருந்து நீக்க முடியாத நிலை நீடிக்கிறது.(9)

மும்பையை அடுத்துள்ள அரபிக் கடல் பரப்பில் ஓ.என்.ஜி.சி.யின் பாம்பே ஹை எண்ணெய் துரப்பணக் கிணறுகளில் 2005ஆம்

ஆண்டில் ஏற்பட்ட விபத்தை நினைவுபடுத்துவோம். மும்பையில் இருந்து 160 கி.மீ. தூரத்திலுள்ள இத்துரப்பணக் கிணற்றின் மேடை ஒன்றின் மீது எண்ணெய்க் கப்பல் ஒன்று மோதியதையடுத்து ஏற்பட்ட தீ விபத்தில் 11 பேர் உயிரிழந்தனர், 11 பேர் காணவில்லை. அங்கு பணியாற்றிய 362 பேரை இந்தியக் கடற்படை, கடலோரக் காவற்படைக் கப்பல்களும் ஹெலிகாப்டர்களும் மீட்டன.

சென்னைக்கு அருகில் எண்ணூர் துறைமுகத்தையொட்டிய கடற்பரப்பில் இரண்டு கப்பல்கள் உரசிக்கொண்டதால் ஏற்பட்ட விபத்தின் காரணமாகக் கடலில் சிந்திய கச்சா எண்ணெயால் எப்படிப்பட்ட பாதிப்பு ஏற்பட்டது என்பதையும், அதனை நீக்க நமது துறைமுக நிர்வாகங்களின் 'தொழில்நுட்பங்கள்' பட்ட பாட்டையும் விளக்கத் தேவையில்லை. எண்ணெய்/எரிவாயு துரப்பணக் கிணறுகள் விபத்துகளும், எண்ணெய் கசிவுகளும் பெரும் எண்ணிக்கையில் நிகழ்ந்துள்ளன என்பதைக் கவனத்தில் கொள்ளவேண்டும். விபத்தில்லா பணி ஏது என்றெல்லாம் நம்மை நாமே மழுங்கடித்துக்கொள்வதை விட அவை தவிர்க்கக் கூடியவையா என்பதைச் சீர்தூக்கிப் பார்த்து ஏற்றுக்கொள்ள வேண்டும்.

கடற்பகுதி துரப்பணத்தால் ஏற்படும் தவிர்க்க இயலா பாதிப்புகள்

சென்னையிலுள்ள இந்தியத் தொழில்நுட்பக் கழகத்தின் பெருங்கடல் பொறியியல் துறையின் பேராசிரியர் சீனிவாசன் சந்திரசேகர், கடற்பகுதியில் பெட்ரோலியம் மற்றும் கடற்பகுதியில் எண்ணெய் துரப்பண மேலாண்மையில் பாதுகாப்பு, சுற்றுச்சூழல், உடல் நலம் என்கிற தலைப்பில் எடுத்துக்காட்டியுள்ள பாதிப்புகள் பற்றி அறிவது நமக்குச் சரியான வழிகாட்டுதலாக இருக்கும்.[10]

1. கடற்பகுதியில் எண்ணெய் துரப்பணத்தால் ஏற்படக்கூடிய மிகப் பெரிய பாதிப்பு என்பது நிலத்தை ஒட்டிய கடலடிப் பரப்பின் மீது அமைந்துள்ள இயற்கை சூழலிற்கும், அதைச் சார்ந்திருக்கும் உயிரியல் வளங்களுக்குமே ஏற்படுகிறது. இப்பகுதிதான் உயிர் வாழ்வின் பல்வேறு படிநிலைகளைத் தீர்மானிக்கக்கூடியதாகும். இதுவே மீன் பிடித்தலிற்கும் அடிப்படையாக அமைந்துள்ளது. துரப்பணத்தின்போது நிகழக்கூடிய எண்ணெய் கசிவால் இக்கடல் சார் சூழலும் உயிரிகளும் மீட்பதற்கியலா பாதிப்பிற்குள்ளாகும்.

2. கடற்பகுதியில் எண்ணெய் துரப்பணத்தால் நமது கண்ணிற்குத் தெரியும் பாதிப்புகள் என்னென்ன? இத்தொழில் நடவடிக்கையால் உருவாகும் மாசுக்களால், கடலடிப்பரப்பிலும் கரையோரப் பகுதிகளிலும் வாழும் 90 விழுக்காடு வர்த்தக மதிப்புடைய கடல் சார் உயிரினங்களின் வாழ்விற்கு ஆதாரமான நீர்ச் சூழலில் மிகக் காட்டமான பாதிப்பை ஏற்படுத்தும். கடற்கரையை ஒட்டிய குறைந்த ஆழமுடைய பகுதிகளிலேயே பெரும்பான்மை எண்ணெய்/ எரிவாயு துரப்பணக் கிணறுகள் அமைக்கப்படுகின்றன.

3. ஹைட்ரோகார்பன் வளத்தில் இருந்து நாம் பெறக்கூடிய எரிபொருட்களின் தேவை நாளுக்கு நாள் கூடிக்கொண்டே இருக்கிறது. அதே நேரத்தில் உலகின் இவ்வளம் கொண்ட பகுதிகளின் அளவு குறைந்துகொண்டே வருகிறது. அடுத்த 20 ஆண்டுகளில் இந்நிலை மேலும் அதிகரிக்கக்கூடும். எனவே எண்ணெய், எரிவாயு துரப்பணமும் அதனை மேற்கொள்ளும் தொழிற்சாலைகளும் அதிகரிக்கும் சூழலில் உலகப் பெரும் கடல்களின் கடலடிப்பரப்பை நோக்கிக் கவனம் திரும்பியுள்ளது. மக்கள் வாழும் நிலத்தையடுத்த கடற்பகுதியில் மேற்கொள்ளப் படும் துரப்பணத்தால் கடல் வாழ் உயிரிகள், உயிரினங்களின் வளர்ச்சி பெரும் பாதிப்பிற்கு உள்ளாகும். பூமியின் துருவப் பகுதிகளில் நடந்துவரும் கண்டுபிடிப்புகள் சுற்றுச்சூழல் ஆர்வலர்களின் கவனைத்தை ஈர்த்துள்ளது.

4. கடலடி ஹைட்ரோகார்பன் வளத்தை எடுக்கப் புதிதாக ஈடுபடுத்தப்படும் தொழில்நுட்பங்கள் கவலையை ஏற்படுத்துகின்றன. எண்ணெய்/எரிவாயு இருப்பை முழுமையாக எடுத்தாளப் பயன்படுத்தப்படும் ரசாயன, வெப்பத் தொழில் நுட்பங்கள் கடல் சூழலிற்கும், நீர்த் தூய்மைக்கும் பெரும் அச்சுறுத்தலாக உள்ளது. எடுத்துக்காட்டாக வெப்ப நீர் செலுத்துதல், மெத்தனால் போன்ற அரிப்பைத் தடுக்கும் ரசாயனங்கள் பெரும் பாதிப்பை ஏற்படுத்தக்கூடியன. துறைமுகக் கப்பல் போக்குவரத்திற்கும், மீன் பிடித்தலுக்கும் மட்டுமே பயன்படுத்தப்பட்டுவந்த கடலடி பகுதிகள் இதற்குமேல் எண்ணெய்/ எரிவாயு இருப்பின் கண்டுபிடிப்பிற்கு இலக்காகியுள்ளது. இது கடல் நீர் மாசுபடுவதை அதிகரிக்கும்.

5. நிலத்தை அடுத்து கடலுக்குள் நீளும் கடலடிப் பகுதியே கடல் வாழ் உயிரினங்களின் பெருக்கத்தின் களமாகயிருக்கிறது.

அதே பகுதிதான் ஹைட்ரோகார்பன் இருப்பிற்கும் எடுப்பிற்கும் களமாகிறது என்பதை மறக்காமல் கவனத்தில் கொள்ள வேண்டும். இது ஒன்றுக்கு ஒன்று பொருந்தாத நிலையாகும். மேலும் எரிவாயு எடுப்பின்போது வெளியேறி நீரில் கலக்கும் எரிவாயு மூலக்கூறுகளுக்குள் தேங்கும் மீத்தேன் 500 மீட்டர் ஆழத்திலும் நிலையாக இருக்கவல்லதாகும். இது பெரும் பாதிப்பை கடலடி நீரில் உண்டாக்கும்.[11]

6. கடற்பகுதியில் துரப்பணம் செய்யப்படும் எண்ணெய்/ எரிவாயுவைக் குழாய் மூலம் நிலத்திற்குக் கொண்டு வருவதும் ஆபத்து நிறைந்தே. இதனால் கடல் நீரில் ரசாயன மாசுபாடு அதிகரித்திருப்பது பல இடங்களில் நிரூபிக்கப்பட்டுள்ளது. அதேபோல் எண்ணெய் துரப்பணத்தின்போது வெளியேறும் வாயுக்கள் எரிக்கப்படுவதால் சில சமயங்களில் எதிர்பாராமல் ஏற்படும் வெடிப்புகள் தவிர்க்க இயலாதவை.

7. எண்ணெய், எரிவாயு துரப்பணத்திற்கு அமைக்கப்பட்டக் கிணறுகள் - அப்பகுதியில் இருப்புத் தீர்ந்தவுடன் அவைகளை நீக்குவது என்பது கடினமான பணி என்பதுடன் அதுவும் சூழலைப் பாதிக்கக்கூடியதாகும். துரப்பணப் பணி நின்றுபோன இடங்களில் அவ்வமைப்புகளும் தேக்கிவைக்கப்பட்ட கழிவுத் தொட்டிகளும் அப்படியே விட்டுச் செல்லப்பட்டிருப்பதை இங்கு தமிழ்நாட்டில் பல இடங்களில் காணலாம். கடற்பகுதியில் துரப்பணம் மேற்கொண்ட பிறகு அவற்றை முழுவதுமாக நீக்குவார்கள் என்று மட்டும் எதிர்பார்ப்பது நியாயமாகுமோ?

8. இங்கு முக்கியமாக கவனத்தில் கொள்ள வேண்டியது யாதெனில் துரப்பணத்தால் கடல் நீரில் கலக்கும் மாசுக்கள் பெரும் கடற்பரப்பில் பரவிச் செல்வதால் அதன் பாதிப்புகள் உடனடியாக உணரத்தக்கதாக இருக்காது என்பதே. பொதுவாக இந்திய கடற்பரப்பிற்கு வரும் சர்வதேச கப்பல்கள் பலவும் தாங்கள் சுமந்துவரும் திடக்கழிவுகளை நமது கடற்பரப்பில்தான் திறந்துவிட்டுச் செல்கின்றன. அந்த அளவிற்கு நமது கடற்பரப்பை நாம் கவனத்துடன் கண்காணித்து வருகின்றோம்!

9. திடக் கழிவுகள் கடல் நீரில் கலப்பதால் கடல் பாசியின் வளர்ச்சி (Phytoplankton) கடல் நீரின் ஆக்ஸிஜன் அளவைப் பாதித்து அதன் சமநிலையைப் பாதிக்கிறது. இது மீன்

உள்ளிட்ட கடல்வாழ் உயிரினங்களின் வளர்ச்சியைக் குறைப்பது மட்டுமின்றி ஒட்டுமொத்த நீர்சூழலையும் கெடுத்துவிடுகிறது.

10. கடல் நீரில் கலக்கும் கடின உலோகங்கள், குளோரினேடட் ஹைட்ரோகார்பன் ஆகியன அதிக நச்சுத்தன்மை கொண்டவை. பென்சோபைரீன், பூமிக்குள் செலுத்தப்படும் திரவத்தில் கலக்கப்படும் பாலிகிளினிக் அரோமேட்டிக் காம்பவுண்ட்ஸ், பைஃபீனைல்ஸ் ஆகியன உயிரினங்களில் புற்று நோயை ஏற்படுத்தக்கூடியவையாகும். நீரில் கலக்கும் இந்த ரசாயனச் சேர்க்கைகள் நீரை உள்ஈர்த்து உயிர்காற்றை எடுக்கும் மீன் உள்ளிட்ட கடல் ஜீவிகளின் இனப் பெருக்கத்தையும் குறைக்கவல்லன.

எனவே கடற்பகுதியில் எண்ணெய்/எரிவாயு துரப்பணம் செய்வதால் கடல் வளத்திற்கு நீக்கவியலா பாதிப்பை ஏற்படுத்தும் என்பதையும், கடல் நீர் மாசுபடுவது அதில் வாழும் உயிரினங் களின் அழிவிற்கும் இடம்பெயர்தலுக்கும் வழிவகுக்கும் என்பதும் மறுக்கவியலாத உண்மையாகும்.

பெரும் ஆழமில்லாத கடற்பகுதியில் எண்ணெய், எரிவாயு எடுக்கும் முயற்சியால் மீனவர்கள் தொடர்பே இல்லாத, பயிற்சியே இல்லாத உலக நாடுகள் பல்லாயிரம் கோடிகளை முதலீடு செய்து பெரிய போட்டி நடக்கும் ஆழ்கடல் பகுதியில் மீன் பிடிக்கக் கட்டாயப்படுத்துதல் அநீதியாகும். எவ்வாறெனில் உலக நாடுகளோடு ஆழ்கடலில் மீன்பிடித் தொழிலில் சின்னஞ்சிறு போட்டியையும் போட இயலாதவாறே இந்நாட்டின் தொழில் முறை மீன்பிடிப்பு முறை இருக்கின்றது.

ஒன்றிய அரசின் கொள்கை முடிவுகளால் இந்நாடு பொதுச் சந்தையாக ஆக்கப்பட்டுவிட்டதால் உள்ளூர் சிறு வியாபாரிகளும் பாதிக்கப்படும் அளவிற்கு பல நாடுகளின் தொழில் நிறுவனங் களும், வியாபார நிறுவனங்களும் இந்நாட்டில் வியாபார ரீதியாக ஆட்சியே செய்கின்றன.

ஆழ்கடல் மீன்பிடிப்பு சர்வதேசக் கடல் பகுதியில் அருகமை நாட்டின் பெயரளவிற்கான ஒப்புதலுடன் செய்யப்படுவது. குடிமக்களுக்கு முன்பாகவே வெளிநாட்டு நிறுவனங்களைத் தொழில் ரீதியாக ஒன்றும் செய்ய இயலாத நிலையில் மக்கள் யாருமற்ற ஆழ்கடல் பகுதியில் மீனவர்கள் எதிர்கொள்ளும் போராட்டங்களை என்ன செய்ய இயலும்?

மீனவர்களை வாழ்விக்கும் வழிகளை நிச்சயம் அரசுகள் செய்ய வில்லை. மாறாக அவர்களைப் பாரம்பரிய வாழ்விடங்களை விட்டு விலக்கி வெளியேற்றும் வழியையே செய்கின்றன!

இந்தியாவில் எவ்வகைக் கழிவுகளையும் நீர் நிலைகளிலும் கடலிலுமே கலந்து விடுகின்றனர். கழிவுகளை வகைப்படுத்துதல், தேவையான சுத்திகரிப்பு செய்தல் என எதுவும் கிடையாது. அதுவும் கடலில் இருந்து எடுக்கப்படும் எண்ணெய், எரிவாயு மூலம் வெளியேறும் ஆபத்திற்குரிய கழிவுகளைக் கேட்பாறற்று கடலில் கலக்காமல் என்ன செய்வார்கள்? அதன் தீமைகள் பெருமளவிற்கு வளர்ந்து நிலப்பகுதிகளை, மக்களை பாழ்படுத்தும் வரை ஆட்சியாளர்களுக்கு கவலை என்பதே இல்லை. நேரடியாகப் பாதிக்கப்பட்டால் மட்டுமே மக்களில் பெரும் பாலோர் வேறு வழியின்றி போராட வருகின்றனர். இந்நாட்டில் மீனவர்கள் அன்றி, மற்றவர்கள் வேடிக்கைப் பார்ப்பதற்கே கடற் கரைக்கு வந்து செல்வதோடு சரி. கடலிற்கும் இவர்களுக்கும் எவ்விதத் தொடர்பும் இல்லை, கடற்பயணமும் அரிதாகவே இருக்கின்றது.

எவருடைய எதிர்ப்பும் இல்லாமல் செயல்பட்டு கழிவுகளால் ஆபத்து உண்டானாலும் அதனையும் மறைக்க வேண்டிய அவசியம் இல்லை. இருந்தும் அதனைச் செய்யாமல் இருப்பதற்குக் காரணம், நிலத்தை எடுப்பதைக் காட்டிலும் கடலில் எடுப்பதற்குப் பன் மடங்கு செலவாகும் என்பதைத் தவிர வேறல்ல. வேறு வழியில்லை எனில் அதனையும் செய்து அதனால் உருவாகும் பொருளாதார சுமைகளையும் மக்கள் மீதே போடுவார்கள்.

நாட்டின் சுமைகளைச் சுமக்கவே மக்கள் உள்ளனர் என்பதே நாட்டை ஆள்பவர்களின் வேதமாக இருக்கிறது. இவர்களுடைய தவறுகளால் தோன்றும் தீமைகளை, தோன்றும் சுமையை ஏமாறு கின்ற, விழிப்புணர்வற்ற மக்கள் எவரென பிரித்தாய்ந்து அவர் களின் தலையில் கொள்கை முடிவுகள் என்று சொல்லித் திணித்து விடுகின்றனர். அல்லது, சட்ட வடிவுகள் எனவும் பெயரிட்டு சுமத்தி விடுகின்றனர்.

இப்படி கடலிலும் கூடாது, நிலத்திலும் கூடாது என்று ஆதாரத்துடன் மறுத்துவிடுவது சரியென்றாலும், ஹைட்ரோகார்பன் சார்ந்து நகரும் நமது வாழ்விற்கு வேறு என்ன வழியிருக்கிறது எனும் கேள்வி எழுகிறது, எழுப்பப்படுகிறது. அதற்கான பதிலை அடுத்த அத்தியாயத்தில் பார்ப்போம்.

ஆதாரக் குறிப்புகள்:

1. The total area of the 26 sedimentary basins up to 200m isobaths is 1.78 million sq. kms and if the deep water sedimentary areas beyond 200m isobaths is considered, it is 3.14 million sq. km. The hydrocarbon resources for the sedimentary basins up to 200m isobath are estimated to be around 20 billion tonnes. The speculative resources for deepwater areas are put around 5 billion tonnes. As a result of sustained exploratory efforts over the last three decades it has been possible to 5 establish hydrocarbon reserves base of around 6 billion tonnes in six sedimentary basins. An Environmental Assessment of Oil - Gas Exploration By Prof. VBNS Madduri, University of Hyderabad, January 2003.
2. BPCL's subsidiary strikes oil and gas in Tamil Nadu, Business Line
3. RIL gets Environment Ministry nod to drill 8 wells in Tamil Nadu, Business Standard
4. RIL gets green nod for exploratory drilling project in Tamil Nadu, Financial Express
5. Fishing and Deep Sea fishing in India, Wikipedia.
6. Season based Fish catch Calendar. MS Swaminathan Research Foundation.
7. TN CM Palanisamy seeks fund release for Deep Sea Fishing, New Indian Express
8. Deep Sea Fishing in India is already a Flop, Father Kocherry, www.downtoearth.org.in
9. 5 years after the Gulf oil spill: What we do (and don't) know. CNN news. 2015, April 20.
10. Health, Safety and Environmental Management in Petroleum and offshore Engineering. Prof. Srinivasan Chandrasekaran, Department of Ocean Engineering, IIT, Chennai.
11. Gas hydrate is a solid ice-like form of water that contains gas molecules in its molecular cavities. In nature, this gas is mostly methane. Methane gas hydrate is stable at the seafloor at water depths beneath about 500 m.

- 7 -

மாற்றுத் தொழில்நுட்பம் மாறும் உலகம்

இப்புவியின் இருப்பு, தாவரங்களில் தொடங்கி விலங்கினங்கள், பறவைகள், மனிதர்கள் என்று வாழும் அனைத்து உயிர்களின் வாழ்க்கை ஆகியவற்றுக்கு ஆதாரமாகத் திகழ்வது சூரிய ஒளியே. அதுவே மானுடத்தின் எதிர்கால எரிசக்தித் தேவையையும் பாதிப்பின்றி நீடித்து வழங்கத்தக்க ஆதாரமாக வந்திருக்கிறது. இது தொழில்நுட்ப வளர்ச்சியும் இயற்கையும் இணைந்து செல்லும் ஒரு புது யுகத்தின் தொடக்கம்.

மானுட வாழ்வில் எரிசக்தியின் தேவை கடந்த அரை நூற்றாண்டு காலத்தில் நாளுக்கு நாள் அதிகரித்துக்கொண்டே வந்துள்ளது. அதனைப் பெறுவதற்காக மானுடம் சகித்துக்கொள்ள வேண்டிய நெருக்கடிகளும் பல வழிகளில் அதிகரித்துள்ளன. அச்சக்தியின் ஆதாரங்களைப் பெற்றிருந்த நாடுகள் புது வாழ்வுபெற்று, பிற நாடுகளைத் தங்களது அரசியல் வியூகத்தில் வீழ்த்தியுள்ளன. நட்பு வளையத்தில் சிக்க வைத்து, அதன் வணிகப் பலன்களை முழுமையாக அனுபவித்துவருகின்றன. அதன் வாயிலாகப் பொருளாதார உலகை ஆட்டிப்படைக்கும் பலத்தைப் பெற்று, அதனைப் பூகோள அரசியலின் ஆதாரமாகக் கொண்டு

ஆண்டுவந்திருக்கின்றன. ஆனால், சூரிய ஒளியாற்றல் எனும் புதிய எரிசக்தியின் வருகை அதையெல்லாம் அடித்து நொறுக்கிவிடும் நிலையை உருவாகியுள்ளது.

இயற்கை எரிசக்தி வளத்தின் உச்சாணிக்கொம்பில் நிலைத்திருக்கும் ஹைட்ரோகார்பன் அடுத்த இரு பத்தாண்டுகளில் தனது முதன்மைத்துவத்தை மட்டுமல்ல, உலக வர்த்தகத்திலும், மானுட வாழ்விலும் அது வகித்துவந்த முக்கியத்துவத்தையே இழக்கப் போகிறது. சூரிய ஒளி மின்சாரம் எனும் புதிய தொழில்நுட்பம் மானுட வாழ்வில் நீடித்த முக்கிய இடத்தைப் பெறப்போகிறது. இதுவரை பழைய எரிபொருள் வளம் தந்த பலத்தைக்கொண்டு செழித்த நாடுகளின் வர்த்தக பொருளாதார ஆதிக்கத்தை மாற்றப் போகிறது.

விவசாய வளம் கொழிக்கும் தங்கள் மண்ணில் ஹைட்ரோகார்பன் திட்டத்துக்கு ஒருபோதும் இடம் தர மாட்டோம் என்று உறுதியாக இரண்டாம் கட்டப் போராட்டத்தை நடத்திவரும் திருவாரூர், நாகை, புதுக்கோட்டை மாவட்ட கிராம மக்களின் போராட்டம் சூரிய ஒளி மின்னாற்றலால் ஒரு தீர்வை நோக்கி நகரப்போகிறது. நெடுவாசல் கிராமத்து மக்களின் 48வது நாள் போராட்டத்தில் கலந்துகொண்டு உரையாற்றிவிட்டு சென்னை திரும்பிய மறுநாள் இணையச் செய்தி ஒன்று கண்ணைக் கவர்ந்தது. அதன் தலைப்பு இதுதான்:

விலை வீழ்ச்சி புதிய சமன்பாடு எழுச்சி

சூரிய ஒளி மின்சாரம் இன்றைய உலகில் ஒரு பெரும் எரிசக்தி ஆதாரமாக உருவாகி வருவதை அறியாதவர்கள் இருக்க முடியாது. அயல் நாடுகளில் வீட்டுக்கு வீடு கூரைகளில் சூரிய ஒளிக் கதிர்களை நோக்கிய மின் தகடுகளை அடுக்கடுக்காகப் பதித்து, அதன் மூலம் வீட்டின் மின் தேவையை ஈட்டிடும் விவரங்கள் எல்லாம் கனடாவில் இருந்து ஆஸ்திரேலியா வரை கடந்த 10 ஆண்டுகளின் நிஜ வரலாறு.

ஆனால் மேற்கண்டச் செய்தியின் சாரம் என்னவெனில், தற்போது பெட்ரோல், டீசல் ஆகிய எரிபொருட்களைக் கொண்டு இயக்கப்படும் வாகனங்கள் அடுத்த பத்தாண்டு காலத்தில் மின் வாகனங்களுக்கு வழிவிடப் போகின்றன என்பதே. பெட்ரோல், டீசல் என்று ஹைட்ரோ கார்பனால் இயங்கிவரும் உலகம்

இன்னும் பத்தாண்டுகளில் சாலைகளை நிறைக்கப்போகும் மின் ஆற்றல் வாகனங்களுக்கும் தானியங்கி (Autonomous cars) வாகனங் களுக்கும் வழிவிட்டு நிரந்தர ஓய்வைப் பெறப்போகிறது![1]

இப்போது இயங்கும் கார் உள்ளிட்ட பயணிகள் வாகனங்களும் சரக்குப் போக்குவரத்துக்கான லாரி போன்ற கனரக வாகனங்களும் பெட்ரோல், டீசல் ஆகிய எரிபொருட்களை எரித்து இயக்கும் வாகன இயந்திரங்களும் இன்னும் கொஞ்ச காலத்தில் பழங்கதை யாகிவிடும். மின் கலத்தாலும் புதிய தொழில்நுட்ப இயந்திரங் களாலும் இயக்கப்படும் வாகனங்களே எதிர்காலமாகும். வாகனப் போக்குவரத்தில் இது ஒரு புதிய சகாப்தத்தின் தொடக்கமாகும். 2,000த்துக்கும் அதிகமான உறுப்புகளைக் கொண்டு தற்போதுள்ள வாகன இயந்திரம் செயல்படுகிறது. மின் ஆற்றலால் செயல் படவுள்ள வாகன இயந்திரம் 20க்கும் குறைவான உறுப்புகளுடன் இயங்கவல்லது! மின்கலத்தை அவ்வப்போது மின்னேற்றம் செய்யக்கூடிய நிலையங்களாகத் தற்போதுள்ள எரிபொருள் நிலையங்கள் மாறும். மேலும் எண்ணெய் எரிபொருள் சார்ந்த வாகனங்களுக்கு ஆகும் பராமரிப்புச் செலவைவிட மின்னாற்றல் வாகனங்களின் செலவீனம் மிகவும் குறைவாகும்.

இதனால் உலக அளவில் எண்ணெய் சார்ந்த எரிபொருளுக்கான தேவை அடுத்த 10 ஆண்டுகளில் கடுமையாகச் சரியும்; அடுத்த 15 ஆண்டுகளில் வாகனப் போக்குவரத்து தொடர்பான மக்களின் எண்ணங்களில் பெரும் மாற்றங்கள் நிகழும் என்று எதிர்காலக் கணிப்பாளர் என்று பெயர் பெற்றுள்ள டோனி சீபா கூறியுள்ளார். இப்போது நாள் ஒன்றுக்கு 10 கோடி பேரல் அளவுக்குள்ள பெட்ரோல், டீசல் உள்ளிட்ட எண்ணெய் எரிபொருள் பயன்பாடு, அடுத்த 10 ஆண்டுகளில் 70 மில்லியன் பேரல்களாகக் குறையும்; இதன் விளைவாக ஒரு பேரல் கச்சா எண்ணெய் விலை 30 டாலருக்கு வீழ்ச்சியடையும் என்று சீபா கூறியுள்ளார்.[2] இந்த அளவுக்கு கச்சா எண்ணெய் விலை வீழ்ச்சியடையும்போது இந்தியாவில் பெட்ரோல் விலை லிட்டர் ரூ.30 ஆகக் குறையும்.

சூரிய ஒளி மின்னாற்றல் தயாரிப்புத் தொழில்நுட்பங்கள் மிக அதிகமான முதலீட்டைத் தேடிக்கொண்டிருந்த காலத்தில், அதன் உற்பத்திச் செலவு அடுத்த சில ஆண்டுகளிலேயே 10 மடங்கு குறையும் என்று சொன்னவர் டோனி சீபா. இவரின் முன்னோக்கு நிரூபணமாகியுள்ளது. இப்போது சூரிய ஒளி மின்சாரம் ஒரு கிலோ வாட் மணி நேரத்துக்கு இந்தியாவிலேயே ரூ.2.37க்குத் தர இந்திய

ஒன்றிய அரசின் மின்துறை அமைச்சகத்துடன் பல நிறுவனங்கள் ஒப்பந்தம் செய்துகொண்டுள்ளன.

மின்கல வாகனங்களை (Battery Cars) தயாரிப்பதில் முன்னணி நிறுவனங்கள் அனைத்தும் அதற்கான இயந்திர வடிவமைப்புக்கு பெரும் முதலீடுகளைச் செய்துள்ளன. இதில் டெஸ்லா, ஜெனரல் மோட்டார்ஸ், பி.எம்.டபுள்யூ ஆகியன முன்னணியில் உள்ளன. இந்நிறுவனங்களின் சந்தை மதிப்பு நாளுக்கு நாள் கூடிக்கொண்டே போகிறது. கச்சா உற்பத்தியிலும் வர்த்தகத்திலும் கோலேச்சிய எக்ஸான் எண்ணெய் நிறுவனங்களின் பங்குகளின் விலை சரிந்து கொண்டிருக்கின்றன.

வாகனத் தொழில்நுட்பத்தில் உலகில் நீண்ட காலமாக இருந்து வரும் ஜெர்மனியின் ராபர்ட் போஸ் நிறுவனம், தானியங்கி மின் கார்களை இயக்கும் விரிவான செயல்பாட்டு மின்னணுக் கட்டமைப்பை (Chip)உருவாக்கும் தொழிற்சாலையை 110 கோடி டாலர் முதலீட்டில் நிறுவி வருவதாகத் தெரிவித்துள்ளது.(3)

டோனி சீபா கணித்துள்ள மற்றொரு மாற்றமும் கவனிக்கத்தக்கது. அடுத்த பத்தாண்டுகளுக்குள் பயன்பாட்டுக்கு வரக்கூடிய தானியங்கி வாகனங்களைப் பொதுப் பயன்பாட்டிலேயே மக்கள் பயன்படுத்துவார்கள் அதாவது பலரும் ஒரு வாகனத்தை பகிர்ந்து பயன்படுத்துவார்கள் என்றும், வாகனங்களை உடமையாக்கிப் பயன்படுத்தும் போக்கு வெகுவாகக் குறையும் என்றும் கூறியுள்ளார். வாகனங்களின் எண்ணிக்கை குறைவாக இருந்தால் தானே போக்குவரத்து வேகமாக இருக்கும்! எனவே உலகெங்கிலும் மானுடம் சந்தித்துவரும் போக்குவரத்து நெரிசலுக்கும் முற்றுப்புள்ளி விழப்போகிறது.

ஏதோ இந்த தொழில்நுட்ப முயற்சிகள் எல்லாம் அமெரிக்காவிலும் ஐரோப்பிய ஒன்றியத்திலும் மட்டுமே நடப்பதாக நினைக்கத் தேவையில்லை. ஏற்கனவே மின்கலத்தால் இயங்கும் கார்களுக்கு வரிச் சலுகையும் சாலைகளில் பொதுப் பேருந்துகள் செல்லும் பாதையில் செல்ல சிறப்புச் சலுகைகளை நார்வே செயல்படுத்தி வருகிறது.

நமது நாட்டு மாணவர்களிடம் கூட இப்படிப்பட்ட புதிய கண்டுபிடிப்பு முயற்சிகள் கூடி வருகின்றன என்பதற்கு எடுத்துக் காட்டு சிவகங்கை மாவட்டத்தைச் சேர்ந்த கல்லூரி மாணவர் மணிகண்டன் மின்கலத்தால் இயங்கும் ஸ்கூட்டரை வடிவமைத்துள்ளார். 25 கி.மீ. வேகத்தில் ஒரு முறை

மின்னேற்றத்தில் 400 கி.மீ. வரை பயணிக்கவல்லது இவருடைய ஸ்கூட்டர்![4] எனவே இந்தியாவும் மின்னாற்றலில் இயங்கும் வாகன உற்பத்தியில் பின்தங்கிடும் வாய்ப்பு இல்லை.

சூரிய ஒளி மற்றும் காற்றாலை மூலம் உருவாகும் மின்னாற்றலைப் பயன்படுத்தி தனது 70 விழுக்காடு மின் தேவையை நிறைவு செய்து இயங்கிவருகிறது சென்னைக்கு அருகே இயங்கிவரும் ஒரு அயல் நாட்டுத் தொழில் நிறுவனம். ஜெர்மனி நாட்டின் கன ரக வாகன தயாரிப்பு நிறுவனமான டைம்ளர் இந்திய வணிக வாகன நிறுவனம் (Daimler India Commercial Vehicles - DICV) தனது மின் தேவையில் 16 விழுக்காடு சூரிய ஒளி மின்னாற்றலில் இருந்தும், 55 முதல் 60 விழுக்காடு காற்றாலை மின்னாற்றலைக் கொண்டும் இயங்கிவருகிறது. ஒரு மணி நேரத்துக்கு 28 மெகா வாட் மின்னாற்றலுடன் இயங்கும் இந்நிறுவனம் 100 விழுக்காடு மரபு சாரா மின் உற்பத்தியில் இருந்து நிறைவு செய்ய முடிவெடுத்துள்ளது என டைம்ளர் டிரக்ஸ் ஆசியா தலைவர் மார்க் லிஸ்டோசெல்லா கூறியுள்ளார். அதன் மூலம் ஆண்டுக்கு 3,500 டன் கார்பன் டை ஆக்ஸைட் வெளியேற்றத்தை குறைக்கும் என்றும் கூறியுள்ளார். எரிசக்தித் தொடர்பான உலகத்தின் பார்வை இந்த இலக்கில்தான் சென்றுக்கொண்டிருக்கிறது.[5]

நமது நாட்டின் பிரதமர் மோடி வந்த பிறகு ஒழிக்கப்பட்ட திட்ட ஆணையத்துக்குப் பதிலாக அமைக்கப்பட்ட இந்திய ஒன்றிய அரசின் கொள்கை வகுப்பு அமைப்பான நித்தி ஆயோக், 2032ஆம் ஆண்டுக்குள், அதாவது இன்றிலிருந்து 15 ஆண்டுகளில் மின்கலத்தால் இயங்கும் வாகனங்களை மட்டுமே அனுமதிக்க இலக்கு நிர்ணயித்துள்ளது. காற்று மண்டலத்தை மாசுபடுத்தும் வாகனப் புகை வெளியேற்றத்தைக் கட்டுப்படுத்தும் பாரத் ஸ்டேஜ் 4 ஒழுங்குமுறையை உச்ச நீதிமன்றத்தின் உத்தரவுக்கிணங்க நடைமுறைப்படுத்தியுள்ள இந்திய ஒன்றிய அரசு இந்த இலக்கில் உறுதியாக உள்ளதை மின்துறை அமைச்சர் பியூஷ் கோயலும் உறுதிப்படுத்தியுள்ளார்.

100 விழுக்காடு மின்னாற்றலால் இயங்கும் வாகனங்களைப் பெற்றிருக்கும் மிகப் பெரும் மக்கள் தொகைக் கொண்ட முதல் நாடாக இந்தியா உருவாகலாம். சுய நிதியுதவித் திட்டத்துடன் இதனை சாதிக்க முயன்று வருகிறோம். அரசிடமிருந்தோ இந்திய மக்களிடமிருந்தோ இத்திட்டத்துக்கு ஒரு ரூபாய் கூட எங்களுக்குத் தேவையில்லை. இத்திட்டத்தின் மின்னாற்றலால் இயங்கும்

வாகனத்தை முன்பணம் ஏதுமின்றி பெற்றுக்கொண்டு, பெட்ரோல், டீசல் செலவீன சேமிப்பில் இருந்து செலுத்திடும் திட்டத்தை செயல்படுத்துவோம் என்று மின் துறை அமைச்சர் பியூஷ் கோயல் கூறியுள்ளார்.[6]

மின்னாற்றலால் இயங்கும் சாலை வாகன கண்டுபிடிப்புக்கு முன்னுரிமை அளித்துள்ளது இந்திய ஒன்றிய அரசு. ஆனால் அப்படிப்பட்ட முயற்யில் இந்நாட்டில் முதலீடு செய்து கார் உற்பத்தி செய்யும் நிறுவனங்கள் மின்கார்கள் உற்பத்திக்குத் தேவையான உபரிகளின் மீது ஜி.எஸ்.டி. வரிச்சலுகை அளித்திட வேண்டும் என்று கோரிக்கை வைத்தனர். அதனை நிதியமைச்சகம் கண்டுகொள்ளாதது வியப்பளிக்கிறது.[7]

ஏற்கனவே இந்திய ரயில்வே டீசலால் இயங்கும் லோகோ எண்ணிக்கையை குறைத்தும், மின்சார பாதைகளை அதிகப் படுத்தியும் வருகிறது. வெள்ளைப் பெட்ரோலில் இயங்கும் விமானத்துக்கும் சரக்குக் கப்பல்களுக்கும்தான் அடுத்த மாற்று கண்டுபிடிக்க வேண்டும்!

சூரிய மின்னாற்றல் உற்பத்தியில் எண்ணற்றத் திட்டங்கள் நிறைவேற்றப்பட்டு வருகின்றன. கடந்த மூன்று ஆண்டுகளில் மட்டும் சூரிய மின்னாற்றலால் நமது நாடு ஒட்டுமொத்தமாக 13,000 மெகா வாட் மின்சாரம் பெற்றுள்ளது. இப்போது ஒப்பந்தம் அளிக்கப்பட்டுள்ள திட்டங்களில் இருந்து இந்த ஆண்டில் மேலும் 9,000 மெகா வாட் மின்சக்தி இந்நாட்டின் உற்பத்தித் திறனுடன் சேரப்போகிறது.[8] இன்னொரு பக்கத்தில் காற்றாலை மின் உற்பத்தியைப் பெருக்கவும் ஒப்பந்தங்கள் செய்துள்ளது இந்திய ஒன்றிய அரசின் மரபு சாரா எரிசக்தி அமைச்சகம்.

இந்த சாதனை நிகழ்ந்துக்கொண்டிருக்கிற அதே வேளையில் பல்லாயிரம் கோடிகளைக் கொட்டி பல்லாண்டுக்காலம் கடும் பணியாற்றி கட்டமைக்க வேண்டிய அணு சக்தி மின் நிலையங்கள் அமைக்கவும் நமது நாட்டு அரசு துடியாய் துடிக்கிறது. பெரும் செலவில் ஆபத்தை விலை கொடுத்து வாங்குவதில் நம்மைவிட சாமர்த்தியசாலிகளை உலகில் வேறு எங்குதான் தேடுவது?

சூரிய வெப்பம் சமையலறையைத் தேற்றும்

இப்போது கிராமப்புற மக்களுக்கு இலவசமாக எரிவாயு இணைப்பை இந்திய ஒன்றிய அரசு வழங்கிவருகிறது. இந்த 3 ஆண்டுகளில் 2

கோடி இணைப்புகள் வழங்கியது சாதனை என்றும் பறைசாற்றி வருகிறது. அடுத்த 5 ஆண்டுகளில் மின் இணைப்பு வழங்குவதும், மின்னாற்றலால் இயங்கும் அடுப்புக்களை வழங்குவதுமே சாதனையாக இருக்கும். வெந்நீர் வைப்பது முதல் துணி துவைப்பது, சமையல் செய்வது என்று அனைத்தும் சூரிய ஒளி மின்னாற்றலால் சாத்தியமாகும் காலம் அண்மித்துவிட்டது.

மின் வாகன உற்பத்தியை ஊக்குவிக்கும் இந்திய அரசின் திட்டம்!

ஹைட்ரோகார்பன் எரிபொருட்களான பெட்ரோல், டீசல் ஆகியவற்றில் இருந்து மின்னாற்றலால் இயங்கும் வாகனங்களைத் தயாரிக்கவும் அதனை துரிதமாக பயன்பாட்டிற்குக் கொண்டுவரவும் ஃபேம் ஸ்கீம் (Faster Adoption and Manufacturing of (Hybrid&) Electric vehicles in India - FAME Scheme) என்கிற திட்டத்தை இந்திய ஒன்றிய அரசின் கனரகத் தொழிற்சாலைகள் மற்றும் பொதுத் துறை நிறுவனங்கள் அமைச்சகம் 2015 ஏப்ரல் முதல் தேதியன்று அறிமுகம் செய்துள்ளது என்பதை இவ்வமைச் சகத்தின் இணை அமைச்சர் பாபுல் சுப்ரியோ நாடாளுமன்ற மாநிலங்களவையில் தெரிவித்துள்ளார்.[9]

இதன் நோக்கம், மின்னாற்றலோடு மற்ற எரிபொருளையும் மாற்றாகப் பயன்படுத்தி இயக்கும் வாகனங்களை உற்பத்தி செய்து அதன் மூலம் சுற்றுச்சூழலுக்கு உகந்த வாகன உற்பத்தியை ஊக்கவிப்பது என்பதாகும். இதற்கான 4 படிநிலைத் திட்டங்களாக 1. தொழில்நுட்ப மேம்பாடு, 2. மின்னாற்றல் வாகனங்களுக்கான தேவையை அதிகரிப்பது, 3. இதற்கான முன்னோடித் திட்டங்களை வகுத்து நடைமுறைப்படுத்துவது, 4. கட்டமைப்பு மாற்றம் ஆகியவனவாகும்.

இத்திட்டத்தின் கீழ் இரு சக்கர வாகனங்கள், மூன்று சக்கர வாகனங்கள் (தானிகள்), 4 சக்கர பயண கார்கள், இலகு ரக வர்த்தக வாகனங்கள், பேருந்துகள் ஆகியனவற்றை கலப்பு எரிபொருளுடன் கூடிய மின்னாற்றலில் இயங்கு வாகனங்கள் மற்றும் மின்னாற்றாலால் மட்டுமே இயங்கக் கூடிய வாகனங்களை உற்பத்தி செய்வதாகும்.

இதற்காக 2015-16ஆம் நிதியாண்டில் ரூ.75 கோடியும், அடுத்த நிதியாண்டில் ரூ.91 கோடியும், இந்த நிதியாண்டில் ரூ.122.90 கோடியும் ஒதுக்கீடு செய்யப்பட்டுள்ளது. இத்திட்டத்தினால் ஏற்பட்ட பயன் அபரிதமானதாகவும் ஆச்சரியப்பட வைப்பதாகவும் இருக்கின்றது.

இத்திட்டத்தின் கீழ் இதுவரை 1,49,516 வாகனங்கள் உற்பத்தி செய்யப்பட்டு பயன்பாட்டிற்கு வந்துள்ளது! இவைகளின் பயன்பாட்டில 1,40,04,136 லிட்டர் எரிபொருள் சேமிக்கப் பட்டுள்ளது. அதாவது ஒரு நாளைக்கு 36,713 லிட்டர் எரிபொருள் சேமிப்பு! இதன்மூலம் காற்று மண்டலத்தை மாசுபடுத்தும் கார்பன் டை ஆக்ஸைடு வெளியேற்றம் 3,51,02,764 கி.கி. குறைக்கப் பட்டுள்ளது, அதாவது ஒரு நாளைக்கு சராசரியாக 92,361 கி.கி. கார்பன் டையாக்ஸைடு வெளியேற்றம் தடுக்கப்பட்டுள்ளது!

மின்னாற்றலால் இயங்கும் கார்களில் இருந்து இரு சக்கர வாகனங்கள் வரை எத்தனை மாடல்கள் தற்போது இந்நாட்டில் உற்பத்தி செய்யப்பட்டு பயன்பாட்டில் உள்ளன என்பதை இந்த ஃபேம் இந்தியா இணையத் தளத்தில் சென்று பார்த்துக் கொள்ளலாம். இந்த வகை மாற்று எரிபொருள் வாகனங்கள் தமிழ்நாட்டில் இன்றளவில் 9,134 வாகனங்கள் ஓடிக்கொண்டிருக் கின்றன என்பது இத்தளம் அளிக்கும் புள்ளிவிவரமாகும்.

இந்திய அரசின் பொருளாதார ஆலோசனை அமைப்பான நித்தி ஆயோக் நிர்ணயித்துள்ள 2030ஆம் ஆண்டு இலக்கான அனைத்துப் பயண வாகனங்களும் மின்னாற்றலால் இயங்கக்கூடிய நிலையை எட்டுமானால் அதன்மூலம் இந்நாடு வாகனங்களில் ஹைட்ரோகார்பன் எரிபொருள் பயன்பாட்டில் 64 விழுக்காட்டை குறைக்கும். அது மட்டுமல்ல, வாகனப் புகையினால் காற்றில் கலக்கும் கார்பன் டை ஆக்ஸைடு வெளியேற்றம் 37 விழுக்காடு குறையும்![10] எனவே மாற்றை நோக்கி முதலாம் உலக நாடுகள் மட்டுமல்ல, இந்தியா, சீனா போன்ற பெரும் மக்கள் தொகை கொண்ட நாடுகளும் முன்னேறிக்கொண்டிருக்கின்றன என்பதை கவனத்தில் கொள்ளவேண்டும்.

தொழில் மாற்றங்களால் பொருளாதார நிலை மாற்றங்கள்

1. ஹைட்ரோகார்பன் தேவை அடுத்த பத்தாண்டுக் காலத்தில் 30 விழுக்காடு குறையும் நிலையில், இதன் உற்பத்தியில் பெரும் பங்கு வகிக்கும் பெட்ரோல் உற்பத்தி மற்றும் ஏற்றுமதி நாடுகளின் (OPEC) கூட்டமைப்பில் உள்ள சௌதி அரேபியா முதல் தென் அமெரிக்க நாடான வெனிசூலா வரை பெரும் பொருளாதாரச் சரிவை சந்திக்கும்.

2. கச்சா விற்பனை மற்றும்ஏற்றுமதியின் மாற்றுச் செலாவணி யாக இருந்த அமெரிக்க டாலர் (PetroDollar) சர்வதேச

வர்த்தகத்தில் மதிப்பை இழக்கும். எண்ணெய் வளமுள்ள நாடே எதிர்காலப் பொருளாதார பாதுகாப்பைப் பெற்றிருந்த நிலை முடியும். எண்ணெய் வளமுடைய நாடுகளைத் தன் பக்கத்தில் வைத்திருக்கும் அரசியல் முடிவு பெறும். இதனால் மத்திய கிழக்காசிய நாடுகளின் உள்நாட்டு, அயல்நாட்டுச் சிக்கல்களின் போக்கு முதலில் பாதகமாகவும் பிறகு தீர்வு நோக்கிய பாதைக்கும் திரும்பும்.

3. பெட்ரோ (அமெரிக்க) டாலரின் ஆதிக்கம் முடிவுக்கு வருவது டாலர் மதிப்பைச் சார்ந்து இயங்கும் இந்தியா போன்ற மூன்றாம் உலக நாடுகளின் அந்நிய செலாவணி இருப்பின் மதிப்பில் ஏற்படுத்தும் மாற்றங்கள் குறையும்.

4. உலக ஆதிக்கங்களின் சர்வதேசச் சமன்பாட்டை இந்த நிலை மாற்றியமைக்கும். உள்நாட்டளவில் தொழில்துறையில் உருவாகும் மாற்றங்கள் எண்ணெய் சார்ந்த தொழில் வேலை வாய்ப்புக்களை பாதிக்கும். ஆனால் வாகன இயக்கத்துக்கு அவசியமான கணினி தொழில்நுட்பங்களின் தேவை அதிகரிப்பதால் அத்துறை வேலை வாய்ப்புகள் அதிகரிக்கும்.

5. சுரங்க உற்பத்தியில் முதலிடம் வகிக்கும் நிலக்கரி, ஹைட்ரோகார்பன் எடுப்பு ஆகியன பசுமை வாயு வெளியேற்றத்தை அதிகரிக்கக்கூடிய தொழில்களாக அறிவிக்கப்பட்டு சர்வதேச அளவில் தடை செய்யப்படும் சூழல் மக்களின் எதிர்ப்பால் உருவாகும்.

6. கச்சா எண்ணெய் இறக்குமதிக்கு அந்நிய செலாவணி தேவை என்கிற பெரும் சிக்கலில் இருந்து இந்தியா உள்ளிட்ட மூன்றாம் உலக நாடுகள் பெருமூச்சு விட்டுக்கொண்டு விடுதலையடையும். புதிய தொழில்நுட்பக் கண்டுபிடிப்புக்களில் சீனா, ஜப்பான், இந்தியா உள்ளிட்ட மூன்றாம் உலக நாடுகள் பெரும் முனைப்பு காட்டிடும். இந்தியாவிலும், சீனாவிலும் பேட்டரிக் கார்கள் மிக அதிகமாக உற்பத்தி செய்யப்படும். இப்போதுள்ளபோலவே அப்போதும் பேட்டரி கார்களை அதிகம் உற்பத்தி செய்யும், விற்பனை ஆகும் நாடாக இந்தியா இருக்கும்.

7. வாகனத் தயாரிப்பிலும் பயன்பாட்டிலும் ஏற்படவுள்ள இந்த மாற்றங்களின் தாக்கத்தைச் சமாளிப்பது தொடர்பான திட்டங்களுக்கு அனைத்து நாடுகளும் முக்கியக் கவனம் செலுத்தும் நிலை அடுத்த ஓரிரு ஆண்டுகள் நடக்கும்.

8. புகையற்ற, சத்தமற்ற, பசுமை வாயு வெளியேற்றமற்ற உலகத்தை சூரிய ஒளி மின்னாற்றல் ஏற்படுத்தினாலும், தாங்களே அதனைச் சாதித்ததாக உலக நாடுகள் அடுத்த புவி வெப்ப மாநாட்டில் ஒன்று கூடி மார்தட்டிக்கொள்ளும்!

சென்னை, தொழில்நுட்பக் கல்விக்கழகத்தின் (IIT) பெருங்கடல்கள் அறிவியல் துறையின் பேராசிரியர் சீனிவாசன் சந்திரசேகரன், கடற்பகுதியில் ஹைட்ரோகார்பன் துரப்பணத்தால் ஏற்படும் பாதிப்புகள் பற்றி அளித்த ஆய்வறிக்கையில் ஒரு முக்கிய விவரத்தை அளித்திருந்தார். 2030ஆம் ஆண்டில் உலகின் எரிசக்தித் தேவை எந்தெந்த ஆதாரங்களில் இருந்து எவ்வளவு பெறப்படும் என்பதை 1999இல் ஸ்டானிஸ்லாவ் பாட்டின் என்பவரின் ஆய்வைச் சுட்டிக்காட்டி விளக்கியிருந்தார். அதன்படி:

1. 1989ல் எண்ணெய்யைச் சார்ந்த எரிபொருள் தேவை மொத்த எரிசக்தித் தேவையில் 33 விழுக்காடாக இருந்தது. அது 2030ல் 14 விழுக்காடாகக் குறையும்!
2. 1989ல் நிலக்கரியை சார்ந்த எரிபொருள் தேவை 24 விழுக்காடாக இருந்தது. அது 2030ல் 8 விழுக்காடாகக் குறையும்.
3. 1989இல் எரிவாயுவைச் சார்ந்த எரிபொருள் தேவை 18 விழுக்காடாக இருந்தது. இது 2030ஆம் ஆண்டிலேயும் 18 விழுக்காடாகவே தொடரும்.
4. 1989ல் சூரிய ஒளி மின்னாற்றல் உள்ளிட்ட புதுப்பிக்கத் தக்க எரிபொருள் சார்பு 20 விழுக்காடக இருந்தது. 2030ல் இது 60 விழுக்காடாக உயரும்!
5. 1989ல் அணு சக்தி சார்ந்த மின்சாரத் தேவை ஒட்டுமொத்த எரிசக்தித் தேவையில் 50 விழுக்காடாக இருந்தது. இது 2030ல் எரிசக்தி ஆதாரமாக இல்லாத நிலை ஏற்படும் என்று கூறியுள்ளார்.[11]

தேவைற்ற அணு மின் உலைகள்

இதில் அணு சக்தியின் நிலையை உற்று நோக்குங்கள், உலகம் எந்தத் திக்கில் போய்க்கொண்டிருக்கிறது என்பது புரியும். இந்தியாவில் இதற்கு நேர் எதிரான திசையில் நமது அரசுகள் (இதில் காங்கிரஸ் அரசு, பா.ஜ.க. அரசு என்ற வேறுபாடெல்லாம் கிடையாது) பயணித்துக்கொண்டிருக்கின்றன. பல்லாயிரம்

கோடிகளைக் கொட்டி அணு உலை அமைக்க ஒப்பந்தம் போட்டு விட்டு வருகிறார் நமது நாட்டின் பிரதமர் மோடி. இன்னும் பத்தாண்டுகளில் ஒரு எரிசக்தி ஆதாரமாகவே இல்லாமல் போகப் போகும் அணு உலைகளுக்கா அமெரிக்கா, ரஷ்யா, ஜப்பான், ஃபிரான்ஸ், கனடா என்று ஓடி ஓடி ஒப்பந்தம் செய்ய வேண்டும்? நமது நாட்டின் எரிசக்தித் தேவையை சரியான வழியில் நிறைவு செய்ய அமைச்சர் பியூஷ் கோயல் ஒருவர் போதாதா?

ரூ.2 கோடி முதலீடு செய்தால் ஒரு மெகா வாட் சூரிய ஒளி மின்னாற்றலை எவ்வித ஆபத்தும் இன்றி எந்த நாட்டின் தொழில்நுட்ப உதவியும் இன்றி நிறுவிடமுடியுமே, எதற்காக ரூ.10 கோடி செலவு செய்து, பத்தாண்டுகள் கட்டுமானம் செய்து ஆபத்தான அணு மின்நிலையத்தை நிறுவிட வேண்டும்?

எனவே, ஹைட்ரோகார்பனுக்கு மாற்று இல்லை, அதுவன்றி வாழ்வில்லை என்பதெல்லாம் பழங்கதையே. உலகத்தோடு தொழில்நுட்ப மேம்பாட்டில் போட்டியிட வேண்டிய உன்னத வாய்ப்பு இந்தியாவின் இளைஞர்களுக்கு கிடைத்துள்ளது. சூரிய ஒளி மின்னாற்றல் அன்றாட வாழ்வில், போக்குவரத்தில், விவசாயத்தில் (ஆழ்துளை குழாய் போட்டு நீரெடுக்க) என்று எல்லா வகையிலும் பயன்படுத்தலாம்.

இதைத்தான் தமிழக மின் துறை அமைச்சர் தங்கமணி கூறியுள்ளார். விவசாயத்துக்கு நிலத்தடி நீர் எடுத்துப் பயன்படுத்தத் தேவையான ஆழ்த்துளைக் குழாய்கள் அமைத்து நீரெடுக்க சூரிய ஒளியாற்றல் தகடுகளை அமைத்து தேவையான மின்சாரத்தை உற்பத்திச் செய்து கொள்ள 1,000 இணைப்புக்களைப் பெறுவதற்கு விவசாயிகளுக்கு வேண்டுகோள் விடுத்துள்ளார்.

சூரிய மின் சக்தி நீர்க் குழாய் கட்டமைப்பைப் பெற விரும்பும் விவசாயி, 5 குதிரைத் திறன் கொண்ட மின் மோட்டார்களுக்கு ஒரு முறைக் கட்டணமாக ரூ.2.5 இலட்சமும், 7.5 குதிரைத் திறனுக்கு ரூ.2.75 இலட்சமும், 10 குதிரைத் திறன் மோட்டார் அமைத்துக் கொள்ள ரூ.3.0 லட்சமும் செலுத்தி உடனடியாக பெற்றுக் கொள்ளலாம் என்றும் இது தமிழ்நாட்டின் 1,000 விவசாயிகளுக்கு வழங்கப்படும் என்றும் அமைச்சர் கூறியுள்ளார். இக்கட்ட மைப்புக்கு ஆகும் மொத்த செலவில் தமிழக அரசு 40 விழுக்காடும், ஒன்றிய அரசின் புதுப்பிக்கப்பட்ட எரிசக்திகள் துறை 20 விழுக்காடும், தமிழ்நாடு மின் பகிர்மானக் கழகம் 10 விழுக்காடும் அளிக்கும். ஆக மொத்தத் திட்டச் செலவில் விவசாயி

செலுத்தவேண்டியது 30 விழுக்காடு மட்டுமே, ஆனால் இணைப்பு நிரந்தரம் ஆகும்.[12]

இன்றைக்கு ஆயிரம் இணைப்புகளாக தொடங்கும் இத்திட்டம் பல்லாயிரமாகப் பெருகியே தீரும். ஏனெனில் 8 மணி, 10 மணி, 12 மணி நேர மின்வெட்டுக்களை அனுபவித்தவர்களாயிற்றே நமது விவசாயிகள்!

இதில் கவனிக்கத்தக்க விடயம் யாதெனில், இத்திட்டம் குஜராத், ராஜஸ்தான் போன்ற மாநிலங்களில் நடைமுறைக்கு வந்து 6 ஆண்டுகளுக்கும் மேலாகிவிட்டது. இப்போதுதான் தமிழ்நாடு அரசு இதனை நடைமுறைக்குக் கொண்டுவந்துள்ளது!

எனவே, இதற்குமேலும் பூமியைக் குடைந்து குறைந்த ஆழத்திலுள்ள மீத்தேன், அதற்கும் கீழேயுள்ள நிலக்கரி, அதற்கும் கீழேயுள்ள ஷேல் கேஸ், எண்ணெய் என்று சூழலைக் கெடுத்து, மழையை விரட்டி, பசுமைச் சூழலைப் பாலைவனமாக்க வேண்டிய நிர்பந்தம் இல்லை, இல்லவே இல்லை.

மாற்றம் என்பது தேவையின் அடிப்படையில் தவிர்க்க இயலாமல் உருவாவது. அதனை உணர்ந்தவர்கள், அவற்றிற்கான முன்னோடிகள். மாற்றம் தேவைப்படும்போதும் பழமையிலேயே நீடிக்க முயல்பவர்கள், மாற்றத்தை ஏற்க மறுப்பவர்கள் காலத்தால் காலாவதி ஆக்கப்படுகிறார்கள்.

உலக அளவில் தொழில்களை உதாரணமாக எடுத்துக்கொண்டால் அவற்றில் தலைகீழ் மாற்றங்கள் நிகழ்ந்துள்ளதைக் காணலாம். இயற்கையோடு இசைந்து வாழ்ந்த மானுடம் தொழில் துறையில் நீராவியைக் கொண்டு இயந்திரங்களை இயக்கி புது வேகம் கண்டது. காலப்போக்கில் நீரை வேகமாக இயக்கி அதில் உண்டாகும் அதிர்வைக் கொண்டு புவி வாழ்வையே உச்சமாக இயக்கும் மின்சாரத்தை உருவாக்கி பழைய தொழில்முறைகளை பெயரளவுக்கே விட்டுவைத்து மற்றபடி முடக்கியே வைத்து விட்டது. மானுட செயற்கையில் உருவாக்கம் உச்சத்தை எட்டி ஆயிரம் ஆயிரம் ஆண்டுகள் மானுடம் சிறப்பாக கடந்து வந்த பாதைகளை ஆழ்ந்து காணாத பார்வையால் மின்சாரத்தால் கண்டுவிட்ட வாழ்வினை சொர்க்க வாழ்வு, சொர்க்க பூமி என்றே பறைசாற்றிவிட்டது.

எப்போதும் படைப்பாற்றல் மனிதனை உந்திக்கொண்டே இருக்கிறது. அதில் மூழ்க்கி வாழ்வோருக்கு அது தன்

ரகசியங்களைக் காட்டுகிறது. உதாரணமாக நியூட்டன் இயற்கையாக பழம் ஒன்று விழுவதைக் கண்டு புவி ஈர்ப்பு விசையைக் கண்டறிந்தார். உலகும் போற்றியது. இதனை சுவாமி விவேகானந்தர் நியூட்டன் புவி ஈர்ப்பு விசையைக் கண்டறிந்தார் என்பது உண்மையே, இருப்பினும் படைப்பு புவியில் ஈர்ப்புத் தன்மையை வைத்து படைத்திருக்கின்றது, அதனை அவர் கண்டுணர்ந்தார். ஆனால் புவி தன் ஈர்ப்புச் சக்தியால் தனது பணியினை எப்போதும் செவ்வனே செய்து வருகிறது என்று விளக்கமளித்தார். ஆகவே விஞ்ஞானிகள், மெய்ஞானிகள் கண்டுணர்கிறார்கள், அதுவரை இல்லாத ஒன்றை படைத்ததில்லை என்ற படைப்பின் உண்மையை உணர்ந்து ஏற்றிட வேண்டும்.

இவ்வாறாக இயற்கை தன் ஆற்றலில் ஒரு பகுதியாக இயற்கை எரிவாயு, எண்ணெய் வளங்களையும் அதிலுள்ள ஆற்றல்களையும் காட்டியது. அதனையே உச்சம், அதற்கு மாற்றே இல்லை என்று முடிவுக்கு வந்துவிடுவது அறியாமை. இதை எந்தப் பட்டியலில் சேர்ப்பது அல்லது இதுவரை இல்லாத புதுப் பட்டியலை உருவாக்கி முதல் வகையாக வைப்பதா?

பிரபஞ்சத்தின் தொடக்கம் சூரியனே. அதிலிருந்து வெளிப்பட்ட கதிர்களின் மூலம் அணுக்களில் இருந்து உருவானதே உயிர். தற்போது சூரியக் கதிர்களில் இருந்து மின் சக்தியைப் பெறும் வழிகளை மேன்மேலும் எளிய முறையாக்கி வருகின்றனர். அது வற்றாத ஊற்று. எவ்வகைக் கழிவுகளையும் உருவாக்காதது. வாழ்வியல் முறைகளைப் பின்னோக்கியோ, இதுவரை காணாத புதுவகை சிக்கல்களையோ உருவாக்காது. ஈடில்லா பலம் வாய்ந்த சூரிய ஆற்றலை தேவையான, போதுமான அளவுக்குக் குவித்துப் பயன்படுத்தும் வரை அது எவ்விதக் கெடுதலையும் அளிக்காது.

அறிவின் கண்டுபிடிப்புகள் எவையாயினும் மானுட வாழ்வை ஆள்வதும், காலப்போக்கில் மங்கி மறைவதும் இயல்பான ஒன்றே. அவ்வகையில் இப்போது மானுட வாழ்வை ஆள்வது கச்சா எண்ணெய், அதன் பலமும் வளமும் நிச்சயம் கால் நூற்றாண்டுக்கு மேல் தொடரப்போவதில்லை. ஆகவே புது மாற்றுக்கு சூரிய ஒளி மின் சக்தியை நோக்கி உலகம் மும்முரமாகச் செயல்படும் வேளையில் இந்நாடு கச்சா எண்ணெயை நோக்கி, அதனோடு இணைந்து மங்கி மறையும் போட்டியில் இணைந்திடப் பலவற்றைப் பணயம் வைப்பது பெரும் ஆச்சரியக்கேடு.

இவ்வளவு அழுத்தம் திருத்தமாக விவரங்கள் உலகத்தின் பார்வைக்கு வைக்கப்பட்டிருந்தும் அது நமது நாட்டின் ஆட்சியாளர்களுக்கும், அவர்களுக்கு உறுதுணையாக நின்று உதவிடக்கூடிய ஆட்சி நிர்வாகிகளுக்கும் புலப்படாமல் போனதேன்? இந்தக் கேள்வி எழுகிறதல்லவா? அணு சக்தியில் இருந்து ஹைட்ரோகார்பன் எடுப்பு வரை பின்னணியில் உள்ள அரசியலை அறிந்தால் இதற்கான விடை கிடைக்கும், அடுத்த அத்தியாயத்தில் பார்ப்போம்.

ஆதாரக் குறிப்புகள்:

1. Reporter's Notebook: Be warned: $25 Oil is Coming, and Along with it, A New World Order, 23 May 2017, CNBC
2. Seba is a serial Silicon Valley entrepreneur, and an instructor in Entrepreneurship, Disruption and Clean Energy at Stanford's Continuing Studies Program.
3. Robert Bosch to build $1.1 billion chip plant for selfdriving cars. Business Line news. Dt. June 20, 2017.
4. புதிய தலைமுறை தொலைக்காட்சி செய்தி. மணிகண்டனின் பேட்டியுடன் ஒளிபரப்பானது.
5. Daimler's Chennai plant to run on green power. Businesline news, June 28, 2017.
6. India aims to become 100% e-vehicle nation by 2030: PiyushGoyal, Economic Times
7. BMW car company CMD on their innovation plans in India, Business Line
8. India may add more than 9 GW solar capacity this year: Mercom. Business Line, January 02, 2017.
9. Fame India Scheme: Babul Supriyo - Minister of State for Heavy Industry and Public Enterprises has said this in the Rajya Sabha on 23rd November, 2016. PIB press release.
10. Mission Clean Air, The Hindu Business Line, July 07, 2017.
11. Prof. Srinivasan Chandrasekaran, Department of Ocean Engineering, IIT, Chennai.
12. விவசாயப் பயன்பாட்டுக்குச் சூரிய மின்சக்தி நீர் பம்ப் திட்டம். தினமணிசெய்தி. முதல் பக்கம், ஜூன் 20, 2017.

- 8 -

யாருக்கான ஆட்சி? எது மெய் வளர்ச்சி?

வளர்ச்சி என்பது ஒரு நாட்டைப் பொறுத்தவரை அதன் பொருளாதார மேம்பாட்டையே குறிக்கிறது. லாபம் என்பது ஒரு தொழில் நிறுவனத்தின் வணிகப் பயனைக் குறிக்கிறது. ஒரு நாடு தன்னுள் கொண்டுள்ள இயற்கை வளங்களை நாட்டு மக்களின் உழைப்பாற்றல் மற்றும் தொழில்நுட்பத்துடன் இணைத்துப் பெறும் பயனானது அந்நாட்டு மக்களின் வருவாய் உயர்வுக்கும், வாழ்க்கைத் தர உயர்வுக்கும் வழிவகுக்கும்போது அது பொருளாதார வளர்ச்சியைக் குறிக்கிறது.

ஒரு நிறுவனம் தனது முதலீட்டையும், தொழில்நுட்பத்தையும், மேலாண்மைத் திறனையும் ஒன்றிணைத்துச் செய்யும் வர்த்தகத்தின் விளைவாகப் பெறும் பயன் அந்நிறுவனத்தின் உரிமையாளர்கள் அல்லது பங்குதாரர்களுக்கு லாபமாகவும் ஈவுத் தொகையாகவும் கிடைக்கிறது. வணிக லாபத்தின் ஒரு பகுதி வரியாக நாட்டிற்குக் கிடைக்கிறது என்றாலும், அது வருவாய் என்ற அளவுக்கு மட்டுமே குறிக்கப்படுமேயன்றி, அது வளர்ச்சியாகாது. அதே நேரத்தில் ஒரு நிறுவனம் ஈட்டிய லாபம் மீண்டும் தொழில்

முதலீடாக்கப்பட்டு அது வேலை வாய்ப்புகளை உருவாக்கு மெனில் அது பொருளாதார வளர்ச்சிக்கு உதவுவதாக ஆகிறது.

இந்தப் பின்னணியில் நமது நாட்டு அரசின் தொழில், வர்த்தகம் சார்ந்த கொள்கை முடிவுகள் நமக்கான பொருளாதார வளர்ச்சியைத் தந்ததா அல்லது அதனால் தொழில் வாய்ப்புப் பெற்ற நிறுவனங் களுக்கு லாபத்தை மட்டுமே அளித்ததா என்பதைக் கொண்டு அரசின் கொள்கை முடிவுகளின் நோக்கத்தை நாம் அறியலாம்.

1991, ஜூலை 07ஆம் தேதியன்று, இந்நாட்டின் நிதியமைச்சராக இருந்த திரு.மன்மோகன் சிங் அந்நிய முதலீடுகளுக்காக இந் நாட்டின் பொருளாதாரக் கதவுகளைத் திறந்துவிட்டு, பொருளாதார தாராளமயமாக்கல் (Economic Liberalization) என்றகொள்கையை அறிவித்தார். அந்த நாள் முதல் ஒரு புதிய பொருளாதாரப் பாதையில் கால் நூற்றாண்டு காலம் பயணித்துவரும் நமது நாடு பொருளாதாரரீதியாக வளர்ச்சிப் பாதையில் சென்றுகொண்டிருக் கிறது என்ற முழக்கம் ஆளும் கட்சியினரால் சொல்லப்படாத நாள் அரசியல் நாள்காட்டியில் இல்லை என்றே கூறலாம்.

இந்திய நாட்டின் ஒட்டுமொத்த உள்நாட்டு உற்பத்தியை (GDP) அடிப்படையாகக்கொண்டு, அது உயரும்போது பொருளாதாரம் வளர்கிறது என்றும் குறையும்போது பொருளாதார வீழ்ச்சி என்றும் கூறுவது பொருளாதார வழமையாகும். இந்தக் கால் நூற்றாண்டு காலத்தில் தொடக்க ஆண்டுகளைத் தவிர, ஒட்டுமொத்த உள்நாட்டு உற்பத்தி ஒவ்வொரு ஆண்டும் 7 முதல் 13 விழுக்காடு வரை வளர்ச்சி கண்டுவருகிறது என்று இந்திய ஒன்றிய அரசின் நிதியமைச்சகம் புள்ளி விவரங்களுடன் அறுதியிட்டுக் கூறி வருகிறது. இன்றைய நாளிதழில் கூட, 2016-17ஆம் ஆண்டில் ஒட்டு மொத்தி உள்நாட்டு உற்பத்தி மதிப்பிட்ட அளவான 7.1 விழுக்காட்டை விட அதிகமாக இருக்கும் என்று இந்திய ஒன்றிய அரசின் புள்ளியியல் துறை தெரிவித்துள்ளது.(1)

இன்றைய உலகில் அமெரிக்கா, ஐரோப்பிய ஒன்றியம் ஆகிய பொருளாதார வல்லரசுகளின் வளர்ச்சியே 3 விழுக்காடு அளவுக்கே இருக்கும்போது நமது நாட்டின் பொருளாதார வளர்ச்சி குறைந்தபட்சமாகவே 7 விழுக்காட்டுக்கும் அதிகமாகத் தொடரும் நிலையில், நமது நாட்டு மக்களின் வாழ்வில் அந்த வளர்ச்சி ஏன் எந்த வித மாற்றத்தையும் ஏற்படுத்தவில்லை என்று கேள்வி எழுப்பினால் அதற்கு மௌனமே பதிலாக வருகிறது!

இன்றைக்கும் வறுமைக் கோட்டுக்கும் கீழே இந்நாட்டின் மொத்த மக்கள் தொகையில் 30 விழுக்காட்டினர் வாழ்கின்றனர் என்று 'வறுமையும் பகிரப்பட்ட வளமையும்' (Poverty and Shared Prosperity) என்று தலைப்பில் 2016ஆம் ஆண்டு வெளியிட்ட அறிக்கையில் உலக வங்கி கூறியுள்ளது. வறுமைக்கோட்டை நிர்ணயிக்க அது கையாண்ட அளவுகோல் என்ன? ஒரு நாளைக்கு 1.90 அமெரிக்க டாலருக்கும் குறைவான வருவாய் கொண்டவர்கள் வறுமைக் கோட்டுக்குக் கீழ் வாழ்பவர்கள். இந்திய ரூபாயில் இது 125 ரூபாய். உலகில் வறுமைக்கோட்டுக்குக் கீழ் வாழ்கின்றவர்களில் மூன்றில் ஒருவர் இந்தியர் என்றும், இப்பட்டியலில் இந்தியாவே முதலிடத்தில் உள்ளதென்றும், இரண்டாவது இடத்தில் நைஜீரியா உள்ளதென்றும் அவ்வறிக்கை கூறியுள்ளது.[2]

உலக வங்கி பரவாயில்லை ஒரு நாள் வாழ்வுக்கு ரூ.125 தேவை என்று நிர்ணயித்தது. ஆனால் இந்திய ஒன்றிய அரசு வறுமைக் கோட்டை நிர்ணயிக்க வைத்த அளவு ஒரு நாளைக்கு நகரத்தில் வாழ்ந்தால் 33 ரூபாய், கிராமத்தில் வாழ்வோருக்கு 27 ரூபாய்! இதனை இந்தியர் ஒருவர் உட்கொள்ளும் உணவின் சத்தை (கலோரி) அளவீடாகக் கொண்டு நிர்ணயம் செய்தவர் இந்தியாவின் பொருளாதார நிபுணர்களில் ஒருவரான சுரேஷ் டெண்டுல்கர்![3] சுரேஷ் டெண்டுல்கர் மேற்கண்ட கணக்கீட்டின் படி இந்திய மக்கள் தொகையில் 22% மக்கள் வறுமைக் கோட்டுக்குக் கீழே வாழ்பவர்கள்.

உண்மையில் வறுமைக் கோட்டுக்குக் கீழ் வாழும் இந்தியர்களின் எண்ணிக்கை எவ்வளவு என்பதை அறிய அர்விந்த் பனகாரியா தலைமையில் 14 பேர் கொண்ட ஒரு குழுவை நித்தி ஆயோக் எனும் இந்திய ஒன்றிய அரசின் கொள்கை வகுப்புக் குழு அறிவித்துள்ளது என்றாலும், சுரேஷ் டெண்டுல்கர் குழுவின் அறிக்கையை ஏற்பதாகவும் நிதி ஆயோக் கூறியுள்ளது! பிரதமர் மோடி தலைமையிலான அரசு ஆட்சிக்கு வந்து 3 ஆண்டுகள் ஆகிவிட்டது. என்றைக்கு வறுமை கோட்டுக்குக் கீழ் வாழும் மக்களைப் பற்றிய உண்மை நிலை கணக்கிடப்படும் என்று தெரியவில்லை.

இங்கு எழக்கூடிய முக்கிய கேள்வி, பிரதமராக மன்மோகன் சிங் ஆண்ட அந்த 10 பத்தாண்டு காலத்தில் 13 விழுக்காடு வரையும், பிரதமர் மோடியின் இந்த 3 ஆண்டுக்கால ஆட்சியில் 7 விழுக்காடு வரையும் பொருளாதார வளர்ச்சி கண்டுள்ளோம் என்று கூறியது

உண்மையா? அது உண்மையே என்று கொள்வதற்கு இரண்டு சாதகமான ஆதாரங்களும் ஒரு பாதகமான ஆதாரமும் உள்ளது.

அது நமது நாடு உலக அளவில் பணக்காரர்களை உருவாக்குவதில் முன்னணியில் உள்ளதென்பது ஒரு ஆதாரமாகும். மில்லியன் டாலருக்கு மேல் சொத்து மதிப்புக் கொண்ட இந்தியர்களின் எண்ணிக்கை 1.78 இலட்சம். இவர்களில் 100 மில்லியன் டாலர் சொத்து மதிப்பு கொண்ட இந்தியர்களின் எண்ணிக்கை 1,040 பேர். அடுத்த 5 ஆண்டுகளில் அதாவது 2021ல் இந்திய மில்லியனர்களின் எண்ணிக்கை 2.8 லட்சம் பேராகவும், அவர்கள் சொத்தின் ஆண்டு வளர்ச்சி சராசரியாக 9.5 விழுக்காடாக இருக்கும் என்றும் உலக பணக்காரர்களின் சொத்துகளை மதிப்பீடு செய்த கடன் வாங்குத் திறன் நிர்ணய அமைப்பான கிரெடிட் சூசி (Credit Suisse) அறிக்கை தெரிவிக்கிறது.(4)

இந்தியாவின் ஒட்டுமொத்த சொத்து மதிப்பில் 86 விழுக்காடு இந்த மில்லியனர்களிடமும், வீடு, மனை கட்டுமான நிறுவனங்களிடம் தான் இருக்கிறதென்கிறது கிரெடிட் சூசி அறிக்கை. நாட்டின் பொருளாதார வளர்ச்சியைவிட நமது நாட்டின் பணக்காரர்களின் சொத்து வளர்ச்சி 2 விழுக்காடு கூடுதலாகவே இருக்கிறது!

நமது நாட்டின் பொருளாதார 'வளர்ச்சி'க்கான இரண்டாவது ஆதாரம் சுவிட்சர்லாந்து உள்ளிட்ட (எங்கிருந்து ஈட்டப்பட்டது என்று எந்தக் கேள்வியும் கேட்காமல்) வரிச் சுதந்திரம் வழங்கும் நாடுகளின் வங்கிகளின் ரகசியக் கணக்குகளில் இந்தியப் பணக்காரர்கள் போட்டு வைத்துள்ள பல லட்சம் கோடிகள். ஒரு பொது நல வழக்கை விசாரித்த இந்திய உச்ச நீதிமன்றம் அளித்த உத்தரவையடுத்து இக்கணக்குகளில் உள்ள பணத்தின் மதிப்பீடு பற்றி புலனாய்வு செய்த மத்திய புலனாய்வுக் கழகத்தின் (சிபிஐ) இயக்குனர், அயல்நாட்டு வங்கிகளில் இந்தியர்கள் வைத்துள்ள கணக்குகளில் 24 லட்சம் கோடி ரூபாய் உள்ளது என்ற திடுக்கிடும் தகவலை வெளியிட்டார்.

அயல் நாட்டு வங்கிகளில் உள்ள இந்தியர்களின் பணத்தை மீட்பேன் என்று உறுதியாக முழங்கிவிட்டு ஆட்சிக்கு வந்த இன்றைய பிரதமர் மோடி, யார் யாருடைய பெயர்களில் எவ்வளவு பணம் போடப்பட்டிருக்கிறது என்ற விவரத்தைக் கூட வெளியிட முன்வரவில்லை. இவை யாவும் எங்கிருந்து சேர்த்தப் பணம்? இந்தியாவில் இருந்து வர்த்தகம் செய்தோ முறைகேடான வழியிலோ ஈட்டியதேயாகும். இந்த விவரத்தை சிபிஐ இயக்குனர்

வெளியிட்டபோது அன்றைய இந்தியாவின் நிதி நிலை அறிக்கையின் அளவு எவ்வளவு தெரியுமா? ரூ.16 லட்சம் கோடி. அயல் நாட்டு வங்கிகளில் இருந்ததோ ரூ.24 லட்சம் கோடி.

நமது நாட்டின் பொருளாதார வளர்ச்சிக்கான பாதகமான ஆதாரம் எதுவெனில், ஒவ்வொரு ஆண்டும் நமது பொருளாதார வளர்ச்சிக்கு சீரான பங்கீட்டை அளித்ததாகக் கூறப்படும் பெரு நிறுவனங்களுக்கு இந்திய ஒன்றிய அரசு வரி விலக்கு உள்ளிட்ட சலுகைகள் மூலம் தொடர்ந்து 10 ஆண்டுகளில் விட்டுக்கொடுத்த நிதி ரூ.36 இலட்சம் கோடி! இது இந்நாட்டின் பிரதமராக மன்மோகன் சிங் இருந்த காலம் வரையிலான கணக்கு. இப்படி வரி விலக்கு, சலுகைகள் அளிப்பது மன்மோகன் சிங் அரசானாலும் நரேந்திர மோடி அரசானாலும் மாறுதலின்றித் தொடர்வதே நமது நாட்டின் பொருளாதாரத் தேக்க நிலைக்கு ஆதாரமாக இருக்கிறது!

இதில் அங்கதம் என்னவெனில், இவ்வளவு மில்லியனர்களை உருவாக்கியப் பின்னரும் நமது நாட்டின் வங்கிகளில் இப்படிப் பட்ட மில்லியனர்களின் பங்குபற்றுதலில் இயங்கும் பெரும் கார்ப்பரேட் நிறுவனங்கள் (Corporates) தாங்கள் பெற்ற கடன்களை திருப்பிச் செலுத்தவில்லை. அந்தக் கணக்கு இந்த நிதியாண்டில் 8 லட்சம் கோடியாக உயர்ந்துள்ளது. இதில் குறிப்பிட்ட 12 நிறுவனங்கள் செலுத்தத் தவறிய தொகை மட்டும் ரூ.2 லட்சம் கோடி! இந்தியாவில் மட்டுமல்ல, அயல் நாட்டு வங்கிகளிலும், நிதி நிறுவனங்களிலும் நமது நாட்டின் கார்ப்பரேட்டுகள் வாங்கியுள்ள கடன் இன்னும் அதிகம், அது ரூ.22 லட்சம் கோடி! இது அந்நிய செலாவணிக் கடன்கள் என்பதைக் கருத்தில் கொள்ள வேண்டும். ஏனெனில் எதிர்காலத்தில் இது பெரும் சுமையாக இந்தியப் பொருளாதாரத்தை அழுத்தப்போகிறது.

எனவே, கடந்த கால் நூற்றாண்டு காலத்தில் ஒவ்வொரு ஆண்டும் குறைந்தது 7 விழுக்காட்டுக்கும் அதிகமான பொருளாதார வளர்ச்சியை எட்டியுள்ள நமது நாடு, பெரும் பணக்காரர்களின் சொத்து மதிப்பைக் கூட்டியுள்ளது. ஆனால் அவர்களின் நிறுவனங்கள் பெற்ற கடன்கள் திருப்பிச் செலுத்தப்படாததால் இந்நாட்டின் வங்கிகள் வராக் கடன் சுமையில் நசிந்து கொண்டிருக்கின்றன!

இது எப்படி சாத்தியம்? ஒரு நாட்டின் பொருளாதாரம் வளர்கிறது என்றால் அதன் பயன் அந்நாட்டு மக்களின் குறிப்பாக உழைப்பை மட்டுமே வாழ்வின் ஆதாரமாகக் கொண்டு வாழும் ஏழை, எளிய,

நடுத்தர மக்களின் வாழ்வை மேம்படுத்தியிருக்க வேண்டுமல்லவா? கல்வி, மருத்துவம், விலைவாசி, வேலை வாய்ப்பு ஆகியனவற்றை உள்ளடக்கிய சமூக, பொருளாதார வாழ்வில் ஏற்றமிக பல மேம்பாடுகளைத் தந்திருக்க வேண்டுமல்லவா? அப்படி எதுவும் நடக்கவில்லையே... ஏன் ? 'வளர்ச்சி' என்ற சொல்லுக்கு பின் உள்ள பொருளாதார அரசியலை நாம் புரிந்துகொள்ள வேண்டியதன் அவசியம் இங்குதான் எழுகிறது.

நாட்டின் பொருளாதார வளர்ச்சி ஏன் நமது மக்களின் வளர்ச்சியாக ஆகவில்லை? வளர்ச்சி என்கிற சொல் எந்தப் பொருளில் பயன்படுத்தப்படுகிறது? அது யாருக்கானது? இந்த நாட்டில் ஏழ்மையில் உழன்றாலும் தங்கள் உடலுழைப்பைத் தரும் பெரும் பான்மை மக்களின் வாழ்வில் எவ்வித ஏற்றத்தையும் தராத பொருளாதார வளர்ச்சி இருக்கின்றதென்றால் அதன் காரணம் என்ன? இந்தக் கேள்விகளுக்கான விடையில்தான் நமக்கான விடிவு இருக்கிறது.

கச்சா விலையைத் தீர்மானிக்கும் விதிகள்!

சர்வதேச அரசியலைத் தீர்மானிக்கும் எண்ணெய் வர்த்தகமே நமது நாட்டு அரசு எடுக்கும் முடிவுகளை குறிப்பாக எண்ணெய் துரப்பணம் தொடர்பான கொள்கை முடிவுகளையும் தீர்மானிக்கிறது.

பெட்ரோல், டீசல், இயந்திர எண்ணெய், மண்ணெண்ணை என்று உலக மக்களின் அன்றாட வாழ்வியக்கத்தில் பெரும் பங்கு வகிக்கும் கச்சா எண்ணெய் விலை ஏற்றமும் இறக்கமும் உலக பங்குச் சந்தைகளின் ஏற்றத்தையும் இறக்கத்தையும், வர்த்தகம் சார்ந்த முதலீடுகளையும் பாதிக்க வல்லதாகும். காரணம் கச்சா எண்ணெய் உற்பத்தியில் கிடைக்கும் கொள்ளை லாபம். ஒரு பேரல் (1 பேரல் = 159 லிட்டர்) கச்சா எண்ணெயின் (Crude) உற்பத்தி விலை அதாவது துரப்பணக் கிணற்றில் இருந்து எடுக்கப்பட்ட நிலையில் அதன் விலை வெறும் 2 டாலர்களே! ஆனால் அதன் சர்வதேச சந்தை விலை இன்றைய நிலையில் 50 டாலர்கள்! இந்த விலை கப்பலில் ஏற்றும் விலையாகும் (Freight on Board). இதற்கு மேல் போக்குவரத்துச் செலவையும் சேர்த்து ஒரு நாட்டுக்கு இறக்குமதியாகும் விலை மேலும் கூடுகிறது.

இங்கு கவனிக்கத்தக்கது உற்பத்தியாகும் இடத்தில் வெறும் 2 டாலர்கள் மட்டுமே விலையுள்ள கச்சா எண்ணெய் சர்வதேச

சந்தையில் 25 மடங்கு அதிகமான விலைக்கு விற்கப்படுகிறது. எனவே எண்ணெய் துரப்பணத்தில் (உற்பத்தியில்) ஈடுபடும் உலகின் பெரு நிறுவனங்களான எக்ஸான்மொபில், செவ்ரான், பிரிட்டிஷ் பெட்ரோலியம் ஆகியவற்றின் ஆண்டு நிகர லாபம் (எல்லா செலவுகள் + வரிகள் போக) நமது நாட்டின் நிதி நிலை அறிக்கையின் மொத்த மதிப்பை விடப் பன்மடங்கு அதிகமாகும். எனவே எண்ணெய் நிறுவனப் பங்குகளில்தான் உலகிலேயே மிக அதிக அளவுக்கு முதலீடு செய்யப்படுகிறது. எண்ணெய் விலை வீழ்ச்சியுற்றால் மட்டுமே தங்கத்தில் முதலீடு அதிகரிக்கும். இந்த முதலீடு விளையாட்டில் பெரும் பங்கு வகிப்பவையே ஹெட்ஜ் ஃபண்ட்ஸ் (Hedge Funds) என்றழைக்கப்படும் முதலீட்டு நிதிகள்.

உலகின் பெரும் பரம்பரை பணக்காரர்களின் நிதியே மேலாண்மை நிதிகள் (Fund Managers) என்ற பெயரில் பதிவு செய்யப்பட்டு முதலீட்டு உலகில் உலா வரும் ஹெட்ஜ் ஃபண்ட்ஸ்கள் என்றும் கூறப்படுவதுண்டு. இந்த ஹெட்ஜ் ஃபண்டுகளில் நமது நாட்டு பணக்காரர்களின், பெரு நிறுவன முதலாளிகளின், அரசியல் வாதிகளின் ஊழல், கொள்ளை பணங்களும் அடங்கும். அயல் நாட்டு வங்கிகளின் ரகசியக் கணக்குகளில் போடப்பட்ட களவாடிய, வரி ஏய்ப்பு செய்த பணங்கள் இப்படிப்பட்ட ஹெட்ஜ் ஃபண்டுகளின் மூலம் சட்டபூர்வமாக மூதலீடுகளாகச் செய்யப் பட்டே வளருகின்றன!

இப்படிப்பட்ட முதலீட்டு நிதிகள் பற்றி அறிந்துகொள்ள வேண்டிய அவசியம் என்ன? ஏனென்றால் இவர்கள்தான் கச்சா எண்ணெய்யின் உற்பத்தி அளவையும் சந்தை விலையையும் நிர்ணயிப்பவர்கள். இந்தியாவைப் போன்ற வளரும் நாடுகளுக்குப் பெரும் அந்நிய செலாவணி சுமையை ஏற்படுத்தக்கூடியது கச்சா எண்ணெய் இறக்குமதியே. கச்சா விலையேற்றம் ஒரு நாடு ஏற்றுமதி வர்த்தகத்தின் மூலம் ஈட்டிய அந்நிய செலாவணி அனைத்தையுமே விழுங்கிவிடக்கூடியதாகும். இதுதானே 1990களில் இந்தியாவுக்கு அந்நிய செலாவணி பற்றாக்குறையை ஏற்படுத்தியது? அதனால்தானே இந்த நாடு பொருளாதாரப் பாதையை மாற்றிக்கொள்ள வேண்டிய நிர்பந்தம் ஏற்பட்டது என்றார்கள்? எனவே கச்சா எண்ணெய் விலையை நிர்ணயிக்கும் சக்தி படைத்த இந்த நிதி மேலாளர்களைப் பற்றி அறிந்துகொள்ள வேண்டியது அவசியமாகிறது.

எடுத்துக்காட்டாக, அமெரிக்காவின் கலிஃபோர்னியா நகரில் இருந்து இயங்கிவரும் ஃபிராங்க்ளின் டெம்பிள்டன் (Franklin

Templeton) என்ற முதலீட்டு நிதி அமைப்பு. பண்டகச் சந்தைகளில் (Commodity markets) பெருமளவுக்கு முதலீடு செய்யும் இந்த அமைப்பின் ஒட்டுமொத்த சொத்து (முதலீட்டு) மதிப்பு எவ்வளவு தெரியுமா? 74,000 கோடி டாலர்கள். இந்திய ரூபாய் மதிப்பில் 48 இலட்சம் கோடி! அதாவது நமது நாட்டின் நிதி நிலை அறிக்கையின் மொத்த மதிப்பீட்டைப் போல் இரண்டு மடங்கு!

பிரிட்டிஷ் பெட்ரோலியம், டோட்டல் எஸ்.ஏ., கிளென்கோர், செவ்ரான் போன்ற எண்ணெய் கண்டுபிடிப்பு மற்றும் உற்பத்தியில் ஈடுபட்டுள்ள நிறுவனங்களில் பெருமளவுக்கு முதலீட்டைக் கொட்டும் ஃபிராங்க்லின் டெம்பிள்டன், கச்சா எண்ணெய் விலை உயரும் என்று கடந்த ஆண்டு ஜூன் மாதம் கூறியிருந்தது. அப்போது பிரெண்ட் குரூட் எனும் அமெரிக்க உற்பத்தி கச்சா எண்ணெய்யின் விலை பேரலுக்கு 27.10 டாலர் என்ற அளவுக்கு இருந்தது. 'கச்சா விலை 50 டாலர்களை எட்டினாலும் ஒட்டுமொத்த எண்ணெய்த் தேவையை உயர்த்துமளவுக்கு உற்பத்தியைப் பெருக்க ஊக்குவிக்கப்பதாக இருக்காது; நீண்ட கால அடிப் படையில் பேரலுக்கு 65 டாலர் விலை கிடைத்தால்தான் கச்சா உற்பத்தி தேவைக்கு ஏற்ற அளவுக்கு சீராக இருக்கும்' என்றுஇந்நிதியத்தின் துணைத் தலைவர் ஃபிரெடரிக் ஃபோன் கூறியிருந்தார்.(5)

அதுதானே இப்போது நடந்துள்ளது! அமெரிக்காவில் வண்டல் பாறை எண்ணெய், எரிவாயு எடுப்பு (Shale Gas) அதிகரித்ததால் சர்வதேச சந்தையில் கச்சா எண்ணெய் விலை மளமளவென்று சரிந்தது. காரணம் உலகின் எண்ணெய் பயன்பாடும், இறக்குமதியும் அதிகம் செய்யும் நாடாக அமெரிக்கா இருந்தது. எனவே அதன் இறக்குமதி குறைந்ததில் (இதன் பின்னணியில் சௌதி உள்ளிட்ட அரபு நாடுகளை மட்டுப்படுத்தி வைக்கும் அரசியல் இருக்கிறது என்பது பூகோள அரசியலாகும்) கச்சா தேவை குறைய, விலை வீழ்ச்சியுற்றது. ஆனால் அமெரிக்காவின் ஷேல் கேஸ் உற்பத்தி குறையவில்லை, குறைக்கப்படவில்லை, ஆனால் கச்சா விலை 55 டாலர்களுக்கு உயர்ந்து, இப்போது 50 டாலர்களாக நிலைப் பெற்றுள்ளதே, எப்படி? இதுதான் பண்டகச் சந்தையை முதலீட்டின் மூலம் கட்டுப்படுத்தும் நிதியங்களின் விளையாட்டு. கச்சா எண்ணெய் உற்பத்தியை அந்த நிறுவனங்களில் முதலீடு (40% வரை இந்நிதிகளே என்கிறது ஒரு செய்தி) செய்வதன் மூலம் உற்பத்தியைக் கட்டுப்படுத்தி, பண்டகச் சந்தைகளில் ஏற்ற இறக்கங்களை உருவாக்கி, விலைகளை உயர்த்தி, தங்கள்

முதலீடுகளுக்கு பெரும் லாபம் பார்க்கின்றன இப்படிப்பட்ட நிதி அமைப்புகள்!

'நாங்கள் வளர்ச்சியை நோக்கிச் செல்ல நினைக்கின்றோம்; எனவே பண்டக சந்தைகளில் அதிகம் மூதலீடு செய்ய விரும்புகிறோம்' என்று ஃபிரடெரிக் ஃபோம் கூறியுள்ளதில் சொல்லப்பட்ட வளர்ச்சி என்ற வார்த்தையின் பொருள் தங்கள் முதலீட்டுக்கு அதிக லாபம் பார்ப்பது என்பதே. அவர் கூறிய இறுதி வார்த்தைகளைப் பாருங்கள்: கச்சா எண்ணெய் விலை பேரலுக்கு 65 முதல் 85 டாலர்களுக்கு இடையிலான ஏற்ற இறக்கத்துடன் நிலைக்கும். பேரலுக்கு 65 டாலர் என்பதே புதிய எண்ணெய் கண்டுபிடிப்பு மற்றும் உற்பத்திக்குத் தேவையான முதலீட்டை ஈர்க்கவல்லதாகும். அமெரிக்காவின் ஷேல் உற்பத்தி சர்வதேச சந்தையை நிறைக்கும் போது அதிகபட்ச விலையான 85 டாலர்கள் கிடைக்கும் என்று கூறியுள்ள ஃபோம், இறுதியாக இவ்வாறு கூறுகிறார்: ''பேரலுக்கு 50 டாலர் என்ற விலையில் நமக்குத் தேவையான கச்சா சந்தையில் கிடைக்குமா என்றால், கிடைக்காது என்றே நினைக்கிறேன்''. நாடுகள் அல்ல, அரசுகள் அல்ல, பெரு நிறுவனங்களில் முதலீடு செய்து அவற்றின் உற்பத்தியைக் கட்டுப்படுத்தும் நிதியங்கள் கச்சா விலையை நிர்ணயிக்கின்றன!

இப்படிப்பட்ட நிதியங்களே 2008ஆம் ஆண்டில் அப்போது சர்வதேச சந்தையில் கச்சா எண்ணெய்யின் தேவை (Demand) சற்றும் உயராத நிலையிலும், ஒரு பேரல் கச்சா எண்ணெய் விலையை 147 டாலர்கள் வரை உயர்த்தி கொள்ளை லாபம் கண்டன. தடுத்து நிறுத்துவதற்கோ, கட்டுப்படுத்துவதற்கோ அரசுகளும் இல்லை, அமைப்புகளும் இல்லை! இதுதான் உற்பத்தியையும் சந்தையையும் கட்டுப்படுத்தும் முதலீடுகளின் சாம்ராஜ்யமாகும்!

இதே நிதிகள்தான் தங்கத்தின் விலையேற்றத்தையும் நிர்ணயித்து வருகின்றன. உண்மையில் உலக நாடுகளின் தங்கத்தின் தேவை இந்த கால் நூற்றாண்டுக் காலத்தில் பெரிதாக அதிகரிக்கவில்லை. ஆனால் பண்டக வர்த்தகத்தில் எதிர்கால ஒப்பந்தம் வணிகம் (Future Trading)என்ற பெயரில் விலைகளை உயர்த்தி, உயர்த்தி, உயர்த்திக் கடந்த 10, 15 ஆண்டுகளில் கிராம் தங்கத்தின் விலையை நான்கு மடங்கு உயர்த்தியுள்ளனர். இந்த எதிர்கால வணிக ஒப்பந்த விளையாட்டில் நமது நாட்டின் முன்னாள் ஒன்றிய அமைச்சர் ஒருவரின் மகன் சிறப்பாக ஈடுபட்டு ஒவ்வொரு நாளும் பல கோடி

களைக் கண்டதெல்லாம் இந்திய ஒன்றிய அரசின் பொருளாதாரக் குற்றங்கள் தடுப்புத் துறைகளுக்கும் தெரிந்த ரகசியங்களாகும். இன்றைக்கு வழக்குப்போட்டு ரெய்டு நடத்துவதெல்லாம் அரசியலிற்கே; இதனை என்றைக்கோ செய்திருக்க வேண்டும். அவர்கள் அயல் நாடுகளில் சொத்து வாங்கிக் குவித்து சர்வதேச வணிகர்கள் ஆகும் வரை காத்திருந்து வரி ஏய்ப்பைக் கண்டு பிடிக்கிறார்கள்!

செலவு நாட்டுக்கு வரவு யாருக்கு?

உலக வர்த்தகத்தில் இந்த நிதியங்கள் கடைபிடிக்கும் கொள்ளை லாப நோக்கைத் தங்களின் வர்த்தக அணுகுமுறையாகவும் நமது நாட்டுப் பெரு நிறுவனங்கள் கடைபிடிக்கத் தொடங்கியுள்ளன. அயல் நாடுகளில் இருந்து இறக்குமதி செய்யப்படும் எரிவாயுவுக்கு இந்திய ஒன்றிய அரசு கொடுக்கும் அதே விலையைத் தங்களுக்கும் வழங்க வேண்டும் என்று அன்றைய ஆந்திர மாநிலத்தின் கிருஷ்ணா கோதாவரிப் படுகையில் எரிவாயு துரப்பணம் செய்யும் ஒப்பந்தத்தைப் பெற்ற ரிலையன்ஸ் நிறுவனம் கேட்டது. ரிலையன்ஸின் கோரிக்கையில் என்ன தவறு இருக்க முடியும் என்று கேட்கத் தோன்றும். இந்தியாவில் கச்சா எண்ணெய் மற்றும் எரிவாயு கண்டுபிடிப்பு மற்றும் உற்பத்தி தொடர்பான வரலாற்றைப் பார்ப்பது அவசியமாகும்.

நமது நாட்டின் கச்சா எண்ணெய் இறக்குமதியைக் குறைக்க உள் நாட்டில் ஹைட்ரோகார்பன் வளங்களைக் கண்டுபிடித்து துரப்பணம் செய்து அதன் மூலம் தேவையை இயன்ற அளவுக்கு ஈடுகட்டும் திட்டத்துடனேயே இந்திய ஒன்றிய அரசு 1956ல் எண்ணெய் மற்றும் இயற்கை எரிவாயுக் கழகம் என்கிற பொதுத் துறை நிறுவனத்தை உருவாக்கியது. குஜராத்திலிருந்து வடகிழக்கு மாநிலமான அஸ்ஸாம் வரையிலும், தெற்கே ஆந்திரம், தமிழ்நாடு வரையிலும் ஏராளமான கண்டுபிடிப்பு அகழ்வாய்வை மேற்கொண்டு, எண்ணெய், எரிவாயுக் கிணறுகளை அமைத்து அடுத்த 35 ஆண்டுகளில் நமது நாட்டின் கச்சா இறக்குமதியை 20 விழுக்காடு அளவுக்குக் குறைத்தது ஓ.என்.ஜி.சி. எரிவாயு உற்பத்தியைப் பொறுத்தவரை இன்றைய நிலையில் நாட்டின் மொத்தத் தேவையில் 80 விழுக்காடு உள்நாட்டு உற்பத்தியே. இந்நாட்டின் கச்சா உற்பத்தியில் 77 விழுக்காடும், எரிவாயு உற்பத்தியில் 48 விழுக்காடும் ஓ.என்.ஜி.சி. பங்குதான். இந்திய

ஒன்றிய அரசின் ஒரு பொதுத் துறை நிறுவனமான ஓ.என்.ஜி.சி. இதைச் சாதித்துள்ளது என்று காவிரிப் படுகை கண்டு பிடிப்பு ஆய்வறிக்கையில் அந்நிறுவனம் பெருமையுடன் குறிப்பிடுகிறது.[6]

நிறுவனம் விதிப்பு அரசு ஏற்பு!

1999ஆம் ஆண்டுவரை ஓ.என்.ஜி.சி.யும் மற்றொரு இந்திய அரசு நிறுவனமான ஆயில் இந்தியா லிமிடெட் ஆகிய இரண்டு மட்டுமே எண்ணெய், எரிவாயு கண்டுபிடிப்பு மற்றும் உற்பத்தியில் ஈடுபட்டிருந்தன. ஆனால் நமது நாட்டிலுள்ள எண்ணெய்/ எரிவாயு இருப்பை இன்னும் அதிகமாக உற்பத்தி செய்திட தனியாருக்கு உரிமம் வழங்குவது என்று அரசு புதிய கண்டுபிடிப்பு மற்றும் உரிமம் வழங்குக் கொள்கை (New Exploration and Licensing Policy NELP) வகுத்தது. இதனடிப்படையில் ரிலையன்ஸ் உள்ளிட்ட இந்தியத் தனியார் நிறுவனங்களுக்கும், கெயர்ன்ஸ் இந்தியா போன்ற அயல்நாட்டு நிறுவனங்களுக்கும் கண்டுபிடிப்பு மற்றும் துரப்பண உரிமைகள் வழங்கப்பட்டன.

இதன் அடிப்படையில் ஏற்கனவே ஓ.என்.ஜி.சி.யால் கண்டுபிடிக்கப்பட்ட கிருஷ்ணா கோதாவரி படுகையில் உள்ள கே.ஜி.டி6 எனும் எண்ணெய் / எரிவாயு வளமுள்ள பகுதியை உற்பத்திப் பகிர்தல் ஒப்பந்தத்தின் (Production Sharing Contract PSC) அடிப்படையில் ரிலையன்ஸ் நிறுவனம் பெற்றது. ஓ.என்.ஜி.சி. கண்டுபிடிப்பில் எரிவாயு வளம் நிறைந்த இப்பகுதியை மேலும் ஆழ்துளை கிணறுகள் அமைத்து ஆய்வு செய்து அப்பகுதியில் நாளுக்கு 80 மில்லியன் பிரிட்டிஷ் தெர்மல் யூனிட் எரிவாயு எடுக்கலாம் என்று கூறிய ரிலையன்ஸ், இந்தக் கண்டுபிடிப்புக் களுக்கானத் திட்டச் செலவு அதிகரித்துள்ளதாகவும், எனவே, ஒப்புக்கொண்ட ரூ.12,000 கோடியை ரூ.45,000 கோடியாக உயர்த்தியளிக்க வேண்டும் என்று அரசிடம் கோரிக்கை வைத்தது!

இங்குதான் முதல் சர்ச்சை உருவானது. நாளுக்கு 40 மி.பி.தெ.யூ. உற்பத்தியாகும் இடத்தில் 80 மி.பி.தெ.யூ. உற்பத்தி செய்யும் அளவிற்கு எரிவாயு வளத்தைக் கண்டுபிடித்துள்ளதாக ரிலையன்ஸ் கூறுவதை மெய்ப்பிக்கும் ஆதாரம் இருக்கிறதா என்று கேள்வி எழுப்பப்பட்டது. அதற்கான பதிலை அரசும் கேட்கவில்லை, ரிலையன்ஸூம் தரவில்லை. ஆனால் ரிலையன்ஸ் கேட்டுக் கொண்ட கூடுதல் செலவை ஏற்றுக்கொள்ளவும் அதனை

உற்பத்திப் பகிர்வு வருவாயில் குறைத்துக்கொள்ளவும் அரசு ஒப்புக் கொண்டது!

ரிலையன்ஸ் நிறுவனத்தில் இருந்து பிரிந்து சென்ற முகேஷ் அம்பானியின் இளைய சகோதரர் அனில் அம்பானி, இது அரசின் நிதியை கொள்ளையடிக்கும் செயல் என்று செய்தித்தாள்களில் விளம்பரமே செய்தார்! ரிலையன்ஸ் கோரியதை அரசு கொடுத்தது பற்றி கருத்துத் தெரிவித்த அனில் அம்பானி, அரசின் உயரிய இடங்களில் முகேஷ் அம்பானி நண்பர்களைப் பெற்றிருப்பதாகக் கூறினார் [7].

அனில் அம்பானி கூறியதன் பொருள் என்னவெனில், திட்டச் செலவு கூடுதலாகும்போது அதனை அரசுக்கு உற்பத்தி நிறுவனம் (ரிலையன்ஸ்) அளிக்க வேண்டிய உற்பத்திப் பங்கில் இருந்து கழித்துக்கொள்ளும்; இதனால் அரசுக்கு இத்திட்டத்தில் இருந்து கிடைக்க வேண்டிய வருவாய் மிகவும் குறையும் என்பதே. அதாவது வருவாய் பகிர்வில் ஒப்பந்ததாருக்கு 90 விழுக்காடு சென்றுவிடும்; அரசுக்கு 10 விழுக்காடுதான் கிடைக்கும்!

ரிலையன்ஸின் கோரிக்கை ஏற்கப்பட்டதை எதிர்த்து தொடரப் பட்ட வழக்கை விசாரித்த இந்திய உச்ச நீதிமன்றம், அரசுக்கும் ரிலையன்ஸுக்கும் இடையிலான ஒப்பந்தத்தில் விலை நிர்ணயம் உள்ளிட்ட மாற்றங்கள் செய்ய அரசுக்கு உரிமையுள்ளது என்று தீர்ப்பளித்தது. அங்கேயும் இருப்பு தொடர்பான விவரத்தின் ஆதாரம் பற்றி ஆராயப்படவில்லை!

இதோடு ரிலையன்ஸ் நிறுவனம் நிற்கவில்லை, கே.ஜி.டி6 பரப்பில் உற்பத்தியாகும் எரிவாயுவுக்கு அரசு நிர்ணயித்துள்ள விலையை உயர்த்தவேண்டும் என்று கோரிக்கை விடுத்தது. 2007ல் நிதியமைச்சர் பிரணாப் முகர்ஜியின் தலைமையில் அமைக்கப் பட்ட அதிகாரமிக்க அமைச்சர்கள் குழு, ரிலையன்ஸின் கோரிக்கையை ஏற்று அதுவரை ஒரு மில்லியன் பிரிட்டிஷ் தெர்மல் யூனிட்டுக்கு இருந்த 1.8 டாலர் விலையை 4.2 டாலர்களாக உயர்த்திக் கொடுக்க ஒப்புக்கொண்டது! ரிலையன்ஸ் கேட்டுக் கொண்டதற்கு இணங்க எரிவாயு விலையை உயர்த்த இந்திய ஒன்றிய அரசு ஒப்புக்கொண்ட அந்த நேரம் வரை கே.ஜி.டி6 பகுதியில் இருந்து ஒரே ஒரு கியூபிக் மீட்டர் வாயுவைக்கூட ரிலையன்ஸ் உற்பத்தி செய்திருக்கவில்லை!

இம்முடிவை மறுபரிசீலனை செய்யுமாறு அரசுக்கு கடிதம் எழுதிய இந்திய ஒன்றிய அரசின் எரிசக்தித் துறை முதன்மை ஆலோசகர்

சூரியா பி. சேத்தி, எரிவாயு உற்பத்திச் செலவு ஒரு மில்லியன் பிரிட்டிஷ் தெர்மல் யூனிட்டுக்கு 1.43 டாலர் மட்டுமே ஆகும் நிலையில், அதற்கு 4.2 டாலர் விலை நிர்ணயம் செய்துள்ளது மிக அதிகமானது என்று கூறியிருந்தார் (8).

2011ஆம் ஆண்டு ரிலையன்ஸுக்கு அளிக்கப்பட்ட ஒப்பந்தத்தை ஆய்வு செய்த இந்திய ஒன்றிய அரசின் தலைமைத் தணிக்கை மற்றும் கணக்காளர் (CAG) கிருஷ்ணா கோதாவரி டி6 பகுதியை முழுமையாக ஒரு நிறுவனத்துக்கு (ரிலையன்ஸ்) அளித்தது சரியல்லவென்றும், அவர்கள் கண்டுபிடித்ததாகக் கூறும் உற்பத்தி இருப்பை அப்படியே ஏற்றுக்கொண்டது அரசின் தவறு என்றும் சுட்டிக்காட்டினார்.

ஆனால் டி6 பகுதியில் நாளுக்கு 80 மில்லியன் பி.தெ.யூ. உற்பத்தி செய்வோம் என்று கூறி திட்டச் செலவை சேர்த்து வாங்கிக் கொண்ட ரிலையன்ஸ் நிறுவனம், ஒருபோதும் அந்த அளவுக்கு உற்பத்தியை தரவில்லை. எடுத்துக்காட்டாக 2014ஆம் ஆண்டு ஜூன் மாதத்தில் நாள் ஒன்றிற்கு 8 மி.பி.தெ.யூ. உற்பத்தியை மட்டுமே கொடுத்துள்ளது. ஓரிரு மாதங்களில் மட்டும் உற்பத்தி உறுதியளிக்கப்பட்ட அளவில் பாதியளவுக்கு உற்பத்திச் செய்துள்ளது. அதன் அதிகபட்ச உற்பத்தி 62 மில்லியன் ஸ்டேண்டர்ட் மெட்ரிக் கியூபிக் மீட்டர் மட்டுமே.

இந்த நிலையில் இந்தியாவில் உற்பத்தி செய்யப்படும் கச்சா மற்றும் எரிவாயுவுக்கு அவற்றின் இறக்குமதிக்கு இந்திய ஒன்றிய அரசு கொடுக்கும் அதே விலையை கொடுக்கவேண்டும் என்று ரிலையன்ஸ் அடுத்த கோரிக்கை வைத்தது. இறக்குமதிக்கு மாற்றாகவே (Import Substitution) இந்தியாவில் கச்சா, எரிவாயு எடுப்பை மேற்கொண்டதை மறந்துவிட்ட ஒன்றிய அரசு, ரிலையன்ஸ் நிறுவனத்தின் கோரிக்கை பற்றி முடிவெடுக்க பொருளாதார நிபுணர் சி.ரங்கராஜன் தலைமையில் ஒரு குழுவை நியமித்தது. அயல் நாடுகளில் இருந்து இறக்குமதி செய்யப்படும் கச்சா, எரிவாயுவுக்கு அளிக்கும் விலையை உள்நாட்டு உற்பத்திக்கும் அதுவும் அந்நிய செலாவணியில்தான் கொடுக்க வேண்டும் என்று ரிலையன்ஸ் விடுத்த கோரிக்கை ஏற்கப்பட்டது. இந்தியாவில் உற்பத்தியாகும் எரிவாயுவுக்கு அந்நிய செலாவணியில் அதுவும் இறக்குமதியாகும் விலைக்கு ஈடாகக் கொடுக்க வேண்டும் என்றால் அதற்கு இறக்குமதி செய்துவிட்டுப்

போகலாமே, கண்டுபிடிப்பு மற்றும் துரப்பணத்துக்கு ஆகும் செலவு மிச்சமாகுமே?

நிபுணர் ரங்கராஜன் குழு, இதையெல்லாம் சிந்திக்கவில்லை. மாறாக, ஹென்றி ஹப் முறையென்று இறக்குமதி செய்யும் சில நாடுகள் அளிக்கும் விலையை அடிப்படையாக்கி, ரிலையன்ஸ் நிறுவனத்தின் கோரிக்கையை ஏற்று 4.2 டாலர்களில் இருந்து விலையை இரட்டிப்பாக்கி 8.4 டாலர்களாக நிர்ணயித்து பெட்ரோலியம் மற்றும் எரிவாயு அமைச்சகத்துக்கு பரிந்துரை செய்தது. இது 2013இல் நடந்த வேடிக்கை. அந்த ஆண்டில் அமெரிக்காவில் எரிவாயு வாங்கும் விலை ஒரு மி.பி.தெ.யூ. க்கு 2 டாலர்கள் மட்டுமே. இங்கு ரிலையன்ஸ் அதைவிட 2.2 டாலர்கள் அதிகம் பெற்ற நிலையில் (ஓ.என்.ஜி.சி., ஆயில் இந்தியா லிமிடெட் ஆகிய பொதுத்துறை நிறுவனங்களும் இதனால் பயன்பெறும் என்று இதற்கு நியாயம் கற்பித்தார்கள்) மேலும் அந்த விலையை இரட்டிப்பாக்குவது எந்த அடிப்படையில் என்று பெட்ரோலிய அமைச்சகத்தில் பணியாற்றி ஓய்வு பெற்ற அத்துறைச் செயலர் ஈ.ஏ.எஸ்.சர்மா கேள்வி எழுப்பினார். ஐந்தாண்டுக் காலத்துக்கு நடைமுறைக்கு வரக்கூடிய இந்த விலை நிர்ணயத்தால் ஒரு மாதத்துக்கு ரிலையன்ஸ் நிறுவனத்துக்கு 313 மில்லியன் டாலர்கள் கூடுதல் லாபம் (Windfall profit) கிடைக்கும் என்று கூறினார். அதே நேரத்தில் எரிவாயுவை வாங்கிப் பயன்படுத்தும் மின் தயாரிப்பு மற்றும் உரத் தொழிற்சாலைகளுக்கு பெரும் இழப்பு ஏற்படும் என்றும் எச்சரித்தார் [9].

கிருஷ்ணா கோதாவரி ஆற்றுப்படுகையில் எண்ணெய் / எரிவாயு வளம் கண்டுபிடித்தது அரசின் பொதுத் துறை நிறுவனமான ஓ.என்.ஜி.சி.; ஆனால் அதனை மேற்கொண்டு கண்டுபிடிப்பு செய்கிறோம் என்று கூறி ஒப்பந்தம் செய்து ஆதாயம் பெறுவது தனியார் நிறுவனம் என்கிறபோது, அரசு செலவில் கண்டுபிடிப்பு, தனியாருக்கு லாபமா என்று ஈ.ஏ.எஸ்.சர்மா கேள்வி எழுப்பினார்.

ஆக, எண்ணெய், எரிவாயு உற்பத்தியைப் பெருக்கத் தனியார் நிறுவனங்களுக்கு உரிமம் அளிக்கும் ஒரு கொள்கையால் உற்பத்திப் பெருகியதைவிட அதனால் அரசுக்கு ஏற்பட்ட இழப்பே அதிகம் என்பதையே மேற்கண்ட விவரங்கள் உறுதிபடுத்துகின்றன.

இவை யாவும் நடந்தது பிரதமராக மன்மோகன் சிங் பதவி வகித்த ஐக்கிய முற்போக்குக் கூட்டணி அரசில். இந்த விலை நிர்ணயம்

கிடைக்கும்வரை தங்களது உற்பத்தியை அதிகரிக்கப் போவதில்லை என்று ரிலையன்ஸ் நிறுவனம் அறிவித்தது! இதனால் எரிவாயு உற்பத்தி குறைந்து, அதனால் மின்சாரம், உரத் தொழிற்சாலைகளிலும், சில மாநிலங்களுக்கு மின் உற்பத்தி தடைபட்டது. இதன் பிறகுதான் ஒப்புக்கொண்ட அளவுக்கு எரிவாயு உற்பத்தி செய்துத் தரவில்லை என்று கூறி, அதற்காக மூன்று ஆண்டுகளுக்கு ஏற்பட்ட ரூ.14,000 கோடி இழப்பீட்டை ரிலையன்ஸ் அளிக்க வேண்டும் என்று அரசு வழக்குத் தொடர்ந்துள்ளது.

இதைத் தாண்டி மேலும் ஒரு வழக்கும் ரிலையன்ஸ் மீது தொடுக்கப் பட்டுள்ளது. அது தனது ஒப்பந்தப் பரப்பைத் தாண்டி அடுத்த ஒப்பந்ததாரரின் வயலில் இருந்து எரிவாயுவை எடுத்தது!

ஒரு தனியார் நிறுவனம் 'பயனடைய' இந்திய ஒன்றிய அரசின் அதிகாரமிக்க அமைச்சரவைக் குழுக் கூடி அந்நிறுவனம் கேட்ட விலையை நிர்ணயித்து அறிவித்தது முதலீடுகளுக்குச் சாதகமாகச் செயல்படும் அரசு (crony capitalism) என்பதற்கான அத்தாட்சி என்று பெட்ரோலிய அமைச்சகத்தின் முதன்மை ஆலோசகராக இருந்த சூரியா பி. சேத்தி வர்ணித்துள்ளார் [10].

(வணிக நிறுவனங்களின் தலைவர்களுக்கும், அரசு, அதிகார அமைப்புக்கும் இடையே பரஸ்பர பலனைத் தரும் சாதகமான உறவு நிலவும் ஒரு பொருளாதார அமைப்பே குரோனி கேப்பிடலிசம் என்று அழைக்கப்படுகிறது)

இப்படிப் பெரும் நிறுவனங்களுக்கு சலுகைகளாக வாரி வழங்கும் அரசு, சர்வதேசச் சந்தையில் கச்சா எண்ணெய்யின் விலை பேரலுக்கு 120 டாலர்களில் இருந்து 27 டாலர்களுக்கு குறைந்தாலும் அதற்கு ஈடாக பெட்ரோல், டீசல் விலைகள் குறைக்கப்பதில்லையே? மாறாக, பொதுத் துறை நிறுவனங்கள் ஏற்கனவே 'இழந்த' இலாபத்தை (Under Recovery) ஈடுகட்டு வதற்கு என்றும், எண்ணெய் பொருட்களின் இறக்குமதி மீதான தீர்வையையும், உற்பத்தித் வரியையும் இயன்றவரைக் கூட்டி அரசின் வருவாயை (ரூ.67,000 கோடிக்கு) பெருக்கிய சாணக்கியத்தைக் கடைபிடித்ததே தவிர, மக்களுக்கு அந்த ஆதாயத்தை நீட்டிக்கவில்லையே?

ஆனால் கிருஷ்ணா கோதாவரி ஆற்றுப்படுகையில் இருந்து எடுக்கப்படும் எரிவாயுவுக்கு இறக்குமதி விலைக்கு ஈடான

விலையை தர வேண்டும் என்று ரிலையன்ஸ் நிறுவனம் கேட்ட போது, அதற்காக சிறப்புக் கூட்டத்தைக் கூட்டி மன்மோகன் சிங் அரசு, அவர்கள் கேட்டுக்கொண்ட அளவுக்கு விலையை உயர்த்திக் கொடுத்தது. ரிலையன்ஸ் நிறுவனம் கொள்ளை லாபம் கண்டு வளர்வதைத்தான் வளர்ச்சி என்கிறார்களா?

நமது கேள்வி இதுதான்: இறக்குமதிக்கு ஆகும் அந்நிய செலாவணிச் செலவை குறைக்கவும், நமது எரிசக்தித் தேவையை நமது நாட்டில் கிடைக்கும் வளங்களைக் கொண்டே ஈடுக்கட்டவும் உருவாக்கப்பட்ட ஒரு கொள்கை, 1991ஆம் ஆண்டுக்குப் பிறகு தனியார் நிறுவனங்களின் முதலீட்டுக்குத் திறந்து விடுவதென்று முடிவெடுத்தப் பிறகு இன்று வரை அவர்களின் உற்பத்தியினால், அவர்களிடமிருந்து இந்திய அரசு நிறுவனங்கள் வாங்குவதனால், அதனை அந்நிய செலாவணி விலையில்தான் பெற வேண்டும் என்கிற நிலையில் இந்நாட்டுக்குக் கிடைத்த பயன் என்ன? இன்று வரை தனியார், இப்போது கெய்ர்ன்ஸ், பிரிட்டிஷ் பெட்ரோலியம் போன்றவையும் இங்கு முதலீடு செய்து வருகின்றன, இவற்றால் இந்நாட்டுக்கு என்ன பயன்? இந்திய ஒன்றிய அரசு பதில் கூறுமா?

இன்றைக்கு உள்நாட்டில் உற்பத்தியாகும் கச்சாவுக்கு இறக்குமதிக்கு இணையாக பேரலுக்கு 55 டாலர்கள் (ONGC Net Realizable Value)அளிக்கப்படுகிறது என்பதை அறிவார்ந்த நமது மக்கள் அறிவார்களா?[11] அந்த அளவுக்கு விலையைத் தந்தால்தான் எண்ணெய், எரிவாயு துரப்பணத்தில் முதலீடு செய்வோம் என்று உள்நாட்டு தனியார் நிறுவனங்கள் பலவும் கேட்கின்றனவே; இதில் லாப நோக்கைத் தவிர நாட்டு நலன் எங்குள்ளது? இந்த கொள்கையின் நீட்சியாகவே அடுத்தக் கொள்கை வகுக்கப் பட்டுள்ளது. முன்பு பெரு நிறுவனங்களுக்கு, இப்போது சிறு நிறுவனங்களுக்கு!

தனியார்க்கு ஊக்கத் தொகை?

இப்போது பிரதமர் நரேந்திர மோடி தலைமையிலான அரசு, ஒரு புதிய கொள்கையை அறிவித்துச் செயல்படுத்தி வருகிறது. NELPஎன்கிற கொள்கையை மேலும் 'விரிவுபடுத்தி' HELP என்கிற ஹைட்ரோகார்பன் கண்டுபிடிப்பு மற்றும் உரிமம் வழங்கல் (Hydrocarbon Exploration and Licensing Policy) கொள்கையை அறிவித்துள்ளது. இதன் நோக்கம் பெரும் அளவுக்குக் கண்டுபிடிக்கப்பட்ட எண்ணெய்/ எரிவாயு வளங்கள் மட்டுமின்றி,

சிறிய அளவுக்கு இவ்வளங்கள் இருக்குமிடங்களையும் கண்டு பிடித்து அதனை துரப்பணம் செய்ய தனியார்களுக்கு உரிமம் வழங்குவது என்பதே.

இக்கொள்கையின் அடிப்படையில்தான் காவிரிப் படுகையில் புதிய வளங்களைக் கண்டுபிடித்து உற்பத்தி செய்யும் உரிமம் புதுக்கோட்டை மாவட்டம் நெடுவாசலில் 10 சதுர கி.மீ. பரப்பளவில் ஹைட்ரோகார்பன் எடுப்புத் திட்டத்துக்கு ஜெம் லேபாரட்டரி நிறுவனத்துக்கு அளிக்கப்பட்டுள்ள கண்டுபிடிக்கப் பட்ட சிறு வயல்கள் (Discovered Small Fields DSF) ஒப்பந்தமாகும். நெடுவாசலை அடுத்துள்ள நல்லாண்டார் கொல்லையில் போடப் பட்டுள்ள அகழ்வாய்வுக் குழாய் ஓ.என்.ஜி.சி.யால் நிறுவப்பட்டு, எண்ணெய் வளமும், அதன் அளவும் கண்டுபிடிக்கப்பட்ட பிறகு அப்பகுதி இப்போது தனியார் துரப்பணம் செய்ய ஒப்பந்தம் தரப்பட்டுள்ளது.

நெடுவாசல் பகுதியில் (Neduvasal DSF 2016) கண்டுபிடிக்கப் பட்டுள்ள எண்ணெய் மற்றும் எரிவாயுவின் மொத்த மதிப்பு ரூ.700 கோடி மட்டுமே. 15 ஆண்டுக்காலத்தில் இந்த வளங்களை எடுத்தப் பின்னர் இவ்விடம் எதற்கும் பயன்படாத பொட்டல் வெளியாகும். ஆனால் இதற்காக வளைக்கத் திட்டமிடப்படும் 10 சதுர கி.மீ. பரப்பளவில் இன்றும் நாளையும் மட்டுமல்ல, இதற்கு மேலும் பல நூற்றாண்டுகள் விவசாயம் செய்து விளைவித்து பல்லாயிரக் கணக்கான மக்கள் வளமுடன் வாழ முடியும். இதனை உணராத இந்திய ஒன்றிய அரசு சிறு வயல்கள் திட்டம் என்ற பெயரில் அப்பகுதி மக்களின் உணவுப் பாதுகாப்புக்கு உத்தரவாதம் தரும் விவசாய விளை நிலங்களை தனியாருக்குத் தாரை வார்க்க முற்படுகிறது என்றால் அது அறிவுடைமை ஆகுமா?

எரிசக்திதான் தேவையென்றால் அணு மின் சக்தியை நாடுவதேன்?

நமது நாட்டின் எரிசக்தித் தேவையை ஆழ்ந்து பகுத்துப் பார்க்கும் எவரும் அதனைப் பெறுவதற்குத் தீட்டும் திட்டங்களையும், அதற்கு ஒதுக்கும் நிதியைக் கண்டு நிச்சயம் வியப்படைவர். நிலக்கரியை எரித்து பெறும் அனல் மின் நிலையங்களையும், நீர் மின் சக்தியைப் பெற அணைகளையும் கட்டிய இந்நாடு, இன்றைய தொழில்நுட்ப வளர்ச்சியில் மிக பாதுகாப்பான மின் சக்தியைத்

தரும் சூரிய ஒளி மின் தொழில்நுட்பத்தை நாடினாலும், அதனைவிடப் பன்மடங்கு வேகத்துடன் அணு சக்தி நிலையங் களை அமைக்க அதுவும் அயல் நாடுகளிடமிருந்து அணு உலைகளைப் பெற்று நிறுவிட அதிக ஆர்வம் செலுத்தி வருகிறது.

2004ஆம் ஆண்டு பிரதமராக பதவியேற்ற மன்மோகன் சிங் அயல் நாடுகளில் இருந்து அணு உலைகளை அதிலும் குறிப்பாக அமெரிக்க + ஐரோப்பிய ஒன்றிய நாடுகளின் தனியார் நிறுவனங் களிடமிருந்து அணு உலைகளைப் பெறுவதற்காக பெரும் அரசியல் போராட்டத்தையே நடத்தினார். ஆட்சிக்கு ஆதரவளித்த இடதுசாரிகளைப் பகைத்துக்கொண்டு அணு உலைகள் வாங்கும் ஒப்பந்தங்கள் ஈடேற அரும்பாடுபட்டார்!

2005ஆம் ஆண்டு இந்திய அமெரிக்க கூட்டாண்மை ஒப்பந்தம் ஆன நாளில் இருந்து இந்த அணு உலை வியாபாரத்துக்காக இந்திய, அமெரிக்க அரசுகளும் அதன் தலைவர்களும் மேற்கொண்ட அரசியல் முயற்சிகள்தான் எத்தனை, எத்தனை! அப்படி அணு உலைகளை அமைத்துத்தான் நமக்கான எரிசக்தித் தேவையை நிறைவு செய்யும் அளவுக்கு அது ஒன்றுதான் வழியா? என்றெல்லாம் எண்ணற்றக் கேள்விகள் நாடாளுமன்றத்திலும் வெளியிலும் எழுப்பப்பட்டன. அதற்கு அரசு கூறிய ஒரே பதில்: அணு மின்சாரம் தூய்மையானது, பாதுகாப்பானது என்பதே!

அணு உலைகளும், அணு மின் நிலையங்களும் பாதுகாப்பானதா இல்லையா என்பதற்கு செர்னோபில் முதல் பல நிகழ்வுகளை வரலாறு விட்டுச் சென்றுள்ளது. எனவே அதனை மேலும் தொடர வேண்டிய அவசியமில்லை. ஆனால் அந்த உண்மைகள் யாவும் நன்கு தெரிந்த அரசுகள், தங்கள் மக்களை அப்படிப்பட்ட ஆபத்தான தொழில்நுட்பத்தின் வாசலுக்கு மீண்டும் அழைத்துச் செல்ல அவர்களைத் தூண்டுவதும் துரத்துவதும் எது என்பதுதான் ஆராயப்பட வேண்டியதாகும்.

அந்நிய நாட்டு பெரு நிறுவனங்களின் வணிக நோக்கை ஈடேற்ற இந்நாட்டு அரசும், அணு உலைகளை உருவாக்கும் அமெரிக்கா, இங்கிலாந்து, ஃபிரான்ஸ், ஜப்பான், கனடா உள்ளிட்ட நாடுகளின் அரசுகளும் ஒன்று கூடி பேசி ஒப்பந்தங்கள் போடுகின்றன. மன்மோகன் சிங் காலத்தில் இருந்து இன்றைய பிரதமர் நரேந்திர மோடி வரை அமெரிக்கா, ஃபிரான்ஸ், கனடா, ரஷியா, ஜப்பான் என்று பல நாடுகளுடன் அணு உலைகளுக்கான ஒப்பந்தங்கள்

போடப்பட்டுள்ளன. இவற்றுக்குத் தேவையான யூரேனியம் எரிபொருளை எவ்வளவு வேண்டுமானாலும் ஏற்றுமதி செய்யத் தயார் என்று தங்கள் நாட்டில் ஒரு அணு உலை கூட நிறுவாத ஆஸ்திரேலியா முன்வந்துள்ளது.

ஃபிரான்ஸில் இருந்து மராட்டியத்தில் 6 அணு உலைகள், அமெரிக்க நாட்டின் வெஸ்டிங் ஹவுஸ், ஜெனரல் மோட்டார்ஸ் நிறுவனங்களிடமிருந்து குஜராத்தில் நிறுவ 6 அணு உலைகள் (இதனை மிர்த்திவிர்த்தி விவசாயிகள் காட்டிய கடும் எதிர்ப்பினால் ஆந்திரத்துக்கு மாற்றப்பட்டுள்ளது), தமிழ்நாட்டின் கூடங்குளத்தில் ரஷ்யாவின் 6 அணு உலைகள், ஆந்திர மாநிலம் கொவ்வாடாவில் மற்றொரு அமெரிக்க நிறுவனத்திடமிருந்து 6 அணு உலைகள் என்று ஒப்பந்தம் தீட்டி வாங்கிக் குவிக்கிறது இந்திய ஒன்றிய அரசு. தனது வெளிநாட்டுப் பயணத்தை சமீபத்தில் தொடங்கிய பிரதமர் மோடி ரஷ்யா சென்றிருந்தபோது தமிழ்நாட்டின் கூடங்குளத்தில் 5வது, 6வது அணு உலைகளை நிறுவுவதற்கு ஒப்பந்தம் செய்துள்ளார்.

இந்த ஒப்பந்தங்களின் நோக்கம் தற்போது 6,800 மெகா வாட் அளவுக்கு மட்டுமே கிடைத்துவரும் அணு உலை மின் உற்பத்தியை அடுத்த 10 ஆண்டுகளில் 68,000 மெகா வாட் அளவுக்கு உயர்த்துவது என்கிற இந்திய அரசின் திட்டம். ஓராயிரம் மெகா வாட் மின் சக்திக்கு ஒரு அணு உலை என்று வைத்துக்கொண்டால் இதுவரை வாங்கப்பட்ட 24 அணு உலைகளன்றி மேலும் 36 அணு உலைகளை வாங்கி நிறுவப்போகிறது இந்திய அரசு.

இதற்காக ஆகப்போகும் செலவு எவ்வளவு?

ரஷ்யாவின் ஒத்துழைப்புடன் கூடங்குளத்தில் நிறுவப்படவுள்ள 5, 6வது அணு உலைகள் மொத்தமாக ரூ.50,000 கோடி என்று இந்திய அணு மின் சக்திக் கழகத்தின் தலைவர் எஸ்.கே.சர்மா கூறியுள்ளார். இந்த அணு மின் நிலையத் திட்டங்கள் 7 ஆண்டுக் காலத்தில் மின் உற்பத்தியைத் தொடங்கும் என்றும், இதில் 70 விழுக்காடு (4.2 மில்லியன் டாலர்) ரஷ்யா கடனாகவும், மீதமுள்ள 30 விழுக்காடு இந்தியாவின் முதலீடாகவும் இருக்கும் என்றும் சர்மா கூறியுள்ளார்[12].

ஏற்கனவே கூடங்குளத்தில் 4 அணு உலைகள் நிறுவப்பட்டுள்ளன. இவற்றின் விலையும் சற்றேறக்குறைய ரூ.25,000 கோடிகள் என்றால், ரூ.1,50,000 கோடிகள் செலவு செய்து நாம்

பெறப்போகும் மின் சக்தியின் அளவு 6,000 மெகா வாட். ஒரு மெகா வாட் அணு மின் சக்தி தயாரிக்க ஆகும் சராசரி செலவு இந்தியாவில் அமைக்கப்பட்டுள்ள ஃபிரான்ஸ் நாட்டு அணு உலைகளின் மின் உற்பத்திக்கு ஆகும் செலவை ஒப்பிட்டுப் பார்க்கையில் ஒரு மெகா வாட் நிறுவச் செலவு ரூ.37.50 கோடி ஆகிறது. இங்கு இன்னுமொரு ஒப்பீட்டையும் செய்வது அவசியமாகும். இந்திய அணு மின் சக்திக் கழகம் (Nuclear Power Corporation of India - NPCIL) மத்தியப் பிரதேச மாநிலம் சுட்காவில் 700 மெகா வாட் மின் உற்பத்தித் திறன் கொண்ட மின் நிலையம் ஒன்றை ரூ.16,550 கோடி செலவில் அமைத்துள்ளது. இதன்படி இந்நிலையத்தில் ஒரு மெகா வாட் மின்சாரம் தயாரிக்க ஆகும் நிறுவச் செலவு ரூ.11.80 கோடி மட்டுமே! இந்த வித்தியாசம் நமது மாநிலங்களின் மின் விநியோக அமைப்புகள் வாங்கி, பயன்பாட்டுக்கு வழங்கும்போது மின் கட்டண உயர்வில் எதிரொலிக்கும். ஃபிரான்சின் அரேவா மராட்டியத்தில் அமைக்கும் அணு உலை மின்சாரம் ஒரு கிலோ வாட்/ மணி நேரத்துக்குக் கட்டணம் ரூ.9.18 ஆகும். நமது நாட்டின் அணு மின் கழகம் நிறுவிய அணு உலையில் இருந்து இதில் மூன்றில் ஒரு பங்குக்கு இதே அளவு மின்சாரம் கிடைக்கும். எனவேதான் இந்திய அணு மின்சக்திக் கழகம் (Department of Atomic Energy) அயல் நாட்டு அணு மின் உலைகளில் இருந்து பெறப்படும் மின்சாரத்தின் விலை ஒரு கிலோ வாட்/ மணி நேரத்துக்கு ரூ.6.50க்கு மிகாமல் இருக்கவேண்டும் என்று கட்டாயப்படுத்துகிறது.[(13)] ஆனால் இதனை அரசு கேட்க வேண்டுமே!

இதனை சூரிய ஒளி மின் உற்பத்தி (Solar Energy)அமைப்புடன் ஒப்பிடுவோம்.அதற்கு ஆகும் செலவு எவ்வளவு என்பதைக் காண்போம்.

ஒரு மெகா வாட் மின்சாரத்தை சூரிய ஒளி அமைப்பை நிறுவி பெறுவதற்கு ஆகும் செலவு இன்றைய நிலையில் அதிகபட்சமாக ரூ.5 கோடி. இதன் மூலம் வருடத்திற்கு 17.5 இலட்சம் யூனிட் மின்சாரம் உற்பத்தி செய்யலாம். உற்பத்தி செய்யப்படும் மின்சாரத்தின் விலை சமீபத்தில் இந்திய ஒன்றிய அரசின் எரிசக்தி அமைச்சகம் நடத்திய மின்சார உற்பத்தி வாங்கல் திட்டத்தின்படி நடத்திய ஏலத்தைப் பெற்ற நிறுவனங்கள் மின் பகிர்மான அமைப்புக்களுக்கு வழங்க ஒப்புக்கொண்ட விலை: ஒரு கிலோ வாட்/ மணி நேரத்துக்கு ரூ.3.27.

100 மெகா வாட் சூரிய ஒளி மின்னாற்றல் பெற தேவைப்படும் முதலீடு ரூ.450 முதல் 475 கோடி மட்டுமே. உற்பத்தியாவதற்கு அணு மின் சக்தி போல 7 ஆண்டுகளுக்குக் காத்திருக்கத் தேவையில்லை, 2 ஆண்டுகளில் பெற முடியும், தொடர்ச்சியாக 25 ஆண்டுகளுக்கு! சூரிய ஒளியைச் சார்ந்து மின் உற்பத்தி நடப்பதால் இரவு நேரத்திலும் மழைக்காலங்களிலும் மின் உற்பத்தி குறையும். அந்த நேரத்தில் அனல், புனல் நிலையங்களில் உற்பத்தியாகும் மின்சாரத்தை அதிக அளவுக்குப் பயன்படுத்திக்கொள்ள முடியும்.

கடந்த 5 ஆண்டுகளில் மட்டும் காற்றாலை, சூரிய ஒளிக்கதிர் அமைப்பு ஆகியற்றின் மூலம் நமது நாடு பெற்றுள்ள மின் சக்தியின் அளவு 24,503 மெகா வாட்டில் இருந்து 57,260 மெகா வாட்டாக உயர்ந்துள்ளது. இது நமது நாட்டின் மொத்த மின் உற்பத்தி அளவில் 17.51 விழுக்காடாகும். ஆனால் இந்த 5 ஆண்டுகளில் அணு மின் சக்தி உற்பத்தி 4,780 மெகா வாட்டில் இருந்து 6,780 மெகா வாட்டாக மட்டுமே அதிகரித்துள்ளது. இந்த 2,000 மெகா வாட் மின் உற்பத்தியும் கூடங்குளத்தில் இருந்து பெறுவதாகக் கணக்குக் காட்டப்பட்டுள்ளது!

எனவே, பகல் நேர மின் பயன்பாடு அதிகம் உள்ள நமது நாட்டுக்கு சூரிய ஒளி அமைப்பினால் பெறும் மின்னாற்றல் பெருமளவுக்கு நமது தேவையை நிறைவு செய்யும். இந்திய ஒன்றிய அரசு இதற்காக பெரும் இலக்குகளை நிர்ணயித்து செயல்பட்டு வருவது உண்மையே ஆயினும், அயல் நாடுகளுடன் பெரும் நிதிச் செலவிலான அணு சக்தி மின் ஒப்பந்தங்களும் போடுவதிலும் அதீத வேகம் காட்டப்படுகிறதே, அது ஏன்?

உண்மையில் நமக்கு எந்த நாட்டிடம் இருந்தும் அணு உலைகள் வாங்க வேண்டிய அவசியம் இல்லை என்பது எத்தனை இந்தியர்களுக்குத் தெரியும்? இந்திய அணு சக்திக் கழகத்தின் வழிகாட்டுதலில் பாரத் ஹெவி எலக்ட்ரிக்கல்ஸ் உள்ளிட்ட நிறுவனங்கள் நமது நாட்டுக்கு அணு உலைகளை வடிவமைத்துத் தந்துள்ளன. அவை சிறப்பாகப் பயன்பட்டு வருவதாகவும் இந்திய அணுக்கழகத்தால் சொல்லப்படுகிறது. கூடங்குளத்தில் நிறுவப் பட்டுள்ள இரண்டு அணு உலைகளைத் தவிர, நமது நாட்டில் தற்போது இயங்கிவரும் 21 அணு உலைகளும் இந்தியத் தயாரிப்பே. இதிலிருந்தே நாம் 4,780 மெகா வாட் மின்சாரத்தை பெற்றுப் பயன்படுத்தி வருகிறோம்.

இதில் மற்றொரு வியத்தகு உண்மை ஒன்றும் உள்ளது. அணு சக்தி தொழில்நுட்பத்தில் அடுத்தத் தலைமுறை அணு உலைகள் என்று கூறப்படும் வேக ஈனுலை (Fast Breeder Reactor) ஒன்றை சென்னையை அடுத்த கல்பாக்கத்தில் இந்திய அணு சக்திக் கழகம் நிறுவி வருகிறது. அணு உலையில் பயன்படுத்தப்படும் யுரேனியம் அணு எரிபொருள் பயன்படுத்தப்பட்ட நிலையில் அதிலிருந்து கிடைக்கும் புளூடோனியத்தை எரிபொருளாகக் கொண்டு இயங்கிடும் வேக ஈனுலையின் சிறப்பு யாதெனில், பயன்படுத்தப் பட்ட யுரேனியம் எரிபொருளில் இருந்து கிடைக்கும் புளூடோனியத்துடன் செரிவூட்டப்பட்ட யுரேனியத்தையும் கலந்து தொடர்ந்து பயன்படுத்தலாம். இதன் மூலம் அணு உலைக் கழிவு என்பது இல்லாத ஒரு நிலையை எட்ட முடியும். இது அணுச் சக்தித் தொழில்நுட்பத்தைப் பொறுத்த அளவில் ஒரு சாதனையாகும். இந்த நிலையை இந்தியா எட்டியுள்ளது. ஆனால் நமது அணு மின் உலைகளுக்கு எதிர்காலத்துக்குத் தேவையான அளவுக்கு யுரேனிய வளம் நம் நாட்டில் இல்லை (என்று சொல்லப்படுகிறது). இதற்காக அயல் நாடுகளை நாடிய நிலையில், எரிபொருளோடு அந்நாடுகள் தங்கள் அணு உலைகளையும் நம் தலையில் கட்டிவிடுகின்றன என்று இந்திய அணுச் சக்திக் கழகத்தின் தலைவராக இருந்த அனில் ககோட்கர் (ஓய்வு பெற்றப் பின்னர் மாராத்திய நாளிதழில் எழுதிய ஒரு கட்டுரையில்) ஒரு உண்மையைத் தெரிவித்திருந்தார்.

வளர்ந்த நாடுகளுக்குச் சந்தையான இந்தியா

அமெரிக்காவில் இருந்து ஃபிரான்ஸ், கனடா, ஜப்பான் வரை தங்கள் அணு உலைகளை விற்க முற்பட்டாலும் அதனை வாங்கிட வேண்டிய நிர்பந்தம், யுரேனியம் எரிபொருள் தேவையின் அடிப்படையில் மட்டுமே நின்றுவிடவில்லை. அதற்கும் மேலாக, தெற்காசிய பிராந்தியத்தில் இந்தியா தனது செல்வாக்கை செலுத்துவதற்கு அமெரிக்கா, ரஷ்ய உள்ளிட்ட வல்லாதிக்கங் களின் ஆதரவு தேவைப்படுகிறது. அந்த பூகோள அரசியல் (Geo political interest) நலனை உத்தேசித்தே இந்த விலையை இந்திய அரசு கொடுத்துக்கொண்டிருக்கிறது. அந்த நாடுகளுக்கு சர்வதேச அரசியலில் இந்தியாவின் ஆதரவு தேவை என்பதால், குறிப்பாக சீனாவுக்கு எதிரான அரசியல் நகர்த்தல்களில் தங்களுக்கு இந்தியாவின் ஆதரவும், உறவும் மிகவும் தேவை என்று கருதும்

அமெரிக்கா, இந்தியாவுடன் அனைத்துத் துறைகளிலும் ஒரு அழுத்தமான உறவை நிலை நிறுத்திக்கொள்ள விரும்புகின்றன. இதுதான் தொழில்நுட்ப பரிவர்த்தனை என்ற பெயரில் சமூக பயன்பாட்டுக்கான அணு சக்தி ஒத்துழைப்பு (Civil Nuclear Cooperation)என்ற பெயரில் அணு உலை விற்பனை ஒப்பந்தங் களுக்கு வழிவகுக்கிறது.

இது அந்நாடுகளைப் பொறுத்தவரை ராஜதந்திரத்தை உள்ளடக்கிய வணிக நலன், இந்தியாவைப் பொறுத்தவரை தனது பூகோள அரசியல் செல்வாக்குக்கு அந்த நாடுகளின் ஆதரவை உறுதிப் படுத்திக்கொள்வது ஆகியவை இலக்காக உள்ளன.

ஆனால் இதன் பரிமாணங்கள் மிகவும் விரிவானவை. சர்வதேச அரசியலில் பரஸ்பரம் நலன்களை பாதுகாத்தல், தொழில், வர்த்தக உறவுகளை மேம்படுத்திக்கொள்ளல், அணு சக்தி, பாதுகாப்பு, விண்வெளி ஆய்வு ஆகியவற்றில் ஒத்துழைப்பு, விவசாயம், அறிவியல், தொழில்நுட்ப ஆய்வுகளில் ஒத்துழைப்பு என்று ஒரு நாட்டின் அரசியல், பொருளாதார, வர்த்தக நடவடிக்கைகளில் பெரும் மாறுதல்களை ஏற்படுத்தக் கூடியதாகும். இதனால் பெரும் பலன் பெறுபவை இதில் சம்மந்தப்பட்ட நாடுகளின் பெரு நிறுவனங்களே. 2005ஆம் ஆண்டு இந்திய அமெரிக்க கூட்டாண்மை ஒப்பந்தம் (India US Partnership Agreement) கையெழுத்தான அதே ஆண்டில் இந்திய அமெரிக்க அணு சக்தி ஒத்துழைப்பும் கையெழுத்தானது. அதனைத் தொடர்ந்தே அமெரிக்காவின் நேட்டோ கூட்டாளி நாடுகளின் செல்வாக்கால் அணுத் தொழில்நுட்ப வர்த்தகக் குழுவில் இந்தியா இடம் பெற்றது. அதன் தொடர்ச்சியாக இந்நாடுகளின் அணு உலைகளை இந்தியாவில் நிறுவவும் அடுத்தடுத்து ஒப்பந்தங்கள் கையெழுத்தாகின.

இவை யாவும் நடந்து முடிந்த பின்னரே இலங்கை தொடர்பான இந்தியாவின் அணுகுமுறைக்கு அமெரிக்கா உள்ளிட்ட நாடுகளின் ஆதரவு கிடைத்தது. அதன் விளைவே இலங்கைக்கு ஆதரவாக இந்தியா நின்றதும், அங்கு இலங்கை அரசு திட்டமிட்டு நடத்திய இன அழிப்புப் போரை தடுத்து நிறுத்தப்படாததும், அதன் விளைவாக ஒன்றரை லட்சம் தமிழர்கள் படுகொலை செய்யப் பட்டதுமாகும்.

அமெரிக்காவுடனும், அதன் நேட்டோ கூட்டாளிகளுடனும் மட்டும் ஒப்பந்தம் செய்துக்கொண்டுவிட்டு பழைய கூட்டாளியான

ரஷ்யாவை விட்டுவிட முடியுமா? அதுவும் இந்தியாவுக்குப் பல வகைகளில் பாதுகாப்பு சிக்கல் ஏற்படும்போதெல்லாம் உதவிய நாடாயிற்றே. எனவே பிரதமராக இருந்த மன்மோகன் சிங் அந்நாட்டுக்கும் சென்று கூடுதலாக அணு உலைகளை வாங்கி கூடங்குளத்தில் நிறுவிட ஒப்பந்தம் செய்துக்கொண்டு வந்தார். அதன் தொடர்ச்சிதான் இப்போது பிரதமர் மோடி 5,6வது அணு உலைகளுக்கு ஒப்பந்தம் செய்தது வந்துள்ளார்.

எனவே, இப்படிப்பட்ட பன்னாட்டு உறவுகளுக்கு நமது நாடு கொடுக்க வேண்டிய விலையைத்தான் அந்நாட்டு அணு உலைகளை வாங்கி நிறுவுவதன் மூலம் அந்நாட்டு கார்ப்பரேட்டுகளுக்கு நமது நாடு கொட்டி அழுகிறது எனலாம். இது விரிவான சர்வதேச அரசியல்.[14]

இதனை இங்கு குறிப்பிடுவதற்குக் காரணம், நமது நாட்டின் ஹைட்ரோகார்பன் வளமும் அந்நிய கார்ப்பரேட்டுகளின் முதலீடு களுக்குத் திறந்துவிடப்பட்டுள்ளன என்பதற்கே. இங்கிலாந்தில் பதிவு செய்யப்பட்ட கெயன்ர்ஸ் எண்ணெய் நிறுவனம் கெயர்ன்ஸ் இந்தியா என்ற பெயரில் ராஜஸ்தானில் எண்ணெய்/எரிவாயு துரப்பணக் கிணறுகளை அமைத்து பெரும் அளவுக்கு உற்பத்தி செய்து வருகிறது.

இங்கிலாந்து நாட்டின் பிரிட்டிஷ் பெட்ரோலியம் இது உலகின் இரண்டாவது பெரும் எண்ணெய் நிறுவனமாகும் ரிலையன்ஸ் உடன் எரிவாயு துரப்பண ஒப்பந்தம் செய்துள்ளது. கிருஷ்ணா கோதாவரி படுகையில் எரிவாயு உற்பத்தியை அதிகரிக்கும் நோக்குடன் செய்யப்பட்டுள்ள இந்த ஒப்பந்தத்தின்படி, பிரிட்டிஷ் பெட்ரோலியம் 600 கோடி (இந்திய ரூபாய் மதிப்பில் 40,000 கோடி) டாலர்களை முதலீடு செய்யவுள்ளது! இது எண்ணெய் துரப்பணத்தில் செய்யப்படும் மிகப் பெரிய அந்நிய நேரடி முதலீடாகும். இவ்வளவு பெரிய முதலீட்டை பிரிட்டிஷ் பெட்ரோலியம் செய்கிறதென்றால் அதனிடம் உள்ள தொழில் நுட்பத்தை ரிலையன்ஸ் பயன்படுத்தி கே.ஜி.டி6 பரப்பில் எரிவாயு உற்பத்தியை அதிகரித்து அதன் மூலம் இந்திய ஒன்றிய அரசின் உதவியுடன் அதற்கு 'நல்ல' விலையைப் பெற்றிடப்போகிறது. இவர்களின் எரிவாயுவை அந்நிய செலாவணி கொடுத்து வாங்கித்தான் உரம், மின் சக்தியை உற்பத்தி செய்யும் இந்திய அரசின் பொதுத் துறை நிறுவனங்கள் பயன்படுத்த வேண்டும். இதன் காரணமாக மின் பகிர்வு விலையும், உரத்தின் விலையும்

அதிகரிக்கும். அது சாதாரண மக்களின் தலையில் விலை உயர்வாக இறங்கும்!

எரிவாயு விலை நிர்ணயம் தொடர்பான சர்ச்சையின் பின்னணியில் புதைந்துள்ள உண்மைகள் பற்றி *Gas Pricing War in India* எனும் புத்தகத்தில் Paranjoy Guha Thakurtha விரிவாக எழுதியுள்ளார், படிக்கவும்.

நாட்டின் உரம் மற்றும் மின் உற்பத்திகளைப் பெருக்கிய பொதுத்துறை நிறுவனங்களுக்கு ஏற்படும் நட்டத்தைப் பற்றியோ உரத்தையும், மின்சாரத்தையும் பெற்றுப் பயன்படுத்தும் மக்களுக்கு ஆகும் கூடுதல் செலவு பற்றியோ அரசு கண்டுகொள்ள வில்லை. ஆனால் பெரு நிறுவனங்களின் உற்பத்திக்கு அவை கேட்கும் விலையை நிர்ணயிக்கிறது. இதுதான் இந்நாட்டில் நடந்துக்கொண்டிருக்கிறது. சொல்லுங்கள் இது யாருக்கான வளர்ச்சி? இந்த வளர்ச்சியை நமது பொருளாதாரத்தின் வளர்ச்சி என்று எவ்வாறு ஏற்பது?

ஏர் இந்தியாவின் கடன் சுமைத்தியோர் பட்டியல்

இந்நாட்டின் முதல் பிரதமரான ஜவஹர்லால் நேரு காலத்தில் நாட்டின் பொருளாதார வளர்ச்சியைக் கருத்தில்கொண்டு அறிமுகம் செய்யப்பட்ட ஐந்தாண்டு திட்டங்களின் மூலம் தொடங்கப்பட்ட இந்திய அரசின் பொதுத் துறை நிறுவனங்கள் பலவும் இப்போது முதலீடு விலக்கல் (Disinvestment)என்று அறிவிக்கப்பட்டு, அவற்றின் பங்குகள் தனியார்களின் முதலீடுகளுக்குத் திறந்துவிடப் பட்டுள்ளன. இதற்குச் சொல்லப்படும் காரணம், பொதுத் துறை நிறுவனங்கள் நட்டத்தில் இயங்கிவருகின்றன என்பது. உண்மையில் பொதுத் துறை நிறுவனங்கள் பலவும் மிகச் சிறந்த நிறுவனங்களாக இன்றளவும் பெயருடன் இயங்கிவருகின்றன. நவரத்ன நிறுவனங்கள் என்று மகுடம் சூட்டப்பட்ட அப்படிப் பட்ட நிறுவனங்கள் கூட இப்போது முதலீட்டு விலக்கலுக்கு உட்படுத்தப்படுகின்றன. சுதந்திர இந்தியா உருவாக்கிய சொத்துக்கள் என்று கருதப்படும் பொதுத் துறை நிறுவனங்களை உள்ளிருந்தே சிதைப்பதற்கான நடவடிக்கைகள் மேற்கொள்ளப்படுவதைப் பல நிறுவனங்களை எடுத்துக்காட்டாகக் கூறி நிரூபித்திட முடியும்.

சில நாட்களுக்கு முன் வந்த ஒரு செய்தி, இந்தியன் ஏர்லைன்ஸ், ஏர் இந்தியா ஆகிய இரண்டும் இணைக்கப்பட்டு இப்போது ஏர்

இந்தியா என்ற பெயரில் இயங்கி வருகின்றன. இவ்விரு நிறுவனங்களும் இணைவதற்கு முன்னர், மன்மோகன் சிங் பிரதமராகப் பதவியேற்றதற்கு அடுத்த ஆண்டில், அதாவது 2005ஆம் ஆண்டு செப்டம்பரில் புதிதாக விமானங்கள் வாங்குவதற்கு ஒப்பந்தம் போடப்பட்டது. இதில் இந்தியன் ஏர்லைன்ஸ் ஏர் பஸ் நிறுவனத்திடமிருந்து 43 ஏ320 ரக விமானங்களை ரூ.10,000 கோடி செலவில் வாங்குவதற்கும், சில மாதங்களுக்குப் பிறகு ஏர் இந்தியா போயிங் விமான நிறுவனத்திடமிருந்து 68 விமானங்களை ரூ.35,000 கோடி செலவில் வாங்கவும் ஒப்பந்தம் செய்தன. இவ்விரு நிறுவனங்களிலும் உயர் பொறுப்பில் இருந்தவர்கள் இந்த அளவுக்கு மிக அதிக விலையில், இத்தனை எண்ணிக்கையில் வாங்குவதற்கு எதிர்ப்புத் தெரிவித்தனர்.

எதிர்த்தவர்கள் அனைவரும் பொறுப்புக்களில் இருந்து நீக்கப்பட்டனர். 2006ஆம் ஆண்டு 68 விமானங்களை வாங்குவதற்கான ஒப்பந்தம் போயிங் நிறுவனத்துடன் கையெழுத்தானது. இதன் பிறகு 2007ஆம் ஆண்டில் இரு நிறுவனங்களும் இணைக்கப்பட்டு ஏர் இந்தியா என்ற பெயரில் இயங்கத் தொடங்கின. இணைப்புக்கு முன்னால் போடப்பட்ட ஒப்பந்தத்தில் பல முறைகேடுகள் உள்ளன என்றும், ஏர் இந்தியாவின் விமான சேவைகளை பலவீனப்படுத்தி அதன் மூலம் தனியாருக்கு சாதகமான வணிகச் சூழல்களை உருவாக்கியதாக வழக்குரைஞர் பிரசாந்த் பூஷண் பொது நல வழக்குத் தொடர்ந்தார்.

இவ்வழக்கை இவ்வாண்டின் தொடக்கத்தில் விசாரித்த இந்திய உச்ச நீதிமன்றம், கீழ்கண்ட குற்றச்சாற்றுகள் குறித்து விசாரித்து வழக்குப் பதிவு செய்யுமாறு மத்திய புலனாய்வுக் கழகத்திற்கு (சிபிஐ) உத்தரவிட்டுள்ளது:

1. மன்மோகன் சிங் பிரதமராக இருந்த காலக்கட்டத்தில் கோ ஏர், இண்டிகோ, கிங் ஃபிஷர், ஸ்பைஸ் ஜெட் ஆகிய புதிய விமான சேவைகள் அனுமதிக்கப்பட்டு அவற்றில் பலவும் லாபகரமாக இயங்கி வருகின்றன. ஆனால் ஏர் இந்தியா தொடர்ந்து நட்டத்தில் இயங்கி வருவதேன்?
2. ஏர் இந்தியா, இந்தியன் ஏர்லைன்ஸ் ஆகியன லாபகரமாகப் பறந்த தடங்களை தனியார் விமான நிறுவனங்களுக்குத் தாரை வார்த்தது ஏன்?
3. இரு நிறுவனங்களும் சேர்த்து 111 விமானங்களை வாங்குவதற்கு செய்துகொண்டுள்ள ஒப்பந்தங்களில் நடந்த முறைகேடுகள்.

இவற்றை விசாரித்து இந்த ஜூன் மாதம் நீதிமன்றத்துக்கு அறிக்கை தாக்கல் செய்யுமாறு உச்ச நீதிமன்றம் உத்தரவிட்டுள்ளது[15].

மேற்கண்ட குற்றச்சாற்றுகள் மட்டுமின்றி, விமான சேவையை நடத்திடும் நேரங்களையும் தனியார் நிறுவன விமானங்களுக்கு ஏர் இந்தியா கடந்த காலங்களில் விட்டுக்கொடுத்துள்ளது என்று அந்நிறுவனத்தில் பணியாற்றிய ஒரு அதிகாரி கூறினார். அதற்கான எடுத்துக்காட்டையும் அவரே விளக்கினார். டெல்லி செல்வதற்கு காலை 6.30 மணிக்குச் சென்னையில் இருந்து சென்று கொண்டிருந்த இந்தியன் ஏர்லைன்ஸ் விமானத்தின் சேவை நேரத்தை 5.30 மணிக்கு மாற்றினர். அந்த நேரத்தை ஒரு தனியார் விமான நிறுவனத்துக்கு அளித்துவிட்டனர். இப்படியுள்ள நேரத்தில் நீங்கள் எந்த நேரத்தில் பயணம் செய்ய விரும்புவீர்கள்? இந்தியன் ஏர்லைன்ஸ் விமானத்தில் பயணிக்க வேண்டுமெனில் காலை 3.30 மணிக்கு எழுந்து வீட்டில் இருந்து புறப்பட்டால் மட்டுமே ஒரு மணி நேரம் முன்னதாக விமான நிலையம் வந்து சேர முடியும். எத்தனை பயணிகள் அவ்வாறு வந்து அதிகாலை விமானத்தை பிடிப்பார்கள்? ஒரு மணி நேரத்துக்குப் பிறகு புறப்படும் தனியார் விமான சேவையை அல்லவா தேர்ந்தெடுப் பார்கள்? இது இந்தியன் ஏர்லைன்ஸ் சேவையை பலிகொடுத்து தனியார் சேவையை ஊக்குவிப்பது ஆகாதா என்று கேட்டார்.

இதுமட்டுமல்ல, ஏர் இந்தியா லாபகரமாக இயங்கிவந்த பன்னாட்டுத் தடங்கள் பலவும் தனியார் விமான நிறுவனங் களுக்காக விட்டுக்கொடுக்கப்பட்டதையும் சுட்டிக்காட்டினார். இந்த அளவுக்கு ஓர் அரசு நிறுவனத்தை தனியார் லாபம் பெற பலியிட்ட பின்னர் அது நட்டத்திலும், கடன் சுமையிலும் சீரழிகிறதே என்று கூறினால் அதற்கான பொறுப்பு அதனைத் திட்டமிட்டு வீழ்த்திய அரசைத்தானே சேரும்? இதற்கான காரணம் யார்? அப்போது விமான போக்குவரத்து அமைச்சராக இருந்தவர் பிரஃபுல் பட்டேல். இவர் அமைச்சராக இருந்தபோதுதான் விமானங்கள் வாங்க ஒப்பந்தம் செய்யப்பட்டது. இவர் ஜெட் ஏர்வேஸ் நிறுவனத்தின் பரிந்துரையால் அமைச்சராக்கப்பட்டவர் என்ற விவரம் பின்னாளில் ராடியா டேப் சர்ச்சையில் அம்பலமானது.

இன்றைக்கு ரூ.50,000 கோடி கடன் சுமையுடன் உள்ள இந்த நாட்டு அரசின் விமான சேவை நிறுவனத்தை உள்ளிருந்தே 'வழிநடத்தி' நட்டத்தை ஏற்படுத்தியதன் பின்னணி என்ன? தனியார் விமான நிறுவனங்கள் லாபத்தில் இயங்க இந்நாட்டின் அரசு நடத்தும்

விமான நிறுவனம் நட்டத்தில் இயங்குவது எப்படி என்பது புரிகிறதா? இதற்கு பின்னணியில் உள்ள உண்மைகளை கண்டறிய முற்படாமல் அரசின் மூலதனம் 14 விழுக்காடு உள்ள ஏர் இந்தியா நிறுவனத்தில் முதலீடு விலக்கல் செய்ய திட்டமிட்டுள்ளதாக நிதியமைச்சர் அருண் ஜெட்லி அறிவிக்கிறார்! நட்டத்தில் இயங்கும் விமான நிறுவனம் தனியார் முதலீட்டுக்குத் திறந்து விட்டால் லாபத்தில் இயங்கத் தொடங்கிவிடுமா? அது எப்படி? இயக்கும் தலைமை தனியாருக்குச் சென்றால் அப்போது லாபம் கிடைக்கும் என்றால், குற்றம் ஏற்கனவே இயக்கியவர்களிடம் தான் இருக்கிறது என்பது தெளிவாகிறதே.

இப்படி அரசு நிறுவனங்களை அரசு நியமித்த அதிகாரிகளை வைத்தே நட்டத்துக்குத் தள்ளிவிட்டு பிறகு அந்நிறுவனங்களை, அதன் பல ஆயிரம் கோடி ரூபாய் சொத்துக்களுடன் தனியாருக்கு முதலீடு விலக்கல் என்ற பெயரில் தள்ளிவிடுவதுதான் பொருளாதார மேம்பாட்டுக்கான கொள்கையா?

உண்மையில் நமது நாட்டின் பொதுத் துறை நிறுவனங்கள் எல்லாம் நட்டத்தில்தான் இயங்குகின்றனவா? இல்லை என்கிறது அரசிடம் இருக்கும் புள்ளி விவரம்.

இந்திய ஒன்றிய அரசின் மொத்த பொதுத் துறை நிறுவனங்களின் எண்ணிக்கை 235. இவற்றில் 2014-15ஆம் ஆண்டு நிதி நிலையின்படி இந்தியப் பொருளாதாரம் மிக சிக்கலான பாதையில் பயணித்த அந்த நிதியாண்டில் 157 பொதுத் துறை நிறுவனங்கள் ஈட்டிக் கொடுத்த நிகர லாபம் ரூ.1,30,000 கோடி! மீதமுள்ள 77 பொதுத் துறை நிறுவனங்கள் சந்தித்த இழப்பு ரூ.27,000 கோடி மட்டுமே. ஒட்டுமொத்த இலாபத்தில் இழப்பைக் கழித்தாலும் இவைகள் இந்திய அரசுக்கு ஈட்டித் தந்த நிகர இலாபம் ரூ.1,03,000 கோடி![16] இவ்வுண்மை எத்தனையோ பத்திரிகைகளில் கட்டுரையாக எழுதப்பட்டுவிட்டது, நாடாளுமன்றத்திலும் பேசப்பட்டுள்ளது. ஆனாலும் எந்த அரசும் செவிசாய்க்கவில்லை!

வசூலிக்காத அரசுத் துறை!

2000வது ஆண்டில் இருந்து நமது நாட்டில் செல்லிடை பேசிகள் இந்தியர்களின் வாழ்க்கையின் தவிர்க்க இயலாத ஒரு அங்கமாகியுள்ளது. 1998 முதல் 2004ஆம் ஆண்டு வரையிலான ஜனநாயக முற்போக்குக் கூட்டணி ஆட்சியில் அப்போது பிரதமர்

வாஜ்பாய், தொலைத் தொடர்பு அமைச்சர் பிரமோத் மகாஜன். செல்பேசி அலைக்கற்றை ஒதுக்கீட்டைச் செய்த தொலைத் தொடர்புத் துறை இதில் இந்திய ஒன்றிய அரசு நிறுவனங்களான பி.எஸ்.என்.எல்., எம்.என்.டி.எல். (மகாநகர் நிகாம் டெலிகாம் லிமிடெட்) ஆகியன இறங்குவதற்கு அனுமதிக்கவில்லை. அன்றைக்கு ஒரு இணைப்பில் பேச ஒரு நிமிடத்துக்கு ரூ.13 வரை கட்டணமாக தனியார் நிறுவனங்கள் வசூலித்தன. தனியாருக்கு மட்டுமே என்கிற அரசின் 'கொள்கை' முடிவு அரசமைப்பு அடிப்படையிலான சம வாய்ப்பு மறுப்பு என்று கூறி, எம்.என்.டி.எல். நிறுவனத் தலைவர் உச்ச நீதிமன்றத்தில் வழக்குத் தொடர்ந்தார். எம்.என்.டி.எல். கோரிக்கை நியாயமானதே என்று உச்ச நீதிமன்றம் தீர்ப்பளித்ததையடுத்தே இவ்விரு அரசு நிறுவனங்களும் செல்பேசி சேவையில் காலடி எடுத்து வைத்தன. அதன் பிறகுதான் செல்பேசிக் கட்டணங்கள் மளமளவென்று சரியத் தொடங்கியது. இன்றைக்கு ஒரு நொடிக்கு ஒரு பைசா என்கிற அளவில் அனைவராலும் பேச முடிகிறது என்றால் அன்றைக்கு எம்.என்.டி.எல். நிறுவனத்தில் தலைவர் மற்றும் மேலாண்மை இயக்குனர் தொடுத்த வழக்குதான் என்பதை நினைவில் கொள்ள வேண்டும்.

ஆனால் அப்போது இந்நாட்டின் பிரதமராக இருந்த மன்மோகன் சிங் என்ன சொன்னார்? நமது நாட்டில்தான் மிகக் குறைந்த செலவில் தொலைதொடர்பு பயன்படுத்தப்படுகிறது என்றார்! யாருக்கான பேச்சு இது?

தனியாருக்கு செல்பேசி தொலைத் தொடர்பு உரிமம் வழங்கிய தொலைத் தொடர்புத் துறை, அந்நிறுவனங்களுடன் வருவாய் பகிர்வு + உரிமக் கட்டணம் (Revenue sharing regime)என்கிற ஒரு திட்டத்தின் கீழ் அனுமதி அளித்தது. இதன்படி, தொலைத் தொடர்பு நிறுவனங்கள் தங்களது ஆண்டின் வருவாயை கணக்கிட்டு, அதில் பிற நிறுவனங்களிடம் பெற்ற சேவைக்கான கட்டணங்களை செலுத்தியப் பிறகு மீதமுள்ள வருவாயில் (Adjusted Gross Revenue) ஒரு பகுதியைத் தனது பங்காகத் தொலைத் தொடர்புத் துறைக்கு செலுத்திட வேண்டும். ஆனால் இந்த பங்கை வசூலிக்கத் தொலைத் தொடர்புத் துறை ஏன் அக்கறை காட்டவில்லை என்று வருவாய் பகிர்வுத் திட்டத்தை ஆய்வு செய்த இந்திய ஒன்றிய அரசின் தலைமை தணிக்கை மற்றும் கணக்காளர் கேள்வி எழுப்பினார்.[17]

இதுகுறித்து விசாரிக்க அமைக்கப்பட்ட நாடாளுமன்றக் கூட்டுக் குழு விசாரணை நடத்தியதில் மொத்த மீத வருவாயான ரூ.46,045.75 கோடியில் அரசுக்கு வரவேண்டிய பங்கான 12,488.93 கோடி வருவாயை வசூலிக்காமல் விட்டுள்ளது உறுதியானது! தொலைத் தொடர்பு அதிகாரிகளை கடுமையாக கண்டித்தது நாடாளுமன்றக் கூட்டுக் குழு. இதுதான் கார்ப்பரேட்டுகளுக்கு அரசுத் துறைகள் செய்யும் சகாயம்!

இப்படி இழப்பைச் சந்தித்த நிறுவனங்களின் பின்னணியை ஆராய்ந்தால் அதில் எத்தனை ஏர் இந்தியாக்கள், டெலிகம்கள் இருக்கின்றன என்பது தெரியும். தொழில் உற்பத்தியில் தொடங்கி, தொழில்நுட்ப மேம்பாட்டில் முன்னின்று, வேலை வாய்ப்பைத் தந்து, இந்நாட்டுக்கு லாபத்தையும் ஈட்டித் தரும் பொதுத் துறை நிறுவனங்களை முதலீடு விலக்கல் என்ற பெயரில் அழித்தொழிக்கும் பொருளாதாரக் கொள்கை இடதுசாரிகள் தவிர்த்து மற்றக் கட்சியினரின் எவ்வித எதிர்ப்புமின்றி இந்நாட்டு அரசால் தனியார் லாபமடைய தாரை வார்க்கப்படுகிறது. இப்படி யான முதலீட்டு விலக்கலின் பெரும் ஆதரவாளராக இருந்தவர் முன்னாள் நிதியமைச்சர் ப.சிதம்பரம். செல்பேசி நிறுவனங் களுக்கு அலைக்கற்றை ஒதுக்கீட்டை மிக வேடிக்கையாகச் செய்து முடித்த அன்றைய அமைச்சர் ஆ.இராசாவின் செயலில் குற்றமேது மில்லை என்று கூறிய சிதம்பரம், மிக குறைந்த விலைக்கு அலைக் கற்றை பெற்ற நிறுவனங்கள் அதனை பன்மடங்கு விலைக்கு அயல் நாட்டு நிறுவனங்களுக்கு விற்றதை முதலீடு விலக்கல் என்றும் அதனைச் செய்ய உரிமம் பெற்ற நிறுவனங்களுக்கு உரிமை உள்ளது என்றார்! இந்த நகைச்சுவை அன்றைய பத்திரிகைகளில் தலைப்புச் செய்தியாகவெல்லாம் வந்தது.

தனியார் நிறுவனங்களுக்கு கண்மூடித்தனமாக சலுகை காட்டும் இவர்கள்தான் இந்நாட்டின் பொதுத் துறை நிறுவனங்கள் நட்டத்தில் இயங்குகின்றன; ஆகவே அவற்றைத் தனியார் முதலீட்டுக்குத் திறந்துவிட வேண்டுமென்று கூறுகின்றனர்.

சரி, நமது நாட்டின் பொதுத் துறை நிறுவனங்கள்தான் இழப்பில் இயங்கிக் கொண்டிருக்கின்றனவே. பிறகு இதில் முதலீடு செய்வதற்கு தனியார் நிறுவனங்களும் நிதியங்களும் துடிப்பது ஏன்? அவை விட்டுச் சென்ற சொத்துக்களை விற்பதற்கா? ஆம், இதனை Strategic Selling என்கிறார் நிதியமைச்சர் அருண் ஜெட்லி!

நமக்குத் தெரிந்து சர்ச்சைக்குரிய முதலீடு விலக்கல் நம் தமிழ்நாட்டிலுள்ள நெய்வேலி பழுப்பு நிலக்கரி நிறுவனத்தில் (இன்றைக்கு இதன் பெயரை என்.எல்.சி. லிமிடெட் என்று சுருக்கியுள்ளது இந்திய ஒன்றிய அரசு) நடந்ததுதான். இது நவரத்னா நிறுவனம் என்று மகுடம் சூட்டப்பட்டது, பிறகு எதற்கு முதலீடு விலக்கல்? என்.எல்.சி. நிறுவனம் ஆண்டுக்கு ரூ.1,500 கோடி நிகர லாபத்தில் இயங்கி வருகிறது. இந்த லாபத்தைக் கொண்டு உத்தரபிரதேசத்திலும், ராஜஸ்தானிலும் அனல் மின் நிலையங்கள் நிறுவப்பட்டுள்ளன. அதில் பல நூற்றுக் கணக்கானோர் வேலை வாய்ப்பை பெற்று வருகின்றனர். ஆனால் அவற்றுக்கெல்லாம் தாயாக இருந்துவரும் நெய்வேலி பழுப்பு நிலக்கரி நிறுவனத்தில் பல்லாண்டுகளாக பணியாற்றிவரும் பல ஆயிரக்கணக்கான பணியாளர்கள் இன்று வரை ஒப்பந்தத் தொழிலாளர்களாகவே நீடிக்கின்றனர். இந்நிறுவனம் லாபகரமாக நடந்தாலும் அதற்குக் காரணமான அதன் பணியாளர்களுக்கு உரிய நியாயம் வழங்குவதை உறுதி செய்யாத இந்திய ஒன்றிய அரசு, தனியார்கள் அதில் முதலீட்டுக்கு வழி செய்வதில் முனைப்பு காட்டுகிறது.

ஜூன் 21ஆம் தேதியன்று கூட நெய்வேலியில் ஒரு பட்டினிப் போராட்டம் நடந்தது. நடத்திப் பங்கேற்றவர்கள் நெய்வேலி பழுப்பு நிலக்கரி நிறுவனத்துக்குத் தங்கள் நிலங்களை சகாய விலைக்குக் கொடுத்தவர்கள். நிலம் கொடுத்தவர்களின் குடும்பத்தார் ஒருவருக்கு நிறுவனத்தில் வேலை என்பது அவர்களுக்கு அளிக்கப்பட்ட உறுதிமொழி. இன்று வரை காப்பாற்றவில்லை, என்.எல்.சி.யோ அரசுகளோ காதில் போட்டுக் கொள்ளவில்லை, இது நியாயம்தானா? அவர்கள் விளைநிலங் களாக, வாழ்விடங்களாக பயன்படுத்திய நிலங்களை கையகப் படுத்திக்கொண்ட பிறகு அவர்களுக்கு அளித்த உறுதி மொழியைக் காப்பாற்றிட வேண்டாமா?

ஒரு வாதம் முன்வைக்கப்படுகிறது. இந்திய பொதுத் துறை நிறுவனங்களை தனியார் முதலீட்டுக்குத் திறந்துவிடுவதன் மூலம் மேம்பாட்டுக்கான நிதி கிடைப்பது மட்டுமின்றி, அவர்கள் கொண்டுவரும் வணிக மேலாண்மையும், தொழில்நுட்பமும் அந்நிறுவனம் மேம்பட உதவும் என்று கூறுகிறார்கள். அந்த அளவுக்கு முதலீடும், வணிகத் திறனும், தொழில்நுட்ப வசதிகளையும் பெற்றத் தனியார்கள் தனியே நிறுவனம் தொடங்கி இந்நாட்டின்

வளர்ச்சியையும் வேலை வாய்ப்பையும் அதிகரித்து உதவலாமே, ஏன் பொதுத் துறை நிறுவனங்களில் முதலீடு செய்வதில் ஆர்வம் காட்ட வேண்டும்? ஏனென்றால், ஒரு 5 விழுக்காடு முதலீட்டை செய்துவிட்டு, அந்நிறுவனத்தின் இயக்கம் மற்றும் எதிர்காலம் பற்றிய முடிவெடுக்கும் அதிகாரத்தைக் கைப்பற்றி, லாபம் பெறும் வழியைக் காண்பதே முதலீட்டாளர்கள் நோக்கம் என்று குற்றம் சாற்றினால் இவர்களால் மறுக்க முடியுமா?

தாராளமயமாக்கல் ஊழல்கள் நாட்டின் வீழ்ச்சிகள்

இன்று நேற்றல்ல, 1990ஆம் ஆண்டு இந்நாடு தாராளமயமாக்கல் என்ற பொருளாதாரப் பாதையை தேர்ந்தெடுத்த காலம் முதல் அது இந்நாட்டு, அயல் நாட்டு வணிக, வர்த்தக நலன்களையே சார்ந்து செயல்பட்டு வருகிறது. தாராளமயமாக்கல் என்பது தனியார் களுக்கு இந்நாட்டு அரசு தாராளமாக அள்ளித் தருவது என்றே பொருள் கொள்ளும் அளவுக்கு அள்ளிக்கொடுத்தன அரசுகள். இத்தனை ஆண்டுகாலத்தில் வரிச் சலுகை என்ற பெயரிலும், வரி விலக்கல் என்று பெயரிலும் அள்ளிக் கொடுக்கப்பட்ட தொகை ரூ.40 லட்சம் கோடிகள்!

- தனியார்களின் நலனை உத்தேசித்தே சுரங்கக் கொள்கை வகுக்கப்பட்டது. அதன் கீழ் நிலக்கரிச் சுரங்கங்கள் ஒதுக்கப் பட்டதை மிகப் பெரிய முறைகேடு என்று கூறி, அரசு ஒதுக்கீடு செய்த 216 சுரங்க உரிமங்களையும் இந்திய உச்ச நீதிமன்றம் ரத்து செய்தது.

- கனிம வளங்களைச் சுரங்கம் அமைத்து எடுக்கும் நிறுவனங்கள், அந்த வளங்களைக் கொண்டு இந்நாட்டின் தொழிற்சாலை களுக்கே விற்கவேண்டும் என்றோ, இங்கு நிறுவியுள்ள அவர்களின் தொழிற்சாலைகளில் மட்டுமே பயன்படுத்த வேண்டும் என்றோ எந்த நிபந்தனையும் இல்லை. இங்கு எடுத்து எங்கு வேண்டுமானாலும் விற்கலாம். பிறகு எதுதான் இந்நாட்டுக்கான பலன்? இவர்கள் எடுக்கும் கனிமங்களுக்கு மத்திய அரசுக்கும், சுரங்கம் அமையும் மாநில அரசுக்கும் டன்னுக்கு இவ்வளவு என்று ஒரு சிறு தொகையை உரியமாக (Royalty) தருவார்கள், அது மட்டுமே அரசுகளுக்கும், இதில் உடலுழைப்பைத் தர முன்வரும் மக்களுக்கு வேலை வாய்ப்பு என்பதைத் தவிர வேறு எந்தப் பலனும் இல்லை.

- இந்நாட்டு அரசின் சுரங்கக் கொள்கை பற்றி ஜெ.எஸ்.டபுள்யூ. ஸ்டீல் நிறுவனத்தின் தலைவரான சஜ்ஜன் ஜிண்டால் மும்பையில் செய்தியாளர்களுக்கு அளித்த ஒரு பேட்டியில் கூறினார்: 'நீங்களெல்லாம் 2ஜி அலைக்கற்றை ஒதுக்கீட்டில் நடந்த ரூ.1,76,000 லட்சம் முறைகேடு பற்றிப் பெரிதாக எழுதுகிறீர்கள். இந்நாட்டில் கடைபிடிக்கப்படும் சுரங்கக் கொள்கையே மிகப் பெரிய சுரண்டல் கொள்கையாகும். இங்கு இரும்புத் தாது வெட்டியெடுக்க சுரங்க அனுமதி அளிக்கப் படுகிறது. அவர்கள் வெட்டியெடுத்து எங்கு வேண்டு மானாலும் விற்றுக்கொள்ளலாம் என்ற வணிகச் சுதந்திரம் அளிக்கப்பட்டுள்ளது. ஆனால் இந்நாட்டில் எங்களைப் போன்ற நிறுவனங்களுக்கு இரும்புத் தாது கிடைக்காமல் இறக்குமதி செய்துக்கொண்டிருக்கிறோம். ஆனால் இந்நாட்டில் எடுக்கப்படும் இரும்புத் தாது வெளிநாடுகளுக்கு ஏற்றுமதியாகிறது. இதனை என்னவென்று கூறுவீர்கள்' என்று கேட்டார்.[18]

- ஜார்க்கண்ட் மாநிலத்தின் முதலமைச்சராக 2006 முதல் 2008ஆம் ஆண்டு வரை இருந்த மதுகோடா என்கிற அம்மாநில சட்டமன்ற சுயேச்சை உறுப்பினர் வீட்டில் இருந்து ரூ.4,000 கோடிக்கான சொத்துக்கள், ரொக்கம், முதலீடு என்று வருமான வரித்துறை சோதனையில் கண்டுபிடிக்கப்பட்டது! எங்கிருந்து வந்தது இவ்வளவு சொத்துக்கள்? கனிம வளம் நிறைந்த ஜார்க்கண்ட் மாநிலம் தனியார்களின் சுரங்கக் கொள்ளைக்குத் திறந்து விடப்பட்டதால் கிடைத்த கையூட்டே இச்சொத்துக்கள் யாவும்.[19]

- இன்றைய உலகில் மிகுதியாக சொத்துகளைக் கொண்ட தனி நபர்கள் பட்டியலில் உள்ள கோட்டீஸ்வரர்களில் 5% பேர் இந்தியர்கள், அதாவது 100 கோடி அமெரிக்க டாலர்களுக்கும் அதிகமான சொத்துக்கள் உடைய இந்தியர்கள் 2,024 பேர். இவர்களின்றி, அமெரிக்க டாலர் மதிப்பில் 10 லட்சத்துக்கு அதிகமான சொத்துடைய இந்தியர்கள் 1 கோடியே 36 இலட்சம் பேர் இந்தியர்கள் என்று உலக அளவில் சொத்துக்கள் தொடர்பான ஆலோசனை அமைப்பாகச் செயல்பட்டுவரும் நைட் ஃபிராங்க் வெளியிட்டுள்ள 2017ஆம் ஆண்டுக்கான செல்வந்தர்கள் பட்டியலில் கூறப்பட்டுள்ளது. நமது நாட்டின் செல்வந்தர்களின் எண்ணிக்கை ஆண்டுக்கு 12 விழுக்காடு வளர்ச்சி அடைகிறது. அதாவது ஒவ்வொரு ஆண்டும் 500 புதிய பணக்காரர்கள் பட்டியிலில் சேர்கிறார்கள். அடுத்த 10

ஆண்டுகளில் இந்த வளர்ச்சி 150 விழுக்காடாக இருக்கும் என்றும் அந்த அறிக்கை கூறியுள்ளது.[20]

- இந்தியாவின் மொத்த சொத்து மதிப்பில் 58 விழுக்காடு சொத்துகளை இந்த நாட்டின் மக்கள் தொகையில் 1 விழுக்காடு மட்டுமே உள்ளவர்கள் பெற்றுள்ளனர் என்கிறது ஆக்ஸ்ஃபோம் எனும் அமைப்பின் ஆய்வறிக்கை! உலக பொருளாதார மன்றத்தின் (World Economic Forum)ஆண்டுக் கூட்டத்துக்கு முன் வெளியிடப்பட்ட இந்த அறிக்கையில் இந்தியாவின் 70 விழுக்காடு மக்கள் வைத்திருக்கும் ஒட்டு மொத்த சொத்துக்கு இணையாக அதாவது 21,600 கோடி டாலர்கள் மதிப்பிலான சொத்துக்களை 57 கோட்டீஸ்வரர்கள் பெற்றுள்ளனர். இந்தியாவின் 84 கோட்டீஸ்வரர்களின் மொத்த சொத்து மதிப்பு 24,800 கோடி டாலர்கள் என்றும், அதில் முகேஷ் அம்பானி 1,930 கோடி டாலர்களுடன் முதலிடத்தில் உள்ளதாகவும் ஆக்ஸ்ஃபோம் கூறியுள்ளது.[21]

- ஆனால் நாட்டு மக்களில் 30 விழுக்காட்டினர் இன்னமும் ஒரு நாளைக்கு 1.90 டாலர்கள் கூட இல்லாமல் வறுமைக் கோட்டுக்குக் கீழ் உழல்கின்றனர். புதிய பொருளாதாரக் கொள்கை, தாராளமயமாக்கல், தனியார் மயமாக்கல் ஆகியன உண்மையில் பலம் தந்திருந்தால் ஆண்டு ஒன்றுக்கு இவர்களில் ஒரு விழுக்காட்டினராவது வறுமைக் கோட்டுக்கு மேல் மேம்பட்டிருந்தால் இந்த 25 ஆண்டுகளில் வறுமைக் கோட்டுக்கு கீழ் வாழும் இந்தியர்களின் எண்ணிக்கை இன்று 5 விழுக்காடு என்ற அளவிற்கு சுருங்கியிருக்குமே... ஏன் நடக்கவில்லை? மன்மோகன் சிங், ப.சிதம்பரம், மாண்டெக் சிங் அலுவாலியா, அர்விந்த் பனகாரியா, சுரேஷ் டெண்டுல்கர், சி.ரங்கராஜன் ஆகிய பொருளாதார நிபுணர்கள் பதில் கூறுவார்களா?

- வளர்ச்சி, வளர்ச்சி என்று இத்தனையாண்டுகாலம் பேசியும் இந்த நாடு பெற்றுள்ளக் கடன் அளவு குறைந்துள்ளதா? இன்னமும் இந்நாட்டின் நிதி நிலை அறிக்கையின்படி மொத்த வருவாயில் 20 விழுக்காடு வட்டி கட்டுவதில் அல்லவா செலவிடப்படுகிறது? பிறகு வளர்ச்சி என்றால் என்ன பொருள்? கடன் வளர்ச்சியா? [22]

- இன்றைக்கு வேலை வாய்ப்பை உருவாக்காத ஒரு பொருளாதார வளர்ச்சியை (Jobless Growth) நாம் சந்தித்துக்

கொண்டிருக்கின்றோம் என்று பொருளாதாரக் கட்டுரைகள் வருகின்றனவே, இதற்குக் காரணம் என்ன? ஒட்டுமொத்த உள்நாட்டுப் பொருளாதாரம் ஒவ்வொரு ஆண்டும் வளர்ந்தது. அது மிகவும் குறைவாக 5% ஆகக் கூட இருக்கட்டும் என்றால் அதனால் வேலை வாய்ப்பு கிடைத்திருக்க வேண்டுமல்லவா? ஏன் கிடைக்கவில்லை? 10 ஆண்டுக்காலம் பிரதமராக இருந்த பொருளாதார நிபுணர் மன்மோகன் சிங் வேலை வாய்ப்பு பெருகியுள்ளது என்று என்றைக்காவது கூறியுள்ளரா? ஏன் சொல்லவில்லை? பிரதமராவதற்கு முன்னால் ஆண்டுக்கு 2 கோடி பேருக்கு வேலை வாய்ப்பை உருவாக்கித்தருவோம் என்று கூறினார் நரேந்திர மோடி, இந்த 3 ஆண்டுகளில் சராசரியாக 2 இலட்சம் பேருக்கு மேல் வேலை வாய்ப்பை பெறவில்லையே? 2 கோடி எங்கே, 2 லட்சம் எங்கே? ஆனால் அந்நிய நேரடி முதலீடு முதல் பங்குச் சந்தையில் குவியும் முதலீடுகள் வரை பல்கிப் பெருகி வருகிறதே, ஆனால் அது ஏன் வேலை வாய்ப்பு உருவாக்கத்தில் பிரதிபலிக்கவில்லை?

- பொறியியல், தகவல் தொழில்நுட்பம் (ஐடி) பட்டதாரிகள் பல லட்சம் பேருக்குத் தகவல் தொழில்நுட்பத் துறையில் ஏற்பட்ட வளர்ச்சி பெரும் வேலை வாய்ப்பை அளித்தது. இந்த வேலை வாய்ப்பு மட்டும் உருவாகாமல் இருந்திருந்தால் இந்நாடு மிகப் பெரிய வேலைவாய்ப்பின்மை சிக்கலைச் சந்திந்திருக்கும். அதனைத் தடுத்துக் காத்தது தகவல் தொழில்நுட்பத் துறையே. இந்தியாவில் இருந்து உலகின் பல நாடுகளுக்கும் நமது நாட்டின் ஐடி பொறியாளர்கள் பணிக்குச் சென்று, இந்நாடு மிகவும் விரும்பி வரவேற்கும் அந்நிய செலாவணியை சேமித்து அனுப்பினர். ஆனால் இன்றைய நிலை என்ன?

  தகவல் தொழில்நுட்ப நிறுவனங்கள் பல்லாயிரக்கணக்கில் தங்களது பணியாளர்களைப் பணி நீக்கம் செய்து வருகின்றன. இதுநாள் வரை திறன் பணியாளர்களாக கருதப்பட்டு நிறுவனத்தின் வளர்ச்சிக்கு உதவியவர்கள், இன்று தேவையற்றவர்களாக குறை கூறப்பட்டு பணி நீக்கம் செய்யப்படுகிறார்கள். இந்த நிதியாண்டில் மட்டும் 2 லட்சம் பேருக்கு மேல் பணியிழப்பார்கள் என்று கூறப்படுகிறது. இது அடுத்த சில ஆண்டுகளில் சராசரியாக 2 இலட்சம் பேர் வேலை இழப்பார்கள் என்று மெக்கின்சி எனும் சந்தை ஆய்வு நிறுவனம் தெரிவித்துள்ளது.[23] இவர்களுக்கென்று எந்த வேலை உத்தரவாதமும் இல்லை, நீதிமன்றத்துக்குச் செல்லலாம்,

ஆனால் உடனடித் தீர்வு? இந்திய அரசிடம் ஏதாவது மாற்றுத் திட்டம் உள்ளதா? இல்லை. நமது நாட்டின் பொருளாதாரம் வளர்ச்சிப் பாதையில் செல்கிறது என்றால் பணியிழக்கும் இவர்கள் பணியைப் பெறும் வழி இருந்திருக்க வேண்டுமே? இருக்கிறதா? பூனேயில் தகவல் தொழில்நுட்பப் பொறியாளர் ஒருவர் பணி நீக்கம் செய்யப்பட்டதால் மனமுடைந்து தற்கொலை செய்துக்கொண்டாரே, ஏன்? வேலை வாய்ப்புக்கு வழியிருந்தால் இது நிகழ்ந்திருக்குமா?

ஆக, இந்திய நாடு இந்தக் கால் நூற்றாண்டு காலத்தில் பயணித்த புதிய பொருளாதாரக் கொள்கைப் பாதையில் எந்தத் துறையில் வளர்ச்சி கண்டது? அதனால் பயன்பெற்ற மக்கள் யார் என்று ஆழ்ந்து பார்த்தால் நமக்குக் கிடைத்துள்ள தரவுகளில் இருந்து வெளிப்படும் உண்மை யாதெனில் வளங்களையெடுத்து விற்றுப் பலன் பெற்ற பெரு நிறுவனங்களும், அதற்காகக் கொள்கை வகுத்துக்கொடுத்த அரசியலாளர்களும், இவர்களுக்கு இடையில் நின்று வழிவகை செய்த நிர்வாக அமைப்பினருமே பயனாளர்கள் என்பதும் தெளிவாகிறது. இதற்கு அத்தாட்சி இவர்கள் மீதான ஊழல் வழக்குகள்!

நாட்டின் இயற்கை வளங்களும் மக்களின் உழைப்பாற்றலும் ஒன்றிணைந்து ஏற்கப்படுவதே ஒரு நாட்டின் ஈடில்லா, என்றும் தொய்வில்லாத மூலதனம். இவ்விரண்டும் இயற்கையால் எல்லையற்று தொடர்ந்துகொண்டே இருப்பதால் இயற்கை ஆற்றல்களின், மனித வடிவுகளின் வடிவங்கள் மாறலாமேயன்றி, இல்லாமல் அடியோடு நீங்கிடப்போவதில்லை. இவ்வுண்மை களை உணர்ந்த மக்கள் அவர்களால் தேர்ந்தெடுக்கப்படும் தலைமைகள் உடைய நாடுகள் எவரும் எதிர்பாரா வளர்ச்சியைக் காணும். அதுமட்டுமல்லாது, அந்நாட்டை பின்பற்றும் நாடுகள் அதுபோன்ற வளர்ச்சியை எய்தும்.

ஆட்சிக்கு வருபவர்கள் குடிமக்களை எவ்வகையிலாவது குறைத்தே மதிப்பிடுகின்றனர். ஒருவேளை அது உண்மையென ஏற்பதாக வைத்துக்கொண்டால் நிறையற்றவர்களின் தேர்ந்தெடுப் பான தலைமைகள் அரைகுறையே அல்லவா? அவ்வாறெனில் இவர்களால் என்ன வளர்ச்சியை செய்ய இயலும்?

ஒவ்வொரு நாட்டிலும் உள்ள பெரும் முதலாளிகள் தங்களுக்கு உழைக்கும் மக்களின் உழைப்பாற்றலை நம்பிடும் அளவுக்கு நாட்டை ஆள்பவர்கள் குடிமக்களின் உழைப்பாற்றலை நம்பாதது

அவலம். இந்நாட்டின் தலைமைகளின் நம்பிக்கை இந்நாட்டின் பணத்தின் மீதும் கிடையாது, அந்நிய நாடுகளின் பண வடிவங்களின் மீதே ஆகும்; அதையே அந்நிய செலாவணி என்கின்றனர். இந்நிலை தனி மனிதன் தன்னை நம்பாது பிற மனிதர்களை நம்புவது போன்றதாகும். இதில் பெருமை கொள்ள என்ன இருக்கிறது?

நாட்டின் மீது உண்மையான அக்கறை இல்லாதவர்களை சிறிதளவு பலம் உடைய எவரும் இயக்கலாம். தலைமைகள் இவ்வாறு இருப்பதால் பெரும் செல்வந்தர்கள் இயக்குவது ஆட்டி வைப்பது சர்வ சாதாரணமாக நிகழக்கூடியது. எந்த வளர்ச்சித் திட்டங் களிலும் மக்களைப் பங்குதாரர்களாக ஆக்கினால் ஒரு வேளை இழப்பே உண்டாகினாலும் அச்சுமைகளை அவர்களும் ஏற்பார்கள். அப்போது அவை யாருக்கும் பெரும் சுமையாக ஆகாது. சரியான இலக்கை எய்தும் போது அது நாட்டின் ஒட்டு மொத்த வளர்ச்சியாகவே அமையும்.

தனி மனிதர்களையும் அவர்களின் நிறுவனங்களையும் நாட்டின் வளர்ச்சித் திட்டங்களுக்குப் படிக்கட்டாகப் போட்டு மிதிப்ப தென்பது, நாட்டின் வளங்களை, பலங்களை பெரிதாக நம்பாமல், அதே நேரத்தில் வளங்களை, பலங்களை அடமானம் வைத்தலாகும். மக்கள் வாழ்வின் வீழ்ச்சிக்கும், வருங்கால மக்கள் புரட்சிக்கும் இவையே விதையாகும்.

ஒரு நாட்டில் வாழும் தனி மனிதர்கள் நிர்ணய சக்தியாக பலம் பெற்றவர்கள் என்பது உண்மையானால் அந்நிலைக்கு உயர்த்திய நாடு எவ்வளவு பலமுடையது எனும் உண்மையை ஆட்சியாளர் கள் உணராதது எவ்வகை அவலம்? தனி மனிதர்களின் எவ்வகை யான பலமும் சிறு எல்லைக்கு உட்பட்டது. நாடு பேரெல்லை கொண்ட பலம். இதனை உணராதது தனி மனிதர்களின் பாதங்களில் சரண் புக வைத்துள்ளது.

நாடு அனைவருக்குமானது, அனைவரும் நாட்டுக்கானவர்கள் எனும் எவ்வித பேதமும் அற்ற நிலையில் இருந்தே அரசியல் கொள்கை முடிவுகள் நிர்ணயம் செய்யப்பட வேண்டும். இதில் விதி விலக்குகள் இருக்குமேயானால் அந்நாட்டை ஆள்பவர்கள் சாசனம் எழுதித் தரப்படாத அடிமைகள். அடிமைகளின் கூக்குரல் களை வெற்றி முழக்கம் என்பது அறியாமையின் உச்சமே.

எனவே வளர்ச்சிக்கான வழியென்றும், நாட்டின் தேவையை நிறைவு செய்வதற்கு என்றும் கூறி, விவசாய நிலங்களில்

ஹைட்ரோகார்பன் திட்டத்தை நிறைவேற்ற முற்படும் அரசின் முயற்சியும் நாட்டின் நலன் சார்ந்தது என்பதை விட அதுவும் முதலீட்டை வைத்து வளங்களை வளைத்துப் பயன்பெற முற்படும் பெரு நிறுவனங்களுக்குப் பயனளிக்கும் மற்றொரு வழியென்பதே யன்றி வேறல்ல.

இந்நாட்டின் தொழில் நிறுவனங்களுக்கும் அயல் நாட்டு முதலீட்டுக்கும் இத்தனை வசதிகளையும், வழி வகைகளையும் (Trade facilitation) செய்துகொடுக்கும் அரசுகள், இந்நாட்டின் உணவுப் பாதுகாப்பை தனது கடின உழைப்பின் மூலம் ஒவ்வொரு ஆண்டும் இயன்றவரை சாதித்துத் தந்த விவசாயிகளுக்கும், விவசாயத்துக்கும் செய்தது என்ன என்பதை அடுத்த அத்தியாயத்தில் பார்ப்போம்.

ஆதாரக் குறிப்புகள்:

1. GDP growth in FY 17 may beat CSO estimate of 7.1%. Business Line, 31 May 2017.
2. India has highest number of people living below poverty line: World Bank report. Business Today
3. Suresh Tendulkar Committee formed by planning commission of India, 2005.
4. India's wealth rises, as does disparity - Credit Suisse report.
5. Franklin Templeton bets on higher oil prices! Businessline - 28 June 2016.
6. Environmental Impact Assessment report for Exploratory Drilling of Additional Two Well in PEL block L-II, Located in Thanjavur district, Tamil Nadu, 2015. Page24.
7. Gas after Coal? Why government's pricing decision on gas pricing and Reliance are crucial? Rajanya Bose, DNA webdesk - 26 August 2014.
8. ibid
9. RIL will make windfall gains from gas price hike: former secretary. Business Standard - 28 May 2013.
10. Surya P. Sethi - Principal Advisor of power and energy, Government of India. 10 things you should know about the Reliance KG D6 deal. Business Standard - 13 May 2013.
11. Oil and Natural Gas Corporation has reported a 6 per cent fall in

net profit for the fourth quarter of 2016-17. Businessline - 26 May 2017.

12. Units 5 and 6 at Koodankulam nuclear power plant to cost Rs.50,000crores, PTI News, Economic Times

13. Koodankulam still the cheapest of all foreign-built atomic plants. Businessline - 17 October 2016.

14. ஈழம் அமையும் கிழக்குப் பதிப்பகம் வெளியிட்ட எனது புத்தகத்தில் 'சந்தையாய் காட்டிய இந்தியா, மகிழ்ந்து ஏற்ற சர்வதேசம்' என்ற அத்தியாயத்தில் இது பற்றி விரிவாக எழுதியுள்ளேன்.

15. Probe of Air India, Indian Airlines to cover gamut of Rs.45,000 Crores. Business Line, May 30

16. PSU's that investors love would love to own - an article by Aarthi Krishnan, Business Line, July 13, 2016.

17. Parliamentary panel grills telcos over Rs.12,500 crore revenue loss to the center. Business Line, July 14,2016.

18. Sajjan Jindal interview on Mines Policy of GoI. இவர் மும்பையில் அளித்த பேட்டியின் அடிப்படையில் தமிழ்.வெப்துனியா. காம் இணையத்தில் கட்டுரை எழுதியிருந்தேன்.

19. Madhu Koda Mining Scam, The Hindu - 16 Jan 2017

20. India home to 5% of Riches in the world. A Knight Frank report notes 12% increase in ultra rich individuals by 2016, Business Line

21. Richest 1% holds 58% of India's total wealth: Oxfam - PTI News, The Hindu

22. Source: Budget 2017 -18.

23. Will the techies raise the red flag? Business Line, June 06, 2017

- 9 -

விவசாயத்தின் வீழ்ச்சியா நாட்டின் வளர்ச்சி?

உயிர் வாழ்வின் ஆதாரமான காற்று, நீர், உணவு ஆகியன ஒருங்கே அமையப்பெற்ற ஆற்றுப் படுகைகளில்தான் மானுட நாகரிகங்கள் நிலைபெற்று வளர்ச்சியுற்று இன்றைய நவ நாகரிக நிலையை எட்டியுள்ளது என்பதை மானுட நாகரிகத்தின் வளர்ச்சி வரலாற்றைப் படித்தறிந்த எவரும் அறிவர். ஆறும் வனமும்தான் மானுட வளர்ச்சிக்கு இயற்கை தெரிவு செய்த போதனை சாலைகள் என்பர் சான்றோர். ஆனால் இன்றைய உலகளாவிய வணிக வலைப் பின்னலில் லாபத்தை முதன்மை நோக்காகக் கொண்ட வர்த்தகமும் அதன் வளர்ச்சியைச் சார்ந்தே பொருளாதார பலம் உள்ளது என்று கருதும் அரசுகளாலும் ஆறுகள் உள்ளிட்ட நீர் நிலைகளும், உயிர்ப் பரவலின் (Biodiversity) மூலமாகத் திகழும் வனங்களுமே தடையற்ற அழிவுக்கு உட்படுத்தப்படுகின்றன.[1]

ஒரு பக்கம் புவி வெப்பமடைதலைத் தடுக்க மரங்களை நட்டு இயற்கைச் சூழலைக் காக்க வேண்டும் என்று கூறும் உலக நாடுகள், மறுபக்கத்தில் புவி வெப்பமடையக் காரணமாக கரியமில வாயு (Carbon dioxide CO_2), மீத்தேன் ஆகியனவற்றின்

வெளியேற்றத்தை அதிகரிக்கும் நிலக்கரி, எண்ணெய்/ எரிவாயு, கனிம வளம் ஆகியவற்றினை சுரங்கம் அமைத்து எடுக்கவும், அவற்றைப் பயன்படுத்தும் தொழிற்சாலைகளுக்கு உரிமங்கள் வழங்குவதையும் முன்னுரிமை கொடுத்துச் செயல்படுத்து கின்றன. இதில் நமது இந்திய நாடு அந்நிய நேரடி முதலீட்டை ஈர்ப்பதற்கு சுரங்க, துரப்பணக் கொள்கைகளையே தனித் தனியே வகுத்துச் செயல்படுத்துகிறது.

ஆனால் மானுட உயிர் வாழ்வுக்கு அடிப்படைத் தேவையான உணவு உற்பத்தி செய்யும் விவசாயத்தையும், விவசாயிகளையும் அது எப்படியெல்லாம் புறக்கணிக்கிறது என்று பார்த்தோமானால், இந்நாட்டின் நிதி நிலை அறிக்கையில் ஒதுக்கீடு செய்யப்படும் நிதிகளில் இருந்து விவசாயத்துக்கென்று அறிவிக்கும் திட்டங்கள் வரை எவையும் விவசாயத்தையோ உழவனையோ கண்டுகொள் வதில்லை என்பது புரியும்.

இந்த அத்தியாயத்தை எழுதத் தொடங்கிய நாளன்று மத்தியப் பிரதேச மாநிலம் மன்ட்சௌர் எனுமிடத்தில் விவசாயிகள் நடத்திய போராட்டம் வன்முறையில் முடிந்ததால் காவல் துறையினர் முதலில் தடியடியும் பிறகு துப்பாக்கிச் சூடும் நடத்தியதில் விவசாயிகள் 5 பேர் உயிரிழந்தனர் என்கிற தலைப்புச் செய்தி அனைத்து நாளிதழ்களிலும் பெரும் எழுத்துகளில் அச்சாகி வேதனையை அதிகரித்தது.

தங்களுடைய விளைபொருட்களுக்கு நிர்ணயிக்கப்பட்டக் குறைந்த பட்ச விலையாவது (Minimum Support Price MSP) கிடைக்க வேண்டும் என்று கோரியும், வங்கிகளில் பெற்ற கடன்களை ரத்து செய்யக்கோரியும் விவசாயிகள் நடத்தியுள்ள போராட்டம் அது. விவசாயிகள் அங்கிருந்த கடைகளை அடைக்கக்கோரி வற்புறுத்தியபோது அது வன்முறையாகி, அதன் தொடர்ச்சியாக துப்பாக்கிச் சூடு நடந்துள்ளது.[2]

இதே நாளில் மற்றொரு செய்தி: தஞ்சை மாவட்டம், திருவிடைமருதூர் ஒன்றியத்துக்கு உட்பட்ட கதிராமங்கலம் கிராமத்தில் ஓ.என்.ஜி.சி. அமைக்க முற்பட்ட துரப்பணப் பணிகளை நிறுத்த வேண்டும், தங்களுடைய வாழ்வாதாரமாக விருக்கும் விவசாயத்தை அழிக்கும் ஹைட்ரோகார்பன் திட்டத்தை ஒருபோதும் அனுமதிக்க முடியாது என்று கடந்த 6 நாட்களாக கடையடைப்பு, வீட்டுக்கு வீடு கறுப்புக் கொடி ஏற்றல் என்பது உள்ளிட்ட பல்வேறு போராட்டங்களில் ஈடுபட்ட மக்களின் மீது

அராஜகத்தை கட்டவிழ்த்துவிட்டு, போராட்டத்தைக் கைவிட்டு விட்டதாக எழுதிக் கையெழுத்திடுமாறு அம்மக்களை காவல் துறையினரும், அவர்களோடு மாவட்ட ஆட்சியரும் வலுக்கட்டாயப் படுத்திவரும் செய்திகள் வெளியாகியிருந்தது.[3]

ஜூன் 2ஆம் தேதியன்று மீத்தேன் எரிவாயு திட்டத்தை எதிர்த்துத் தொடர்ந்து போராடி வரும் பேராசிரியர் ஜெயராமன், கதிராமங்கலம் மக்களுக்கு ஆதரவாகப் போராட வந்தபோது அவரும், மேலும் 10 பேரும் கைது செய்யப்பட்டு சிறைப்படுத்தப் பட்டார்கள். எவ்வித வன்முறையுமின்றி, திட்டத்தைக் கைவிடக்கோரி மறியலில் ஈடுபட்டவர்களைக் காவல்துறை யினரை வைத்து ஒடுக்க முற்பட்டதைக் கண்டித்து மக்கள் தங்கள் வீடுகளில் கறுப்புக் கொடி ஏற்றி எதிர்ப்பைத் தெரிவித்தனர். அதே நேரத்தில் அக்கிராமம் முழுவதும் இருந்த கடைகள் அனைத்தும் அடைக்கப்பட்டன. இந்த நிலையில்தான் கறுப்புக் கொடி ஏற்றப்பட்ட ஒவ்வொரு வீட்டுக்குள்ளும் புகுந்த காவல்துறையினர், பெண்களைப் பிடித்து இழுத்துவந்து அடித்து மிரட்டியுள்ளனர். பிறகு அப்பகுதி மக்களில் பலரை காவல் நிலையத்துக்குக் கொண்டு வந்து போராட்டத்தைக் கைவிடுமாறு எழுதிக் கையெழுத்திடுமாறு மிரட்டியுள்ளனர்.

எந்தவொரு இடத்திலும் மக்கள் எதிர்ப்பு தெரிவித்தால் அதனை மீறி ஹைட்ரோகார்பன் திட்டத்தைத் திணிக்க மாட்டோம், அவர்களின் ஒத்துழைப்புடனேயே திட்டத்தை செயல்படுத்து வோம் என்று கூறிய இந்திய ஒன்றிய அரசின் பெட்ரோலிய அமைச்சகம், ஹைட்ரோகார்பன் திட்டத்தைப் பற்றி மக்களின் அச்சங்களை மாநில அரசின் உதவியுடன் போக்குவோம் என்று நெடுவாசல் மக்களிடம் மத்திய அமைச்சர்களும் மாநில அரசும் அளித்த உறுதிமொழிகள் இன்றைக்கு காற்றில் பறக்கவிடப்பட்டுள்ளன.[4]

நெடுவாசல் கிராமத்தில் எண்ணெய்/ எரிவாயு எடுப்புக்கான ஒப்பந்தம் கையெடுத்திடப்பட்டதையடுத்து அங்கு அம்மக்களிடம் எந்த அறிவிப்பும் செய்யாமல் களப் பணிகளைத் தொடங்க ஒப்பந்தத்தைப் பெற்ற ஜெம் லெபாரேட்டரி நிறுவனத்தினர் முற்பட்டுள்ளனர். இதனைக் கண்டித்து அம்மக்கள் 50 நாட்களுக்கும் மேலாக போராடி வருகின்றனர். ஆனால் அரசின் சார்பாக யாரும் வந்து அம்மக்களுடன் பேசவில்லை! மாறாக, அப்பகுதி மக்களின் அரசியல் பிரதிநிதிகளைச் சரிகட்டும் வேலை தீவிரமாக நடந்தேறியுள்ளது!

கதிராமங்கலம் மக்கள் இன்று நேற்றல்ல, ஓ.என்.ஜி.சி. எண்ணெய் இருப்பைக் கண்டுபிடிக்கத் துரப்பணக் கிணறு அமைக்க முற்பட்ட நாள் முதலே போராடி வருகின்றனர். மக்களின் எதிர்ப்பையும் மீறியே அங்கு எரிவாயு எடுக்கப் பட்டுவருகிறது. இதனால் அப்பகுதியில் நிலத்தடி நீர் வளம் கெட்டு, விளைச்சல் பாதிக்கப்பட்டு, தென்னை, வாழை மரங்கள் சத்து இழந்து வாடி வருவதைக் கண்ட பின்னர்தான் மீண்டும் போராடத் தொடங்கியுள்ளனர். ஆனால் அவர்களின் அச்சங்களைப் போக்குவதற்கு தங்களிடம் எந்த உண்மையும் இல்லை என்பதை உணர்ந்த ஓ.என்.ஜி.சி., அரசு அமைப்புகளின் பலத்தைக் கொண்டு போராட்டத்தை ஒடுக்க முற்படுகிறது. இந்திய ஒன்றிய அரசின் பெட்ரோலியத் துறை மக்கள் எதிர்ப்பை ஒடுக்கியாவது கதிராமங்கலம் மட்டுமின்றி, காவிரிப் படுகை முழுவதும் (எண்ணெய்/எரிவாயுப் படிவங்களைப் பொறுத்தவரை காவிரிப் படுகை என்பது புதுவை மாநிலத்தில் இருந்து கன்னியாகுமரி வரை என்று நிர்ணயித்துள்ளனர்) ஹைட்ரோகார்பன் திட்டத்தை நடைமுறைப்படுத்த முடிவு செய்துவிட்டது என்பது இதன் மூலம் உறுதியாகிறது. பெரு நிறுவனங்களின் நலனை வளர்ச்சி என்ற பெயரில் காப்பாற்றும் நமது அரசுகள் மக்கள் எதிர்ப்பைப் புறந்தள்ளுவார்கள் என்பது எதிர்பாராதது அல்ல.

ஹைட்ரோகார்பன் திட்டத்தை இந்த அளவுக்கு வலுக்கட்டாய மாகத் திணிக்க முற்படும் இந்திய ஒன்றிய அரசும், அதற்கு மௌனக் கூட்டாளியாகத் திகழும் தமிழ்நாடு அரசும் காவிரிப் படுகை மண்ணையும், காவிரி, அதன் துணையாறுகளான அமராவதி, பவானி ஆகியவற்றின் ஆற்று நீரையும் நம்பி விவசாயம் செய்து பன்னெடுங்காலமாக வாழ்ந்து வரும் 10 மாவட்டங்களின் 3 கோடி மக்களின் வாழ்வினைக் காப்பாற்ற சட்டப்பூர்வமான நடவடிக்கைகளை மேற்கொண்டார்களா? இல்லை என்பதே ஏமாற்றத்துக்குரிய பதிலாகும்.

ஆதாய அரசியலின் புறக்கணிப்பு அவலம்

காவிரி ஆற்றில் தமிழ்நாட்டின் நீர்ப் பங்கை நியாயமாகப் பெற 1974ஆம் ஆண்டு முதல் பல வழிகளிலும் போராடிய பின்னர்தான், 16 ஆண்டுகளுக்குப் பிறகு (1990ஆம் ஆண்டில்) காவிரி நதி நீர்த் தகராறு தீர்ப்பாயம் (Cauvery Water Disputes Tribunal CWDT) அமைக்கப்பட்டது. அதற்கும் சட்ட ரீதியாக போராடி உச்ச

நீதிமன்றத்தின் தீர்ப்பைப் பெற்றப் பிறகே இந்திய ஒன்றிய அரசு அமைத்தது. வழக்கு விசாரணையைத் தொடங்கிய காவிரி நீர் தகராறுத் தீர்ப்பாயம், ஓராண்டுக்குள் இடைக்காலத் தீர்ப்பை வழங்கியது. அதன்படி தமிழ்நாட்டுக்கு ஒரு நீராண்டில் 205 டி.எம்.சி. தண்ணீரை கர்நாடகம் திறந்திட வேண்டும். இந்த இடைக்கால உத்தரவை 1998ல்தான் இந்திய ஒன்றிய அரசு தனது அரசிதழில் (Gazette)வெளியிட்டது. அப்போது பிரதமராக இருந்த வாஜ்பாய் தலைமையில் காவிரியாறு ஆணையம் (Cauvery River Authority CRA) அமைக்கப்பட்டது. காவிரி நதி நீர்ச் சிக்கலில் தொடர்புடைய கர்நாடகம், தமிழ்நாடு, கேரளா, புதுவை மாநிலங்களின் முதல்வர்களை உறுப்பினர்களாகக் கொண்ட காவிரியாறு ஆணையத்தால் இடைக்காலத் தீர்ப்பை நடைமுறைப் படுத்த முடியவில்லை.

இதன் விளைவு காவிரி ஆற்றுப் படுகையில் குறுவை சாகுபடி பெருமளவுக்குப் பாதிக்கப்பட்டது. கர்நாடகம் தமிழ்நாட்டுக்குரிய நீரினைத் திறந்துவிட மறுத்ததால் மேட்டூர் அணையில் இருந்து திட்டமிட்டபடி ஜுன் 12ஆம் தேதி நீர் திறக்கப்படவில்லை. இது இன்று வரை தொடர்கிறது. இதனால் குறுவை சாகுபடியை காவிரிப் படுகை விவசாயிகள் மறக்கும் நிலை ஏற்பட்டுள்ளது.

பிறகு காவிரி நீர் தகராறு தீர்ப்பாயம் வழக்கை விசாரித்து முடித்து தனது இறுதித் தீர்ப்பை (Final Award) 2007ஆம் ஆண்டு பிப்ரவரியில் வழங்கியது. இத்தீர்ப்பின் முக்கிய அங்கம், காவிரி, அதன் கிளை நதிகள் ஆகியவற்றின் மீது கட்டப்பட்டுள்ள அணைகளின் நீர் வரத்தைக் கண்காணித்து, அதனடிப்படையில் அணைகளில் உள்ள நீரை 4 மாநிலங்களுக்கும் பகிர்ந்தளிப்பதை உறுதிப்படுத்தும் காவிரி மேலாண்மை வாரியம் (Cauvery Management Board) அமைக்கப்பட வேண்டும் என்பதே.[5]

முக்கியத்துவம் வாய்ந்த காவிரி நீர் தகராறு தீர்ப்பாயத்தின் இறுதித் தீர்ப்பை 6 ஆண்டுகள் கழித்தே அரசிதழில் வெளியிட்டது இந்திய ஒன்றிய (மன்மோகன் சிங்) அரசு. இதையும் உச்ச நீதிமன்றத்தின் தீர்ப்பைப் பெற்றே தமிழ்நாட்டால் சாதிக்க முடிந்தது. அரசிதழில் வெளியிட்ட 6 மாத காலத்துக்குள் காவிரி மேலாண்மை வாரியம் அமைக்கப்பட்டிருக்கவேண்டும், அக்கடமையைத் தட்டிக்கழித்தது இந்திய ஒன்றிய அரசு.

இதற்கும் ஒரு வழக்குப் போட்ட பிறகு, உடனடியாக காவிரி மேலாண்மை வாரியத்தை அமைக்குமாறு உச்ச நீதிமன்றம் உத்தரவு

பிறப்பித்தது. இதனை முதலில் ஏற்றுக்கொண்டு செயல்படத் தொடங்கிய இந்திய நீர்வள அமைச்சகம், மதச்சார்ப்பற்ற ஜனதா தளக் கட்சியின் தலைவரும், கர்நாடகத் தலைவருமான முன்னாள் பிரதமர் தேவே கௌடா பட்டினிப் போராட்டம் நடத்திய நிலையில் கர்நாடக சட்டப் பேரவைத் தேர்தலைக் கருத்தில் கொண்டு மேலாண்மை வாரியம் அமைக்குமாறு உச்ச நீதிமன்றம் இந்திய ஒன்றிய அரசுக்கு உத்தரவிட முடியாது என்று வாதிட்டது. காவிரி நீர்த் தகராறு தீர்ப்பாயத்தின் இறுதித் தீர்ப்பை எதிர்த்து சம்மந்தப்பட்ட மாநிலங்கள் மேல் முறையீடு செய்திருப்பதால் அதில் இறுதி உத்தரவு பிறப்பிக்கும்வரை மேலாண்மை வாரியம் அமைக்க முடியாது என்று கூறிவிட்டது.

மாநிலங்களுக்கு இடையிலான நதி நீர்த் தகராறு சட்டம் 1956ன் கீழ் அமைக்கப்பட்ட காவிரி நீர்த் தகராறுத் தீர்ப்பாயம் அளித்துள்ள இறுதித் தீர்ப்பு உச்ச நீதிமன்றத்தின் தீர்ப்புக்கு இணையானது என்று அச்சட்டத்தில் திருத்தம் செய்து சேர்க்கப்பட்டுள்ளது. ஆனால், அதனை நிறைவேற்றிய இந்திய ஒன்றிய அரசே தனது அரசியல் வசதிக்காக மீறுகிறது என்றால் இது அரசமைப்பு சட்ட ரீதியான கடமையை தட்டிக்கழிக்கும் செயல் அல்லவா?

காவிரி நீர் தகராறு தீர்ப்பாயம் அளித்துள்ள இறுதித் தீர்ப்பின்படி, தங்களுக்கு பகிர்ந்தளிக்கப்பட்ட நீரின் அளவு குறைவானது என்று மேல்முறையீடு செய்யலாம்; அது சம்மந்தப்பட்ட மாநிலங்களுக்குள்ள உரிமை. ஆனால் மேல்முறையீட்டின் மீதான தீர்ப்பு எதுவானாலும், நீர்ப் பகிர்வுத் தொடர்பாக தீர்ப்பாயம் கொடுத்த அளவுகளின்படியே செயல்படுத்தப்பட வேண்டும். எனவே காவிரி மேலாண்மை வாரியம் அமைத்திருக்க வேண்டும். எனவே கர்நாடக மாநிலம் எதிர்கொண்டுள்ள சட்டப் பேரவைத் தேர்தலில் வெற்றிப் பெற வேண்டும் என்பதற்காக பாரதிய ஜனதாக் கட்சி தலைமையிலான அரசு தனது அரசமைப்பு ரீதியான பொறுப்பை தட்டிக்கழித்து தமிழ்நாட்டை வஞ்சிக்கிறது.

வருத்தும் திருத்தம்

பிரதமர் மோடி அரசு இதோடு நின்றுவிடவில்லை. காவிரி மேலாண்மை வாரியம் அமைப்பதைத் தடுக்கும் வகையில் மற்றொரு முன்நகர்வையும் இந்திய ஒன்றிய அரசின் நீர்வளத் துறை செய்துள்ளது. மாநிலங்களுக்கு இடையிலான நதி நீர்த் தகராறு சட்டத்தின்படி நதி நீர்த் தகராறுகளுக்குத் தனித்தனியே

தீர்ப்பாயங்கள் அமைப்பதை தவிர்த்துவிட்டு, பொதுவான ஒரு தீர்ப்பாயத்தை அமைப்பது என்றும், அதில் ஒவ்வொரு நதி நீர்த் தகராறுகளையும் விசாரித்துத் தீர்ப்பளிக்கத் தனித்தனி அமர்வுகளை அமைப்பது என்றும் ஒரு சட்டத்திருத்ததை நீர்வளத் துறை அமைச்சர் உமா பாரதி நாடாளுமன்றத்தில் முன்மொழிந்துள்ளார். இதன்படி, இச்சட்டத் திருத்தம் நிறைவேறும்போது இறுதித் தீர்ப்பை அளிக்காத தீர்ப்பாயங்கள் கலைக்கப்படும் என்று சட்டத் திருத்த வரைவில் தெரிவிக்கப்பட்டுள்ளது.

காவிரி நீர்த் தகராறுத் தீர்ப்பாயம் தனது இறுதித் தீர்ப்பை அளித்துவிட்டது என்றாலும், அத்தீர்ப்பாயம் குறித்து அமைச்சர் உமா பாரதி தெரிவித்த கருத்துக்கள் ஐயத்தை எழுப்புவதாக உள்ளது. நதி நீர்த் தகராறுகளை விசாரித்துத் தீர்ப்பளிக்க அமைக்கப் பட்ட எட்டுத் தீர்ப்பாயங்களில் மூன்று மட்டுமே வழக்கில் சம்மந்தப்பட்ட மாநிலங்கள் ஏற்றுக்கொள்ளக்கூடிய தீர்வைத் தந்துள்ளன என்று கூறிய அமைச்சர் உமா பாரதி, இதில் காவிரித் தீர்ப்பாயம் இறுதித் தீர்ப்பை அளிக்க 26 ஆண்டுகள் ஆகியுள்ளது என்றும், அதுவும் சம்மந்தப்பட்ட மாநிலங்களால் ஏற்றுக் கொள்ளப்படவில்லை என்றும் கூறினார். அவருடைய பேச்சு மட்டுமல்ல, எழுத்துபூர்வமாகத் தாக்கல் செய்யப்பட்ட சட்டத் திருத்தத்தின் நோக்கமும் காரணங்களும் என்ற விளக்கத்திலும் காவிரித் தீர்ப்பாயம் பற்றி கூறப்பட்டதுதான் ஐயத்தை ஏற்படுத்தியுள்ளது.(6)

அமைச்சர் உமா பாரதியின் நாடாளுமன்றப் பேச்சு தமிழ்நாட்டில் விவசாயிகளின் போராட்டத்துக்கே வித்திட்டது. காரணம், அமைச்சரின் பேச்சில் உண்மையை மறைக்கக்கூடிய வகையில் முரண்பட்ட விவரங்கள் இருந்தன. காவிரித் தீர்ப்பாயம் அமைக்கப் பட்டது 1990ஆம் ஆண்டில். அது ஓராண்டு காலத்திலேயே இடைக்கால உத்தரவைத் தந்தது. அதனை அரசிதழில் வெளியிட இந்திய அரசு 7 ஆண்டுகளை எடுத்துக்கொண்டது. இது யாருடைய பிழை? அதன் பிறகு முழுமையான விசாரணை நடத்தி, நிபுணர்களின் கருத்துகளைக் கேட்டறிந்து, மழைப் பொழிவு, பாசனப் பரப்பு, பயிர் முறைகள் ஆகியன குறித்தத் தரவுகளை யெல்லாம் ஆய்வு செய்து 2007ஆம் ஆண்டு பிப்ரவரியில் இறுதித் தீர்ப்பை வழங்கியது. அதாவது 16 ஆண்டுகளில் தனது விசாரணையை முடித்துத் தீர்ப்பை வழங்கியுள்ளது. இதனை 26 ஆண்டுகள் எடுத்துக்கொண்டதாக அமைச்சர் உமா பாரதி கூறியிருப்பது எப்படி? இந்த இறுதித் தீர்ப்பையும் அரசிதழில்

வெளியிட மேலும் 6 ஆண்டுகள் எடுத்துக்கொண்டதே இந்திய ஒன்றிய அரசு, அது தீர்ப்பாயத்தின் பிழையா?

உமா பாரதியின் தவறான புரிதலில் மறைக்கப்பட்ட சட்ட ரீதியான உண்மை யாதெனில், மாநிலங்களுக்கு இடையிலான நதி நீர்த் தகராறு சட்டத்தின் கீழ் அமைக்கப்படும் தீர்ப்பாயங்கள் வழங்கும் இறுதித் தீர்ப்புகள் உச்ச நீதிமன்றத்தின் தீர்ப்புக்கு இணையானது என்று சட்டபூர்வமாக இருக்கும்போது, அதனை எல்லா மாநிலங்களும் ஏற்றுக்கொள்ளவேண்டும் என்பது என்ன வியாக்யானம்? உச்ச நீதிமன்றத் தீர்ப்பை ஏற்றுக்கொள்ள முடியாது, செயல்படுத்த மாட்டோம் என்று எந்த மாநில அரசாவது சொல்ல முடியுமா? அது இந்திய அரசமைப்பின் உறுப்பு 144ஐ மீறுவதாக ஆகாதா? இதெல்லாம் தெரியாதவரா இந்த நாட்டின் நீர்வளத்துறை அமைச்சர்?

இந்தச் சட்டத் திருத்தம் என்பது எதை நோக்காகக் கொண்டது என்றால், குறிப்பிட்ட காலத்துக்குள், அதாவது 4 ஆண்டுகளுக்குள் விசாரணை முடித்து இறுதித் தீர்ப்பை வழங்க வேண்டும் என்பதையே. இதனை இப்போது இருக்கிற சட்டத்திலேயே ஒற்றை வரித் திருத்தமாகச் செய்துவிட்டுப் போகலாமே? எனவே இச்சட்டத் திருத்தத்தை கொண்டு வந்ததில் உள்நோக்கம் உள்ளது என்று ஐயப்பட காரணம் உள்ளது. இந்நாட்டு மக்களின் வாழ்வுரிமை தொடர்பான நதி நீர்ச் சிக்கல்களில் தனது நடுநிலைமையை நியாயமாகக் கடைபிடிக்காமல் ஒரு மாநிலத் தேர்தலில் ஆட்சியைப் பிடிக்கும் எண்ணத்துடன் செயல்படுவது மக்கள் நலனையும் அவர்களிடையிலான இணக்கத்தையும் குலைக்கும் செயலல்லவா? இது இரு மாநில மக்களுக்கு இடையே மேலும் பிணக்கை ஏற்படுத்துமே. அது நாட்டின் ஒற்றுமைக்குக் குந்தகம் விளைவிக்காதா? குறுகிய அரசியல் நோக்கம் இந்நாட்டை ஆள்வோருக்கு முன்னுரிமையாக இருக்கு மானால் ஒன்றிய அரசின் ஆளுமையின் மீது பாதிக்கப்பட்ட மாநிலத்தின் மக்கள் நம்பிக்கை இழப்பார்களே, இதுவா ஆட்சிமை?

காவிரி நதி நீர் உரிமைக்காக தமிழ்நாடு 1974ஆம் ஆண்டு முதல் சட்ட வழிகளில் நேர்மையாகப் போராடி வருகிறது. அதற்கு இத்தனை ஆண்டுகளுக்குப் பிறகு கிடைத்த நியாயத்தை நடைமுறைப்படுத்த விட்டால் சட்டத்தின் ஆட்சி என்பதற்கு என்ன பொருள்? இதனால் அவர்களின் வாழ்வாதாரம் நிரந்தரமாகக் கேள்விக்குறியாகிறதே?

உச்ச நீதிமன்றத் தீர்ப்புக்குப் பிறகு அமைக்கப்பட்ட காவிரி நீர்த் தகராறு தீர்ப்பாயம் அளித்த இடைக்காலத் தீர்ப்பை அரசிதழில் வெளியிட 7 ஆண்டுகளையும், இறுதித் தீர்ப்பை அரசிதழில் வெளியிட மேலும் 6 ஆண்டுகளையும் 'எடுத்துக் கொண்ட' இந்திய ஒன்றிய அரசு, ஆழமானதொருத் தீர்ப்பைளித்த காவிரி தீர்ப்பாயத்தை குற்றம் சாற்றுவதும், அதனை தரம் தாழ்த்தும் வகையில் சட்டத் திருத்தத்தில் உண்மைக்குப் புறம்பாக அதன் தீர்ப்பை விமர்சனம் செய்வதும் தமிழ்நாட்டு மக்களை ஏமாற்றும் நோக்கம் கொண்டதல்லவா? இப்படி செயல்பட்டால் மற்ற விடயங்களில் இந்திய ஒன்றிய அரசின் மீது எப்படி இம்மக்கள் நம்பிக்கைக் கொள்வார்கள்?

ஆதாரத்துக்கும் போராட்டம்

இந்த அத்தியாயத்தின் தொடக்கத்தில் மத்தியப் பிரதேச மாநிலம் மான்ட்செளர் எனுமிடத்தில் விவசாயிகள் நடத்திய போராட்டத்தைத் தொடர்ந்து ஏற்பட்ட வன்முறையைக் கட்டுப்படுத்த காவல் துறையினர் நடத்திய துப்பாக்கிச் சூட்டில் 5 விவசாயிகள் உயிரிழந்ததைக் குறிப்பிட்டிருந்தோம். அது 6 பேராக அதிகரித்துள்ள நிலையில், விவசாயிகளின் போராட்டம் மேலும் பல இடங்களுக்குப் பரவியது. விவசாயிகளின் போராட்டம் அமைதி வழியில் நடந்தால் டெல்லியில் தமிழக விவசாயிகள் நடத்திய போராட்டத்தை 40 நாட்களுக்கு மேல் கண்டுகொள்ளாமல் இருந்துபோல் இந்திய அரசு அதைப் பற்றியெல்லாம் அலட்டிக் கொள்ளாமல் மௌனம் காத்திருந்திருக்கும். ஆனால் ம.பி.யில் போராட்டம் தீவிரமாகி 6 விவசாயிகள் துப்பாக்கிச் சூட்டுக்குப் பலியான நிலையில் மௌனம் காத்திட முடியாதல்லவா? எனவே ஒன்றிய அரசின் அமைச்சரவைக் கூடி தென்மேற்குப் பருவ காலத்தில் விதைக்கப்படும் 14 விவசாய விளைபொருட்களுக்கான குறைந்த பட்ச ஆதார விலையை (Minimum Support Price MSP)உயர்த்தியது.[7]

அந்த செய்தியைத் தந்துள்ள பிடிஐ நிறுவனம் விவசாயிகள் போராட்டம் காரணமாக இம்முடிவை ஒன்றிய அரசு ரகசியமாக வைத்துள்ளது என்று தலைப்பிலேயே குறிப்பிட்டுள்ளது. அப்படியே எல்லா ஆங்கில இதழ்களிலும் வந்துள்ளது.

ஒன்றிய அரசின் வேளாண் அமைச்சகத்துக்கு விவசாய விளைபொருட்களுக்கான செலவு மற்றும் விலையை

நிர்ணயிக்கும் ஆணையம் (Commission for Agricultural cost and prices)அளித்த ஆலோசனையை 'அப்படியே' ஏற்று குறைந்தபட்ச ஆதார விலையை உயர்த்தியுள்ளதாக அச்செய்தி கூறுகிறது.

நெல்லிற்கான கொள்முதல் விலையை குவிண்டாலுக்கு ரூ.80 கூட்டியும், பருப்பு வகைகளுக்கு போனஸ் ரூ.200ஐ உள்ளடக்கி குவிண்டாலுக்கு ரூ.400 கூட்டியும், சோயாவுக்கு குவிண்டாலுக்கு ரூ.175 கூட்டியும், பருத்திக்கு பொதி ஒன்றுக்கு ரூ.160 கூட்டியும் குறைந்தபட்ச ஆதார விலை நிர்ணயிக்கப்பட்டுள்ளதாக அச்செய்தி தெரிவிக்கிறது.

அரசின் இம்முடிவு விவசாயிகளின் போராட்டத்தை முடிவுக்குக் கொண்டுவருமா என்றால் இல்லை என்றே கூற வேண்டும். காரணம், தங்களுடைய விளைபொருட்களுக்கு ஒன்றிய அரசு நிர்ணயித்துள்ள குறைந்தபட்ச ஆதார விலைகள் அதிகரிக்கப்பட வேண்டும் என்கிற கோரிக்கை இந்தியா முழுவதிலும் விவசாயி களின் கோரிக்கையாக இருந்தாலும், இப்போது நடந்துவரும் இந்த போராட்டத்துக்குக் காரணம், அரசு நிர்ணயித்த குறைந்த பட்ச விலைகூடச் சந்தையில் தங்களுக்குக் கிடைக்காததால் ஏற்பட்ட ஏமாற்றத்தால் உண்டான சீற்றமாகும்.

1. ம.பி.யில் மட்டும்தானா? இல்லை. உத்திரப்பிரதேசத்தில் கோதுமை உற்பத்தி அபரிதமாக இருந்தது; ஆனால் சந்தையில் அரசு நிர்ணயித்த ஆதார விலை கூடக் கிடைக்கவில்லை. குவிண்டாலுக்கு (100 கிலோ கிராம்) ரூ.1,830 ஆக இருந்த விலை ரூ.1,745 ஆக குறைந்துள்ளது. ஒன்றிய, மாநில அரசுகளின் கொள்முதல் குறைக்கப்பட்டதும், கொள்முதல் வணிகர்கள் ஒன்று சேர்ந்துகொண்டு விலையைக் குறைத்ததும் கோதுமை விவசாயிகளைப் புதை குழியில் தள்ளியது. அகிலேஷ் யாதவ் அரசு அம்மாநிலத்தில் நடந்த சட்டப்பேரவைத் தேர்தலில் மண்ணைக் கவ்வியதற்கு இது முக்கிய காரணம், ஆனால் பேசப்படவில்லை!

2. கோதுமை விலைச் சரிவுக்கு மற்றொரு காரணம், உள்நாட்டில் கோதுமை விளைச்சல் அபரிதமாக இருந்தும் கடந்த பிப்ரவரி மாதம் அயல் நாட்டில் இருந்து கோதுமை இறக்குமதி மீதான சுங்க வரிக்கு விலக்கு அளித்திருந்தது ஒன்றிய அரசு! விளைச்சல் அபரிதமாக இருக்கிறதே, எதற்கு இறக்குமதி மீதான தீர்வையை நீக்கவேண்டும்? பிறகு சந்தையில் விலை சரிந்தவுடன் மீண்டும் கோதுமை இறக்குமதிக்கு 10 விழுக்காடு

சுங்க வரி விதித்தது. இது குதிரை ஓடிய பின்னர் லாயத்தை மூடிய கதை.

3. ஒன்றாய் இருந்து இரண்டாய் ஆன தெலுங்கானா, ஆந்திர மாநிலங்களில் காய்ந்த மிளகாய் (Red Chilli) அபரிதமாக விளைந்துள்ளது. ஒரு ஏக்கருக்கு ஒன்றரை லட்சம் ரூபாய் வரை செலவு செய்து விளைவித்த விவசாயிகளுக்கு மிளகாய் விலை பாதியாக குறைந்துவிட்டது என்று செய்தி இடி போல இறங்கியுள்ளது. கடந்த ஆண்டு குவிண்டாலுக்கு அதிகபட்சமாக ரூ.13,600 வரை விற்ற மிளகாய் விலை இப்போது ரூ.4,000 முதல் ரூ.6,000 வரை மட்டுமே எடுக்க முடியும் என்று வணிகர்கள் கூறிவிட்டதால் செய்வதறியாது திகைத்து, கோபத்தில் இருக்கின்றனர். ஏக்கருக்கு 20 முதல் 25 குவிண்டால் வரை விளைந்தும், எதிர்பார்த்த விலை கிடைக்காத காரணத்தால் கம்மம் சந்தையில் வன்முறையில் ஈடுபட்டனர்.[8] வன்முறையில் ஈடுபட்டதாகக் கூறி விவசாயிகளைக் கைவிலங்கு போட்டு காவல்துறையினர் இழுத்துச் சென்றது மனித உரிமைப் பிரச்னையானது.[9]

4. காய்ந்த மிளகாய் கதை இப்படியென்றால் பச்சை மிளகாய் கதை இன்னும் காரமாக இருக்கிறது. மராட்டிய மாநிலத்தின் வாஷி சந்தையில் இருந்து ஏற்றுமதியான 6 டன் பச்சை மிளகாயை சௌதி அரபிய நாடு திருப்பி அனுப்பிவிட்டது. காரணம் ஏற்கத்தக்க அளவை விட அதிகமான பூச்சி மருந்து கலப்பு மிளகாயில் இருந்தது. 0.05 விழுக்காடு வரை இருக்கலாம் என்பது நிபந்தனை, இருந்ததோ 1.0 விழுக்காடு அளவிற்கு பூச்சி மருந்து கலப்பு. சௌதி அரபியாவின் நடவடிக்கையால் வாஷி சந்தையில் இயங்கிவரும் வேளாண் விளைபொருள் சந்தைப்படுத்தல் குழு (Agriculture Produce Marketing Committee - APMC), ஒரு கிலோ ரூ.30 வரை வாங்கி வந்த மிளகாயை இப்போது அதிகபட்சமாக ரூ.15க்கு மட்டுமே எடுக்கிறது. ஆனால் சந்தைக்கு வருகையோ ஒரு நாளைக்கு 300 டன்கள்! இந்த நிலை நீடித்தால் விலை மேலும் குறையும் அபாயம் உள்ளது. விளைச்சலை அதிகரிக்க மிக அதிகமாக ராசயன உரங்களைப் பயன்படுத்தி 65 நாட்களில் விளைய வேண்டிய மிளகாயை 40 நாட்களில் விளைவித்ததால் வந்த வினை இது. பூச்சி மருந்து கலப்பு அதிகம் இருந்த காரணத்தினால்தான் நமது நாட்டிலிருந்து ஏற்றுமதியான அல்ஃபான்சோ மாம்பழங்களையும், காய்கறி வகைகள் சிலவற்றையும் இறக்குமதி

செய்வதில்லை என்று ஏற்கனவே ஐரோப்பிய ஒன்றியம் தடை விதித்துள்ளது. இப்போது மிளகாயும் பட்டியலில் சேர்ந்து விட்டது. இது குறித்து விவசாயிகளிடையே உரிய விழிப்புணர்வை ஏற்படுத்தாது யார் குற்றம்? விவசாயத்துக் கென்று தனி அமைச்சகத்தை வைத்துள்ள ஒன்றிய, மாநில அரசுகளின் பிழையல்லவா?(10)

5. தமிழ்நாட்டில் தென்மேற்கு, வடகிழக்கு என்று இரு பருவ மழைகளும் சராசரி அளவைவிட 62 விழுக்காடு குறைவாக பெய்து வறட்சி எங்கும் தாண்டவமாடுகிறது. இந்த வறட்சி நிலையிலும் தர்பூசணி பழங்கள் மிக அதிக அளவுக்குக் காய்த்தன. ஆனால் இங்கும் மிளகாய் கதையே அரங்கேறியுள்ளது. கடந்த ஆண்டு டன்னுக்கு ரூ.14,000 வரை சந்தையில் விற்ற விவசாயிகள் இந்த ஆண்டு ரூ.10,000க்கும் குறைவாகவே விற்க முடிந்தது என்று வருத்தப்பட்டுள்ளனர்.

6. ஒட்டன்சத்திரம் காய்கறிச் சந்தையில் சில மாதங்களுக்கு முன்பு சிறு வெங்காயத்தின் விலை கடுமையான வீழ்ச்சியைச் சந்தித்தது. சிறு வெங்காய ஏற்றுமதிக்கு இந்திய ஒன்றிய அரசு திடீரென்று தடை விதித்ததே விலை வீழ்ச்சிக்குக் காரணமாகும். வட இந்தியாவில் சிறு வெங்காயத்துக்குப் பற்றாக்குறை ஏற்பட்டது. அந்தத் தட்டுப்பாட்டைச் சமாளிக்க ஒட்டுமொத்த மாக இந்தியாவின் எப்பகுதியில் இருந்தும் சிறு வெங்காயம் ஏற்றுமதியாவதைத் தடை செய்தது அரசு. தடையைப் பிறப்பித்த அரசு, தென்னகத்தின் பெரும் சந்தையான ஒட்டன் சத்திரத்தில் வந்து குவிந்த சிறு வெங்காயத்தை வியாபாரி களைக் கொண்டோ அல்லது அரசு வேளாண் துறையின் மூலமாகவோ வாங்கி தட்டுப்பாட்டில் தவித்த வட இந்திய மாநிலங்களுக்கு கொண்டு சென்று விற்றிருக்கவேண்டும். அப்படி எந்த ஏற்பாட்டையும் செய்யாத காரணத்தால் வந்து குவிந்த சிறு வெங்காயத்தை வாங்குவதற்கு (ஏற்றுமதி) வியாபாரிகள் இன்றி, கிலோவுக்கு 5 ரூபாய் என்று விற்றுச் சீரழிந்தது.

7. தமிழ்நாட்டில் பொது விநியோகத் திட்டத்தின் கீழ் பொது மக்களுக்கு பனை எண்ணெய் இறக்குமதி செய்து விநியோகம் செய்தது தமிழக அரசு. இதனால் ஏற்படும் அந்நிய செலாவணிச் செலவீனத்தைத் தவிர்க்க பனை எண்ணெய் மரங்களை பயரிடச் சொன்னார் தமிழக முதல்வர் செல்வி ஜெயலலிதா. முதல்வரின்

கோரிக்கையை ஏற்று தமிழ்நாட்டில் பத்தாயிரத்துக்கும் அதிகமான விவசாயிகள் பனை எண்ணெய் சாகுபடியில் ஈடுபட்டார்கள். ஆனால் அவர்கள் உற்பத்திக்கு உரிய விலையைத் தமிழக அரசு தரவில்லை. அயல் நாட்டில் இருந்து இறக்குமதி செய்யப்படும் பனை எண்ணெய்க்கு மானியம் கொடுத்து பொது விநியோகத் திட்டத்தின் கீழ் அதனை மக்களுக்கு விற்ற தமிழக அரசு, அதே மானியத் தொகையை உள்ளூர் பனை எண்ணெய் மரங்களைச் சாகுபடி செய்த விவசாயிக்குத் தந்திருந்தால் அவர்களுக்கு லாபகரமாக இருந்திருக்கும். அவர்களும் போராடிப்பார்த்தனர், நானும் சேர்ந்து மல்லுக்கட்டினேன், முடியவில்லை. இப்போது அவர்கள் அனைவரும் பனை எண்ணெய் மரங்களை வெட்டி வீழ்த்திவிட்டு வேறு பயிருக்கு சென்றுவிட்டார்கள். ஆனால் பனை எண்ணெய் சாகுபடி செய்வதற்கான சொட்டு நீர்ப் பாசனத்துக்குப் பொதுத் துறை வங்கிகளில் பெற்ற கடன்களைக் கட்ட முடியாததால், அக்கடன் இன்று பன்மடங்கு அதிகரித்து பெரும் தொகையாக மிரட்டிக்கொண்டிருக்கிறது. இப்போது கூறுங்கள், குற்றம் யார் பக்கம் உள்ளது? அரசின் கோரிக்கையை ஏற்று சாகுபடி செய்த விவசாயிகள் மீது என்ன குற்றம்?

இன்னும் எத்தனையோ பயிர்கள் இப்படியானச் சந்தைத் திருவிளையாடல்களில் சிக்கி உரிய விலை கிடைக்காமல் விளைவித்தவனுக்கு துயரத்தைத் தந்த கதைகளையெல்லாம் சொல்லிக் கொண்டே போகலாம்.

பங்குச் சந்தை முதல் காய்கறிச் சந்தை வரை தங்கள் வசதிக்கு விலையை ஏற்றி இறக்கி லாபத்தைப் பார்ப்பது இடைத் தரகர்களும் மொத்த வர்த்தகர்களும்தானே? விவசாயிகளின் உழைப்பும் விளைச்சலும் சுரண்டலுக்கு உள்ளாக்கப்படுகிறது என்பதன்றி இதனை வேறு எவ்வாறு சொல்வது? விவசாயிகளின் முக்கிய விளைபொருட்களுக்குக் குறைந்தபட்ச ஆதரவு விலையை மட்டும் நிர்ணயித்துவிட்டு தனது பொறுப்பைத் துறந்துவிடுகிறது ஒன்றிய அரசு. ஆனால் நமது நாட்டு மக்களின் அன்றாட உணவுத் தேவைக்கான பல பொருட்களுக்கு லாபகரமான விலை நிர்ணயம் செய்யப்படுவதில்லை. இதில் இந்திய ஒன்றிய அரசின் வேளாண் அமைச்சகமோ மாநில அரசுகளோ தனித்தோ ஒன்றிணைந்தோ தலையிட்டு விளைவித்தவனுக்கு உரிய விலை கிடைக்க உதவியது கிடையாது. இடைத் தரகர்களும் பெரு வணிகர்களுமே சிக்கலின்றிச் சம்பாதிக்கின்றார்கள். இவர்களையும் தாண்டி பண்டக வர்த்தகத்திலும் பணம் கொழிக்கிறது.

விளைவித்தவன் ஒட்டாண்டி ஆகிறான், விதைப்பதற்கும் கூலி கொடுப்பதற்கும் வாங்கிய கடனை திருப்பிச் செலுத்த முடியாமல் வாழ்க்கையை முடித்துக்கொள்ளும் நிலைக்கு விவசாயி தள்ளப் படுகிறான். கண்ணுக்கு முன் நடக்கும் இந்த அவலத்தைச் சீர் செய்ய முன் வராத அரசுகள்தானே விவசாயி கடன் வாங்கிக் கட்ட முடியாமல் திணறும்போது அவனுக்கு உதவிட முன்வர வேண்டும்?

நாட்டின் உணவுத் தேவையை நிவர்த்தி செய்ய உற்பத்தியைப் பெருக்கவேண்டும் என்ற அவசியம் ஏற்பட்டபோது பசுமைப் புரட்சி என்ற பெயரில் ரசாயன உரங்களைப் பயன்படுத்தச் சொன்னது அரசு; செய்தனர் விவசாயிகள். பிறகு பூச்சி, புழுக்களால் ஏற்படும் பாதிப்பைக் குறைக்கலாம் என்று கூறி மரபணு மாற்ற விதைகளைப் பயன்படுத்தச் சொன்னது அரசு; செய்தனர் விவசாயிகள். அப்போது புதுதாக உருவான பூச்சி, புழுக்களுக்கு புதிய மருந்துகளைக் கண்டுபிடித்தனர்; அதையும் ஏற்றுக்கொண்ட விவசாயிகள் மூச்சைப் பிடித்துக்கொண்டு மருந்தை அடித்தனர். இப்படியெல்லாம் அரசுகளும், அரசு வேளாண் துறைகளும் சொன்னதைப் பின்பற்றித்தான் இந்தியா முழுவதும் விவசாய உற்பத்தி நடக்கிறது. அப்படியிருக்கையில், அவர்களின் விளைப் பொருட்களுக்கான விலையை லாபகரமாக நிர்ணயிக்க வேண்டிய அரசுகள் எம்.எஸ். சுவாமிநாதன் தலைமையிலான வேளாண் ஆணையத்தின் பரிந்துரையின்படி உற்பத்தி செலவு + அதில் பாதி (50 விழுக்காடு) லாபம் வைத்து நிர்ணயித்திடல் வேண்டும் என்ற பரிந்துரையைச் செயல் படுத்தாதது ஏன்?[11]

லாபகரமான விலை நிர்ணயம் செய்யப்படவில்லை, விளைந்த பொருட்களுக்கு உரிய விலை கிடைக்கும் வகையில் சந்தைப் பரிவர்த்தனை ஒழுங்குபடுத்தப்படவில்லை. இதனால் நட்டம் கண்ட விவசாயி கடன் தள்ளுபடி கேட்டால் அது நேர்மையான கடன் கொள்கைக்கு எதிரானது என்றால் அது அறிவார்ந்த வாதம் ஆகுமா?[12]

இந்திய மைய வங்கியின் (ஆர்.பி.ஐ.) யின் தலைவராக உள்ள உர்ஜித் பட்டேல், விவசாயக் கடன்களை தள்ளுபடி செய்தால் அது நிதி நிலை பிறழ்ச்சிக்கு வித்திடும் என்றும், வங்கிகளில் முதலீடு செய்துள்ள சாதாரண மக்களுக்குச் செய்யும் தீங்காகும் என்றெல்லாம் பேசுகிறார். இந்த நாட்டில் இன்றளவும் பொதுத் துறை வங்கிகளில் கடன் பெற்ற பெரு நிறுவனங்கள், அதனைத் திருப்பிச் செலுத்தாததால் ஏற்பட்டுள்ள வராக் கடன்களின் (Nonperforming

Assets NPA) அளவு ரூ.8 லட்சம் கோடிக்கு மேல்! இது கடந்த பல ஆண்டுகளில் தள்ளுபடி செய்யப்பட்ட லட்சக்கணக்கான கோடி ரூபாய்களுக்குப் பிறகும் வங்கிகள் சுமக்கும் சுமை. இது மைய வங்கியின் ஆளுநருக்கு சுகமான சுமையாகத் தெரிகிறது போலும். ஆனால் விவசாயிகள் பெற்றுள்ள சில லட்சம் கோடி கடன் தள்ளுபடி செய்தால் அது கொள்கை நெருக்கடியை ஏற்படுத்து கிறதாம்! பொதுத் துறை வங்கிகளுக்கு வராக் கடன்களால் ஏற்பட்ட இழப்பை ஈடுகட்ட மூன்று நிதியாண்டுகளுக்கு ரூ.77,000 கோடி மூலதன ஒதுக்கீடு செய்யப்பட்டதே அப்போது மைய வங்கி ஆளுநர் இப்படி ஏதும் சொல்லவில்லையே?

ஹைட்ரோகார்பன் திட்டத்தின் கீழ் உள்நாட்டு வயல்களில் எடுத்த கச்சா எண்ணெய்க்கு சர்வதேச விலைகேட்ட தனியார் நிறுவனத்துக்கு இந்திய ஒன்றிய அரசின் அமைச்சரவை கூடி அதுவரை தந்த விலையை இரண்டு மடங்காக உயர்த்தி அதுவும் அந்நிய செலாவணியில் அளித்ததே, அதுபோல் விவசாய விளை பொருட்களுக்கு லாபகரமான விலை நிர்ணயம் செய்ய ஒன்றிய, மாநில அரசுகள் ஒன்று கூடி செயலாற்றலாமே? இதுவரை அப்படி யொரு கூட்டத்தை இந்த நாட்டின் பிரதமர் கூட்டியதுண்டா?

நல்ல விளைச்சல் ஏற்பட்டால் விலை வீழ்ச்சி ஏற்படுகிறது, அப்போது பொது மக்கள் பயனடைந்துவிடுகின்றனர். விளைச்சல் குறைந்தால் விலையேற்றம் ஏற்பட்டு, ஏற்படுத்தி வியாபாரிகள் பயனடைந்து விடுகின்றனர். விளைவித்த விவசாயிகள் எப்போது பயனடைவது? அப்படியானால் விவசாயம் செழிக்கக் கூடாது என்கிறதா இந்திய அரசு?

ஆட்சிக்கு வருவதற்குச் சாதமாக விவசாயக் கடன்களைத் தள்ளுபடி செய்கின்றனர். ஆனால், ஆட்சிக்கு வந்ததும் பணத்தை அள்ளிக்குவித்துக்கொள்ள பெரு நிறுவனங்களிடம் சரண் புகுந்துவிடுகின்றனர். விவசாயிகளிடம் இருந்து பெருமளவு பணத்தை லஞ்சமாகப் பெற இயலாது என்பதே அவர்களை மதிக்காததற்குக் காரணமாகும். அரசுகளைச் சார்ந்தவர்கள் நாட்டின் மக்களை வாழ்விக்க வந்தனரா... நாட்டு மக்களைச் சுரண்டி வாழ வந்தனரா என்பதே கேள்வி.

அழிக்கும் மணல் கொள்ளை பங்காளி அரசு

மானுட வாழ்வுக்கும் வளர்ச்சிக்கும் இயற்கை அளித்துள்ள தீராச் சொத்துகள் வனங்களும் ஆறுகளும். ஆனால் இவ்விரண்டையும்

காத்திடுவதற்குப் பதிலாக வளர்ச்சிக்கான கொள்கை வகுப்பதாகக் கூறி கனிம வளங்களுக்காக வனங்களை அழிப்பதும், ஹைட்ரோகார்பன் போன்ற திட்டங்களுக்காக ஆற்று மணல் கொள்ளையைக் கண்டுகொள்ளாமல் செயல்படுவதும் ஆக்கத்துக்கா... அழிவுக்கா?

தண்டகாரண்யம் எனும் வனப்பகுதி இந்தியாவின் மையப் பகுதியில் பரந்து விரிந்து கிடக்கும் இயற்கை வளம் கொழிக்கும் வனப்பகுதியாகும். மராட்டியம், மத்தியப் பிரதேசம், சட்டீஸ்கர், பீகார், ஒடிசா, தெலுங்கானா ஆகிய 6 மாநிலங்களைத் தழுவியுள்ள இந்த வனப்பகுதியில் இரும்பு முதல் பல கனிமங்கள் நிறைந்துள்ளது கண்டுபிடிக்கப்பட்டது. அந்த நாளில் இருந்து அந்நிய, இந்திய பெரு நிறுவனங்கள் இந்திய ஒன்றிய அரசின் சுற்றுச்சூழல் மற்றும் வன அமைச்சகத்திடமிருந்து அனுமதி பெற்று, மாநில அரசுகளிடம் உரிமத்தைப் பெற்று நடத்திவரும் கனிமக் கொள்ளைப் பற்றியும் அதனால் கார்ப்பரேட்டுகள் செழிப்பதையும், அப்பகுதி மக்கள் வறுமையில் வாடுவதையும் கடந்த அத்தியாயத்தில் விரிவாக எழுதியிருந்தோம்.

இந்தியாவில் வேறு எந்த ஒரு மாநிலத்திலும் நடக்காத அளவுக்கு ஆற்று மணல் கொள்ளை தமிழ்நாட்டில் நடந்து வருகிறது. இது எவ்வாறு அனுமதிக்கப்படுகிறது என்பதைப் பற்றி ஆராயும் முன் எந்த அளவுக்குத் தமிழ்நாட்டின் ஆறுகளும் நீர் நிலைகளும் சுரண்டப்படுகின்றன என்பதைப் பார்ப்போம்.

வருடம் தவறாமல் நீரோடும் ஆற்றில் ஒரு கன அடி மணல் உருவாக 100 ஆண்டுகள் ஆகும். இப்படி உருவாகும் மணல்தான் ஆற்றுப் படுகையில் நிலத்தடி நீராக மண்ணின் கீழ் ஓடும் மற்றொரு ஆற்றை வற்றாமல் காக்கிறது. கர்நாடகத்தில் உருவாகி, ஆந்திராவைக் கடந்து தமிழ்நாட்டின் வட மாவட்டங்களை வளமாக்கி அகண்டு விரிந்து வங்கக் கடலில் கலக்கும் பாலாற்றின் கீழ் இரண்டாறு ஓடுகிறது என்பர் அப்பகுதி விவசாயிகள். கண்ணுக்குத் தெரியாமல் ஓடும் இந்த நீர் வளத்தை காப்பது ஆற்றுப்படுகையின் மேல் மணலாகும். இன்றைக்கு நாள் ஒன்றுக்கு பாலாற்றின் பல இடங்களில் பல அடி ஆழத்துக்குச் சுரங்கம் தோண்டுவதுபோல் தோண்டி மணல் எடுத்து விற்கிறார்கள். பாலாறு இப்போது பள்ளங்கள் பல நிறைந்த நீரற்ற பள்ளாறு ஆகிவிட்டது.

இப்படி தமிழ்நாட்டின் ஆறுகளில் 2003ஆம் ஆண்டு முதல் 2011ஆம் ஆண்டு வரை 8 ஆண்டுகளில் எவ்வளவு மணல் அள்ளப் பட்டிருக்கிறது என்கிற விவரத்தை தகவல் அறியும் சட்ட ஆர்வலரான வழக்குரைஞர் லோகநாதன் பெற்று, வெளியிட்டுள்ளார். தமிழக அரசின் பொதுப் பணித்துறை ஒவ்வொரு ஆற்றையும் ஒரு வடிநில கோட்டங்களாகப் பிரித்துள்ளது. அதில் ஒவ்வொரு ஆற்றுக் கோட்டங்களிலும் எவ்வளவு மணல் அள்ளப்பட்டுள்ளது என்கிற அதிர்ச்சியளிக்கும் விவரம் தரப்பட்டுள்ளது.[13]

கொற்றலையாறு வடிநிலக் கோட்டம் 1இல் 7,08,682 யூனிட் (ஒரு யூனிட் = 100 கன அடி). கொற்றலையாறு வடிநிலக் கோட்டம் 2இல் 8,19,396 யூனிட்.

ஆரணியாறு வ.நி.கோட்டம் 1இல் 9,34,152 யூனிட். ஆரணியாறு வ.நி.கோட்டம் 2இல் 9,07,848 யூனிட்.

மேல் பாலாறு 24,82, 558 யூனிட். கீழ் பாலாறு 52,15,758 யூனிட். கீழ் பாலாறு வ.நி.கோட்டம் 2இல் 45,93,792 யூனிட்.

மேல் பெண்ணையாறு 7,60,136 யூனிட்.

கொள்ளிடம் வ.நி.கோட்டம் 1இல் 3,18,112 யூனிட். கொள்ளிடம் வ.நி.கோட்டம் 2இல் 6,14,229 யூனிட்.

பெரியாறு வைகை 1,13,190 யூனிட். மஞ்சளாறு 1,15,524 யூனிட்.

கொள்ளிடம் மற்றும் காவிரி ஆறுகள் 16,15,266 யூனிட்.

காவிரி ஆற்றுப் படுகை 7,30,240 யூனிட்.

அமராவதி வ.நி.கோட்டம் 1இல் 5,38,225 யூனிட். அமராவதி வ.நி.கோட்டம் 2இல் 2,47,047 யூனிட்.

மணிமுத்தாறு 3,69,158 யூனிட். சிற்றாறு 1,15,523 யூனிட்.

வைப்பாறு வ.நி.கோட்டம் 1இல் 7,60,136 யூனிட். வைப்பாறு வ.நி.கோட்டம் 2இல் 10,56,698 யூனிட்.

வெள்ளாறு 8,83,574 யூனிட். தாமிரபரணி 6,73,856 யூனிட். மணிமுத்தாறு வ.நி.கோட்டம் 2இல் 2,80,262 யூனிட்.

'எட்டு ஆண்டுகளில் அள்ளப்பட்ட மணல் கணக்கு இதுவென்று அரசு கொடுத்துள்ளது. அதாவது ஒரு மணல் குவாரியில் எவ்வளவு ஆழம், அகலம், நீளம் என்று பொதுப் பணித்துறை விதிமுறை

வகுத்துள்ளதோ அதன்படி அள்ளப்பட்டதாகக் காட்டும் மணல் கணக்கு இது. உண்மையில் எங்கும் விதிமுறைகளுக்கு உட்பட்டு மணல் அள்ளுவதில்லை என்பது ஊருக்கே தெரிந்த விடயம். அப்படியென்றால் எத்தனைக் கோடி யூனிட் மணல் கொள்ளை அடிக்கப்பட்டிருக்கும் என்பதை நீங்களே யூகித்துக் கொள்ளுங்கள். 2011ஆம் ஆண்டு வரை இவ்வளவு என்றால் அதன் பிறகு மேலும் 6 ஆண்டுகளில் எத்தனைக் கோடி யூனிட் கொள்ளை போயிருக்கும் என்பதைக் கணக்கிட்டுக்கொள்ளுங்கள்' என்று லோகநாதன் கூறியுள்ளார்.

வழக்கு வெளிக்கொணர்ந்த உண்மைகள்

கொள்ளையடிக்கப்பட்ட மணல் எத்தனை கோடி ரூபாயாக மாறி ஆட்சியிலும், அதிகாரத்திலும் இருப்பவர்கள் பங்கு போட்டுக் கொண்டிருப்பார்கள்? மணல் கொள்ளையைத் தடுக்கப் போராடிவரும் முகிலன் அந்த கணக்கை வெளிப்படுத்தியுள்ளார். காவிரி ஆற்றில் ஒரு கிலோ மீட்டர் தூரத்துக்கு மணல் அள்ளினார்கள் என்றால் அதில் 1,700 கோடி ரூபாய் கிடைக்கிறது என்கிறார்!

இதுகுறித்து கட்டுரை ஒன்றில் விவரமாக எடுத்துரைதுள்ள தமிழர் தேசிய முன்னணியின் தலைவர் பழ.நெடுமாறன் அவர்கள், தமிழகத்தில் நாளொன்றுக்கு சராசரியாக 25,000 லாரி மணல் விற்பனை செய்யப்படுவதாக கணக்கில் காட்டப்படுகிறது. ஒரு லாரி மணலின் அளவு 2 யூனிட், அதாவது 200 கன அடியாகும். இதற்கு அரசு விலை ரூ.1,000.00. அரசுக்கு வரக்கூடிய வருவாய் நாளொன்றுக்கு ரூ.2.50 கோடி. ஆனால் உண்மையில் தமிழ் நாட்டில் நாளொன்றுக்கு 90 ஆயிரம் லாரிகளில் நடையொன்றுக்கு 4 யூனிட் அதாவது 400 கன அடி மணல் ஏற்றப்பட்டு வெளியே ரூ.4,200க்கு விற்கப்படுகிறது. இதன் மூலம் மணல் கொள்ளையர் களுக்கு நாளொன்றுக்கு குறைந்த அளவாக ரூ.37.80 கோடிக்கு மேல் கிடைக்கிறது'' என்று எழுதியுள்ளார்.[14]

பழ.நெடுமாறன் எடுத்துரைத்துள்ள கணக்கின்படி வருடம் ஒன்றுக்கு ரூ.37.80 என்கிற கணக்கில் பெருக்கினால் ரூ.13,797 கோடி ஆகிறது. ஆனால், உண்மை இதனையும் தாண்டியதாகும். தமிழ்நாட்டின் அரசியலை உலுக்கிய மணல் சாம்ராஜ்ய அதிபதி சேகர் ரெட்டி சகோதரர்களின் வீடுகள், அலுவலகங்களில் வருமான வரித்துறை நடத்திய சோதனையில் கைப்பற்றப்பட்ட 177

கிலோ தங்கமும், பல்லாயிரம் கோடி ரூபாய் (எல்லாம் புதிய 2,000 தாள்களில்) கைப்பற்றப்பட்ட ரொக்கமும் மணல் கொள்ளையின் பரிமாணத்தை வெளிப்படுத்தியது.

சேகர் ரெட்டி சகோதரர்கள் மீது பொருளாதாரக் குற்றப்பிரிவு தொடர்ந்த வழக்கில் நேர் நின்று வாதிட்ட அவர்களின் வழக்குரைஞர் 400க்கும் மேற்பட்ட சொந்த லாரிகளைக்கொண்டு வணிகம் செய்துவரும் சேகர் ரெட்டி நிறுவனத்துக்கு ஒரு வாரத்தில் பல கோடி ரூபாய் ரொக்கமாகவே வருகிறது என்றும், வருமான வரித்துறையால் கைப்பற்றப்பட்ட பணம் முழுவதும் தொழில் ரீதியான வருவாய்தான் என்றும் வாதிட்டார்! ஆக ஒளிவு மறைவின்றி தமிழ்நாட்டில் மணல் கொள்ளை நடந்துள்ளது புலனாகிறது. சேகர் ரெட்டியுடன் நின்றுவிட்ட வருமான வரித்துறை சோதனை மணல் சுரங்கங்களை ஒதுக்கீடு செய்யும் தமிழக அரசின் பொதுப் பணித்துறை மீதும், அதன் அமைச்சராக இருந்த ஓ.பன்னீர் செல்வம், அவருக்குப் பிறகு அத்துறைப் பொறுப்பை ஏற்று, இன்று முதல்வராகவும் உள்ள எடப்பாடி பழனிச்சாமி என்று நீண்டிருக்க வேண்டும். நீளவில்லை, காரணம் அரசியல் ஆதாயம்.

இதில் நாம் எழுப்பும் கேள்வி யாதெனில், ஒரு மாநிலத்துக்குள் ஓடும் ஆறுகள், ஆற்றுப்படுகைகள் ஆகியவற்றின் மீதான ஆளுமை அதிகாரம் இந்திய ஒன்றிய அரசமைப்பின் அதிகாரப் பிரிவுகளின்படி அந்தந்த மாநில அரசுகளுக்கே உள்ளதுதான். என்றாலும் மணல் கொள்ளையினால் ஆறுகள் பயனற்று, பாசனத்துக்கு வழியின்றிச் சுரண்டப்படுகின்றதே இதனை இந்திய ஒன்றிய அரசு தட்டிக்கேட்டிருக்கலாமே? ஏன் கேட்கவில்லை?

இந்திய ஒன்றிய அரசமைப்பின்படி சட்டம் ஒழுங்குப் பிரச்சனை கூட மாநிலங்களின் அதிகாரத்துக்கு உட்பட்டதுதான். ஆனால் சட்டம் ஒழுங்கு சீர்கேடடையும் சூழல் ஏற்படும் போது இந்திய ஒன்றிய அரசு தலையிடுகிறதே. அதனடிப்படையில் இந்நாட்டின் பல மாநில அரசுகள் பதவி நீக்கம் செய்யப்பட்டுள்ளனவே. அதுபோல், இயற்கை வளங்கள் அனைத்தும் நாட்டுக்குரியன என்பதால் அவற்றைப் பயனற்றதாக்கும் நிலை ஏற்பட்டால் இந்திய ஒன்றிய அரசு தலையிட்டுத் தடுத்திருக்கலாமே? வருமான வரித்துறை நடத்திய சோதனைகளில் தொடர்ச்சியாக மாநில அரசின் நிர்வாக அமைப்பின் மீது ஏன் நடவடிக்கை எடுத்திருகக்கூடாது?

அரசியலுக்காகக் கூட இப்பிரச்னையை ஒன்றிய அமைச்சர்கள் எழுப்பவில்லையே, அதுதான் ஐயத்தை எழுப்புகிறது. தமிழ்நாட்டின் ஆறுகளில் மட்டுமே இந்த அளவிற்கு மணல் கொள்ளை நடக்கிறது. கர்நாடகத்திலும், ஆந்திரத்திலும், ஒடிசாவிலும், ஜார்கண்டிலும் இரும்பு உள்ளிட்ட கனிமங்கள் கொள்ளையிட அனுமதிக்கப்படுகிறது. அதுபோல் தமிழ்நாட்டில் மணல் கொள்ளை தடையின்றி நடக்க அனுமதிக்கிறதா சட்டங்கள்?

இதில் தமிழ்நாட்டின் விவசாயிகள் எழுப்பும் கேள்வி மிகவும் தொடர்புடையதாகும். தமிழ்நாட்டு ஆறுகளில் குறிப்பாக காவிரி, கொள்ளிடம் உள்ளிட்ட தஞ்சை மண்டல ஆறுகளில் மணல் கொள்ளையை அனுமதிப்பதன் மூலம் நிலத்தடி நீரற்று விவசாயம் உயிரற்றுப் போவதை ஒன்றிய அரசு அனுமதிக்கிறது. ஒருபக்கம் காவிரியில் தமிழ்நாட்டுக்குரிய நீர் பங்கு கர்நாடக அரசால் மறுக்கப்படுவதை தடுத்து நியாயம் வழங்க ஒன்றிய அரசு மறுக்கிறது. மறுபக்கம் மாநில அரசுகளால் திட்டமிட்டு நடத்தப்படும் மணல் கொள்ளை தடையின்றி நடைபெறுவதை வேடிக்கை பார்க்கிறது. இதன் மூலம் தமிழ்நாட்டின் வளமான காவிரி மண்டலம் வறண்டு போகவும், அதையே காரணமாக்கி ஹைட்ரோகார்பன் திட்டத்தை எதிர்ப்பின்றிச் செயல்படுத்தவும் ஒன்றிய அரசு திட்டமிடுகிறது என்று குற்றம் சாற்றுகின்றனர்.[15]

விவசாயிகளின் குற்றச்சாற்றை மெய்ப்பிப்பதுபோல்தான் காவிரிப் படுகையில் ஓ.என்.ஜி.சி. நிறுவனத்தின் செயல்பாடுகளும், கதிரமங்கலம் கிராமத்தில் ஹைட்ரோகார்பன் திட்டத்தை எதிர்க்கும் மக்களின் மீது அடக்குமுறையைக் கட்டவிழ்த்துவிட்ட நடவடிக்கையும் இருக்கிறது.

விளம்பரத்தில் திட்டங்கள்

விவசாயத்துக்கும் விவசாயிகளுக்கும் பயனளிக்கும் பலத் திட்டங்களை நிறைவேற்றி வருவதாகவும், 2022ஐ இலக்காகக் கொண்டு விவசாயிகளின் வருவாயை இரட்டிப்பாக்கும் முனைப்போடு ஒன்றிய அரசு திட்டங்கள் தீட்டி செயல்பட்டு வருவதாக பிரதமர் மோடியின் படத்தைப் போட்டு இந்திய அரசு இரண்டு பக்க விளம்பரங்களைப் பத்திரிகைகளில் தந்துள்ளது.[16]

தமிழ் நாளிதழ்களில் இரண்டு முழு பக்கங்களுக்குத் தமிழிலேயே அளிக்கப்பட்டுள்ள அந்த விளம்பரங்களில் விவரிக்கப்பட்ட

அரசின் திட்டங்களைப் படிக்கும் விவசாயத்தை அறியாத எவருக்கும் இவ்வளவு செய்தும் விவசாயிகள் ஏன் போராடுகிறார்கள் என்று எண்ணத் தோன்றும். ஆனால் இந்தத் திட்டங்கள் எதுவும் மோடி அரசு நிர்ணயித்துள்ள இலக்கை நோக்கி இந்நாட்டை நகர்த்திச் செல்லாது என்பதை விவசாயிகளால் மட்டுமே உணர முடியும்.

2022ஆம் ஆண்டிற்குள் நமது நாட்டு விவசாயிகளின் வருமானம் இரட்டிப்பாக்குவதற்கு நான்கு முனைகளில் அரசு செயல்பட்டு வருவதாக கூறப்பட்டுள்ளது.

1. வேம்பு தடவிய யூரியா பயன்பாடு மற்றும் இயற்கை வேளாண்மை நுட்பங்களை பயன்படுத்தல் ஆகியன பயிர்ச் செலவை குறைப்பதற்கு வழங்கப்படுகிறது. மேலும் டிஏபி பூச்சி மருந்துகளின் விலை டன்னுக்கு ரூ.2,500 ஆகவும், எம்.ஓ,பி.யின் விலை ரூ.5,000 ஆகவும் குறைந்துள்ளது.

2. உணவுத் தானியங்களின் உற்பத்தியை அதிகரிக்க மண் சுகாதார அட்டைத் திட்டம் மற்றும் நீர்ப்பாசன பரப்பை அதிகரிக்கும் இலக்குக் கொண்ட க்ரிஷி சிக்சாய் யோஜனா திட்டம் ஆகியன அறிமுகப்படுத்தப்பட்டுள்ளன.

3. விவசாயிகளுக்குச் சந்தை வாய்ப்பை அதிகரிக்க மின் தேசிய விவசாயச் சந்தை (E National Agriculture Market ENAM) தொடங்கப்பட்டுள்ளது. இது அவர்களது உற்பத்தியை நாட்டின் எந்தச் சந்தையிலும் விற்கவும், நல்ல விலையைப் பெறவும் வழிவகுக்கும் (உற்பத்திக்குத் தயாரிப்பு என்ற வார்த்தை பயன்படுத்தப்பட்டுள்ளது; மற்றொரு இடத்தில் தானியங்களின் தயாரிப்பை அதிகரிக்க என்று உள்ளது. கடந்த என்ற வார்த்தையை ‘கடன்த’ மூன்று ஆண்டுகளில் என்றெல்லாம் பயன்படுத்தப்பட்டுள்ளது).

4. விவசாயிகளுக்குப் பல்வேறு மாற்று வருமானங்களுக்கு உதவும் ஆடு, மாடு வளர்ப்பு, பால் உற்பத்தி, தோட்டக்கலை, விவசாய வனம், கோழி வளர்ப்பு, மீன் வளர்ப்பு, தேனீ வளர்ப்பு, விவசாய நிலங்களில் பயிர்களுடன் மரங்களை வளர்ப்பதை ஊக்குவிக்கும் ஹர் மேத் பார் பேட் என்ற திட்டம்.

இந்திய ஒன்றிய அரசின் வேளாண் மற்றும் விவசாயிகள் நல அமைச்சகம் வெளியிட்ட விளம்பரத்தில் கண்டுள்ள மேற்கண்ட 4 திட்டங்களினால் விவசாயிகளின் வருவாய் அடுத்த 5 ஆண்டுகளில்

இரட்டிப்பாகப் பெருகுமா என்று ஆராய்வதை விட, இப்போது அவர்கள் எதிர்கொள்ளும் தலையாய சிக்கல்களுக்கு தீர்வு கண்டிட திட்டம் ஏதேனும் உள்ளதா என்று பார்த்தால் அப்படி எதுவும் இல்லாதது வருத்தத்துக்குரியதாகும்.

1. *விலையை நிர்ணயிக்காமை:* நமது நாட்டு விவசாயிகள் கோருவது தங்களுடைய உற்பத்திக்கு நிர்ணயிக்கப்படும் விலை லாபகரமானதாக இருக்க வேண்டும் என்பதே. இதில்தான் அவர்கள் வேளாண் விஞ்ஞானி எம்.எஸ். சாமிநாதன் தலைமையிலான குழு அளித்த பரிந்துரையை அரசு ஏற்க வேண்டும் என்று கேட்கிறார்கள். பயிர்கள் உற்பத்திக்கு ஆகும் செலவோடு கூடுதலாகச் செலவான தொகையில் பாதியை சேர்த்து கொள்முதல் விலை நிர்ணயிக்கப்பட வேண்டும் என்பதே திரு.சாமிநாதன் குழு அரசுக்கு அளித்த பரிந்துரையாகும். இதனை ஏற்பதாகவோ ஏற்பதற்கில்லை என்றோ அரசு இதுவரை கூறவில்லை. ஏதாவது சொன்னால்தானே அது தொடர்பாக நாடாளுமன்ற அவைகளில் விவாதம் வரும், முடிவு செய்யலாம். அப்படி எதுவும் நடக்கவில்லை.

2. *குறைந்தபட்ச ஆதார விலைக் கூட கிடைக்காத நிலை:* விவசாய விளைப்பொருட்களுக்கு அரசு நிர்ணயிக்கும் விலை தங்களுக்குக் கட்டுப்படி ஆகவில்லை என்று விவசாயிகள் தொடர்ந்து கூறிவருவது ஒருபுறம் இருக்க, அந்த விலைகூட சந்தையில் கிடைக்காததே அவர்கள் சந்திக்கும் மிகப் பெரிய துயரமாகும். பருத்தி, கோதுமை, காய்ந்த மிளகாய், பச்சை மிளகாய் என்று அரசு நிர்ணயம் செய்த விலை கிடைக்காமல் விவசாயிகள் நட்டம் அடைகின்றனர். அதுதான் இப்போது ம.பி.யிலும், தெலுங்கானாவிலும், ஆந்திரத்திலும் ஏற்பட்டது. இவை மட்டுமின்றி தர்பூசணி, முட்டை கோஸ், உருளைக் கிழங்கு, தக்காளி, வெங்காயம் என்று அழுகும் பொருட்களுக்கும் பல நேரங்களில் அடக்க விலை கூட கிடைக்காத நிலையில் சந்தைக்குக் கொண்டு வந்த பொருட்களை சாலையில் கொட்டி நசுக்கிவிட்டுப் போன செய்திகள் ஏராளம். ஆனால் மோடி மட்டுமல்ல மன்மோகன் சிங் அரசும் இதற்கெல்லாம் மௌனத்தையே பதிலாக தந்துள்ளார்கள்.

3. *சந்தை சக்திகளே ஆதாயம் அடைகின்றன:* சந்தையின் போக்கை வருகையும் தேவையுமே நிர்ணயம் செய்யும் என்பது (Supply and Demand determines Market Dynamics) சர்வதேச

அளவில் 'ஒப்புக்கொள்ளப்பட்ட' சந்தை விதி. இந்நாட்டில் மட்டும் தேவை ஆண்டுக்கு ஆண்டு வளர்கிறது, அதற்கேற்றார் போல் உற்பத்தியும் சந்தை வரத்தும் அதிகரிக்கின்றன. ஆனால் தேவையை நிறைவு செய்யும் இடைத் தரகர்களும், மொத்த வியாபாரிகளும், சில்லரை வர்த்தகர்களும் லாபம் அடைகின்றனர். மொத்த சந்தைக்கும் ஆதாரமான பொருள் உற்பத்தியாளனான விவசாயி மட்டும் நட்டத்தை சந்திப்பது ஏன்? காய்ந்த மிளகாய்க்கும், பருத்திக்கும், கோதுமைக்கும் தேவை (Demand) குறைந்ததாலா விலை வீழ்ச்சி ஏற்பட்டது? இல்லை. மொத்த வியாபாரிகள் கூட்டுச் சேர்ந்துக்கொண்டு வந்த குவிந்த சரக்கைக் குறைந்த விலை நிர்ணயம் செய்து வாங்கினர். விவசாயி நட்டப்பட்டார். இதுதானே உ.பி.யில் நடந்தது. இந்த மோசடியை முலாயம் பிள்ளை முதல்வர் அகிலேஷ் யாதவும் கண்டுகொள்ளவில்லை, அதுபற்றி தேர்தல் பரப்புரையில் பிரதமர் மோடியும் பேசவில்லை! சந்தை சக்திகளே நிர்ணயிக்கும் என்றால் பிறகு அரசு எதற்கு, வேளாண் மற்றும் விவசாயிகள் 'நலன்' அமைச்சகம் எதற்கு என்ற கேள்வி எழாதா? உலகின் மிக அதிகமான விவசாய மண்டிகளைக் கொண்ட இந்திய நாட்டில் விவசாய விளைப்பொருட்களுக்கு உயர்ந்த விலையை அல்லவா விவசாயி பெற்றிருக்க வேண்டும்? அவ்வாறு ஏன் நடக்கவில்லை? இங்கு மட்டும் ஏன் சந்தை விதி தலைகீழாக செயல்படுகிறது? பதில் சொல்வார்களா நமது நாட்டுப் பொருளாதார மேதாவிகள்?

4. விவசாயிக்கு கற்றுத் தர ஒன்றுமில்லை: வேம்பு தடவிய யூரியா, பயிர்களுக்கு நடுவே மரங்கள் வளர்ப்பது, ஆடு, மாடு, கோழி வளர்ப்பது, முட்டை விற்பது எல்லாம் புதிதாக திட்டம் போட்டு நமது விவசாயிகளுக்கு அரசு கற்றுத்தரத் தேவையில்லை. அவர்களுக்கு மண் பற்றியும் தெரியும், பருவத்துக்கேற்ப பயிர் செய்யவும் தெரியும். ஆண்டாண்டுக் காலமாக வந்துக் கொண்டிருந்த ஆற்று நீர் அண்டை மாநிலத்தால் தடுக்கப் பட்டதால் உருவான சிக்கலுக்குத் தீர்வு காண வேண்டிய அரசு அதனை தட்டிக்கழித்துவிட்டு, உற்பத்தியை பெருக்க வழி சொல்கிறேன், உரம் போட வழிகாட்டுகிறேன் என்றெல்லாம் இந்தி மொழியில் பெயர் சூட்டி விளம்பரம் தருவது ஏமாற்றுச் செயலே.

5. தொழில் நிறுவனங்களுக்குக் கிடைப்பது விவசாயிகளுக்குக் கிடைக்காததேன்? இதுதான் நமது கேள்வி. கண்டுபிடிப்புச்

செலவு அதிகமாகிவிட்டது, எனவே மூலதனச் செலவை ஈடுகட்ட வேண்டும் என்றும், அயல் நாட்டில் இருந்து இறக்கு மதியாகும் விலைக்கு ஈடாக, அதுவும் அந்நிய செலாவணியி லேயே அளிக்கவேண்டும் என்றும் ரிலையன்ஸ் கேட்டால் உடனே அதிகாரமிக்க அமைச்சரவைக் குழு கூடி முடிவெடுத்து அறிவிக்கிறதே, அப்படியான எதாவது ஒரு அறிவிப்பை ஏற்கனவே இருக்கும் விலை மீது 10 விழுக்காடு உயர்த்தித் தருவது என்பதைத் தவிர எந்த முடிவையாவது அறிவித்திருக்கிறதா இந்நாட்டு அரசு?

இங்கு எழுப்பப்பட்டுள்ள கேள்விகள் எதுவும் இந்நாட்டு அரசுக்கோ கட்சிகளுக்கோ தெரியாதது அல்ல, நாடாளுமன்ற அவைகளில் பேசப்படாத ஒன்றும் அல்ல. அவர்கள்தான் பெரும் பான்மை வாக்காளர்கள், ஆனாலும் எதுவுமே நடக்கவில்லையே ஏன்? இன்னமும் நமது நாட்டு விவசாயிகள் நமது அரசியல் கட்சிகளையும், தங்களுடைய அரசியல் நிர்ணய பலத்தையும் உணராததன் விளைவு. அதனால்தான் தொழில்துறை, வர்த்தக நிறுவனங்களுக்கு அள்ளிக்கொடுக்கிற அரசுகள், விவசாயிகளுக்கு கிள்ளிக்கொடுக்கக் கூட முன்வராததற்குக் காரணம். நிறுவனங் களுக்கு கொட்டிக்கொடுத்தால் அவர்கள் கட்சிகளுக்கும் அரசியல் தலைவர்களுக்கும் கூரையை பிய்த்துக்கொண்டு கொட்டிக் கொடுப்பார்கள் என்பதெல்லாம் இந்நாடு அறியாத விடயம் அல்ல. ஆனால் உணவுப் பாதுகாப்புக்கு உழைக்கும் விவசாயிக்கு ஏன் நியாயமான விலை கூடக் கிடைக்கவில்லை என்பதே கேள்வி.

இந்நாட்டின் விவசாயிகளுக்காகவும், விவசாய மேம்பாட்டுக் காகவும் வேளாண் வழிகாட்டி நம்மாழ்வர் ஐயா பேசாததையா அறிவியல் உலகம் பேசிடப்போகிறது? பத்திரிகையாளர் சாய்நாத்தை விடவா விவசாயிகளின் அல்லல்களை இன்னொரு இந்தியர் எழுதிடப் போகிறார்? பிறகு ஏன் நியாயமாகக் கிடைக்க வேண்டியதுகூடக் கிடைக்கவில்லை என்பதற்கான பதிலைத் தேட வேண்டாமா?

பறித்து வளர்ச்சியாம்!

இந்நாட்டின் போக்குவரத்துக் கட்டமைப்பை உருவாக்கவும், விரிவுபடுத்தவும், புதிதாகப் பொருளாதாரத் தொழில் மண்டலங்கள், ஏற்றுமதி மண்டலங்கள் ஆகியவற்றை உருவாக்கிடவும், நியூட்ரினோ, அணு மின் உலைகள் அமைக்கும்

திட்டங்களுக்காகவும் ஒவ்வொரு ஆண்டும் பல பத்தாயிரக் கணக்கில் இந்நாட்டின் விளை நிலங்கள் கையகப்படுத்தப்பட்டு வருகின்றதே, இதனால் பாதிக்கப்படும் விவசாயிகளின் வாழ்வாதாரம் பற்றி இந்திய ஒன்றிய அரசு கவலைப்பட்டதுண்டா?

இன்று காலை ஆங்கில நாளிதழ் ஒன்றில் வந்த செய்தி: மராட்டிய மாநிலம் நாக்பூரையும் மும்பையையும் இணைக்கும் அதிவேக சாலைக்காக தங்கள் விளை நிலங்கள் பறிக்கப்படுவதை ஏற்கமாட்டோம் என்று கூறி, இப்பாதையில் உள்ள சின்னார் ஒன்றியத்துக்குட்பட்ட சிவாண்டே கிராமத்து மக்கள் துயரமான ஒரு அடையாளத்தோடு போராட்டம் நடத்தி வருகின்றனர். ஷாயாத்திரி மலைத் தொடரின் அடிவாரத்தில் உள்ள வளம் மிகுந்த இக்கிராமத்து மக்கள் முழுக்க முழுக்க கிணற்று நீரைச் சார்ந்தே விவசாயம் செய்து வருகின்றனர். இக்கிராமத்தின் 136 ஏக்கர் நிலங்கள் அதிவேக சாலைத் திட்டத்துக்குக் கையகப்படுத்தியுள்ளார்கள். இந்த 136 ஏக்கரில் மட்டும் 60 பாசனக் கிணறுகள் இருக்கின்றன. இவை அனைத்தையும் இழந்து தங்களால் வாழ முடியாது என்று கூறும் சிவாண்டே மக்கள், ஒவ்வொரு கிணற்றின் அருகேயும் ஒரு தூக்குக் கயிற்றை தொங்கவிட்டு போராடி வருகின்றனர். தங்கள் நிலத்தைக் கையகப்படுத்தினால் தூக்கில் தொங்கி உயிர் விடுவோம் என்று அறிவித்துள்ளனர் [17].

கிணறுகளை இழக்கப்போவது மட்டுமின்றி, இவர்களின் கோபத்துக்கு வேறொரு காரணமும் உண்டு என்று அச்செய்தி கூறுகிறது. கடந்த சாகுபடியில் வெங்காயம், தக்காளி, குடைமிளகாய், உருளைக்கிழங்கு, பூசணிக்காய் என்று நல்ல விளைச்சலைக் கண்டுள்ளார்கள். ஆனால் சந்தையில் இவர்கள் எதிர்பார்த்த விலை கிடைக்கவில்லை, அதனால் ஏற்பட்ட ஏமாற்றமே இப்போது கடுமையான எதிர்ப்பாக மாறியுள்ளது.

தங்களுடைய விளைச்சலுக்கான விலையை அரசுகள் உறுதி செய்யவில்லையெனில் அரசுகளின் மீது மக்கள் நம்பிக்கை இழப்பார்கள் என்று சொன்னது இந்த அடிப்படையில்தான்.

ஒன்றை அழித்து மற்றொன்றை உருவாக்க இயலாது. மாறாக ஒன்றைச் சீரமைத்தே மற்றொன்றை, புதிய ஒன்றை உருவாக்க இயலும். இது தெரிந்ததே எனக் கூறிலாம். ஆனால் இதனைக் கடைப்பிடிப்போர் எத்தனை பேர்? மேற்காண்பவற்றைத் தனி மனிதர்களோ சிறு பலம் உடையவர்களோ செய்வதும் தவறேயாகும். அப்படியான நிலையில் நாட்டை ஆள்பவர்கள்

செய்வது எவ்வளவு பெரிய வீழ்ச்சியைத் தோற்றுவிக்கும் என்று எண்ணிப் பார்க்க வேண்டாமா?

விவசாயத் தொழிலால் உருவாகும் கழிவுகள் என்பது நிலையானதோ பயன்றறதோ அல்ல. மாறாக, ஒவ்வொரு உற்பத்திக்கும் பின்னர் உருவாகும் கழிவுகள் மற்றொன்றுக்கு பயனுடையதாக அமைகிறது. இந்நிலை முற்றுப்பெறுவதே இல்லை. இதை இயற்கையின் படைப்புச் சுழற்சி முறை ஆகும். ஆகவே இயற்கை சார்ந்த தொழிலான விவசாயத்தை மேம்படுத்தி எல்லையில்லாமல் பயன்களைப் பெருக்கிக் கொள்வதே சிறப்பான செயல்முறையாகும். இதனை உணராமல் ஏதேதோ புதுவித மன மயக்கத்தால், அறிவுப் பூரிப்பால் லாபகரமான தொழில்கள் என்று பட்டியலிட்டு, அதனைச் செய்யத் தூண்டி, பெருமளவுக்கான சலுகைகளை வாரி வழங்கி, மானியங்களை, நிலங்களை ஒதுக்கீடு செய்து அதிலும் பெரு நிறுவனங்களை வளர வைத்து, வளரவிட்டு அதன் கைப்பாவையாகத் தலைமைகள் மாறிப்போவது நாட்டையே பாழ்படுத்தும் செயலல்வா?

கொள்ளை லாபம் அடையும் பெரு நிறுவனங்களுக்குச் சரிவு ஏற்படும்போதும், வங்கிக் கடன்களைத் திரும்பச் செலுத்தாத போதும் மத்திய அரசால் தள்ளுபடி செய்யப்பட்ட, சலுகைகள் வழங்கப்பட்ட தொகைகள் எத்தனை லட்சம் கோடிகள்? அதைவிடப் பல மடங்கு குறைவான விவசாயக் கடன்களை ரத்து செய்து விவசாயிகளையும், அதனால் விவசாயத் தொழில்களையும் காப்பதுதானே மிகவும் முக்கியம். இதனைச் செய்யாதது மட்டுமின்றி, மேன்மேலும் விவசாயிகளை கடன்களை வட்டியுடன் கட்டியே ஆக வேண்டும் என்று கட்டாயப்படுத்துவது, மிரட்டுவது எவ்வகை அவலமான செயல் என்பதை நாட்டின் மீது அக்கறையுடைய ஒவ்வொருவரும் எண்ணிப் பார்க்க வேண்டும்.

அரசியல்வாதிகள் கையூட்டுப் பெறாமல் எவ்விதச் சலுகை களையும் எவருக்கும் செய்ய மாட்டார்கள் என்ற நிலை மாறி, கையூட்டு பெறுவதற்காக மட்டுமே பெரு நிறுவனங்களுக்குத் தேவையற்ற சலுகைகளை அளிக்கும் நிலைக்கு மருவிப்போய் விட்டனர்! நாட்டுக்கான சேவைப் பணிகள் பட்டியலில் விவசாயத் தொழிலை முதலில் வைக்க வேண்டும். அப்போது இந்நாட்டின் உணவுத் தேவைகள் தன்னிறைவை அடைந்து பல நாடுகளுக்கு உணவுப் பொருட்களை ஏற்றுமதி செய்யும் நிலைக்கு உயரலாம். அரசும், அரசு நிறுவனங்களும் மக்களுக்குச் சேவை செய்யவே

என்பதை உணராமல், மறந்து மக்களை, அவர்களின் வாழ்க்கையை நிர்ணயிக்கும் வல்லமையாளர்கள் என்கிற மமதையில் செயல் படுவதே இந்நாட்டுக்குப் பெரும் பின்னடைவை உருவாக்கியுள்ளது.

சேவை செய்ய முற்பட்டால் மட்டுமே சேவை செய்வோரை மதிக்கத் தெரியும். கொள்ளையருக்குக் கொள்ளை லாபம் தருவோரையும், கொள்ளை லாபங்களைத் தரும் தொழில்களையும் மட்டுமே மதிக்கத் தெரியும்.

விவசாயத்தை உண்மையாக வளர்த்து இந்நாடு கிரீடம் சூடுவதும், விவசாயத்தை ஒதுக்கிப் பல நாடுகளுக்குக் காலனியாகி காலணியாவதும் தலைமைகளின் கையில் உள்ளது அவ்வளவே.

விவசாயத்தை இந்நாட்டின் பசிப் பிணியைப் போக்கிடும் புனிதப் பணியாகப் பார்த்த இந்நாடு, அதனை பெரும் லாபம் கொழிக்கும் தொழிலாகப் பார்த்துப் பலன் பெற நினைக்கும் வர்த்தகச் சிந்தனைக்கு ஆட்பட்ட ஆட்சியாளர்களைக் கொண்டுள்ளது அதுதான் பிரச்னை. அதனை அடுத்த அத்தியாயத்தில் பார்ப்போம்.

ஆதாரக் குறிப்புகள்:

1. Forest Holocaust: up to 80% of forest area of the world were destroyed and every year 13 million hectares of forest destroyed. Deforestation and desertification. National Geographic.
2. Five killed in Farmers agitation in MP, Business Line, July 07, 2017.
   ம.பி. போலீஸ் சுட்டதில் 5 விவசாயிகள் பலி. தினமணி, ஜூலை 07,2017.
3. கதிராமங்கலத்தில் போலீஸ் கெடுபிடி, கிராம மக்கள் அதிருப்தி, தினமணி, ஜூன் 06, 2017.
4. Ministers assured the delegation (Neduvasal people representative) that the work on the field will start when Government of Tamil Nadu addresses the local concerns in consultation with Central Government. http://pib.nic.in/newsite/pmreleases.aspx?mincode=20
5. Final Order of the Cauvery Water Disputes Tribunal. 5th February 2007

6. Interstate River Water Disputes Act. (Amendment) Bill 2017.
7. Centre okays kharif MSP; decision secret amid farmers' protest, PTI, Business Line, June 08, 2017.
8. Chilli farmers in Telangana, AP See Red, Business Line, April 06, 2017.
9. Handcuffing farmers: a blatant violation of Human Rights: Congress, The Hindu
10. Green Chilli price drops by half as Saudi reject flood Vashi APMC market, By Ankoor Anvekar, Mid Day
11. Professor M.S. Swaminathan urges government to implement farmer's commission report for support price of grains, www.mssrf.org
12. Farmer loan waiver can lead to fiscal slippages, cautions RBI Governor, Indian Express
13. இருந்தால்தானே அள்ளுவதற்கு அதிரவைக்கும் மணல் கணக்கு! ஜூனியர் விகடன், மே 05, 2017.
14. ஆற்று மணலும் மாற்று வழியும் பழ.நெடுமாறன். தினமணி, மே 08, 2017.
15. ஹைட்ரோகார்பன் திட்டங்களுக்கு எதிரான போராட்டங்களில் இக்குற்றச்சாற்று ஒலிக்கிறது.
16. அதிகாரம் பெற்ற விவசாயி, வளமான இந்தியா என்ற தலைப்பில் இந்திய அரசின் வேளாண்மை மற்றும் விவசாயிகள் நல அமைச்சகம் வெளியிட்டுள்ள அறிக்கை. நாள் ஜூன் 18, 2017.
17. Along 'Highway to hell' farmers keep a noose ready, Business Line, June 22, 2017.

- 10 -

விதையாலும் வஞ்சம் விலையாலும் வஞ்சம்

நமது நாட்டில் ஆட்சிக்கு வந்த கட்சிகள் அனைத்தும் தேர்தல் நேரத்தில் 'நாங்கள் ஆட்சிக்கு வந்தால்' என்று முன்வைத்த தேர்தல் அறிக்கையுடன், அக்கட்சி ஒன்றிய அரசில் 5 ஆண்டுகள் ஆட்சி செய்து முடிந்த பிறகு பின்னோக்கிப் பார்த்தால் சொன்னதை யெல்லாம் மறந்திருப்பார்கள், சொல்லாததையெல்லாம் செய்திருப்பார்கள். இதுதான் நமது நாட்டு அரசியலின் மறுக்க முடியாத, ஆதாரபூர்வமான நிஜம்.

பெரும்பான்மை வாக்காளர்களாக இருக்கக்கூடிய சாதாரண மக்கள் இவர்களில் ஏழை, எளிய, விவசாயி, தொழிலாளி, நடுத்தரப் பணியாளர்கள், வெள்ளுடை இடை நிலை அரசு, தனியார் பணியாளர்கள், சில்லரை வியாரிகள், விளிம்பு நிலை சேவகர்கள் என்று நமது நாட்டின் 90 விழுக்காட்டு மக்களின் வாக்குகளைப் பெறுவதற்கு வார்த்தைகளால் வடிக்கும் ஏமாற்று கதைவசனக் கோர்வையே தேர்தல் அறிக்கையாக இருக்கிறது. இதில் அங்கதம் என்னவென்றால் நமது நாட்டு மக்கள் தேர்தலையும் சரி, தேர்தல் அறிக்கைகளையும் சரி சிரத்தையுடன் அணுகுவதில்லை. எனவே, தங்கள் தலையெழுத்தைத் தீர்மானித்துக்கொள்ளும்

உரிமையிருந்தும் அதனை அசட்டையாகப் பயன்படுத்திய மக்களிடமிருந்து ஆளும் அதிகாரத்தைப் பெறுபவர்கள் அவர்களைப் பற்றிக் கவலைப்படுவதைவிட அவர்கள் அளித்த அதிகாரத்தை தக்க வைத்துக்கொள்வதற்கு கையாள வேண்டிய 'வழிமுறை'களை மிக ஆழமாக சிந்தித்துச் செயல்படுத்து கிறார்கள், இதுவே நமது நாட்டில் இன்றளவும் நீடித்துவரும் ஆட்சியைக் கைப்பற்றுவதற்கான அரசியல் பாதை.

நமது நாட்டின் அரசியல் ஆளுமைகளாக இருப்பவர்கள் அதாவது தலைவர்கள் என்பவர்களுக்கு இந்நாட்டு மக்களின் தேவைகள் பற்றிய அடிப்படை புரிதல்கள் நிச்சயம் உண்டு, மறுப்பதற்கில்லை. ஆனால் அதனையும் தாண்டி, இந்நாட்டின் பொருளாதாரத்தைப் பற்றியோ, எதிர்கால வளர்ச்சி பற்றியோ, நாட்டு மக்களின் வாழ்வில் எய்தப்பட வேண்டிய இலக்குகள் பற்றிய ஒரு லட்சியப் பார்வையோ சற்றும் இல்லாதவர்கள். அப்படிச் சொல்வதைவிட அதையெல்லாம் கிஞ்சித்தும் அறியாதவர்கள் எனலாம். அரசியல் ஆளுமைகள் மட்டுமல்ல, அவர்களின் கட்சியும் கூட, அதிகார அமைப்புக்குள் இடம் பெற வேண்டும் என்கிற ஒற்றை அபிலாசையைக் கொண்டவர்களாகக் கட்டமைக்கப்பட்ட ஒரு செயல்படும் அமைப்பே. இதைத்தாண்டி இந்நாட்டின் கட்சி களுக்குள் பெரிதாகத் தேட எதுவுமில்லை.

இந்த பலவீனத்துடன் ஆட்சிக்கு வரும் அரசியல் ஆளுமைகள், ஆட்சி நிர்வாக அமைப்பை நடாத்திச் செல்லும் இந்திய ஆட்சிப் பணி, இந்திய அயலுறவுப் பணி போன்ற நிர்வாகத் 'தகுதி' பெற்ற ஆளுமைகளால் வழிநடத்தப்படுகின்றனர். இவர்களின் துணையின்றி இந்நாட்டில் வர்த்தகமோ, தொழிலோ, வணிகமோ தாங்கள் எதிர்பார்க்கும் அளவுக்கு வளர்த்திட இயலாது என்பதை உணர்ந்த தொழில் வர்த்தக நிறுவன வணிகர்கள், நிர்வாக ஆளுமைகளுடனும், ஆட்சித் தலைமைக்கும், ஆளும் கட்சியின் தலைமைக்கும் நெருக்கமான தொடர்புகள் மூலம் சட்டத்துக்கு அப்பாற்பட்ட ஓர் செயல் இணைப்பை ஏற்படுத்துகின்றனர். ஆட்சியாளர்கள் + நிர்வாகத்தினர் + தொழில் வர்த்தக சக்திகள் ஆகியன ஒன்றிணைந்து தங்களை உறுதியாக நிலைநிறுத்திக் கொண்டு செயல்படும்போது ஆட்சியின் போக்கு பொதுவான மக்கள் நலன் என்கிற பாதையில் இருந்து பிறழ்ந்து தொழில் வர்த்தக நலனையும் சுரண்டலையும் உறுதிசெய்யும் பாதையில் பயணிக்கத் தொடங்குகிறது. இந்த முக்கூட்டின் விளைவே ஊழலாகவும், தடையற்ற கொள்ளையாகவும், தேர்தலையும்,

ஜனநாயகத்தையும் மறைமுகமாக நின்று இயக்கும் ஆற்றல்மிக்க வல்லமையாகவும் உருவெடுத்துள்ளது.

இதன் உச்சமான வளர்ச்சிதான் ஆட்சிமையை (Governance)மக்கள் நலன் சார்ந்த நோக்கில் இருந்து தொழில் வர்த்தக நலன் சார்ந்த முதலீட்டுக்குத் துணைபோகும் ஆட்சிமையாக வடிவமைக்கிறது. இந்த நிலையில்தான் அரசின் திட்டங்களும் கொள்கை முடிவுகளும் பார்வைக்கு வளர்ச்சிக்கானது, மக்களுக்கு பயனளிப்பது போன்ற தோற்றத்தைக் கொடுத்து உண்மையான நோக்கில் அது தொழில் வர்த்தக நலனை அதாவது லாபத்தை உறுதிப்படுத்தும் செயலாகப் பரிணமிக்கிறது.

மக்களை மையப்படுத்திய ஆட்சிமை என்பதை அதில் ஆயிரம் குறைகள் இருந்தாலும் இந்நாடு விடுதலை பெற்றுப் பின் குடியரசாக மலர்ந்த பல பத்தாண்டுகள் நீடித்தது என்பதையும் மறுப்பதற்கில்லை. ஐந்தாண்டுத் திட்டங்களை அறிவித்து, பொருளாதார வளர்ச்சியை இலக்காகக் கொண்ட செயல்பாட்டைக் இந்நாட்டு அரசுகள் கொடுத்த காலம் இருந்தது. அது 1992ஆம் ஆண்டுக்குப் பின், இந்நாடு தாராளமயமாக்கல் என்ற சந்தைப் பொருளாதாரப் பாதையில் நடைபோடத் தொடங்கிய பிறகு மேற்கூறிய தன்மை களைக் கொண்ட இரண்டாம் வகை ஆட்சிமையாக வலிமையாகக் காலூன்றி ஆண்டுகொண்டிருக்கிறது.

அன்றைய ஆட்சியாளர்கள் சொல்வதில் நேரடி பொருள் கொள்ள முடிந்தது. இன்றைய ஆட்சியாளர்களின் சொற்கள், பிறகு அவர்களின் செயல்பாட்டில் இருந்து புரிந்துகொள்ள வேண்டிய அவசியத்தை உண்டாக்கியுள்ளது. இதுதான் வேறுபாடு.

அன்று கொள்கை வகுப்பென்பது அதன் இலக்கு எதுவோ அதனை நேரடியாகச் சுட்டி நின்றது. இன்றைக்கு கொள்கை அறிவிப்பு என்பது வளர்ச்சி என்கிற போர்வையுடன் நாட்டு மக்கள் புரிந்துக் கொள்ள முடியாத வார்த்தைகளால் நிரப்பப்பட்டு, அவர்களின் நலனைப் புறந்தள்ளி நடைமுறைப்படுத்தப்படும் வேறொரு மறைமுக நோக்கத்தைக் கொண்டதொரு வழிமுறையாகியுள்ளது.

மக்கள் சந்தை இந்தியா சந்தையின் தலைவன்

விடுதலை பெற்ற நாள் முதல் 1992ஆம் ஆண்டு வரை நம் நாடு உலகின் பெரும் ஜனநாயக நாடாகவும், பண்பாட்டுப் பூமியாகவும், உலகுக்கே வழிகாட்டுதலைத் தரக்கூடிய ஆன்மிக

பூமியாகவும் மதிக்கப்பட்டது. பன்முகத் தன்மையுடன் பல்வேறு பிரிவு மக்கள் இசைவுடன் வாழும் முன்னுதாரண நாடாகப் போற்றப்பட்டது. அமெரிக்கா, ரஷ்யா என்ற இரு துருவ உலக அரசியலில் நூற்றுக்கும் அதிகமான வளரும் நாடுகளை ஒன்றிணைத்து மூன்றாம் உலக நாடுகளின் பலத்தைப் பறைசாற்றிய அணி சேரா நாடுகள் அமைப்பைப் பலப்படுத்திய மதிப்புமிக்க நாடாக இந்நாடு உலக நாடுகளால், அதன் தலைவர்களால் மதிக்கப்பட்டது.

இன்று அப்படியல்ல, உலகின் மிகப் பெரிய ஜனநாயக நாடு என்று நாம் சொல்லிக்கொள்கிறோம். ஆனால் உலகத்தைப் பொறுத்த வரை? நாம் ஒரு மாபெரும் சந்தை. இந்தக் கால் நூற்றாண்டு காலத்தில் நமது நாட்டின் வளத்தையும், நமது மக்களின் வாங்கும் திறனையும் ஒரு மாபெரும் சந்தையாக நம் தலைவர்கள் உலகுக்குக் காட்டியுள்ளார்கள். வளத்தையும் எடுக்க அனுமதி, அந்த வளத்தையும், அதனைக் கொண்டு உருவாக்கப்படும் பொருட்களையும் எங்கேயும் விற்க அனுமதி என்ற நம் தாராளமயமாக்கலை மகிழ்ந்து ஏற்றது சர்வதேசம்.(1)

இந்நாட்டின் வளர்ச்சியை நீங்கள் பார்த்துக்கொள்ளுங்கள் என்று தங்கத் தட்டில் வைத்து என்றைக்கோ இந்நாடு அயல் நாட்டு மூலதனங்களுக்கு தாரை வார்த்துக்கொடுத்துவிட்டது. வாருங்கள் வாருங்கள் என்று அவர்களின் முதலீடுகளை அழைக்க இந்நாட்டின் பிரதமர்கள் அயல் நாட்டுப் பயணங்களை அயராது மேற்கொண்டு வருகின்றனர்.

இதோ, நமது நாட்டுப் பிரதமர் நரேந்திர தாமோதர்தாஸ் மோடி அவர்கள், தரையிறங்காத பறவையாக அயல்நாட்டு வானங்களில் பறந்தவண்ணம் இருக்கிறார். கடைசியாக ரஷ்யாவின் பீட்டர்ஸ்பர்க் நகரில் அந்நாட்டு அதிபர் விளாடிமிர் புட்டினுடன் நடந்த சந்திப்புக்குப் பின் அவர் ஆற்றிய உரையில், ''120 கோடி மக்களைக் கொண்ட மிகப் பெரிய சந்தையாக இந்தியா விளங்கி வருகிறது. இந்தியாவில் விவசாயம் முதல் பாதுகாப்புத் துறை வரை முதலீடு செய்ய ஏராளமான வாய்ப்புகள் உள்ளன. இந்தியாவில் அரசியல் நிலைத்தன்மையும் சிறப்பான நீதித் துறையும் உள்ளது. இந்தியாவில் முதலீடு செய்ய வானமே எல்லையாக உள்ளது'' என்று பேசியுள்ளார்.(2)

பிரதமர் மோடியின் பேச்சில் கவனிக்கத்தக்க பகுதியைப் பாருங்கள். விவசாயம் முதல் பாதுகாப்புத் துறை வரை முதலீடு செய்ய

ஏராளமான வாய்ப்புகள் உள்ளன என்றும், இந்தியாவில் முதலீடு செய்வதற்கு வானமே எல்லை என்றும் வெளிப்படையாக அழைப்பு விடுத்துள்ளார். நமது நாட்டின் முன்னேற்றத்துக்கு அயல் நாட்டுத் தொழில்நுட்ப உதவிகளை நாடிய காலம் இருந்தது. அப்படிப்பட்ட தொழில்நுட்ப ஒத்துழைப்பைக் கொண்டுதான் இந்நாட்டின் நெய்வேலி அனல் மின் நிலையம் முதல் பாபா அணுசக்தி மையம் வரை உருவாக்கப்பட்டது. இந்தியா முதல் அணு குண்டு சோதனை நடத்திய பிறகு அப்படிப் பட்ட தொழில்நுட்ப உதவிகளை அளிக்க சர்வதேச வல்லாதிக்கங் களும், அவற்றின் கூட்டாண்மை நாடுகளும் மறுத்தனர். ஆனால், அந்த முடிவுகளால் இந்நாட்டின் தொழில்நுட்ப வளர்ச்சி முடங்கிடவில்லை, தன்னளவில் தன்னிறைவு என்ற கொள்கைப் பாதையில் சென்ற இந்தியாவுக்குத் தொழில்நுட்ப உதவிகள் மறுக்கப்பட்டதால் வளர்ச்சியில் எந்த சுணக்கமும் ஏற்பட வில்லை. இதனை இந்நாட்டுக்கு எதிரான முடிவை எடுத்த வல்லாதிக்கங்களும் உணர்ந்தன.

அன்றைக்கும் இந்த நாடு வளரும் நாடுகள் வரிசையில் பட்டியலிடப்பட்ட ஒரு ஏழை நாடுதான். இன்றும் உலகில் அதிகமான எண்ணிக்கையில் வறுமைக் கோட்டுக்குக் கீழ் வாழும் மக்களைக் கொண்ட ஏழை நாடுதான் இந்தியா. உணவுப் பற்றாக்குறை ஏற்பட்டபோது ஒருபக்கம் கோதுமை உள்ளிட்ட உணவுப் பொருட்களை இறக்குமதி செய்தது, மறுபக்கம் இன்றைக்கு தவறென்று உணரப்பட்டாலும் பசுமைப் புரட்சி மூலம் ரசாயன உரங்களைப் போட்டு உணவு உற்பத்தியை அதிகரித்துத் தன்னிறைவை மீண்டும் எட்டியது. ஆனால், அந்த நிலையிலும் இந்த நாடு 'நாங்கள் முன்னேற வேண்டுமானால் உங்கள் முதலீடு இன்றி வேறு வழியில்லை' என்று இன்று நமது அரசுகள் கூறுவதுபோல் சொல்லிடவில்லை. ஆனால் புதிய பொருளாதாரப் பாதையில் நாட்டைக் கொண்டு செல்பவர்கள் அந்நிய முதலீடு இல்லையேல் என்ன செய்ய முடியும் நம்மால் என்று பேசுகிறார்கள்! என்ன செய்வது, ஏதுமறியாத மக்கள் நாம், பொருளாதாரம் என்பது சாதாரண மக்களும் புரிந்துகொள்ளும் ஒன்றல்லவே. எனவே புரியாத ஊமையாய் இந்நாட்டு மக்கள் ஏற்றுக்கொண்ட ஆட்சிமை, இன்றைக்கு முதலீடு செய்ய வாருங்கள் என்று பிரதமர் சென்று நாடு நாடாக அழைப்பு விடுத்துவருகிறார்.

இவ்வாறு வெற்றிலைப் பாக்கு வைத்து விடுத்த அழைப்பை ஏற்று வரும் முதலீட்டாளர்கள், தங்கள் முதலீடுகள் பெருகி வளர என்னென்ன வசதிகள் செய்து தருவீர்கள் என்று கேட்பார்கள் அல்லவா? அதற்கான வழிகள் என்று தாங்கள் கருதுவதை நிறைவேற்றித்தர முடியுமா என்றும் கேட்பார்களல்லவா?

அந்நிய முதலீட்டே கொள்கை

இந்தக் கேள்விகளுக்கெல்லாம் பதில்தான் கொள்கை வகுப்பு என்பதாகும். கொள்கை வகுப்பின் உண்மையான பொருள் யாதெனில், இந்நாட்டில் செய்யப்படும் அந்நிய நேரடி முதலீடுகளில் (FDI) இருந்து பங்குச் சந்தைகளில் செய்யப்படும் அந்நிய நிறுவன முதலீட்டாளர்கள் (FII) வரை அவர்களுடைய முதலீட்டுக்கு எதிர்பார்க்கும் வருவாயை உறுதி செய்வதாக அரசு அமைப்புகளின் செயல்பாடு அமைய வேண்டும் என்பதே. இரண்டாவதாக, முதலீட்டுக்கான வர்த்தக வழிமுறைகளை எளிதாக்கிட வேண்டும். இதனை முதலீட்டுச் சூழல் (Investment climate) என்றழைக்கின்றனர். மூன்றாவதாக அந்நிய முதலீட்டாளர்கள் மிகவும் எதிர்ப்பார்ப்பது வர்த்தகத் தடைகளை அகற்றுவது. இதனை வர்த்தகத்துக்கு உதவும் நடைமுறைகள் (Trade facilitation) என்றழைக்கின்றனர். அதாவது நமது நாட்டிலேயே நமக்குத் தேவையான பொருட்கள் தேவையான அளவுக்குக் கிடைத்தாலும், நமது உற்பத்தியாளர்கள் பாதிக்கப் படக்கூடாது என்பதற்காக அதே பொருட்களை இந்நாட்டுக்குள் இறக்குமதி செய்யப்படுவதைத் தடுக்கும் பொருட்டு இறக்குமதித் தீர்வைகளை நடைமுறைப்படுத்தியிருக்கிறோம். இதனால் அயல் நாட்டுப் பொருட்கள் இந்தியச் சந்தைக்கு வந்தாலும் அது உள்ளூர் பொருட்களை விட அதிகமான விலைக்கு மட்டுமே விற்கும் நிலை. இதனை வர்த்தகத் தடை என்றும், ஆகவே அகற்றிட வேண்டும் என்றும் அயல் நாட்டு முதலீட்டாளர்கள் உலக வர்த்தக அமைப்பின் (WTO) மூலம் கேட்கின்றனர். இவற்றை எந்த அளவுக்கு இந்நாடு ஏற்கிறது என்பதைப் பொறுத்தே முதலீடுகளின் வரத்து அதிகரிக்கும்.

பிரதமர் விடுத்த வேண்டுகோளில் விவசாயம் முதல் பாதுகாப்பு வரை என்றல்லவா கூறியுள்ளார்? பாதுகாப்புத் துறையில் முதலீடு செய்ய எப்படியான வழிமுறை என்பதை இந்நாட்டின் நிதியமைச்சரும் பாதுகாப்பு அமைச்சக பொறுப்பையும் கூடுதலாக

ஏற்றுள்ள அருண் ஜெட்லி அவர்கள், Strategic tie-ups என்று கூறியுள்ளார். அதாவது அதி நவீன ஆயுதங்கள், போர் விமானங்கள், போர்க் கப்பல்கள், ஏவுகணைகள் ஆகியவற்றில் மட்டுமே அந்நிய நேரடி முதலீட்டுக்கு அனுமதி என்றும், இதில் முதலீடு செய்யும் நிறுவனங்கள் இந்தியாவுடனான கூட்டுத் தயாரிப்புக்கும் ஒப்புக்கொள்ள வேண்டும் எனவும் கூறியுள்ளார். இதனைப் புரிந்துகொள்ள முடிகிறது. ஆனால் விவசாயம் முதல் என்று பிரதமர் மோடி கூறியுள்ளாரே, அதை எப்படிப் புரிந்து கொள்வது?

இந்நாட்டு விவசாயிகள் கடந்த ஆண்டில் பருவ மழைகள் போதுமான அளவுக்குப் பெய்யாமை, பாசன அணைகளில் நீர் அளவு குறைந்த நிலையிலும் அரசு நிர்ணயித்த இலக்குகளைத் தங்களது உற்பத்தியின் மூலம் எட்டியுள்ளார்கள் என்று பெருமை யோடு விளம்பரம் அளித்துள்ளது இந்நாட்டு அரசு. 201516ஆம் நிதியாண்டில் நமது நாட்டின் ஒட்டுமொத்த உணவு உற்பத்தி அரிசி, கோதுமை, பருப்பு வகைகள், எண்ணெய் வித்துக்கள் ஆகியன உட்பட 25.316 கோடி டன்கள். இந்த உற்பத்தி அளவு 2014 -15ஆம் ஆண்டு உற்பத்தியை விட 11.4 லட்சம் டன்கள் அதிகம்.

2016-17ஆம் நிதியாண்டில் ஒட்டு மொத்த உணவு உற்பத்தி 27.01 கோடி டன் என இலக்கு நிர்ணயிக்கப்பட்டுள்ளதாக வேளாண் அமைச்சர் கூறியுள்ளார். நாட்டின் வட மாநிலங்களில் தென்மேற்குப் பருவமழை நன்கு பெய்துள்ளதால் இது சாத்தியம் ஆகும் என்று நம்பி வேளாண் அமைச்சர் நிர்ணயித்த இலக்கை விவசாய உற்பத்தி எட்டியுள்ளது.

பருப்புத் தேவையை நிறைவு செய்ய இறக்குமதியைச் சார்ந்திருக்கும் நம் நாடு, கடந்த நிதியாண்டில் அதற்கு முந்தைய ஆண்டை விட 3.5 லட்சம் டன் கூடுதலாகப் பருப்பு உற்பத்தியைச் செய்து இறக்குமதிச் சுமையைக் குறைத்திருக்கிறது. ஒட்டு மொத்தமாக 2.25 கோடி டன்கள் கூடுதலாக உணவு உற்பத்தி ஆகியிருப்பது நாட்டின் சாதனை.

நாட்டின் உணவு உற்பத்தி இலக்கை அசாதாரண பருவ மழை சூழல்களிலும் சிறப்பாக சாதித்த நமது நாட்டு விவசாயிகள், அரசின் எதிர்பார்ப்பை நிறைவேற்றினார்கள். ஆனால் அவர்கள் விளைவித்த உணவுப் பொருட்களுக்கு இந்நாட்டுச் சந்தைகளில் உரிய விலை கிடைக்க அரசுதான் உறுதி செய்யவில்லை.

ஏமாற்றப்பட்டார்கள், வன்முறை ஏற்பட்டது, துப்பாக்கிச் சூடு நடந்தது, 6 பேர் செத்திருக்கிறார்கள்.

இருக்கட்டும் இங்கு எழுப்பிய கேள்விக்கு பதில் காண முற்படுவோம். விவசாயத் தேவையை அரசு நிர்ணயித்த உற்பத்தி இலக்கை நமது நாட்டு விவசாயிகள் எட்டிவிட்டார்களே, பிறகு எதற்காக விவசாயத்திலும் முதலீடு செய்ய வாருங்கள் என்று அந்நிய முதலீட்டாளர்களுக்கு நமது பிரதமர் வேண்டுகோள் விடுக்கிறார்?

இந்த இடத்தில்தான் நாட்டு நலன் என்ற பார்வைக்கும் சந்தை மதிப்பை பார்த்து தங்கள் முதலீடுகளுக்கான 'நல்' வாய்ப்பை எடைபோடும் அந்நிய, உள்நாட்டு முதலீட்டாளர்களின் பார்வைக்கும் அடிப்படை வேறுபாடு உள்ளது. இந்திய நாடு ஒரு பழமையான சந்தையாகவே தொடர்கிறது, அதனை முறைப் படுத்தினால் முதலீடுகளுக்கு பெரும் வாய்ப்பு அதாவது லாபம் ஈட்டும் வழிவகை பெருகும் என்பதே முதலீட்டாளர்களின் கணக்காகும். அவர்களைப் பொறுத்தவரை இது ஒரு சிதறிய சந்தை (scattered market), உள்ளூர் சந்தைகளால் மக்களின் தேவைகள் நிறைவு செய்யப்படுகின்றன. ஆனால் இதனை விரிவுபடுத்தினால் அதனால் விவசாய விளைபொருட்களுக்கு சந்தை மதிப்பு உயரும் என்று சொல்கிறார்கள்.

இந்த அடிப்படையில்தான் இந்நாட்டின் விவசாய சந்தைகள் (மண்டிகள்) இணையத் தொழில்நுட்பம் மூலம் இணைக்கப் பட்டன. அதுவே மின் தேச வேளாண் சந்தையாகும் (ENational Agriculture Market E NAM). ஆனால் எதிர்பார்த்த பலன் விவசாய உற்பத்திகளுக்குக் கிடைக்கவில்லையே. கோதுமைக்கும், காய்ந்த மிளகாய், பச்சை மிளகாய், பருத்தி, வெங்காயம் என்று இந்த ஆண்டில் எந்த ஒரு பொருளுக்கும் விலை கிடைக்கவில்லையே? பிறகு சந்தைகளின் இணைப்பினால் பயன் கிடைக்கும் என்கிற திட்டம் அல்லது எதிர்பார்ப்பு தோல்வியுற்றதேன்? அப்படியானால் அயல் நாட்டு முதலீட்டாளர்கள் மட்டும் எப்படி இதில் பயன்பெற முடியும் என்பது போன்ற கேள்விகள் எழுகிறதல்லவா?

சந்தைமுறைப்படுத்தல் உள்நோக்கே

சந்தை முறைப்படுத்தப்படுதல் (Market Regularisation) என்கிற இந்த வார்த்தை இந்திய ஒன்றிய அரசு (மன்மோகன் சிங் முதல்

நரேந்திர மோடி வரை) நிறைவேற்றியுள்ள சட்டங்கள், விதிமுறைகள் ஆகியவற்றில் இடம்பெற்றிருக்கக்கூடிய ஒரு வார்த்தையாகும். விலங்குகள் துன்புறுத்தல் தடுத்தல் சட்டத்தில் இப்போது இந்திய ஒன்றிய அரசு செய்துள்ள திருத்தத்தை மாட்டு சந்தைகளை முறைப்படுத்தும் வழிமுறை என்றுதான் கூறியுள்ளார்கள்! சந்தை முறைப்படுத்தல் என்றால் இப்போது சந்தைகள் இயங்கும் முறைகளை மாற்றியமைப்பது என்று பொருள். இதுவரை விவசாயிகள் தங்களது உற்பத்தியை, வளர்ப்புக்களை உள்ளூர் சந்தைகளில் கொண்டு வந்து விற்று விட்டு, அதற்கான விலையை பெற்றுக்கொண்டு சென்று விடுகின்றனர். அப்பொருளை இடைத் தரகர், மொத்த வியாபாரிகள், சில்லறை வியாபாரிகள் என்கிற சங்கிலித் தொடர் வணிகர்கள் மொத்தச் சந்தையில் இருந்து கிராமச் சந்தைகள் வரை கொண்டு சென்று விற்கிறார்கள். சென்னையில் கோயம்பேடு, திண்டுக்கல் மாவட்டத்தின் ஒட்டன்சத்திரம், மதுரை, விருதுநகர், கோவை மாவட்டம் பொள்ளாச்சி என்று பல உள்ளூர் சந்தைகள் உள்ளன. இவற்றில் இருந்தே பொருட்கள் கொள்முதல் செய்யப் பட்டு, பிறகு தமிழ்நாட்டின் மூலை முடுக்கில் உள்ள கிராமங் களுக்குக் கொண்டு செல்லப்பட்டு விற்கப்படுகிறது.

இந்த சந்தைக் கட்டமைப்பை முறைப்படுத்துவது என்பது இப்போது இயங்கிக்கொண்டிருக்கும் சந்தைகளை நீக்குவது என்பதாகும்! நிறுவன ரீதியான வர்த்தக அமைப்பின் மூலம் பொருட்கள் கொள்முதல் செய்யப்பட்டு, அதனை ஒரு வணிக முத்திரையோடு நாடு முழுவதும் ஒரு சங்கிலித் தொடர் விற்பனை நிலையங்கள் (Chain stores malls)மூலம் மக்களிடம் விற்பதே முறைப்படுத்தப்பட்ட சந்தை என்பதன் பொருளாகும்.

இரண்டு மூன்று ஆண்டுகளுக்கு முன் சில்லரை வர்த்தகத்தில் அந்நிய நேரடி முதலீட்டுக்கு வழிவிடுவது என்று இந்திய ஒன்றிய அரசு எடுத்த முடிவின் நோக்கம் உள்ளூர் சந்தைகளையும், அதன் கிளைகளாக இயங்கும் மொத்த விற்பனை, சில்லரைக் கடைகளை நீக்குவது என்பதேயாகும்.அரசின் முடிவுக்கு ஆதரவாகப் பேசியவர்கள் என்ன வாதத்தை முன்வைத்தார்கள் என்பது நினைவிருக்கிறதா? விவசாயிகளின் விளைபொருட்களை இப்படிப்பட்ட பெரு நிறுவனங்கள் நேரடியாக கொள்முதல் செய்வதால் அவர்களுக்கு நல்ல விலை கிடைக்கும் என்றார்கள். இடைத் தரகர்கள், மொத்த வியாபாரிகள் பலனடையும் பழைய சந்தை முறை தேவையற்றது என்றார்கள்.

சில்லரை வர்த்தகத்தில் அந்நிய நேரடி முதலீடுகள் வருவதை எதிர்த்தவர்கள், ஆரம்பத்தில் நல்ல விலை தருவார்கள் என்பது உண்மையே. இடைத் தரகர்களும், மொத்த வியாபாரிகளும், மொத்த வியாபாரச் சந்தைகளும் ஒழிந்துவிட்டப் பிறகு கொள் முதல் செய்யும் வணிக நிறுவனங்கள் நிர்ணயித்ததுதான் விலை யாக இருக்கும்; அப்போது தங்கள் பொருட்களை விற்பதற்கு விவசாயிகளுக்கும் மற்ற பொருள் உற்பத்தியாளர்களுக்கும் வேறொரு சந்தை என்பதே இருக்காது என்றார்கள். அதற்கு அயல் நாடுகளில் சிறு உற்பத்தியாளர்கள் பெற்ற அனுபவங்களை ஆதாரமாக எடுத்துக் கூறினார்கள். அதுமட்டுமல்ல, சில்லரை வர்த்தகத்தில் வரும் நேரடி முதலீட்டாளர்களுக்கு லாபம் குறிக்கோளா சேவை குறிக்கோளா என்ற கேள்வியையும் எழுப்பினார்கள்.

பழைய சந்தை முறை என்று கூறப்படும் இன்று வரை நீடிக்கும் சந்தைகள் விவசாயிகளைச் சுரண்டிச் செழிக்கின்றன என்பதை நிச்சயம் மறுப்பதற்கில்லை. ஆனால் இதனை அரசு தலையிட்டு, விலை + தர நிர்ணயித்தல் மூலம் அமைப்பு ரீதியாக முறைப் படுத்தலாமே? ஏன் அதைச் செய்யவில்லை? இன்றைய சந்தை இயங்கும் முறையின் மீது விவசாயிகளுக்கும் நுகர்வோருக்கும் வெறுப்பு ஏற்படட்டும் என்று விட்டுவிடுகிறதா? அதன் மூலம் சந்தை முறைப்படுத்தல் என்கிற பெயரில் அந்நிய முதலீடுகளுக்கு சில்லரை வர்த்தகத்தை எதிர்ப்பின்றித் திறந்துவிட முடியும் என்று அரசு கருதுகிறதா? இல்லையெனில் விலை நிர்ணயிக்க விவசாயிகள் விடுக்கும் கோரிக்கை யாவும் செவிடன் காதில் ஊதிய சங்காக எந்தச் சலனத்தை ஏற்படுத்தாதது ஏன்?

வீழ்ச்சிக்குச் சாதகமாக்கப்படும் தீர்ப்புகள்

விவசாயிகளின் வருவாயை அடுத்த 5 ஆண்டுகளில் இரட்டிப்பாக்க வேண்டும் என்கிற இலக்கை நிர்ணயித்துள்ள மோடி அரசு, விவசாயிகள் தங்கள் வருவாயைப் பெருக்கிக்கொள்ள ஆடு, மாடு, கோழி, பால் உற்பத்தி, தேனீ ஆகியவற்றை வளர்ப்பதற்கு நிதியுதவி செய்யப்படும் என்று அரசின் விளம்பரத்தில் கூறியுள்ளது. தாங்கள் வளர்க்கும் ஆடுகளையும், மாடுகளையும், கோழி, முட்டை ஆகியவற்றை வாரச் சந்தைகளிலும், நெடுங்காலமாக இருந்துவரும் ஆடு, மாடு சந்தைகளிலுமே விற்கின்றனர். ஆனால் இப்போது இறைச்சிக்காக மாடுகளை விற்கக்கூடாது என்று

விலங்குகள் துன்புறுத்தலை தடுப்புச் சட்டத்தில் (Prevention of Cruelty to Animals Act) திருத்தம் கொண்டு வந்து தற்போது இயங்கிவரும் தனித்த சந்தைகளுக்குத் தடை விதித்துள்ளார்கள்.

இந்தச் சட்டத் திருத்தத்தையும், அதற்கு அடிப்படையான இந்திய உச்ச நீதிமன்றத் தீர்ப்பினையும் ஆழ்ந்து படித்துள்ளவர்களுக்குப் பல கேள்விகள் எழும். ஆனால் அதற்கான பதில் ஒன்றிய அரசின் சட்டத் திருத்தத்தில் இருக்காது!

இறைச்சிக்காக மாடுகளை விற்கக்கூடாது என்றால் மாட்டிறைச்சி உண்பவர்களுக்கு அதனைப் பெறுவதற்கு என்ன வழி? பொதுவாக மாட்டிறைச்சி ஊருக்குள்ளேயே உள்ள இறைச்சிக் கடையில் விற்கப்படும். அவர்கள் மாட்டுச் சந்தைக்கு வந்துதான் மாடுகளை வாங்கிச் செல்வார்கள். இப்போது இறைச்சிக்காக மாடுகளை விற்கக்கூடாது என்று சந்தைக்குத் தடை விதித்துவிட்ட நிலையில், இறைச்சிக்காக மாடு வாங்க எங்கே செல்வது? இதற்கு பதில் இல்லை. ஆனால் மாட்டிறைச்சி உண்ணும் சுதந்தரத்தை அரசு தடுக்கவில்லை என்று சொல்கிறார்கள்! இறைச்சி கிடைக்கும் வழிகளை அடைத்துவிட்டு அதனை உண்ணும் சுதந்திரத்தை பறிக்க வில்லை என்று கூறுவது அபத்தமல்லவா? இப்படி பதிலில்லாத ஒரு சட்டத் திருத்தத்தை ஏன் செய்தது இந்திய ஒன்றிய அரசு?

ஒரு சட்டத் திருத்தத்தின் மூலம் உள்ளூர் சந்தையை அழித்து மாட்டுக்கறியை சந்தைப்படுத்தும் வழியை பெரு நிறுவனங் களுக்குத் திறந்துவிட்டுள்ளது. விற்பனையை முறைப்படுத்தல் என்பது இனி ஒரு விதிமுறையாக அரசு அறிவிக்கும். அதன்படி, குறிப்பிட்ட நிறுவனங்களில் மாடுகளை விற்பனை செய்யலாம் அல்லது அதன் முகவர்களிடம் மாடுகளை விற்பனை செய்யலாம். இதற்கான உரிமத்தை மாநில அரசு வழங்கும் என்று அறிவிக்கும். அதுவே இரண்டாம் கட்ட நடவடிக்கை. அதன் பிறகு இப்போது ஆடு, கோழி கறிகள் விற்கப்படுவது போல் மாட்டுக்கறி விற்கப்படுவது தண்டனைக்குரிய குற்றமாக அறிவிக்கப்பட்டுத் தடுக்கப்படும்.

கொள்முதல் செய்யப்படும் மாடுகள் மத்திய அரசின் ஏற்றுமதி + உள்ளூர் விற்பனைக்கு உரிமம் வழங்கப்பட்ட நிறுவனங்கள், இறைச்சியாக்கி, பதப்படுத்தி, அதனை ஏற்றுமதி செய்யவோ 'சுகாதார'மான டப்பிகளில் அடைத்தோ (Tinned Beef)அவர்களின் வணிக முத்திரையுடன் விற்பனை செய்யலாம். அதாவது

மாட்டுக்கறி சந்தை அந்நிய நேரடி முதலீட்டுக்கும், தற்போது ஏற்றுமதி செய்துவரும் உள்ளூர் மாட்டிறைச்சி நிறுவனங்களுக்கும் திறந்துவிடப்படுகிறது. இதுதான் விலங்குகள் துன்புறுத்தல் தடுப்புச் சட்டத்தில் இந்திய ஒன்றிய அரசு செய்துள்ள திருத்தத்தின் சூட்சமம்.

1. இப்படிப்பட்ட சந்தை முறைப்படுத்தலால் உள்ளூர் மாட்டுச் சந்தைகள், மாட்டிறைச்சிக் கூடங்கள், மாட்டிறைச்சி சில்லரை விற்பனையாளர்கள் வணிக, வேலை வாய்ப்புகளை இழப் பார்கள். ஆனால் மாட்டிறைச்சிக்கு உண்பதற்கும், அதனை உணவுக்காக சந்தையில் பெறுவதற்கும் எந்தச் சிக்கலும் இருக்காது. நவீன முறையில் விற்கப்படும் மாட்டிறைச்சியின் விலை தொடக்கத்தில் சற்றுக் கூடுதலாகவும் பிறகு இப்பெரு வணிக நிறுவனங்கள் வைத்த விலை என்ற வணிக சாம்ராஜ்யத்துக்கு வழிவகுக்கும்.

2. இதனால் நமது நாட்டின் மாட்டினங்கள் இல்லாமல் போகுமா? என்றால், அது மாட்டை பாலுக்காகவும், வளர்ந்த மாடுகளைத் தனது பொருளாதாரத் தேவைக்காக விற்கும் விவசாயிகளையும் பொறுத்தே அமையும். உள்ளூர் மாட்டினங்களை வளர்க்கவும் மரபியல் நவீனப்படுத்துதல் மூலம் நாட்டு இனங்களின் பால் உற்பத்தியையும், உற்பத்தித் திறனையும் மேம்படுத்த தேசிய காமதேனு இனப்பெருக்க மையம் என்ற அமைப்பையும், பொவைன் உற்பத்தித் திறன் மீதான தேசியத் திட்டப்பணியும் செயல்படுத்தி வருவதாக அரசின் விளம்பரம் கூறுகிறது. இதனை நமது நாட்டின் விவசாயிகள் எவ்வாறு பயன்படுத்திக் கொள்கிறார்கள் என்பதில் உள்ளது.

3. இதில் இன்னொரு ரகசியத்தையும் காணலாம். நாட்டு மாட்டு வகைகளைக் காக்கவே திட்டங்களைத் தீட்டியுள்ளோம் என்று சொல்லிவிட்டு, அதே நேரத்தில் அயல் நாட்டு மாட்டினங் களைக் கொண்டு இனப்பெருக்கம் செய்ய அனுமதித்து இரண்டில் எது தேவையோ அதனை மக்கள் தீர்மானிக்கட்டும் என்றும் சொல்லலாம்! காலம் செல்லச் செல்ல நாட்டு மாடு மரபினங்களை மேம்படுத்தும் திட்டத்தையே மக்கள் ஆதரவில்லை என்று கூறி மூடு விழா செய்திடலாம். ஜெர்சி பசு இறக்குமதி அதிகரித்து வருகிறதே ஏன்?

4. ஜெர்சி போன்ற அதிக பால் தரும் அயல் நாட்டு மாட்டினங் களின் இறக்குமதி கூடிக்கொண்டே போகிறது. அவை அதிகப்

பால் தருவதால் நமது நாட்டு விவசாயிகளும் பெருமளவுக்கு வாங்கிப் பயன்படுத்துகிறார்கள். இப்போது மாட்டிறைச்சிக் கான சந்தை முறைப்படுத்தப்படுவதைப் போன்று விரைவில் பால் உற்பத்தி மற்றும் விநியோகத்தில் அந்நிய நேரடி முதலீட்டை அரசு அனுமதிக்கலாம். இப்போது இந்தியப் பெரு நிறுவனம் ஒன்று பால் வர்த்தகத்தில் முதலீடு செய்துள்ளதாகச் செய்திகள் கூறுகின்றன.(3)

5. இறைச்சிக்காகவும் பாலுக்காகவும் ஜெர்சி உள்ளிட்ட அயல் நாட்டு மாட்டினங்கள் இறக்குமதி செய்ய இப்போதும் தடையில்லை. இது வரும் நாளில் அதிகரிக்கும்போது பாலுக்காகவும், விற்பனைக்காகவும் மாடு வளர்த்தல் லாபம் தரும் நிலையை இழந்தால் விவசாயிகள் நாட்டு மாடு வளர்த்தலை நிறுத்தும் சாத்தியம் (ஆபத்தும்) ஏற்படலாம்.

6. மாட்டிறைச்சி, மாடு வளர்ப்பு, பால் விற்பனை ஆகிய மூன்றையும் அந்நிய முதலீட்டாளர்கள் கைப்பற்றும்போது அயல் நாடுகளில் இருந்து இறக்குமதி செய்யப்படும் மாட்டினங் களுக்கான தீவனத்தையும் இறக்குமதி செய்வதற்கு அனுமதியளிக்கப்படுவார்கள். இது ஒட்டுமொத்தமாக மாடு வளர்ப்பு, சந்தைப்படுத்தல், இறைச்சி விற்பனை, பால் விற்பனை ஆகிய அனைத்தும் நிறுவனமயமாகி இந்தியர்கள் நுகர்வோர் என்ற நிலையில் மட்டுமே நிற்கும் நிலை உருவாகும். இதுவரை இதனை தொழில் ரீதியாகச் செய்து பயன்பெற்ற வேளாண் மக்கள் அந்நியப்படுத்தப்படுவார்கள்.

7. எது இன்றைக்கு மாட்டிறைச்சியை விழுங்குகிறதோ அதுபோன்றதொரு சட்டத் திருத்தம் மூலம் நாளை ஆட்டிச் சந்தையையும், ஆட்டிறைச்சியையும் அந்நிய முதலீட்டின் வர்த்தகத்துக்குத் திறந்துவிடப்படலாம்.

8. உலகின் மக்கள் தொகையில் மட்டுமல்ல, கால் நடை வளத்திலும், பால் உற்பத்தியிலும் முதலிடத்தில் உள்ளதால் தான் மிக அதிக மக்கட்தொகை கொண்ட நாடாக இருந்தாலும் இது தற்சார்புப் பொருளாதாரமாக உறுதியாக நிற்கிறது. அந்நிய முதலீடுகளுக்கு இவை யாவும் திறந்துவிடப்படுவது வீடு முதல் நாடு வரையிலான தற்சார்ப்புப் பொருளாதார அடிப்படையைத் தகர்த்துவிடும் என்பதை இந்நாட்டு அரசு உணர்ந்துள்ளதா?

விவசாயத்தை வீழ்த்தும் அந்நியரின் அடிமைகள்

விவசாயம் என்பது உள்ளூர்த் தொழில், இதனை அதிகபட்சமாக சந்தைகள் இணைப்பின் மூலம் ஒரு நாட்டளவுக்கு விரிவாக்கலாம், ஆனால் நிச்சயமாக உலகளாவிய அளவில் அதனை விரிப்பதும், மாற்றுவதும் இயற்கைக்கும் மானுட வாழ்வுக்கும் சுற்றுச் சூழலுக்கும் அமைதிக்கும் ஓர் அச்சுறுத்தலாகவே மாறும். இது மண், மழை, பருவம், சூழல், வாழ்க்கை முறை, அது சார்ந்த தேவை, அளவு ஆகியவற்றை உள்ளடக்கியது. வேளாண்மை என்பது இடச் சார்பும் தட்ப வெப்ப நிலைச் சார்பும், தொன்று தொட்டுத் தொடரும் மனித, விலங்கின உறவுகள் சார்பும் கொண்டதாகவே இருக்கும், அப்போதுதான் அது நீடிக்கும். இதனை வர்த்தகப் பார்வையுடன் மாற்றியமைப்பதென்பது குறுகிய கால பலனை அளிக்கலாம், ஆனால் விரைவில் அது மீட்கவியலா சூழலைத் தந்து அழியும்.[4]

'விவசாய உலகின் சக்திமிக்க இல்லமாக இந்தியா திகழ்கிறது; பால், பருப்பு வகைகள், மசாலா பொருட்கள் ஆகியவற்றின் உற்பத்தியில் முதலிடத்தில் உள்ளது; கோதுமை, நெல், பருத்தி ஆகியவற்றை அதிகமான நிலப்பரப்பில் விளைவிக்கும் நாடாகவும், நெல், கோதுமை, கரும்பு, பண்ணை மீன், செம்மறி, வெள்ளாடு ஆகியவற்றின் இறைச்சி, பழங்கள், காய்கறிகள், தேயிலை ஆகியவற்றின் உற்பத்தியில் உலகிலேயே இரண்டாவது இடத்தில் இந்தியா உள்ளது. உலகிலேயே மிக அதிக எண்ணிக்கையில் கால் நடை வளத்தை அதிலும் குறிப்பாக எருமை இன மாடுகளை கொண்டுள்ளது. ஒட்டுமொத்தமாக 19.5 கோடி ஹெக்டேர் நிலத்தில் விவசாயம் நடைபெறுகிறது. இதில் 63% மட்டுமே அதாவது 12.5 கோடி ஹெக்டேர் மழை பொழிவு பெறும் நிலங்களாகும். இவற்றில் 37% அதாவது 7 கோடி ஹெக்டேர் மட்டுமே நீர்ப் பாசன வசதி பெற்றவையாகும். இவையின்றி, 6.5 கோடி ஹெக்டேர் வனங்களால் சூழ்ந்துள்ள பகுதியாக இந்தியா உள்ளது' என்று உலக வங்கி அறிக்கை கூறுகிறது.[5]

இந்தியா வளம் பெற அதன் விவசாயத் துறை வளர வேண்டும் என்ற நோக்கில் பல்வேறு ஆலோசனைகளைத் தெரிவித்துள்ள இந்த அறிக்கையில், மழை பொழிந்து விவசாயம் செழித்திருக்க வேண்டிய பகுதிகளில்தான் அதிகமான மக்கள் வறுமையில் கங்கை ஆற்றின் கிழக்குப் பகுதியில் வாழ்கிறார்கள் என்பதையும், 1990

முதல் 2000ஆவது ஆண்டுகளில் இந்நாட்டின் விவசாய வளர்ச்சி 3.5 விழுக்காடாக குறைந்துள்ளது என்பதையும், உலகிலேயே அதிக சாகுபடிப் பரப்பைக் கொண்டிருந்தாலும் உற்பத்தித் திறன் குறைந்துள்ளதும் அதனை மேம்படுத்துவதன் மூலம் மட்டுமே இந்நாட்டின் உணவுப் பாதுகாப்பை உறுதி செய்துக்கொள்ள முடியும் என்பதையும் அவ்வறிக்கை சுட்டிக்காட்டியுள்ளது.

ஒரு பக்கம் உற்பத்திச் சரிவு, மறுபக்கம் வறுமையில் வாடுவோர் எண்ணிக்கை உலகிலேயே அதிகம் உள்ள நாடு என்ற நிலை, இந்நிலையில் நாட்டின் உற்பத்தியைப் பெருக்கிடவும், அதே நேரத்தில் ஏழ்மையை விரட்டும் வகையில் ஊரக வருவாயை அதிகரிக்கவுமான திட்டங்களைத் தீட்டிச் செயல்படுத்த வேண்டிய கட்டாயத்தில் இன்றளவும் நமது நாடு உள்ளது.

இந்தப் பின்னணியில் விவசாயத்திலும் அது சார்ந்த தொழில் களிலும் அந்நிய நேரடி முதலீட்டுக்குத் திறந்துவிடப்பட வேண்டும் என்பது எப்படிப்பட்ட விளைவுகளை ஏற்படுத்தும் என்பதைப்பற்றி ஆழ்ந்து செல்வதற்கு முன்னர், இந்நாட்டின் வறுமைக் கோட்டுக்குக் கீழ் உள்ள மக்களின் பசியைப் போக்கும் நோக்குடன் நிறைவேற்றப்பட்ட உணவுப் பாதுகாப்பை உறுதி செய்யும் சட்டம் (Food Security Act) இயற்றப்பட்டதன் மீது விவசாயத்தை பன்னாட்டு முதலீட்டுக்கும் வணிகத்துக்கும் திறந்துவிட வேண்டும் என்று வற்புறுத்தும் உலக வர்த்தக அமைப்பு (World Trade Organization WTO) என்ன சொல்கிறது என்பதைப் பார்ப்போம்.

ஐக்கிய முற்போக்குக் கூட்டணி அரசின் பிரதமராக மன்மோகன் சிங் இருந்த 2013ல் நிறைவேற்றப்பட்டது உணவுப் பாதுகாப்பு உறுதிச் சட்டம். இந்தியாவின் மக்கள் தொகையில் 82 கோடி பேருக்கு மாதம் 5 கிலோ அரிசி அல்லது கோதுமையை ரூ.1 முதல் 3 வரை அளிக்கும் இத்திட்டத்துக்கு ஆண்டொன்றுக்கு 6.2 கோடி டன் உணவு இருப்புத் தேவைப்படும்.

அப்போது இந்தியா வந்த உலக வர்த்தக அமைப்பின் தலைவர் ராபர்ட்டோ ஆசீவாடோ, இது உலக வர்த்தக அமைப்புக்கு இந்தியா அளித்த உறுதிமொழியை மீறுவதாகும் என்று கூறினார். உலக வர்த்தக அமைப்பின் உறுப்பு நாடுகள் (வளர்ந்த நாடுகள்) ஏற்றுக்கொண்ட அல்லது வளரும் நாடுகளுக்கு அனுமதிக்கும் மானிய வரையறை என்பது ஒரு நாட்டின் மொத்த உற்பத்தியில் 10

விழுக்காட்டுக்கு மிகாமல் இருக்க வேண்டும் என்பதே. ஆனால் இந்தியாவின் உணவுப் பாதுகாப்புச் சட்டம் தனது 70 விழுக்காடு மக்களுக்கு உணவு வழங்க உறுதியளித்திருப்பதன் மூலம் அதற்கான முழு மானியத்தை வழங்கிடும் நிலை ஏற்படும். இதனால் அரிசி, கோதுமை விலை உள்ளூர் சந்தையில் குறையும். இது இப்பொருட்களை உலகின் பெரும் சந்தையான இந்தியாவுக்கு ஏற்றுமதி செய்யத் திட்டமிட்டுள்ள நாடுகளின் வர்த்தகத்தைப் பாதிக்கும் என்று ராபர்ட்டோ ஆசீவாடோ கூறியுள்ளார்.[6]

ராபர்ட்டோ ஆசீவாடோ கூறிய மற்றொரு விவரமும் இங்கு கவனிக்கத்தக்கதாகும். ''கடந்த சில ஆண்டுகளில் உணவுப் பொருட்களின் விலை (இந்தியாவில்) உயர்ந்துகொண்டு வந்தது. எங்களுக்கு (WTO) கொடுத்த உறுதிமொழியை அதாவது உணவுப் பொருட்களின் விலை உயர்த்திடுவோம் என்பதை நிறைவேற்றும் அளவுக்கு நெருங்கி வந்தார்கள். இப்போது அதனை மீறும் நிலைக்கு வந்துள்ளார்கள். இதனை விவாதித்துத் தீர்வு காண வேண்டும்'' என்று கூறியுள்ளார்.[7]

இரண்டு விடயங்களை இங்கு ஆழ்ந்து கவனித்திட வேண்டும்:

1. உணவுப் பொருட்களுக்கு இந்திய ஒன்றிய அரசு மானியம் கொடுப்பதால் உள்ளூர் சந்தையில் இந்திய உணவுப் பொருட்களின் விலை குறைகிறது. இதனால் உலகின் பெரும் சந்தையான இந்தியாவுக்கு ஏற்றுமதி செய்யும் வாய்ப்பை வளர்ந்த நாடுகள் இழக்கின்றன!

2. கடந்த சில ஆண்டுகளாக உணவுப் பொருட்களின் விலை அதிகரிக்கப்பட்டு வந்துள்ளது தங்களுக்கு அளித்த உறுதி மொழிக்கு நெருக்கமாக இந்தியா வந்ததாக ஆசீவாடோ கூறுகிறார். உணவுப் பொருட்களுக்கான மானியம் குறைக்கப்படும் போது உணவுப் பொருட்களின் விலை உயருகிறது. இதனை உலக வர்த்தக அமைப்புக்கு அளித்த உறுதிமொழிக்கு இணங்கவே நமது நாட்டு அரசு செய்துள்ளது என்பது உறுதியாகிறது.

இப்போதும் விவசாயத்துக்கான இடுபொருட்களுக்கு (உரம், பூச்சி மருந்து) அளிக்கப்படும் மானியங்களைக் குறைப்பதில் இந்திய அரசு தீவிரம் காட்டி வருவதும், மானியம் அளிப்பதைக் குறைக்கும் திட்டத்தோடுதான் விவசாயிகளின் வங்கிக் கணக்கில் மானியத்தை நேரடியாகச் செலுத்துவது என்கிற திட்டமும் (Direct Benefit

Transfer - DBT)என்பது தெளிவாகிறது. அதுமட்டுமல்ல, இந்நாட்டின் ஏழை, எளிய வறுமைக் கோட்டுக்குக் கீழ் வாழும் மக்களுக்கு குறைந்த விலையில் உணவு அளிப்பதே தங்களுடைய ஏற்றுமதியைப் பாதிக்கும் என்கிற வர்த்தக கவலையை ஆசீவாடோ வெளிப்படுத்தியுள்ளார். இதுதான் உலக வர்த்தக அமைப்பின் பார்வை.

ஒரு வாதத்துக்காக ஆசீவாடோ கூறுவதை ஏற்றுக்கொள்வோம். இந்நாட்டின் சந்தையை நம்பியுள்ள வளர்ந்த நாடுகளின் ஏற்று மதியாளர்களுக்கு உணவு விலை குறைப்பு பாதிப்பை ஏற்படுத்தும் என்றால், அப்படிப்பட்ட ஒரு வர்த்தக நடவடிக்கையால் இந்தியாவுக்கு என்ன லாபம்? இந்தியாவுக்கு இப்படியான வர்த்தகச் சிக்கல்கள் என்று ஏதாவது இருக்கின்றதா? ஏதும் இல்லையே. அப்படியானால் இது ஒரு வழிப்பாதையல்லவா?

இங்கு மற்றொரு விடயத்துக்கும் விடை கிடைத்துள்ளதை நாம் பார்க்க வேண்டும். கோதுமைச் சாகுபடி வரலாறு காணாத உற்பத்தியைத் தரும் என்று வேளாண் அமைச்சகம் அறிவித்திருந்த நிலையில், இந்த ஆண்டு பிப்ரவரி மாதத்தில் கோதுமை இறக்குமதி மீதான 10 விழுக்காடு சுங்கத் தீர்வையை நீக்கியது ஏன்? என்பதற்கான பதில்: இந்நாட்டின் உற்பத்தி கொள்முதல் செய்யப் படுவதற்கு முன்னர், அயல் நாட்டு உற்பத்தியாளர்களுக்கு ‘உதவும்’ வகையில் தீர்வை நீக்கப்பட்டுள்ளது. அயல் நாட்டில் இருந்து கோதுமை இறக்குமதி அபரிதமாக செய்யப்பட்டுள்ளது. பிறகு உள்நாட்டு உற்பத்தி சந்தைக்கு வரும்போது அரசு நிர்ணயித்த குறைந்தபட்ச ஆதார விலைக்குக் கூட வியாபாரிகள் எடுக்க மறுத்ததுள்ளார்கள் என்றால் இதில் குற்றவாளி இந்நாட்டு அரசுதானே? இதுதானே உ.பி. விவசாயிகளைப் பாதித்துள்ளது.

ஆக, வளர்ந்த நாடுகளின் வர்த்தக நோக்கங்களுக்காக இந்நாட்டு விவசாயிகளின் நலன் பலியாக்கப்படுகிறது என்பது நிதர்சனமாகத் தெரிகிறதே.

உலக வங்கி, சர்வதேச நிதியத்தின் ஆணைகள்!

இந்தியா உள்ளிட்ட மூன்றாவது உலக நாடுகளின் விவசாயிகளின் வாழ்வியல் சார்ந்தப் பார்வையும், உணவு உற்பத்தியைச் சந்தைப்படுத்தி அதன் மூலம் பெரும் லாபம் ஈட்டும் திட்டம் கொண்ட வேளாண் வர்த்தக நிறுவனங்களின் பார்வைக்கும்

இடையிலான முரண்பாட்டை அறிந்துகொண்டால் மட்டுமே விவசாயமும் விவசாயிகளும் சந்திக்கும் சிக்கல்களின் மூலத்தையும் அதற்கான தீர்வையும் காண முடியும்.

விவசாயம் எனும் புராதனத் தொழிலின் தொடர்ச்சி அது விளைவிக்கும் உணவுப் பொருட்களின் விதைகளில் உள்ளது. புராதன விவசாயத்துக்கு விதையே மூலம். விதை நெல் என்ற சொல்லாடல் கிராமத்தில் இன்றும் வழமையில் இருப்பதைக் கேட்டிருப்போம். விளைந்த நெல்லில் இருந்து அடுத்தச் சாகுபடிக்கான விதைகளை தேர்வு செய்து பிரித்து வைத்து பயன்படுத்துவதே விதை நெல் ஆகும். விளைச்சல் மட்டுமின்றி, விவசாயத்தின் தொடர்ச்சிக்கும் விதைதான் வித்து.

வர்த்தக நோக்கில் விவசாயத்தைப் பார்க்கும் நிறுவனப் பார்வையில்இதுவே அவர்களின் நோக்கில் பெரும் தடையாக இருக்கிறது. விளையும் பொருளில் இருந்து எடுக்கப்படும் விதை மீண்டும் விளைபொருளுக்கு அடிப்படையாவதைத் தடுத்து அதனைக் கைக்கொள்வதன் மூலம் விவசாயத்தை நிறுவனமயப் படுத்த முடியும் என்கிற வர்த்தக சிந்தனை ஒரு ஆளுமை நோக்கில் உருவானதாகும்.

உலகின் பெரும் பணக்காரர்களில் ஒருவரான நாத்தன் ராத்சைல்ட்ஸ், ''பணப் புழக்கத்தை கட்டுப்படுத்துபவர் எவரோ அவரின் கையில் அரசு இருக்கும். பிரிட்டிஷ் சாம்ராஜ்யத்தின் பீடமாகத் திகழும் இங்கிலாந்தின் அரச நாற்காலியில் யார் அமர்ந்திருக்கிறார்கள் என்பதைப் பற்றி எனக்கு கிஞ்சித்தும் கவலையில்லை. யார் பிரிட்டனின் பணப் புழக்கத்தை கட்டுப் படுத்துகிறாரோ அவரே பிரிட்டிஷ் சாம்ராஜ்யத்தை ஆள்பவராவார். பிரிட்டனின் பணப் புழக்கத்தை நானே கட்டுப்படுத்துகிறேன்'' என்று கூறியதாக அவரைப் பற்றிய குறிப்பு ஒன்று சொல்கிறது.

இதே பார்வை விதையிலும் விழுந்துள்ளது. 1960களில் இந்தியா உள்ளிட்ட பல நாடுகளில் வறட்சி ஏற்பட்டு அதனால் உணவுப் பற்றாக்குறை உருவானபோது, உணவுப் பொருள் உற்பத்தியைப் பெருக்குவதற்கு அறிவுலகம் வழிதேடிய நேரத்தில், உற்பத்தியைப் பெருக்கும் விதைகள் ஆராய்ச்சியில் ஈடுபட்டிருந்த உலகின் மற்றொரு பணக்காரரான ராக்ஃபெல்லர் அறக்கட்டளை, ''உணவு உற்பத்திக்கு மூலமான விதைகளை கட்டுப்பாட்டில்

வைத்திருப்பவரே நாளைய உலகை ஆள்பவராக இருப்பார்'' என்று சொன்னதாக படித்திருக்கிறேன்.

1960களில் ஏற்பட்ட வறட்சியும் உணவுப் பற்றாக்குறையும் மக்கட்தொகைப் பெருக்கமும் அச்சிக்கலில் இருந்து விடுபடுவதற்கான வழிமுறைகளைத் தேடிய நிலையில்தான் பசுமைப் புரட்சியை உலக அளவில் முன்னெடுத்த நார்மன் போர்லாக்கின் ஆலோசனைகளை ஏற்றுக் குறைந்த காலத்தில் அதிக விளைச்சலைத் தரும் ஐஆர் 8 (பிறகு ஐஆர் 20) போன்ற குட்டை ரக நெல் ரகங்கள் இந்நாட்டில் பயரிடப்பட்டன. அவற்றின் விளைச்சலைப் பெருக்க யூரிய உள்ளிட்ட உரங்களும் பயன்படுத்தப்பட்டன. உற்பத்தி பெருகியது. அடுத்த பத்தாண்டுக் காலத்தில் உணவுத் தேவையில் இந்நாடு தன்னிறைவை எட்டியது. முதல் பசுமைப் புரட்சி என்றழைக்கப்படும் அக்காலத்தில் செய்யப்பட்டது சரியா தவறா என்று இன்றைய நிலையில் இருந்து மதிப்பீடு செய்வது சரியானதாகாது. அன்றைய நிலையில் தெரிந்த வழியது. அதனை கடைபிடித்திருக்காவிட்டால், ''நமது மக்கள் சாப்பிடுவதற்கு உணவு இருந்திருக்காது'' என்று வேளாண் அறிவியலாளர் எம்.எஸ்.சாமிநாதன் கூறுவதை மறுத்திடவும் இயலாது.(8)

ஆனால் அதுநாள் வரை பயன்பாட்டில் இருந்த பாரம்பரிய நெல் ரகங்கள் பலவும் விவசாயிகளால் கைவிடப்பட்டது. இந்நாட்டு மக்கள் விவசாயிகள் வசமிருந்த அந்த பாரம்பரிய நெல்களுக்குக் குறைந்த மழைப் பொழிவு, வெள்ளம், வறட்சி ஆகியனவற்றைத் தாங்கி நிற்கும் திறன் இருந்ததெனவும், அது இப்போது பயன்பாட்டிலுள்ள குட்டை ரகங்களுக்கு இல்லாததேதே விவசாயிகள் சந்தித்துவரும் இழப்புக்களுக்கு ஒரு பெரும் காரணம் என்று சொல்லப்படுகிறது.

எனவே, விதை என்பதே விவசாயத்தின் மூலம். விவசாயத்தை வர்த்தகமாக்கும் அறிவியல் திட்டங்கள் செயல்பாட்டுக்கு வந்த போது ஏற்கனவே இருந்த விதைகளின் மூலங்களை மாற்றி புதிய ரக விதைகளை உருவாக்கி, அவற்றை வறட்சித் தாங்குபவை, பூச்சிக்கொல்லியால் பாதிக்கப்படாதவை என்று கூறி, அதோடு அதற்கேற்ற உரங்கள், பூச்சிக்கொல்லிகள் ஆகியவற்றை உற்பத்தி செய்து விற்று பெரு நிறுவனங்கள் விவசாய உலகில் அடியெடுத்து வைத்தன, இன்றைக்கு மூன்றாம் உலக நாடுகளில் நிலைபெற்றும் நின்றுள்ளன.

விதையை வர்த்தகமயமாக்கிய வணிகப் பரிணாமம் இன்று மிகப் பெரும் அளவுக்கு விவசாய உலகை ஆக்கிரமித்துள்ளது. இவர்கள் உருவாக்கும் விதைகளுக்கான சந்தைக்குத் தடையாக இருந்த பாரம்பரிய விதை ரகங்கள் வழக்கொழிந்துவிட்ட நிலையில்[9] பாரம்பரிய முறையிலான விவசாயம் மட்டுமே தடையாகவுள்ளது. பாரம்பரிய விவசாயம் சுய சமூகத் தன்னிறைவை இலக்காகக் கொண்டது. தங்களுக்குத் தேவையான உணவுப் பொருட்களை உற்பத்தி செய்வது, அடுத்த பருவ கால விளைச்சல் காலம் வரை தேவைப்படும் அளவுக்குச் சேமித்து வைத்துக்கொண்டு மிகுதியைச் சந்தைப்படுத்துவது. அந்த வருவாயில் வாழ்வியல் தேவைகளை நிறைவு செய்துக்கொள்வது. இதுதான் கிராமியப் பொருளாதாரத்தின் அடிப்படையாகும்.

ஆனால், வர்த்தக நோக்கு விவசாயம் என்பது சந்தையின் தேவைகளை அடிப்படையாகக் கொண்டு விளைபொருளை தீர்மானிப்பதாகும். உணவுப் பயிர்களை விடப் பணப் பயிர்கள் (Cash Crops) விளைவிப்பதும் சந்தைப்படுத்துவதுமே விவசாயி களுக்கு அதிகப் பயன் தரும் என்று நம்பவைப்பது. இந்த நோக்குதான் விளைபொருட்களுக்கு உலகளாவிய சந்தைகளைத் தேடும் பெரு நிறுவன வர்த்தகமாக மாறியிருக்கிறது.

வேளாண் வர்த்தகப் பெரு நிறுவனங்கள் இந்தியாவைப் பெரும் சந்தையாகவே பார்க்கின்றன. இந்நிறுவனங்களின் அரசியல் ஆதிக்கமே வளர்ந்த நாடுகளை வளரும் நாடுகளின் மீது விவசாய வர்த்தக ஆதிக்கத்துக்குத் தள்ளுகின்றன. இந்தியா போன்ற வளரும் நாட்டுக்கு கச்சா முதல் மூலதன இயந்திரங்கள் வரை இறக்குமதி செய்யத் தேவைப்படும் அந்நிய செலாவணியைப் பெற இந்நாடுகளின் பெரு நிறுவனங்களின் முதலீடும் தொழில் நுட்பமும் தேவை என்கிற கட்டாயத்தால், அவற்றின் வர்த்தக நிர்பந்தங்களுக்கு ஆளாகி அவற்றின் நிதிக் கருவிகளாகத் திகழும் சர்வதேச நிதியம் (IMF), உலக வங்கி (world Bank)ஆகியவற்றின் 'ஆலோசனை'களை ஏற்று நிறைவேற்றும் நிலைக்கு இந்திய ஒன்றிய அரசு தள்ளப்படுகிறது.

இந்தியாவின் பால் உற்பத்தியைப் பெருக்க பசுக்களின் மரபுத் திறனை அதிகரிக்க (இந்திய பசுக்களின் மரபுத் திறன் பலவீனமாக உள்ளதாம்) வேண்டும்; விவசாய விளைப் பொருட்களை சந்தைப் படுத்துவதில் அரசின் விரிவான உதவிகளும், திட்டங்களும் உள்ளூர், அயல்நாட்டுச் சந்தைகளில் பெரும் தடையாக

இருக்கின்றன; சந்தைப்படுத்துதல், தொடர் சில்லறை வணிக அமைப்புகள், உணவுப் பதனிடுதல் ஆகியவற்றில் தனியார் முதலீட்டுக்குத் திறந்துவிடப்பட்டுள்ளது என்றாலும் அது மந்தமாக நகர்கிறது என்றெல்லாம் தனது அறிக்கையில் உலக வங்கி மூக்கு சிந்தியுள்ளது.

விவசாய விளைபொருட்களுக்கு அளிக்கப்படும் மானியங்கள் பற்றிக் கூறும்போது, ''மின்சாரம் வழங்கல், உரம், நீர்ப்பாசன அமைப்புகள் ஆகியவற்றுக்கு அளிக்கப்படும் மானியங்கள் அரசின் நிதி செலவீனத்தில் ஆதிக்கம் செலுத்துகின்றன. முதலீட்டுச் செலவீனங்களோடு ஒப்பிடுகையில் இவை நான்கு மடங்கு அதிகமாகும், இதனால் விவசாய ஆராய்ச்சி போன்ற மேம்பாட்டுத் திட்டங்களுக்கு அளிக்க வேண்டிய முன்னுரிமை தவிர்க்கப்படுகிறது'' என்றும் உலக வங்கி சிணுங்கியுள்ளது.(10)

இந்தியாவின் வேளாண் வளர்ச்சிக்கானப் பல்வேறுத் திட்டங்களுக்கு உலக வங்கியின் பன்னாட்டு மேம்பாட்டுச் சங்க® (International Development Association - IDA) மற்றும் மறுக்கட்டமைப்பு மற்றும் மேம்பாட்டுக்கான பன்னாட்டு வங்கி (International Bank for Reconstruction and Development - IBRD)ஆகியவற்றின் வாயிலாக 550 கோடி டாலர் நிதியுதவி அளிக்கப்பட்டுள்ளதாகவும் அவ்வறிக்கையில் கூறப்பட்டுள்ளது.

உலக வங்கி, சர்வதேச நிதியம் மற்றும் அவற்றின் துணை நிதி அமைப்புகளிடமிருந்து அதிகபட்ச கடன்களை பெற்றுள்ள நாடாக இந்தியா இருக்கிறது என்றும் அவர்களின் அறிவுரையின்படியே, உலகப் பெரு நிறுவனங்களின் கட்டுப்பாட்டின் கீழ் இந்திய விவசாயம் கொண்டுவரப்பட்டுள்ளது என்றும் உணவு மற்றும் வர்த்தகக் கொள்கை பகுப்பாய்வாளர் தேவிந்தர் சர்மா கூறியுள்ளார். ''நிலம் கையகப்படுத்தல் சட்டத் திருத்தம், நீர் நிலைகள், விதை, உரம், பூச்சிக்கொல்லி மருந்துகள், உணவு பதனிடல், ஒழுங்கமைக்கப்பட்ட சில்லறை விற்பனை அமைப்புகள், பண்ணை ஒப்பந்த முறை ஆகியவற்றை சர்வதேச நிதியம், உலக வங்கி, அதன் துணை நிதி நிறுவனங்களின் ஆலோசனையின்படியே இந்திய ஒன்றிய அரசு செயல்படுத்தி வருகிறது'' என்று தேவேந்தர் சர்மா கூறியுள்ளார்.(11)

இந்தியா உலக வங்கியிடமிருந்து கடந்த 2015ஆம் ஆண்டு வரை 70 ஆண்டுகளில் பெற்ற மொத்தக் கடன் 10,300 கோடி டாலர்கள் இந்திய ரூபாயில் இதன் மதிப்பு 6,69,700 கோடி! இதில் மறுக்கட்டமைப்பு மற்றும் மேம்பாட்டுக்கான பன்னாட்டு

வங்கியிடம் (IBRD) பெற்றுள்ளது 5,300 கோடி டாலர்கள், பன்னாட்டு மேம்பாட்டுச் சங்கத்திடம் (IDA) பெற்றுள்ள கடன் 5,000 கோடி டாலர்கள். இத்தகவலை நாடாளுமன்ற மக்களவையில் நிதி அமைச்சகம் 2015ஆம் ஆண்டு டிசம்பரில் வெளியிட்டது. உலகிலேயே மிக அதிகமான கடன்களை உலக வங்கியிடம் இருந்து பெற்றுள்ள அல்லது உலக வங்கி தந்துள்ள நாடாக இந்தியா உள்ளது.

இந்தியாவில் போக்குவரத்து, குடி நீர், பாசனம், சுகாதாரம், மின்சக்தி, விவசாயம் ஆகியன சார்ந்த ஊரக வளர்ச்சித் திட்டங்களுக்காக உலக வங்கி இக்கடன்களைக் கொடுத்துள்ளது. வளர்ச்சியை ஏற்படுத்தி வறுமையை ஒழிப்பதே பன்னாட்டு மேம்பாட்டுச் சங்கத்தின் நோக்காகும். எனவே எந்தெந்த அடிப்படைகளில் நாம் கடன் பெறுகிறோமோ அத்திட்டங்கள் எவ்வாறு செயல்படுத்தப்பட வேண்டும் என்பதையே நிபந்தனைகளாக (ஆலோசனைகளாக) விதித்து உலக வங்கி கடனளிக்கிறது.

இந்நாட்டின் பிரதமராக 10 ஆண்டுகள் இருந்த பொருளாதார நிபுணர் மன்மோகன் சிங் விவசாயத்தில் அதிக அளவுக்கு நமது மக்கள் இருக்கிறார்கள், அது லாபகரமானதல்ல என்று கூறினார். இதன் பின்னணி இப்படிப்பட்ட நிதி நிறுவனங்களின் ஆலோசனையே.

1. விவசாயிகளுக்கு விதைகள் வழங்குவதை அரசு நிறுத்திக் கொள்ள வேண்டும்;

2. மானியங்களைக் குறைத்திட வேண்டும்;

3. விவசாய மேம்பாட்டுக்கான அரசு நிறுவனங்களின் எண்ணிக்கையைக் குறைத்திட வேண்டும்;

4. பணப் பயிர் வளர்ப்பதற்கு ஊக்கத்தொகை அளித்திட வேண்டும், அதன் மூலம் அந்நிய செலாவணி வருவாயை அதிகரித்திட வேண்டும் ஆகியன இந்நிதி அமைப்புகள் 1990களில் இந்திய அரசுக்கு அளித்த ஆலோசனைகளாகும்.

இவை நிறைவேற்றப்பட்டு வருவதை அரசின் நடவடிக்கைகள் நிரூபிக்கின்றன. இந்த நெருக்குதல்களின் விளைவாக வந்ததே மரபணு மாற்ற விதைகளாகும்.

புதைக்கும் விதைகள்

விவசாயத்தை வளர்ச்சிப் பாதையில் கொண்டு செல்லவும், விவசாயம் லாபகரமான தொழிலாகவும், விவசாய உற்பத்தியைப்

பெருக்கவேண்டும் என்ற நோக்கங்களுடன் அனுமதிக்கப்பட்டது தான் மரபணு மாற்ற விதைகள். இதில் அமெரிக்காவின் மான்சான்டோ நிறுவனம் இந்தியச் சந்தையில் முதலில் கால்பதித்தது.

20வது நூற்றாண்டின் தொடக்கத்தில் ஒரு ராசாயண நிறுவனமாக உருவான மான்சான்டோ, உயிரி தொழில்நுட்பத்தில் கால் பதித்தது 1986ல். புதிய விதை ரகங்களை உருவாக்கும் தொழில்நுட்ப ஆய்வில் ஈடுபட்டிருந்த கார்ஜில், டிகால்ப் ஜெனிட்டிக் கார்ப்பரேஷன், ஆக்ரோசீட்ஸ் ஆகிய நிறுவனங்களை இணைத்து உயிரியல் தொழில்நுட்பத்தில் உலகின் மிகப் பெரும் நிறுவனமாக மான்சான்டோ உருவானது. 1975இல் இந்தியாவில் தனது வர்த்தகத்தை தொடங்கிய மான்சான்டோ 1990களில் தாராளமயமாதலுக்குப் பிறகு உருவான சாதகமான வணிகச் சூழல், உலக வங்கி உள்ளிட்ட நிதி நிறுவனங்களின் நிர்பந்தத்தால் விவசாய உற்பத்தியை அதிகரிப்பது என்ற அரசின் கொள்கை முடிவும் அளித்த சாதகச் சூழல் ஆகியவற்றால் முதலில் மரபணு மாற்றப்பட்ட சோள விதைகளையும், பிறகு போல்கார்ட் என்று பெயரிடப்பட்ட மரபணு மாற்றப்பட்ட பி.டி. (bacillus thuringienesis - BT)பருத்தி விதைகளையும் அறிமுகம் செய்தது.

பருத்திப் பயிர் விளைச்சலைப் பாதிக்கும் போல்வார்ம்ஸ் என்ற புழுக்களை அழிக்கும் திறன் கொண்டது தங்களுடைய போர்கார்ட் விதைகள் என்றும், விவசாயிகள் இதனைப் பயன்படுத்துவதன் மூலம் பூச்சிக்கொல்லிச் செலவு 60 விழுக்காடு குறையும், அதே நேரத்தில் விளைச்சல் 8 விழுக்காடு வரை அதிகரிக்கும், லாபம் 30 விழுக்காடு கூடுதலாகக் கிட்டும் என்று விளம்பரம் செய்தது.

விவசாயிகள் நம்பினார்கள், பயிரிட்டார்கள். ஆரம்பத்தில் ஓரிரு விளைச்சல்கள் நன்றாக இருந்ததென்றும், அதன் பிறகு விளைச்சல் கடுமையாக குறைய ஆரம்பித்ததும், போல்கார்ட் விதைகளைப் பயன்படுத்திய சிறு விவசாயிகளைக் கடுமையாகப் பாதித்தது. இரண்டு, மூன்று ஏக்கர் நிலங்களில் பருத்திப் பயிர் செய்து வாழ்ந்து வந்த விவசாயிகள் அடுத்தடுத்து விளைச்சல் குறைந்ததால் வாங்கியக் கடனைக் கட்ட முடியாமல் திணறினர். மராட்டிய மாநிலம் விதர்ப்பாவிலும், கர்நாடக, ஆந்திர மாநிலங்களிலும் பருத்தி பயிரிட்ட விவசாயிகள் விளைச்சல் குறைந்ததால் கடும் நெருக்கடிக்கு ஆளாயினர். விளைச்சல் குறைந்ததற்கு மற்ற பல காரணிகள் உள்ளன என்றும் தங்கள் விதைகளில் பழுது ஏதுமில்லை என்றும் மான்சான்டோ வாதிட்டது. இதில் தலையிட்டு தீர்வு காண வேண்டிய அரசுகள் மௌனம் காத்தன.

இந்த நிலை நீடித்ததன் விளைவாக பருத்தி விவசாயிகள் கடன் நெருக்கடியால் தற்கொலை செய்துகொண்டு இறந்தார்கள். 1999ஆம் ஆண்டில் மட்டும் ஆந்திர மாநிலத்தில் 500க்கும் மேற்பட்ட பருத்தி விவசாயிகள் பூச்சி மருந்தை உட்கொண்டு (Organophosphate) தற்கொலை செய்துகொண்டு மாண்டனர். இவர்களில் பாதிக்கும் மேற்பட்டோர் வாரங்கல் மாவட்டத்தைச் சேர்ந்தவர்கள்.(12)

இதைவிட அதிகமாக விதர்ப்பா பகுதியில் விவசாயிகளின் தற்கொலை அதிகம் நிகழ்ந்தது. 1997 முதல் அடுத்த பத்தாண்டு களில் விவசாயிகளின் தற்கொலை இரண்டு லட்சத்துக்கும் அதிகமாக நிகழ்ந்ததுள்ளது. இதனை இந்திய அரசின் தேசிய குற்றங்கள் பதிவு வாரியம் (National Crime Records Bureau)பதிவு செய்துள்ளது. அதுநாள் வரை பாரம்பரிய பருத்தி ரகங்களை பயிர் செய்து தங்கள் வாழ்வை ஓட்டிய விவசாயிகள், அதிக விளைச்சல், குறைந்த செலவு என்று ஆசைக் காட்டப்பட்டதால் கடன்பட்டு வாழ்வை இழந்தனர். ஆனாலும் மான்சான்டோ நிறுவனத்தின் மீது எவரும் வழக்குப் பதியவில்லை. அரசுகளும் விவசாயிகளின் தற்கொலைக்கான காரணங்களை அறிய அறிவியல் குழு எதையும் அமைக்கவில்லை.

இன்றைக்கு ரூ.87,500 கோடி அளவுக்கு உலக அளவில் வர்த்தக மதிப்புடைய நிறுவனமாக உயர்ந்துள்ள மான்சான்டோ, இந்தியாவில் ரூ.546.63 கோடிக்கு மரபணு மாற்றப்பட்ட விதைகளை உற்பத்தி செய்து விற்றுள்ளது.(13)

பருத்தியைத் தொடர்ந்து கத்திரிக்காய் உள்ளிட்ட பல விளை பொருட்களுக்கு மரபணு மாற்ற விதைகளை உருவாக்கியுள்ளது. மராட்டிய அரசு நிறுவனமான மாஹிக்கோவுடன் இணைந்து மரபணு மாற்றப்பட்ட வெண்டைக்காய் விதைகளை உருவாக்கி அது சாகுபடிக்கு வந்துள்ளது. இந்த விதைகளால் விளைச்சல் தொடர்ந்து உயரும் என்பதற்கும், பூச்சி மருந்துப் பயன்பாடு குறையும் என்பதற்கும் என்ன உத்தரவாதம் என்பதை இந்திய அரசின் வேளாண் அமைச்சகம் உறுதி செய்யவில்லை. மரபணு பொறியியல் ஒப்புதல் குழு (Genetic Engineering Approval Committee - GEAC)என்கிற அமைப்பு இவற்றுக்கு அனுமதி வழங்குகிறது. இந்த அமைப்பில் உள்ளவர்கள் மான்சான்டோ நிறுவனத்துடன் தொடர்புடையவர்கள் என்கிற குற்றச்சாற்றும் கள ஆய்வுக்கு உட்படுத்தாமல் அனுமதி அளிக்கப்படுவதாகவும் குற்றச்சாற்றுகள் உள்ளது. தகுந்த ஆய்வின்றி அனுமதி வழங்கப்

பட்டதாக ஒரு முறை உச்ச நீதிமன்றத்திலேயே நிரூபிக்கப்பபட்ட அமைப்பாக இது இருக்கிறது.

வெறும் தட்டையாக விளைந்த சோள விதைகள்!

மான்சான்டோ மட்டுமல்ல, ஹைதராபாத்தில் இருந்து இயங்கி வரும் பயோசிஸ் எனும் நிறுவனம் விற்ற சோள விதைகளை வாங்கி ஈரோடு மாவட்டம் தாராபுரம் வட்டத்திலுள்ள விவசாயிகள் சாகுபடி செய்துள்ளனர். விளைந்தது வெறும் சோளத் தட்டைகளே, அதில் சோளக் கதிர்கள் ஏதுமில்லை! ஒரு ஏக்கருக்கு ரூ.22,000 வரை செலவழித்து செய்த சோளச் சாகுபடி பைசா வரவின்றி விரயமானது. இதுபற்றி பயோசிஸ் நிறுவனத்திடம் கேட்டதற்கு, அப்பகுதியின் தட்ப வெப்ப நிலைச் சார்ந்தே விளைச்சல் இருக்கும் என்று பதில் கூறியுள்ளனர். இதுபற்றி தமிழ்நாடு வேளாண் அலுவலகத்தில் விவசாயிகள் புகார் செய்த போது, ''சோதித்துப் பார்த்தப் பின்னரே எதையும் சொல்ல முடியும்'' என்று பதில் கூறியுள்ளனர்! (14)

மேற்கண்ட அனுபவங்களில் இருந்து உறுதியாக அறிய முடிவது யாதெனில்:

1. விவசாயிகளின் விளைப் பொருட்களுக்கு நிர்ணயிக்கப்படும் குறைந்த பட்ச விலை கூட அவர்களுக்கு கிடைப்பதை இந்நாட்டு அரசுகள் உறுதி செய்யவில்லை. ஏன்?
2. உள்நாட்டில் விளைச்சல் அமோகமாக இருக்கிறது என்று அறிவிக்கும் இந்திய ஒன்றிய அரசு, அவர்களின் விளைச்சல்கள் சந்தைக்கு வந்து சேருவதற்கு முன்னரே, அதே விளைப் பொருட்களை அயல் நாடுகளில் இருந்து இறக்குமதி செய்வதற்கு விதிக்கபட்ட சுங்கத் தீர்வையை ரத்து செய்து, அப்பொருட்கள் சந்தையில் குவிக்கப்படுவதற்கு உதவியுள்ளது. எந்த அடிப்படையில்?
3. உள்நாட்டில் பற்றாக்குறை இருக்கும் நிலையில்தான் உற்பத்தியைப் பெருக்கும் இலக்கு நிர்ணயிக்கப்படுகிறது. ஆனால் உற்பத்தி இலக்கை எட்டிய நிலையில், விளைவித்த பொருட்களுக்கு சந்தையில் உரிய விலை கிடைக்காமல் போவது எப்படி? எதனால்?
4. பெரும் விதை நிறுவனமான மான்சான்டோ ஆண்டுக்கு ரூ.560 கோடிக்கு விதை விற்று 106 கோடி நிகர இலாபம் ஈட்டுகிறது.

ஆனால் அவற்றின் விதைகளை வாங்கி சாகுபடி செய்த விவசாயிகள் விளைச்சல் இன்றி, கடன் சுமை தாங்காது தற்கொலை செய்துக் கொள்கின்றனர். விற்றவனுக்கு லாபம், விளைவித்தவனுக்கு நட்டம் இதனைப் பற்றி எந்த ஆய்வும் செய்யப்படவில்லை. ஏன்?

5. மரபணு மாற்ற விதைகளை கள ஆய்வு செய்த பிறகே அனுமதி அளிக்கப்படுகிறது என்றால், அவைகளை வாங்கி விதைக்கும் விவசாயிகள் விளைச்சல் குறைந்து நட்டத்தைச் சந்திப்பது எப்படி?

6. விளைச்சல் இல்லாமல் போவதற்கு விதை விற்பனையாளர்கள் கூறும் 'காரணங்களை' அரசு ஆராய்ந்து உண்மையை எடுத்துரைக்க மறுக்கின்றனவே, ஏன்?

7. விவசாயிகள் நட்டம் அடைவதற்கும், கடனை திரும்பச் செலுத்த முடியாத நிலைக்கு தள்ளப்படுவதற்கும் விதையும், விலையும், விளைச்சல் இன்மையும் காரணம் என்பதை அறிந்தும் அவற்றைக் களைய ஒன்றிய, மாநில அரசுகள் தனித்த, கூட்டு நடவடிக்கைகளை மேற்கொள்ளவில்லையே ஏன்?

8. இத்துணை நெருக்கடிகளுக்கும் இடையே இந்நாட்டின் உணவுப் பாதுகாப்பை உறுதிச் செய்யும் விவசாயியின் கடனைத் தள்ளுபடி செய்து அவனை மீட்க வேண்டும் என்று இந்திய ஒன்றிய அரசு ஏன் முன்வரவில்லை?

9. இன்றைய நிலையில் இந்திய அரசின் பொதுத்துறை வங்கிகளின் வாராக் கடன் தொகை ரூ.8 லட்சமாக உயர்ந்துள்ள நிலையில்[15], கடன்களைப் பெற்ற பெரு நிறுவனங்களுக்கு பல்வேறு திட்டங்களை அறிவித்து அவர்களை காப்பாற்றும் ஒன்றிய அரசின் நிதியமைச்சகம், விவசாயக் கடன்களைத் தள்ளுபடி செய்வது மட்டும் மாநில அரசின் பொறுப்பு என்று கூறி தனது பொறுப்பைத் தட்டிக்கழிப்பது உயரிய நோக்கம் கொண்டதாகத் தெரியவில்லை.[16]

இப்படி எண்ணற்ற கேள்விகள் எழுகின்றன, ஆனால் பதில் கிடைப்பதில்லை. இந்நாட்டின் நாடாளுமன்றத்தின் இரு அவைகளிலும் 780 உறுப்பினர்கள் உள்ளனர். இவர்களில் பெரும்பான்மையினர் இந்நாட்டு விவசாயிகளின் வாக்குகளைப் பெற்றே தேர்தலில் வெற்றி பெற்றவர்களாக இருந்தும்,

அவர்களின் நியாயமான கோரிக்கைகள் குறித்து ஆழ்ந்து விவாதித்து, அவர்களை மீட்கும் நடவடிக்கைகளை ஒன்றிய அரசு மேற்கொள்ள உரிய அழுத்தம் தராததும் ஆச்சரியமான நிலையே.

விவசாயப் பொருட்களை உற்பத்திச் செய்வதை முழுவதுமாக இந்நாடு தன் ஆற்றல்களைக் கொண்டு நிறைவேற்றி, பின்னர் ஏற்றுமதிக்கு மட்டுமே பிற நாடுகளை அணுகவேண்டும். அப்போது மட்டுமே இந்நாட்டு விவசாயிகள் புறக்கணிக்கப்பட மாட்டார்கள், வஞ்சிக்கப்படமாட்டார்கள். விவசாயப் பொருட்களின் உற்பத்திக்காக உலக நாடுகளை, உலக அமைப்புகளை நாடினாலும், அனுமதித்தாலும் அவர்களின் கைக்கூலியாக இந்நாடும், விவசாயமும் மருவிப்போகும், இதனைத் தடுக்கவே முடியாது.

உலகின் நிலை அறியாதவர்களும், இன்றையக் கல்வி முறையின் அடிப்படை தெரியாதவர்களும் ஈடுபடும் தொழிலே விவசாயம் எனும் அறிவற்ற, அரைகுறைப் பார்வையே விவசாயம் ஏதுமறியாத பாமரனின் தொழில் என்ற நிலையில் வைத்துள்ளது. எனவே விவசாய மக்களின் வாழ்வாதாரங்களை உயர்த்த வேண்டும். அதே வேளையில் கல்வியறிவு பெற்றோரும் விவசாயத்தில் ஆர்வமுடன் ஈடுபட வேண்டும். இல்லையெனில், இந்நாடு எவரும் எதிர்பாரா பின்னடைவை, பெரும் வீழ்ச்சியைச் சந்திக்கும். அறிவியல் தொழில்நுட்பம், உலகப் பொருளாதாரம் சார்ந்த தேக்கநிலை, பின்னடைவு போன்ற எச்சிக்கல்கள் ஏற்பட்டாலும் இந்நாடு போராடி மீண்டிடும். ஆனால் உலகின் கைப்பாவையாகி விவசாயத் தொழிலின் பாரம்பரிய முறைகளை இழக்குமானால் நிச்சயம் போராடினாலும் மீள இயலாது. எவ்வாறெனில் உலகின் மிகப் பெரிய மக்கள் தொகையுடைய இந்நாடு உணவுக்கே போராடும், சில தலைமுறைகளுக்காவது இந்நிலை தொடரும். அப்போராட்டத்தை மட்டும் வல்லரசு நாடுகள் முற்றுப்பெறாமல் நீட்டிக்கச் செய்தாலே போதும், வேறு போராட்டத்துக்கு அதாவது வேறு எந்த மீட்சிக்குமான போராட்டங்களில் ஈடுபடவும் முயலவும் முயலாது.

விவசாயப் பெருமக்களின் வீழ்ச்சி இந்நாட்டின் வீழ்ச்சி. எனவே அவர்களைக் காப்பாற்றாமல், மீட்காமல் உண்மையான முறையில் நாட்டைக் காக்க, மீட்கவே இயலாது.

இன்றைய இந்தியாவின் வளர்ச்சியை உற்பத்தி, வணிக வளர்ச்சியை பெற்ற நாடுகள் நிச்சயம் விரும்பாது. மக்கள் தொகைக் குறைவாக உடைய நாடுகள் செல்வச் செழிப்போடு வாழ வேண்டுமெனில் பெரும் மக்கள் சந்தையாகப் பார்க்கப்படும்

இந்தியா உற்பத்தியில் இயலாமையின் நிலையில் இருக்க வேண்டுவது பொருளியல் பார்வையில் அவசியமாகவேத் தோன்றும்.

உணவின் தேவைகள் நிறைவாய் இருந்து ஒரு வேளை மற்ற வாழ்வியல் தேவைகள் அதாவது அறிவியல் கண்டுபிடிப்பு கருவிகளின் பற்றாக்குறை இருப்பினும் நாடு நிலைக்கும். விவசாயத்தை இழந்து உணவுக்கும் வல்லாதிக்க நாடுகளை நாடி நிற்க வேண்டி வந்தால் விலங்கின வாழ்நிலையில் இந்திய மக்கள் வாழும் அவலம் ஏற்படும்.

பொருளாதார பலமே பெரும் பலம் என்று அந்நிய செலாவணி களுக்கு நாட்டை அடமானம் வைத்துவிட்டு, பின்னர் எதைக் கொடுத்து மீட்பது? நாட்டை நாடாகப் பார்க்காமல் பொருளாகப் பார்ப்பவர்களுக்கு அடமானம் வைக்கவே தோன்றும்.

பெரு நிறுவனங்களின், பெரும் செல்வந்தர்களின் வளர்ச்சி நாட்டின் வீழ்ச்சி. அதனை பலம் என்பது பலவீனம் மட்டுமல்லாது அறிவீனமும் ஆகும். தலைமைகள் சிந்திக்க வேண்டும், இல்லை யெனில் தலைமைகள் மாறும் காலம் விரைவில் அதனைச் செய்யும்.

ஆக இந்திய அரசும், அதன் வேளாண் அமைச்சகமும், மாநில அரசுகளும் இந்நாட்டு விவசாயிகளின் நலன் மற்றும் வாழ்வாதாரப் பாதுகாப்பை உறுதி செய்வதற்கு எந்த அக்கறையும் காட்டவில்லை என்பது நிதர்சனமாகும். ஆனால் அயல் நாட்டு பெரு நிறுவனங்களில் இருந்து இந்நாட்டின் தொழில் நிறுவனங் கள் வரை பெரு லாபத்தில் இயங்கிட இந்நாடு என்னென்ன செய்துள்ளது என்பதை அடுத்த அத்தியாயத்தில் பார்க்கலாம்.

ஆதாரக் குறிப்புகள்:

1. ‘சந்தையாகக் காட்டிய இந்தியா, மகிழ்ந்து ஏற்ற சர்வதேசம்’ என்ற தலைப்பில் நான் எழுதிய ஈழம் அமையும் (கிழக்குப் பதிப்பக வெளியீடு) புத்தகத்தின் ஒரு அத்தியாயத்தில் வர்த்தகம் சார்ந்த சர்வதேச முடிவுகளின் பிணைப்பை ஆதாரங்களுடன் எழுதியுள்ளேன்.
2. ‘பருவ நிலை ஒப்பந்தம்: இந்தியா பின் வாங்காது’ என்ற தலைப்புச் செய்தி, தினமணி நாளிதழ், ஜூன் 03, 2017.
3. இந்தியாவின் பால் உற்பத்தி ஆண்டுக்கு 46.65 கோடி டன்கள். இந்திய அரசின் வேளாண் அமைச்சக விளம்பரம்.

4. Sue Generis proves this. ஒவ்வொரு ஊரிலும் விளையும் சில பயிர்கள் தனித்த சிறப்புத் தன்மை பெற்றிருப்பது இதனை நிரூபிக்கின்றது. வேலூர், நாகர்கோயில் செய்யூர் எண்ணெய் கத்தரிக்காய், வடசேரி முருங்கக்காய், சேலம் மாம்பழங்கள் ஆகியவற்றின் சுவை மண் சார்ந்ததாகவே இருக்கும். இவைகளை இடம் மாற்றி பயிர் செய்தால் அச்சிறப்புடன் விளைவதில்லை. எனவே மண் சார்ந்ததே விவசாயம், தொழில்நுட்பத்தால் இதனை சாதித்திட இயலாது.

5. India: Issues and Priorities for Agriculture, World Bank Report May 17, 2012.

6. India makes progress at WTO talks over food security law, www.wsj.com/articles/india-makes-progress-at-wto-talks-over-foodsecurity-law-1381163668

7. WTO chief raise concern over India's food security law, Business Standard

8. 1998ல் விஜய் டிவியின் செய்தியாளராக நான் பங்கேற்ற பத்திரிகையாளர் சந்திப்பில் பசுமைப் புரட்சி பற்றிய கேள்விக்குப் பதிலளிக்கையில் திரு.எம்.எஸ்.சாமிநாதன் இவ்வாறு கூறினார்.

9. ஒன்றரை லட்சம் பாரம்பரிய விதை ரகங்கள் நமது நாட்டில் இருந்துள்ளன என்றும், அவற்றில் பெரும்பாலானவை இன்று வழக்கொழிந்துவிட்டதாகவும் சித்த வைத்திய மருத்துவர் சிவராமன் கூறியுள்ளார்.

10. India: Issues and Priorities for Agriculture, World Bank Report, May 17, 2012

11. Entrenching Capitalist Agriculture in India under the guise of development by Colin Todhunter, Counterpunch.org

12. The seeds of wrath by John Vidal, The Guardian, June 19, 1999

13. Monsanto India Limited Annual Report 2014-15

14. புதிய தலைமுறை தொலைக்காட்சி செய்தி. ஜுன் 01, 2016.

15. Jaitley: 81 NPA Cases Flagged For Bankruptcy as Bank Bad Loans Top Rs. 8 lakhs, Finance Ministry Warns of Stern Action. Business Line, June 13, 2017.

16. Centre Draws Firm Line on Farm loan Waivers, Business Line,June 13, 2017.

- 11 -

அரண்களைத் தகர்த்த தாராளமயமாக்கல்

இரண்டாவது உலகப் போருக்குப் பின்னர் நடந்தேறிய பொருளாதார அதிசயங்கள் என்றழைக்கப்படும் ஜப்பான், தென் கொரியா, தாய்வான் ஆகிய நாடுகள் ஊரகப் பகுதிகளை மையம் கொண்ட உள்ளூர் சந்தைகளின் வளர்ச்சியால் உந்தப்பட்ட பொருளாதாரங்களே. வளரும் பொருளாதாரங்களின் வெற்றியின் ரகசியம் இதுதான். சமூகத்தின் அடித்தளத்தில் வாழும் மக்களிடையே உற்பத்திச் சொத்துகளை மறுவிநியோகம் செய்தமையே அவற்றின் வேகமான பொருளாதார வளர்ச்சிக்கு அடிப்படையாக அமைந்தன. இதற்கு நேர் மாறாக புதிய தாராளமயமாக்கலை (Neo-Liberalization) ஏற்றுக் கடைபிடித்த நாடுகளில் பொருளாதார வளர்ச்சியின் பயன் சிறிது சிறிதாக கீழ்த்தட்டு மக்களுக்கும் சென்றடையும் (trickle down neoliberalism) என்கிற எதிர்பார்ப்பு இந்தியா போன்ற நாடுகளில் கடன் சுமை, சொத்திழப்பு, துயரம் ஆகியவற்றுக்கே வழிவகுத்துள்ளது.

பீட்டர் ரோஸ்ஸட்: பொருளாதார (ஊரக மேம்பாடு) ஆய்வாளர், கலிஃபோர்னியா பெர்க்லி பல்கலைக்கழகம்.[1]

1992இல் இருந்து இந்தியா கடைப்பிடித்துவரும் பொருளாதாரச் சீர்திருத்தத்தின் தொடர்ச்சியாக அந்நிய முதலீடுகளுக்கு இந்நாட்டின் சந்தையை திறந்துவிட்டதும் உலக வர்த்தக அமைப்பில் (World Trade Organization WTO)இணைந்து உலகளாவிய சுதந்திர வர்த்தகக் கோட்பாட்டை ஏற்றதும் இந்தக் கால் நூற்றாண்டுக் காலத்தில் இந்நாடு தனது பொருளாதார வாழ்வில் சந்தித்துவரும் அனைத்து மாற்றங்களுக்கும் சிக்கல் களுக்கும் வீழ்ச்சிகளுக்கும் இவையே காரணமாக அமைந்துள்ளது என்பதையே இந்நாட்டின் வேளாண் மக்கள் சந்தித்துவரும் துயரம் மிகுந்த வாழ்வில் இருந்து அறிந்துள்ளோம்.[2]

1952ஆம் ஆண்டு முதல் இந்நாடு கடைபிடித்த கலப்புப் பொருளாதாரக் கோட்பாட்டின் கீழ் ஐந்தாண்டுத் திட்டங்கள் என்ற பெயரில் நாட்டின் பொருளாதார வளர்ச்சியை உறுதி செய்யும் ஒரு செயல்திட்டம் ஒன்றிய அரசால் மாநில அரசுகளின் துணையுடன் முன்னெடுக்கப்பட்டது. அதன் விளைவாக ஏழை நாடு என்ற இடத்தில் இருந்து உணவு உற்பத்தியில் தன்னிறைவு என்கிற வளர்ச்சியை எட்டினோம். ஒட்டுமொத்த தேச வருவாயும் பன்மடங்கு உயர்ந்தது. நாட்டின் ஒவ்வொருத் திட்டமும் கிராம அளவில் கொண்டு செல்லப்பட்டு நடைமுறைப்படுத்தப்பட்டது. இதன் விளைவே பசுமைப் புரட்சியால் உந்தப்பட்டு, உணவுத் தன்னிறைவு என்பது சாத்தியமானது. அதே நேரத்தில் தொழில் உற்பத்தியிலும் இந்நாட்டுக்கு உதவிய ரஷ்யா போன்ற நாடுகளின் தொழில்நுட்ப உதவியால் தொழில்துறை மேம்பாட்டையும் கண்டது. அதன் விளைவே இந்நாட்டில் மிகப் பெரும் வேலை வாய்ப்பை உருவாக்கிய அரசின் நிதியால் உருவாக்கப்பட்ட பொதுத் துறை நிறுவனங்களாகும். இவற்றின் மூலம் இந்நாட்டின் தொழில் வளர்ச்சிக்கான மூலதன இயந்திரங்கள் கூட பெருமளவுக்கு உற்பத்தி செய்யப்பட்டன. அதி நவீனத் தொழில்நுட்பங்கள் உலக வாழ்வை கோலேச்சும் இன்றைய நிலையிலும் இந்நாட்டின் சில பொதுத் துறை நிறுவனங்கள் மிக மேம்பாடான பல தொழில் நுட்பப் பங்கீடுகளை அளித்து வருவதை மறுக்க இயலாது. எடுத்துக்காட்டாக கூற வேண்டுமெனில், இன்றைக்கு இந்நாட்டில் இயங்கிவரும் 21 அணு உலைகளும் இந்நாட்டின் பொதுத் துறை நிறுவனங்களால் கட்டமைக்கப்பட்டு செயல்பட்டுவருபவையே.

அணு உலைத் தொழில்நுட்பத்தில் அடுத்தத் தலைமுறை தொழில் நுட்பம் என்று கருதப்படும் வேக ஈனுலை (Fast Breeder Technology)

இந்நாட்டின் பொதுத் துறை நிறுவனமான பாரத் ஹெவி எலக்ட்ரிக்கல் நிறுவனத்தால் வடிவமைக்கப்பட்டு கல்பாக்கத்தில் நிறுவப்பட்டு வருகிறது. இன்றைக்கு இந்தியாவில் உற்பத்தியானது (Make In India)என்கிற வணிகப் பெயருடன் உற்பத்தித் தொழில்களில் முதலீடு செய்ய வாருங்கள் என்று நம் நாடு உலக நாடுகளுக்கு அழைப்பு விடுக்க முடிகிறதென்றால் அதற்கான அடித்தளமிட்டதில் இந்நாட்டுத் தொழில்துறைக்கும், அதன் மேம்பாட்டில் பெரும்பங்காற்றிய பொதுத் துறை நிறுவனங் களும் பெரும் பங்கு உண்டென்பதையும் மறுக்கவியலாது.

1952 முதல் 1992ஆம் ஆண்டு வரையிலான 40 ஆண்டுகளில் இந்நாட்டின் தொழில் வளர்ச்சிக்கு உறுதிதுணையாக வளர்ந்து செழித்த மற்றொன்று சிறு, குறு தொழில் நிறுவனங்கள். இந்நாட்டின் பொருளாதாரத் தேவை ஒவ்வொன்றிலும், 40 விழுக்காடு ஏற்றுமதிப் பங்கு வகிக்கும் இவற்றின் பங்களிப்பு முக்கியமானது. இது தொழில்நுட்பம் சார்ந்த வளர்ச்சியாகவும், அதே நேரத்தில் மிகப்பெரும்பான்மை வேலை வாய்ப்பையும் பல தொழில்பேட்டைகளின் உருவாக்கத்துக்கும் காரணமாக அமைந்தது. வேளாண் முதல் தொழிற்சாலை வரை அவற்றின் பல்வேறுத் தேவைகளை சிறு தொழில்நுட்பங்களையும், மூலதன இயந்திரங்களையும் உருவாக்கித் தந்ததில் சிறு, குறுத் தொழில்கள் முக்கியப் பங்காற்றின.

இவற்றோடு இந்நாட்டின் பொதுத் துறை வங்கிகள் அளித்த பங்களிப்பும் குறிப்பிடத்தக்கதாகும். 1970இல் வங்கிகள் தேசியமய மாக்கப்பட்டப் பின்னர் இந்நாட்டின் தொழில், வேளாண், வர்த்தக வளர்ச்சியிலும், வேலை வாய்ப்பை அளிப்பதிலும் பொதுத் துறை வங்கிகள் ஆற்றிய சேவை மகத்தானதாகும். இன்றைக்கு ரூ.8 லட்சம் கோடி வராக் கடன்களால் கடும் அழுத்தத்தை சந்தித்து வரும் நிலையிலும் 2016-17 நிதியாண்டில் பொதுத் துறை வங்கிகளின் நிகர லாபம் 1,50,000 கோடியாக உள்ளதென்று பாராட்டியுள்ள நிதியமைச்சர் அருண் ஜெய்ட்லி, வாராக் கடன்களால் ஏற்பட்ட இழப்பை ஈடுகட்ட ஒதுக்கிய நிதியின் காரணமாக அவற்றின் லாபம் வெறும் ரூ.574 கோடியாகக் குறைந்துள்ளது என்று கூறியுள்ளார்.(3)

பொதுத் துறை வங்கிகள் மட்டுமின்றி, தொழில் வளர்ச்சிக்கு உதவ நிறுவப்பட்ட நிதி நிறுவனங்கள் வெளியிட்ட நிதிப் பத்திரங் களிலும், எல்.ஐ.சி. போன்ற காப்பீட்டு நிறுவனங்களிலும்

இந்நாட்டு மக்கள் சேமித்த நிதிகள் ஒரு கட்டத்தில் இந்நாட்டின் ஒட்டுமொத்த உள்நாட்டு உற்பத்தியை விட அதிகமானதாகும். 1978-79 நிதியாண்டில் ரூ.5,690 கோடியாக இந்நாட்டு வங்கிகளில் இருந்த சேமிப்பு 2015-16 நிதியாண்டில் ரூ.25,36,544 கோடியாக உயர்ந்துள்ளது. இது வங்கிகளில் மட்டும் உள்ள சேமிப்பு, எல்.ஐ.சி., அஞ்சலக சேமிப்புப் பத்திரங்கள் ஆகியவற்றையும் சேர்த்தால் உள்கட்டமைப்பு வசதிகளை மேம்படுத்த இந்நாட்டின் அரசுகள் கேட்கும் பல லட்சம் கோடிகள்; அரசுகள் கேட்கும் பல லட்சம் கோடிகள் நிதித் தேவையை இந்நாட்டு மக்களின் சேமிப்பில் இருந்தே ஈடுகட்ட முடியும். 2000வது ஆண்டுக்குப் பின் சேமிப்புக்கள் மீதான வட்டி விகிதங்களைத் தொடர்ந்து குறைத்து மக்களின் சேமிக்கும் ஆர்வத்தையே சிதைத்துவிட்டது அரசு.

இப்படி ஒரே நேரத்தில் தொழில் வளர்ச்சியும், அதற்கு உறுதுணையாய் வளர்ந்த சிறு, குறுத் தொழில்களும் இவைகளின் வர்த்தகத்துக்கும் வளர்ச்சிக்கும் உறுதுணையாக இருந்த பொதுத் துறை வங்கிகளும் வளர்ச்சிக்கான நிதி நிறுவனங்களுமே இந்நாட்டின் விவசாய மேம்பாட்டுக்கு உரிய தருணங்களில் துணை புரிந்ததால் இந்நாடு சகலத் துறைகளிலும் ஒரு சமச்சீரான வளர்ச்சியை எட்டியது. இன்றைய உலகின் அதிநவீன தொழில் நுட்பங்கள் எதுவாயினும் அவற்றின் இயங்கங்களைக் கிரகித்துப் பயன்படுத்தும் நுண்ணறிவை இந்நாட்டவருக்கு அளித்தது இந்நாடு கண்ட ஒருங்கிணைந்த வளர்ச்சியே. இந்நாட்டுக்குப் போர் விமானங்கள் முதல் ஏவுகணை வரை விற்க வரும் அயல் நாட்டு நிறுவனங்கள், இந்நாட்டின் துணையோடு இங்கேயே உற்பத்தி செய்திட ஒப்புக்கொண்டு முன்வருவதற்கு தொழில்நுட்ப நுண்ணறிவை கல்வியோடும், அனுபவ ரீதியாகவும் இந்நாட்டவரும், இந்நாட்டு நிறுவனங்களும் பெற்றிருப்பதே காரணமாகும். இதனைக் கூறுவதற்குக் காரணம் இந்நாடு இந்தக் கால் நூற்றாண்டில் கண்ட மேம்பாட்டுக்கு இந்நாட்டினரின் நுண்ணறிவுத் திறம் முக்கிய பங்காற்றியுள்ளதும், எதிர்காலத்திலும் இந்நாட்டின் மேம்பாட்டுக்கு அது துணை புரியும் என்பதே.

இந்த பின்னணியில் இருந்தே 1992க்கும் பிற்பட்ட கால் நூற்றாண்டுக் கால தாராளமயமாக்கல் யுகத்தில் இந்நாடு கண்டதென்ன, இழந்ததென்ன என்பதை மதிப்பீடு செய்வது சரியானதாக இருக்கும்.இங்கு நினைவில் கொள்ள வேண்டிய முக்கிய விடயம், 1986ஆம் ஆண்டு முதலே ராஜீவ் காந்தி இந்நாட்டின் பிரதமராக இருந்த காலத்திலேயே அந்நிய

முதலீடுகளுக்கு வழிவிடுவது என்று முடிவெடுக்கப்பட்டது. ஆனால் 1992க்கும் பிறகுதான், அதுவும் உலக வர்த்தக அமைப்பில் இந்தியா இணைந்த பிறகுதான் உலகளாவிய வர்த்தக வலையில் முழுமையாக இந்தியாவின் தொழில் வர்த்தகம் கொண்டு சேர்க்கப்பட்டது.

பாதை மாறி பயணம் நிறைவேறியதா?

இந்நாட்டின் பொருளாதாரப் பாதையில் பெரும் மாற்றத்தை ஏற்படுத்திய பொருளாதாரச் சீர்த்திருத்தத்துக்கு அதாவது இந்நாடு சந்தைப் பொருளாதாரத்துக்கு மாறியதற்கு இரண்டு காரணங்கள் அடிப்படையானது. ஒன்று, இந்நாட்டின் எரிசக்தித் தேவையில் பெரும் பங்கு வகிக்கும் கச்சா எண்ணெய் இறக்குமதிக்கு ஆகும் செலவை ஈடுகட்டுவதற்குக் கூட அந்நிய செலாவணி கையிருப்பு இல்லாதது. இந்நாட்டின் அந்நிய செலாவணி இருப்பு அப்போது வெறும் 574 கோடி டாலர்கள் மட்டுமே. இரண்டாவது, தொழில்நுட்ப முன்னேற்றத்துக்கு வளர்ந்த நாடுகளின் ஒத்துழைப்பும் அவசியம். தொழிலக உற்பத்திகளுக்கு அவசியமான மூலதன இயந்திரங்களில் இருந்து பல்வேறு துறைகளில் உலகம் கண்டுள்ள தொழில்நுட்ப வளர்ச்சியின் பயனை இந்தியாவும் பெற வேண்டுமெனில் உலகத்தோடு இணைந்த தொழில்நுட்ப வர்த்தக ஒத்துழைப்பில் இணைவது என்பதே. இந்த அடிப்படையில்தான் உலக வர்த்தக ஒப்பந்தத்திலும் கையெழுத்திட்டு இந்நாடு இணைந்தது.

இவ்விரு காரணங்களால் பாதை மாறிய பொருளாதாரத்தால் இந்தக் கால் நூற்றாண்டுக் காலத்தில் இந்நாடு பெற்றப் பயன்கள் என்ன என்ற கேள்விக்கு விடை தேடுவது அவசியம். ஒன்று, அந்நிய செலாவணிச் சிக்கலில் இருந்து உறுதியாக மீண்டிடும் அளவுக்கு இந்நாட்டின் ஏற்றுமதியானது நமது இறக்குமதியை விட அதிகரித்துள்ளதா? இல்லை. இன்றளவும் நமது இறக்குமதிக்கும் ஏற்றுமதிக்கும் இடையிலான இடைவெளி அதாவது வர்த்தகப் பற்றாக்குறை அதிகரித்துள்ளதே தவிர, குறையவில்லை. எந்த அளவுக்கு ஏற்றுமதி அதிகரித்திருக்கிறதோ அதற்கும் மேலான விகிதத்தில் இறக்குமதி அதிகரித்துக்கொண்டயிருக்கிறது. இதனை இந்நாட்டின் நிதியமைச்சராக இருந்து தாராளமயமாக்கலை அறிமுகம் செய்து, பிறகு 10 ஆண்டுகள் பிரதமராக இருந்த மன்மோகன் சிங் வார்த்தைகளில் சொல்வதென்றால் 1992ல் எந்த

நிலையில் நமது அந்நிய செலாவணிக் கையிருப்பது இருந்ததோ அதே பலவீனமான நிலையிலேயே இன்றளவும் இந்நாட்டின் செலாவணிக் கையிருப்புத் தொடர்கிறது என்றார்.[4]

இந்திய மைய வங்கி (ஆர்.பி.ஐ) வெளியிட்டுள்ள அறிக்கையின் படி, 2017ஆம் ஆண்டு ஜூன் 08ஆம் தேதியுடன் முடிவுற்ற வாரத்தில் இந்தியாவின் அந்நிய செலாவணிக் கையிருப்பு 240.4 கோடி டாலர்கள் உயர்ந்து இதுவரை எட்டியிராத அளவுக்கு 38,116.7 கோடி டாலர்களாக உயர்ந்துள்ளது என்றும், மைய வங்கியின் கையிருப்பில் உள்ள தங்கத்தின் மதிப்பு 2,009.5 கோடி டாலர் மதிப்புக்கு உள்ளதெனவும் அந்த அறிக்கை தெரிவிக்கிறது.[5]

இந்திய மைய வங்கி குறிப்பிட்டுள்ள ஒட்டுமொத்த அந்நிய செலாவணி கையிருப்பும் ஏற்றுமதி இறக்குமதி சார்ந்த வருவாயில் மட்டுமே பெற்றதல்ல. இந்நாட்டின் பங்குச் சந்தைகளில் அயல்நாட்டு நிறுவன முதலீட்டாளர்கள் செய்துள்ள முதலீடுகள், அந்நிய நேரடி முதலீடுகள், நமது நாட்டவர் அயல் நாடுகளில் பணியாற்றிப் பெறும் ஊதியம் இந்நாட்டின் வங்கிகளின் தனிக் கணக்குகளிலும் வைக்கபட்டுள்ள நிதிகள் ஆகிய அனைத்தையும் உள்ளடக்கியதாகும். கச்சா உள்ளிட்ட இறக்குமதித் தேவைகளுக்கு மட்டுமின்றி, அயல் நாடுகளில் பெற்ற கடன்களுக்கும் இந்நாடு அந்நிய செலாவணியிலேயே வட்டியையும் முதலையும் (Debt Servicing)கட்ட வேண்டியுள்ளது. இந்தியாவின் அந்நியக் கடன் 48,500 கோடி டாலர்கள், அதாவது நமது அந்நிய செலாவணி இருப்பை விட 10 ஆயிரம் கோடி டாலர் அதிகம்!

இன்றைய நிலையில் செலாவணிக் கையிருப்பு கூடுதலாக இருப்பதற்கு சர்வதேசச் சந்தையில் கச்சா எண்ணெயின் விலை மிகவும் குறைந்திருப்பது ஒரு காரணமாகும். எனவே செலாவணிக் கையிருப்பில் நாம் ஒரு நிறைவைக் கண்டுள்ளோம் என்று கூறிட முடியாது. பங்குச் சந்தை முதல் தொழில் வர்த்தகங்கள் வரை அந்நிய முதலீட்டை எதிர்பார்த்து இயங்கும் இன்றைய இந்தியா, நாளை இம்முதலீடுகளைச் செய்யும் நாடுகளில் ஏற்படும் பொருளாதாரச் சரிவால் பாதிப்புக்கு உள்ளாகும் நிலையைத் தவிர்க்கும் வாய்ப்பில்லை. அதனால்தான் அந்நிய செலாவணி இருப்பைப் பொறுத்தவரை இன்றளவும் நம் நாடு பலவீனமான நிலையில் உள்ளதென மன்மோகன் சிங் கூறியுள்ளார்.

இதனை இன்னும் உறுதியாக இந்நாட்டுக்குப் பல்வேறு தலைகளில் பெரும் கடனுதவி அளித்துவரும் சர்வதேச நிதியம் (International Monetary Fund IMF), 201516ஆம் ஆண்டுக்கான ஆலோசனை அறிக்கையில் மிகத் தெளிவாகக் கூறியுள்ளது. ''2014ஆம் ஆண்டின் பிற்பகுதியில் கச்சா எண்ணெய் விலை பாதியாகக் குறைந்தது இந்தியாவின் பொருளாதார செயற்பாட்டுக்கு ஊக்கம் கொடுத்தது. இதனால் அந்நிய நேரடி முதலீடு, பங்குச் சந்தைகளில் பத்திர மூலதன முதலீடுகள் அதிகரித்ததன் விளைவாக ரூபாயின் மதிப்பு மேம்பட்டது மட்டுமின்றி, இந்தியாவின் அந்நிய செலாவணி இருப்பையும் 2014-15ஆம் ஆண்டில் அதிகப்படுத்தியது. நாட்டின் பொருளாதார நிலையில் வளர்ச்சிப் போக்குக் காணப்பட்டாலும், அந்நிய முதலீடுகள் விலக்கிக் கொள்ளப்படும் நிலை ஏற்பட்டால் அதனால் உள்நாட்டுப் பொருளாதாரத்தில் பாதிப்பு ஏற்படும் அபாயம் இருக்கிறது'' என்று எச்சரித்துள்ளது.[6]

பங்குச் சந்தைகளில் குவியும் அந்நிய முதலீடுகள் (Foreign Portfolio Investment - FPI and Foreign Institutional Investment - FII)சர்வதேசச் சந்தையில் உருவாகும் மாற்றங்களால் வெளியேறும் நிலை ஏற்பட்டாலோ அல்லது கச்சா எண்ணெய் போன்ற அதிக அந்நிய செலாவணியை விழுங்கும் இறக்குமதிப் பொருட்களின் விலையேற்றம் ஏற்பட்டாலோ அதனால் உருவாகும் அயல் பலவீனமானது (external vulnerability) இந்நாட்டின் உள்நாட்டுப் பொருளாதாரத்தை பாதிக்கும் அபாயம் உள்ளதென சர்வதேச நிதியம் எச்சரிக்கிறது. ஆக அந்நிய செலாவணி கையிருப்பில் இன்றளவும் நாம் பலவீனமான நிலையில்தான் உள்ளோம் என்பதையே இந்த எச்சரிக்கை உணர்த்துகிறது.

இரண்டாவதாக இந்நாட்டின் பொருளாதாரத்தைத் தூக்கி நிறுத்தி, வளர்ச்சிப் பாதையில் கொண்டு சென்றதாகக் கூறப்படும் அந்நிய முதலீடுகளையும் தொழில்நுட்பங்களையும் பற்றியதாகும். இதனை மிக ஆழமாக ஆராய்ந்து பார்க்க வேண்டிய கட்டாயம் ஒவ்வொரு இந்தியனுக்கும் உள்ளதாகக் கருதுகிறேன். ஏனெனில் பங்குச் சந்தை முதல் இந்நாட்டின் வளங்களையும், உழைப் பாற்றலையும் ஒன்றிணைத்து முன்னெற்றத்துக்கு வித்திடும் தொழில் வளர்ச்சியிலும் நாம் அனுமதித்த அந்நிய முதலீடுகள் ஆற்றிய பங்கு என்ன? அவற்றின் வருகைக்காகவும் இந்நாட்டின் தொழில் வர்த்தக வளர்ச்சிக்காகவும் அந்நிய முதலீட்டாளர் களுக்கு இந்நாட்டரசு செய்து தந்த வசதி, வாய்ப்புகள் என்னென்ன,

அவற்றால் இந்நாடு பெற்ற பயன் என்ன என்பதையெல்லாம் பகுப்பாய்வுக்கு உட்படுத்த வேண்டிய முக்கிய கட்டத்தில் நாம் நிற்கின்றோம். இதில் கொள்கைப் பார்வை செலுத்தி ஆராயப் போவதில்லை, மாறாக, நமது அரசுகளால் வலுக்கட்டாயமாகச் செலுத்தப்பட்டப் புதிய பாதை இந்நாட்டின் பொருளாதாரத்துக்கு வலு சேர்த்ததா அல்லது வீழ்ச்சியைத் தந்ததா என்பதை எவ்விதக் கரிசனமும் இன்றி பகுப்பாய்வு செய்திடல் அவசியமாகும்.

அந்த அடிப்படையில் கடைசிக் கால் நூற்றாண்டுக் கால கொள்கை, ஒழுங்குமுறைகள் தளர்த்தல் ஆகியவற்றால் உந்தப் பட்ட தொழில் துறை வளர்ச்சி வேலை வாய்ப்புகளை உருவாக்கியதா? இந்நாட்டின் வரி வருவாயைப் பெருக்கியதா? இந்நிறுவனங்கள் ஈட்டிய லாபத்தின் ஒரு பங்கு மீண்டும் இந்நாட்டில் முதலீடு செய்யப்பட்டதா? முதலீட்டோடு கொண்டு வந்த தொழில்நுட்பங்கள் யாவும் இந்நாட்டின் தொழில்நுட்ப வளர்ச்சிக்கு உதவியதா? அது நமது நாட்டின் கல்வித் திட்டத்துக்கு அயல் நாட்டினரின் மேம்பட்டத் தொழில்நுட்பம் பங்களித்ததா? தங்கள் நாட்டு அறிவியல் கண்டுபிடிப்புகளை அறிவுச் சொத்துரிமை யாகப் பதிவு செய்துள்ள நிறுவனங்கள், ஒரு வளர்கின்ற நாடான இந்தியாவின் ஏழை, எளிய மக்கள் பயன்பெறுவதற்காக குறிப்பாக உயிர் காக்கும் மருந்துப் பொருட்களுக்கு விலக்கு அளித்துள்ளார் களா? நிறுவன சமூக பொறுப்பு (Corporate Social Responsibility CSR) என்கிற நிலையில் இருந்து இந்நிறுவனங்கள் இந்திய சமூகத்துக்கு ஆற்றிய தொண்டுகள் இவை என்று கூறத்தக்க எதையும் செய்துள்ளார்களா? என்பதையல்லாம் அலசி ஆராய்வதில் இருந்தே முதலீட்டை வரவேற்று இந்நாடு பெற்றதென்ன, இழந்ததென்ன என்பதை அறிந்திட முடியும்.

தளர்ச்சியே கொள்கையா?

இந்தியாவின் பொருளாதார வளர்ச்சியை மையப்படுத்தியே பொருளாதார சீர்த்திருத்தம் நடைமுறைப்படுத்தப்பட்டதாக இம்மாற்றத்துக்கு வித்திட்ட அன்றைய நிதியமைச்சர் மன்மோகன் சிங் கூறினார். நாடாளுமன்றத்தில் அவர் ஆற்றிய உரையில் அவர் வலியுறுத்திய கீழ்க்கண்ட விடயங்கள் இந்நாட்டின் நலன் தொடர்பில் முக்கியத்துவம் வாய்ந்தவை:

''பெரும் பொருளாதார நிலைநிறுத்தலும் (Macro - Economic Stabilization), நிதிச் சரிகட்டலும் (Fiscal adjustment) மட்டுமே

போதுமானதல்ல. இவற்றுக்கு உறுதுணையாக பொருளாதார கொள்கைகளில் முக்கியமான சீர்திருத்தங்களும், பொருளாதார மேலாண்மையும் அவற்றோடு ஒருங்கிணைந்த நடவடிக்கைளாக மேற்கொள்ளப்பட வேண்டும். பொருளாதார சீர்திருத்தத்தால் மட்டுமே திறனின்மையை போக்கவும், விரயத்தை நீக்கவும் அதன் மூலம் பொருளாதார வளர்ச்சியை ஊக்கப்படுத்துவதற்கான புதிய இயக்கத்தை உருவாக்க முடியும். நமது தொழிலக உற்பத்திகளை சர்வதேச அளவிலான போட்டியை எதிர்கொள்ளும் வகையில் அவைகளின் திறனை மேம்படுத்தவும், இந்த நோக்கத்தை நிறைவேற்ற அந்நிய முதலீட்டையும், அந்நிய தொழில் நுட்பத்தையும் இதுவரை இல்லாத அளவுக்கு அதிகமாக பயன்படுத்திக்கொள்வது என்பதே பொருளாதார சீர்திருத்தத்தின் உந்துதலாக இருக்கும்.

மிக வேகமாக மாறிவரும் உலகப் பொருளாதாரத்தில் நமது நாட்டின் முக்கியத் துறைகள் உரிய தொழில்நுட்பத்தைப் பெற்று, அதன் மூலம் சர்வதேச அளவில் போட்டிகளை எதிர்கொள்ளும் திறனை எட்டுதை இலக்காகக் கொண்டு, முதலீட்டின் உற்00பத்தித் திறனைப் பெருக்குவதும், இந்தியாவின் நிதித் துறையை (வங்கிகளை) துரிதமாக நவீனப்படுத்துதலை உறுதி செய்வதும், பொதுத் துறை நிறுவனங்களின் செயல்பாட்டை மேம் படுத்திடவும் வேண்டும். நிதி நிலையை உறுதிப்படுத்துவதும், அடிப்படையான கொள்கை மற்றும் கட்டமைப்புச் சீர்திருத்தங் களாலும் நமது பொருளாதாரம் மீண்டும் அதன் உயர் வளர்ச்சிப் பாதையை அடைந்து அதன் மூலம் விலைவாசிகள் மக்கள் தாங்கும் அளவுக்குக் குறைந்து சமமான சமூக வளர்ச்சி அதிகரித்திடும் என்று நம்புகிறேன்'' என்று மன்மோகன் சிங் பேசினார்.[7]

பொருளாதார சீர்திருத்தத்தின் முக்கிய நோக்கம் இந்தியாவில் முதலீடுகள் வருவதற்குத் தடையாய் இருக்கும் சட்டப்பூர்வமான விதிகளை, ஒழுங்கமைப்புகளை (Regulations) தளர்த்துவது அல்லது நீக்குவதென்பதும், முதலீட்டாளர்கள் இந்நாட்டில் செய்யும் வர்த்தகத்தின் மூலம் கிடைக்கும் லாபத்தைத் தங்கள் நாட்டுக்குக் கொண்டு செல்வதற்கு உரிமையளிப்பதுமாகும். இதில் இங்கு பெறும் லாபத்தின் மீதான வரியை இந்நாட்டுக்குச் செலுத்தவேண்டும் என்பது சட்டபூர்வக் கட்டாயமாக இருந்தாலும் அவற்றை அந்நிய முதலீட்டாளர்கள் செலுத்தி னார்களா என்பதைப் பிறகு பார்ப்போம்.

அந்நிய முதலீட்டாளர்களை எந்த நோக்கில் இந்நாடு ஈர்க்கிறது என்பதை முதலில் கண்டறிவது அவசியமாகும்:

1. இந்நாட்டில் முதலீடு செய்து உற்பத்தியாகும் பொருட்களை இந்நாட்டிலேயே விற்கக்கூடிய அளவுக்கு 120 கோடிக்கும் அதிகமான மக்களைக் கொண்ட இந்தியா ஒரு பெரும் சந்தை.

2. இந்நாட்டில் உற்பத்தித் தொழிலுக்குத் தேவையான மூலப் பொருட்கள் கனிம வளங்களாக நிறைந்திருப்பதும், அவைகள் சர்வதேசச் சந்தையோடு ஒப்பிடுகையில் குறைந்த விலையில் குறைந்த உரியத்தைச் (Royalty) செலுத்தி கிடைப்பதும், அதனை இந்நாட்டிலேயே பயன்படுத்தி உற்பத்தி செய்யலாம் அல்லது தங்கள் நாட்டுக்கோ சர்வதேசச் சந்தையிலோ விற்கலாம் எனும் லாப நோக்குக்குத் தடைபோடாத சட்ட விதிகள்.

3. இந்நாட்டில் உற்பத்தி செய்யும் பொருட்களுக்கு இந்திய அரசு வழங்கும் வரிச் சலுகைகளால் உற்பத்திச் செய்யப்படும் பொருட்கள் உள்ளூர் மற்றும் சர்வதேசச் சந்தைகளில் விற்கக் கூடிய போட்டித் (Competitive Edge) திறனைப் பெறுகின்றன.

4. இந்தியாவின் அறிவு வளம் (Knowledge Resource). இது ரூபாய் ஊதியத்துக்குக் கிடைப்பது அந்நிய செலாவணி நோக்கில் அந்நிய முதலீட்டாளர்களுக்கு உற்பத்திச் செலவீனத்தைக் குறைக்கிறது.

5. உடல் உழைப்பு வளமும் ஏராளமாக கிடைப்பதும் (Labour Resource and its free availability) அதற்கான செலவீனமும் அந்நிய செலாவணி நோக்கில் உற்பத்திச் செலவைக் குறைக்கிறது.

6. அந்நிய நிறுவனங்களுக்கு இந்நாட்டு மாநில அரசுகள் அளிக்கும் முன்னுரிமைகள். குறைந்த விலையில் ஏராளமான நிலம், 24 மணி நேரமும் மின்சாரம் அளிக்கப்படும் என்ற உறுதி (மக்களுக்குத்தான் மின் தடை), சாலை உள்ளிட்ட கட்டமைப்பு வசதிகளை உருவாக்கித் தருதல். தொழிலாளர் நலச் சட்டங்களைத் தளர்த்திப் பயன்படுத்துதல்.

7. மொத்தத்தில் இந்த நாட்டின் தொழில் நிறுவனங்களுக்கு அளிக்காத தலையிடாத் தொழில் சுதந்திரம் அயல் நாட்டு நிறுவங்களுக்குத் தாராளமாகத் தரப்படுகிறது.

இதைத்தான் இங்கிருந்து செல்லும் இந்நாட்டின் பிரதமர்கள் அந்நிய முதலீட்டாளர்களை ஈர்க்க அளிக்கும் உறுதிமொழிகளாகும். அதனையே இந்நாட்டின் மாநில அரசுகளும் தொழில் வர்த்தக மாநாட்டை நடத்தி அழைக்கின்றன.

சரி, இத்தனை வசதிகளையும், வரிச் சலுகைகளையும், தொழில் சுதந்திரத்தையும் பெற்றுக்கொண்டு செயல்படும் அந்நிய முதலீட்டாளர்கள், நிறுவனங்கள் இந்நாட்டின் பொருளாதார வளர்ச்சிக்கு அளித்த பங்கீடு எவ்வளவு?

கொள்ளைக்கு வழிவகுத்த சுரங்கக் கொள்கைகள்

இந்தியாவில் இதுவரை எடுக்கப்பட்ட கனிம வளங்களைவிட பன்மடங்கு அதிகமான கனிம வள இருப்பு உள்ளது. அதே நேரத்தில் உலக அளவில் தேவைப்படும் பெரும் வர்த்தக மதிப்புடைய பொருளாதார கனிமங்கள் என்றழைக்கப்படும் வளங்களில் 1. எரிசக்திக்கு ஆதாரமான நிலக்கரி, கச்சா, எரிவாயு, யுரேனியம் ஆகியனவும், 2. கடின கனிமங்களில் (Metallic Minerals) இரும்பு (Ferrous)வகையைச் சேர்ந்த இரும்புத் தாது, குரோம், டைட்டானியம், அடிப்படை கனிமங்களான பாக்சைட், தாமிரம், துத்தநாகம், ஈயம் ஆகியனவும், அரிதான கனிமங்களான தங்கம், வெள்ளி, பிளாட்டினம் ஆகியனவும், இவைகளின்றி, மிளிர் கனிமங்களான வைரம், நவரத்தினக் கற்கள் ஆகியனவும் அயல் நாட்டு முதலீட்டாளர்களை ஈர்க்கின்றன.

நிலக்கரி, இரும்புத் தாது ஆகியனவற்றைப் பயன்படுத்தும் தொழில் நிறுவனங்களின் வளர்ச்சி காரணமாக இவ்வளங்களை எடுப்பதற்கான சுரங்கங்களை முறைப்படுத்தும் சட்டங்கள் அடுத்தடுத்து நிறைவேற்றப்பட்டன. சுரங்கச் சட்டம் 1952, சுரங்க விதிமுறைகள் 1955, சுரங்கங்கள் குத்தகை முறைப்படுத்துதல் விதிமுறைகள் 1956 ஆகியன நடைமுறைக்குக் கொண்டுவரப் பட்டது. இப்போதுள்ள சுரங்கம் மற்றும் கனிமங்கள் (மேம்பாடு மற்றும் முறைப்படுத்துதல்) சட்டம் 1957இல் நிறைவேற்றப் பட்டது. இதன் பிறகு மேம்பாட்டுக்காக கனிம வளம் காப்பாற்றுதல் விதிகள் 1988இலும், அதனைத் தொடர்ந்து 1993இல் தேசிய கனிமக் கொள்கையும், அதன் தொடர்ச்சியாக சுரங்கத் தொழிலில் அந்நிய நேரடி முதலீட்டுக்கான விதிமுறைகளும் வகுக்கப்பட்டன.

இத்தனை சட்டங்களும் விதிமுறைகளும் எதற்காக நிறைவேற்றப் பட்டு நடைமுறைப்படுத்தப்பட்டன? சுரங்கங்கள் அமைத்து கனிம வளங்களை எடுப்பதில் பல முறைகேடுகள் தொடர்ந்து நடந்து வந்துள்ளது. இந்த முறைகேடுகள் பற்றி இந்நாட்டின் கனிம வளம் மற்றும் சுரங்கத் துறை அமைச்சராக இருந்தவர் கூறியது குறிப்பிடத்தக்கதாகும்: ''புரையோடிய ஊழல், வலுக்கட்டாய தொழிலாளர் பயன்பாடு, ஐயத்திற்குரிய மற்றும் இரட்டை ஆவணங்கள் வைத்திருத்தல், கனிம உற்பத்தியைக் குறைத்துக் காட்டுவது, தொழிலாளர்களுக்கு ஊதியத்தை முழுமையாக அளிக்காமை, அதிகமான நேரங்களுக்குத் தொழிலாளர்களை எவ்வித வசதிகளும் இன்றிப் பயன்படுத்துதல், எவ்வித பாதுகாப்பு மற்றும் உடல் நல ஏற்பாடுகள் அற்ற நிலை என்று நீளும் இப்படிப் பட்ட நடைமுறைகள்தான் சுரங்கம் நடத்தும் வழிமுறைகள் என்பதுபோல் பெரும்பான்மையான தனியார் சுரங்கங்கள் இயங்கி வருகின்றன'' என்று கூறியுள்ளார்.[8]

இந்நிலையில்தான் நிலக்கரிச் சுரங்கள் அனைத்தும் 1972, 73ஆம் ஆண்டு இரண்டு சட்டங்கள் மூலம் தேசியமயமாக்கப்பட்டது. இந்திய நிலக்கரி நிறுவனம் தொடங்கப்பட்டு அவற்றின் கீழ் 9 துணை சுரங்க நிறுவனங்கள் ஏற்படுத்தப்பட்டன.

இந்நாட்டில் கிடைக்கும் கனிம வளங்கள் ஒவ்வொன்றையும் சுரங்கம் அமைத்து எடுத்து அதனை உள்நாட்டுத் தொழில் தேவைகளுக்கு அளிக்கும் வகையில் நிலக்கரி, பழுப்பு நிலக்கரி ஆகியவற்றின் சுரங்க மேலாண்மைக்காக 1. கோல் இந்தியா லிமிடெட், 2. நெய்வேலி லிக்னைட் (பழுப்பு நிலக்கரி) லிமிடெட் ஆகியனவும், பாக்சைட், இரும்புத் தாது, காப்பர், குரோமைட், ஜிங்க், லெட் போன்ற கனிம வளங்களை சுரங்கம் அமைத்து எடுத்தாள 1. இண்டியன் அயர்ன் அண்ட் ஸ்டீல் கம்பெனி, 2. நேஷனல் அலுமினியம் கம்பெனி, 3. பாரத் அலுமினியம் கம்பெனி, 4. மினரல் எக்ஸ்ப்ளோரேஷன் கம்பெனி லிமிடெட், 5. பாரத் கோல்ட் (தங்கம்) மைன்ஸ் லிமிடெட், 6. ஓ.என்.ஜி.சி., 7. இர்கான், 8. நேஷனல் மினரல் டெவலெப்மண்ட் கம்பெனி, 9. ஸ்டீல் அத்தாரிட்டி ஆஃப் இந்தியா லிமிடெட், 10. மாங்கனிஸ் ஓர்ஸ் இந்தியா லிமிடெட், 11. குத்திரேமுக் அயர்ன் ஓர் லிமிடெட், 12. இந்துஸ்தான் ஜின்க் கம்பெனி லிமிடெட், 13. இந்துஸ்தான் காப்பர் லிமிடெட், 14. சிக்கிம் மைனிங் கார்ப்பரேஷன் ஆகியன நிறுவப்பட்டன.

இவை ஒவ்வொன்றையும் குறிப்பிட்டுக் கூறிடுவதற்குக் காரணம், இந்நாட்டின் வளங்கள் உள்நாட்டுத் தனியார் நிறுவனங்களால் தடையற்றுச் சுரண்டப்படுவதைத் தடுக்கவே இவை அமைக்கப் பட்டுள்ளன. இதற்கென்று தனித்தனி அரசு நிறுவனங்களை அமைப்பதன் மூலம் எடுக்கப்படும் கனிம வளம் இந்நாட்டின் முன்னேற்றத்துக்கான தொழிற்சாலைகளுக்கு மூலப்பொருட் களாகத் தடையின்றிக் கிடைத்திட வேண்டும்; சுரங்கத் தொழிலில் ஈடுபடும் தொழிலாளர்களுக்கு நியாயமான ஊதியமும் பாதுகாப்பும் கிடைத்திட வேண்டும் என்பதற்காகவே இவை அமைக்கப்பட்டுள்ளன.

மேற்கண்ட பொதுத் துறை நிறுவனங்களின் மூலம் பல்லாயிரக் கணக்கானத் தொழிலாளர்களுக்கும், படித்த தகுதி வாய்ந்த பொறியாளர்களுக்கும் பட்டதாரிகளுக்கும் வேலை வாய்ப்புக் கிடைத்தது. இந்நாட்டின் தொழில் வளர்ச்சியும் அபரிதமாக இருந்தது. இவற்றின் நிகர லாபம் இந்திய ஒன்றிய அரசுக்குக் கொடுக்கப்பட்டு மக்கள் நல மேம்பாட்டுத் திட்டங்கள் பல நிறைவேற்றப்பட்டன. அதனால்தான் மேற்கண்ட நிறுவனங்கள் அனைத்தும் இன்றளவும் இந்நாட்டின் தேசியச் சொத்துக்களாக இருக்கின்றன.

ஆனால் 1993ல் உருவாக்கப்பட்ட தேசியச் சுரங்கக் கொள்கையும் (National Mineral Policy), அதனைத் தொடர்ந்து உருவாக்கப்பட்ட சுரங்கத் தொழிலில் அந்நிய நேரடி முதலீடு (FDI in Mining Sector)விதிமுறைகளும் தனியார் சுரண்டலில் இருந்து காப்பாற்றப் பட்ட கனிம வளங்களை மீண்டும் அந்நிய நேரடி முதலீடு என்ற பெயரில் அயல் நாட்டு நிறுவனங்களுக்குத் திறந்துவிட்டது. புதிய கனிமச் சுரங்கங்களைக் கண்டுபிடிப்பதும், வளங்களை எடுத்தாளவும் கொடுக்கப்பட்ட தொழிலுரிமை இந்நாட்டின் தற்சார்புத் தொழில் வளர்ச்சி என்கிற கோட்பாட்டைப் பின்னுக்குத் தள்ளி, இந்திய, அயல் நாட்டுத் தொழில் நிறுவனங்களின் வர்த்தக நலனை முன்னிறுத்தி வகுக்கப்பட்டக் கொள்கை முடிவாகும்.

தேசியமயமாக்கப்பட்ட நிறுவனங்களின் கீழ் இருந்த 13 கனிமங்களின் சுரங்க, தொழில் உரிமைகள் இந்திய, அந்நிய கூட்டாண்மை தொழில் நிறுவன முதலீடுகளுக்குத் திறந்துவிடப் பட்டது. அதுமட்டுமின்றி, மேற்கூறப்பட்ட இந்திய அரசின் சொத்துகளாகத் திகழ்ந்த பொதுத்துறை நிறுவனங்களான தேசிய கனிம மேம்பாட்டு நிறுவனம், குத்திரேமுக் அயர்ன் ஓர் லிமிடெட், தேசிய அலுமினியம் கம்பெனி, இந்துஸ்தான் காப்பர்,

இந்துஸ்தான் ஜின்க் லிமிடெட் ஆகியன முதலீடு விலக்கல் என்ற பெயரில் தனியார் முதலீடுகளுக்குத் திறந்துவிடப்பட்டன.

சுரங்கத் துறையில் அந்நிய நேரடி முதலீட்டைக் கொண்டு வருவதற்கு முன்னர் 1996ல் பெரும் பரப்பு வளர்ச்சி உரிமம் (Large Area Prospecting License LAPL)அறிமுகப்படுத்தப்பட்டது. ஒரு வளர்ச்சி உரிமத்துக்கான நிலப் பரப்பு வரையறை 25 சதுர கி.மீ.லிருந்து 5,000 சதுர கி.மீ.ஆக விரிவாக்கப்பட்டது. ஒரு குறிப்பிட்ட முதலீட்டாளர் வசம் இந்நாட்டில் 10,000 சதுர கி.மீ.பரப்பளவு வரையிலான சுரங்க நிலம் வைத்திருக்க அனுமதி வழங்கப்பட்டது!

இதனைத் தொடர்ந்தே 1997இல் சுரங்கத் துறையில் 50% அந்நிய நேரடி முதலீட்டுக்கு அனுமதி வழங்கப்பட்டது. இது 2000வது ஆண்டில் 74% ஆகவும், 2006இல் 100 விழுக்காடு ஆகவும் உயர்த்தப்பட்டது.

நிலக்கரி சுரங்க தேசியமயமாக்கல் சட்டம் 1973இல் 1999ஆம் ஆண்டு திருத்தம் கொண்டுவரப்பட்டு, நிலக்கரி மற்றும் பழுப்பு நிலக்கரி (நெய்வேலி) சுரங்கங்களில் தனியார் முதலீட்டுக்கு வழிவிடப்பட்டது.

இவை எல்லாவற்றுக்கும் உச்சமாக 1957ல் நிறைவேற்றப்பட்ட சுரங்கம் மற்றும் கனிமங்கள் (ஒழுங்கமைத்தல் மற்றும் மேம்பாடு) சட்டத்தில் செய்யப்பட்ட திருத்தங்கள் இத்துறைகளின் மீதான அரசின் கட்டுப்பாடுகள் பெருமளவுக்குத் தளர்த்தப்பட்டது. இதற்கிடையே திட்ட ஆணையத்தின் உறுப்பினர் அன்வருல் ஹோடா தலைமையில் அமைக்கப்பட்டக் குழு, சுரங்கத் துறையில் மேலும் முதலீடுகளுக்கு வழிவகை செய்யவேண்டும் என்றும், சுரங்க உரிமம் அளிப்பதில் ஒன்றிய அரசு கடைபிடிக்கும் சுற்றுச்சூழல் விதிகளைத் தளர்த்தவேண்டும் என்றும் பரிந்துரை செய்தது. ''எதிர்காலத்தில் கனிம வளங்களைக் கண்டறிதல் மற்றும் எடுத்தாளுதலிலும் தனியார் முதலீடுகளே முக்கியப் பங்காற்ற உள்ளன. சுரங்கத் துறை நவீனமயப்படுத்தப்பட்ட தனித்த தொழிலாக வளர வேண்டுமெனில் அதற்குப் பெரும் முதலீடு தேவைப்படுகிறது. சுரங்கம் அமைத்து எடுக்கப்படும் கனிமங்களை ஏற்றுமதி செய்யலாம் என்கிற உறுதிமொழியே இத்துறையில் தனியார் முதலீட்டுக்கு அதிலும் குறிப்பாக அந்நிய நேரடி முதலீட்டுக்கு வழிவகுக்கும்' என்று 2008ஆம் ஆண்டின் தேசிய கனிமக் கொள்கை குறிப்பிடுகிறது![9]

சுரங்க அனுமதி கொடுத்து, அச்சுரங்கத்திலிருந்து எடுக்கப்படும் கனிமங்களை இந்நாட்டின் தொழில் வளர்ச்சிக்கான கச்சாப் பொருளாகவே பயன்படுத்தவேண்டும் என்ற கொள்கை தளர்த்தப்படுகிறது. சுரங்க உரிமை பெற்ற நிறுவனங்கள் அவற்றை அப்படியே ஏற்றுமதி செய்யலாம் என்ற கொள்கைத் தளர்த்தலால் தான், பொதுத் துறை நிறுவனங்களின் ஆளுமையில் இருந்து எண்ணெய்/எரிவாயு, காப்பர், லெட், ஜிங்க், தங்கம் ஆகிய வளங்கள் தனியார் ஆளுமைக்குச் சென்றன. இரும்புத் தாது, பாக்சைட், குரோமைட், லைம்ஸ்டோன், சிலிக்கா, மைக்கா ஆகியன சுரங்கக் கொள்கையால் முழுமையாக தனியாருக்கு வழங்கப்பட்டன. இவ்வளங்களை ஏற்றுமதி செய்யலாம் என்று அளித்த உறுதிமொழியே தனியார் முதலீடுகளை இன்று வரை ஈர்த்து வருகிறது.

இந்திய ஒன்றிய அரசால் சுரங்கத் தொழில் நிறுவனங்களுக்கு அளிக்கப்பட்ட ‘சுதந்திரத்தால்’ 2000-01ஆம் ஆண்டில் இந்நாட்டின் ஒட்டுமொத்த இரும்புத் தாது உற்பத்தியில் 26% ஆக இருந்த ஏற்றுமதி, 2005-06ஆம் ஆண்டில் 58% ஆக உயர்ந்தது. வேகமாக வளர்ந்துவரும் பொருளாதாரமான சீனாவின் இந்திய இரும்புத் தாது இறக்குமதி 30% இருந்து மேற்கண்ட 5 ஆண்டுகளில் 83% ஆக உயர்ந்தது. ஆனால் உள்நாட்டு எஃகுத் தொழிற்சாலைகளுக்குத் தேவையான இரும்புத் தாதுவில் உள்நாட்டு உற்பத்தியில் இருந்து பெற்றது வெறும் 40% மட்டுமே. உள்நாட்டுத் தேவைக்கு அயல் நாடுகளில் இருந்து இன்றளவும் இறக்குமதி செய்கிறது இந்தியா! எப்படியிருக்கிறது சுரங்கக் கொள்கையின் பயன்!

கோவா, ஒடிசாவின் கியோன்ஜோர், சுந்தர்கார்ஹ், கர்நாடகத்தின் பெல்லாரி ஹோஸ்பெட் ஆகிய சுரங்கங்களில் இருந்து எடுக்கப்படும் இரும்புத் தாது அனைத்தும் ஏற்றுமதியாகிறது. இந்நாட்டில் சுரங்க உரிமைப் பெற்று இரும்புத் தாது எடுத்து அயல் நாடுகளுக்கு ஏற்றுமதி செய்யும் நிறுவனங்களின் கூட்டமைப்பு, உள்நாட்டுத் தொழிற்சாலைக்களுக்காக இரும்புத் தாது வெட்டியெடுக்கும் கொள்கைக்கு முழுமையாக முடிவு கட்ட வேண்டும் என்றும், உள்ளூர் தொழிலகங்களுக்கு அடிமைப்படுத்தியுள்ள நிலையை மாற்றி, இரும்புத் தாது சுரங்கத் தொழிலை முழுமையாக ஏற்றுமதி சார்ந்ததாக மாற்ற வேண்டும் என்றும், அதற்காக அரசுக்கு தர வேண்டிய உரியத்தையும் (Royalty),ஏற்றுமதித் தீர்வையையும் குறைத்திட வேண்டும் என்றும் கோரிக்கை விடுத்துள்ளது.[10]

இந்நாட்டில் தாங்கள் எடுக்கும் இரும்புத் தாதுவுக்கு அயல் நாட்டில் இருந்து இறக்குமதி செய்யப்படும் இரும்புத் தாதுவுக்குக் கொடுக்கும் விலையை உள்ளூர் சுரங்க நிறுவனங்களுக்குக் கொடுத்தால் அவர்களுக்கும் விற்கத் தயார் என்று இவ்வமைப்பு கூறியுள்ளது. இப்படித்தானே இந்நாட்டில் எடுக்கப்படும் எரிவாயுவுக்கு இறக்குமதிக்கு அளிக்கப்படும் விலையை அளிக்குமாறு ரிலையன்ஸ் கேட்டு ஒன்றிய அரசு ஒப்புக்கொண்டது. எனவே இவர்கள் கேட்பதும் ஒருவகை வர்த்தக நியாயம்தானே!

இத்தோடு இவ்வமைப்பு நின்றுவிடவில்லை, தங்கள் தொழிற்சாலைத் தேவைக்காக சுரங்கம் அமைத்து இரும்புத் தாது எடுத்து உள்ளூர் தொழில் நிறுவனங்கள் உற்பதிக்குப் பயன்படுத்த அளிக்கப்படும் உரிமங்களையும் (Captive Mines License) மத்திய அரசு ரத்து செய்ய வேண்டும் என்றும் கோரிக்கை விடுத்துள்ளது!

இந்திய சுரங்க நிறுவனங்கள் கூட்டமைப்பின் மேற்கண்ட நிலைப் பாட்டுக்கு பதிலளித்த இந்திய எஃகுத் தொழில் நிறுவனங்கள் சங்கம் (Indian Steel Association - ISA)இரும்புத் தாது ஏற்றுமதிக்கு இந்திய அரசு முழுமையாகத் தடை விதிக்க வேண்டும் என்று கோரியது. அதற்கான நியாயத்தையும் அது விளக்கியுள்ளது: ''ஒரு டன் இரும்புத் தாதுவை எஃகு உற்பத்திக்குப் பயன்படுத்தும்போது அது 7 முதல் 10 மடங்கு மதிப்புக் கூட்டுப் பெறுகிறது. இரும்புத் தாது எடுத்து அதனை எஃகு உற்பத்திக்கு பயன்படுத்தும்போது வெறும் சுரங்கத்தை விட அதனால் 5 மடங்கு அதிகமான நிரந்தர வேலை வாய்ப்பை உருவாக்குகிறது.''[(11)]

இந்தக் கருத்தை இந்திய அரசின் திட்டக் குழு உறுப்பினரான அன்வருல் ஹோடா ஏற்கவில்லை. சுரங்க நிறுவனங்கள் வெட்டியெடுத்த வளங்களை ஏற்றுமதி செய்யக் கட்டுப்பாடு ஏதும் விதிக்கக்கூடாது என்று ஹோடா வாதிட்டுள்ளார்! இந்நாட்டின் வளங்களை ஏற்றுமதி செய்வதால் இந்நாட்டுக்குக் கிடைக்கூடிய லாபம் என்ன?

நாடு, தன்னிறைவு, வளர்ச்சி, வேலை வாய்ப்பு என்பதெல்லாம் எங்கே போனது? 'வெட்டி எடுப்போம் வெளியில் விற்போம்' என்று சுரங்க உரிமம் பெற்ற நிறுவனங்கள் பேசுகின்றன என்றால் இது வளர்ச்சிக்கான கொள்கையா இந்நாட்டின் வளங்களைச் சூறையாடுவதற்கு அளிக்கப்பட்ட தடையற்ற சுதந்திரமா?

சூறையாடலுக்குச் சட்டத் திருத்தப் பாதுகாப்பு

2011ஆம் ஆண்டு திருத்தப்பட்ட கனிமங்கள் மற்றும் சுரங்கங்கள் (மேம்பாடு மற்றும் ஒழுங்கமைப்பு) சட்டத்தின் நோக்கம், இந்நாட்டின் வளங்கள் முறையற்ற வழிகளில் எடுக்கப்படுவதைத் தடுப்பதும் சுரங்கங்களை முறைப்படுத்துவதுமே என்று கூறப்பட்டது. தேசிய சுரங்க ஒழுங்குமுறை ஆணையம் (National Mines Regulatory Authority) என்கிற அமைப்பு உருவாக்கப்பட்டு, முறையற்ற சுரங்கங்களைக் கண்டுபிடித்து, அதனை இயக்குவோரைச் சட்டத்தின் முன் நிறுத்தித் தண்டிப்பதே நோக்கம் என்று கூறப்பட்டது.

முறையற்ற சுரங்க நடவடிக்கைகளைக் கண்டுபிடித்து நீக்க ஒன்றிய, மாநில அரசுகள் இணைந்து செயல்பட வகைசெய்யும் அதிகாரமிக்க ஒருங்கிணைப்புக் குழுக்கள் ஏற்படுத்தப்படும் என்றும் அறிவிக்கப்பட்டது. முறையற்ற சுரங்க நடவடிக்கைகளில் ஈடுபட்டோரை விசாரித்துத் தண்டிக்க மாநில அரசுகளே சிறப்பு நீதிமன்றங்களை அமைக்கவும் இச்சட்டத் திருத்தத்தில் வழிகாணப் பட்டது.

இவை எல்லாவற்றுக்கும் மேலாக ‘நீடித்த கனிம வளச் சுரங்க’ நடவடிக்கையே நோக்கம் (Sustained Mineral and Mines Policy) என்று திருத்தச் சட்டத்தின் வரைவில் கூறப்பட்டது. சுரங்கம் அமைத்து கனிம வளங்களை எடுக்க எடுக்க அது குறைந்து போகுமே இதில் நீடித்த கனிம வளம் என்பது எங்கிருந்து கொண்டுவரப்பட்டது என்பதை யாராலும் புரிந்துகொள்ள முடியவில்லை. காரணம், 1957ஆம் ஆண்டின் இச்சட்டத்தை, அதன் நோக்கத்தைத் திருத்தியதன் மூலம் கனிம வளங்களை எடுப்பதிலும் அதனைப் பயன்படுத்துவதிலும் நாட்டின் தொழில் வளர்ச்சிக்காக என்ற மூல நோக்கம் கைவிடப்பட்டு, அதற்கு பதிலாக வர்த்தக ரீதியாக, தனியார், அந்நிய முதலீடுகளை ஈர்க்கும் வண்ணம் அடிப்படையான கொள்கை மாற்றம் செய்யப்பட்டதே.

இந்திய ஒன்றிய அரசு நிறைவேற்றிய இச்சட்டத் திருத்தம் பற்றியும் அது நடைமுறையில் எவ்வாறு வளைக்கப்படுகிறது என்பதைப் பற்றியும் அகில இந்திய மக்கள் அறிவியல் கூட்டமைப்பின் தலைவர் டி. ரகுநந்தன் நியூஸ் கிளிக் இணையத்தளத்தின் ரிசாப் பெய்லியிடம் விளக்கியுள்ளார்.[(12)] இப்பேட்டியில் ரகுநந்தன் எடுத்துக்காட்டியுள்ள முக்கிய விடயங்கள்:

1. 200க்கும் மேற்பட்ட நிலக்கரி சுரங்கங்களை ஒதுக்கீடு செய்ததில் நடந்த முறைகேட்டால் அரசுக்கு ரூ.1,86,000 கோடி இழப்பு ஏற்பட்டுள்ளது என்கிற இந்திய அரசின் தலைமை தணிக்கையாளர் மற்றும் கணக்காளரின் குற்றச் சாற்றையடுத்து நிறைவேற்றப்பட்டுள்ள இச்சட்டத் திருத்தம், ஏலத்தின் மூலம் சுரங்கங்களை ஒதுக்கீடு செய்வது என்கிற விதிமுறை வகுத்துள்ளது. இதன் மூலம் அரசுக்கு வருவாய் கிடைக்க வழியேற்பட்டுள்ளது என்று கூறப்படுகிறது. ஆனால் நடைமுறையில் இது உள்ளபடியே அரசுக்கு உரிய வருவாய் பெற்றுத் தருகிறதா என்பதே கேள்வியாகும்.

2. ஒவ்வொரு சுரங்கத்தையும் வெளிப்படையாக ஏலம் விடுவதன் மூலம் அச்சுரங்கத்தின் கனிம வளம் பற்றிய மதிப்பீடு தெரியவரும். இதுதான் செல்பேசி சேவைகளுக்கான அலைக்கற்றை ஒதுக்கீடு ஏலத்தின் மூலம் கண்டறியப் பட்டது. ஆனால், சுரங்க ஏலம் விடுதல் முறையில் அச்சுரங்கப் பகுதியிலுள்ள கனிம வளத்தின் அளவும் மதிப்பும் நிர்ணயம் செய்யப்படாமலேயே ஏலம் நடைமுறைப்படுத்தப்படுகிறது! அப்படியானால் ஏலத்தின் மூலம் அரசுக்குக் கிடைக்கும் வருவாய் கூடுதலா குறைவா என்பதை எப்படி மதிப்பீடு செய்வது?

3. ஏலம் எடுக்கும் நிறுனங்கள் கனிம வளத்தைக் குறைத்துக் காட்டி ஏலம் எடுத்திடும் வாய்ப்பு உள்ளது. நிறுவனங்கள் ஒன்று சேர்ந்துகொண்டு (Cartelization) ஏலத் தொகையைக் குறைக்கலாம். சுரங்கத்தின் மதிப்பைக் கண்டுபிடித்து நிர்ணயிக்க வேண்டியது மாநில அரசுகளே, ஆனால் அப்படிப் பட்ட மதிப்பீடு இதுவரை செய்யப்படவில்லை.

4. முன்பு 30 ஆண்டுகளாக இருந்த உரிமக் காலவரையறை இப்போது 50 ஆண்டுகளாக நீட்டிக்கப்பட்டுள்ளது. இது ஏலம் எடுக்கும் நிறுவனங்களுக்குக் கனிம வளத்தைக் கொட்டிக் கொடுப்பதற்கு ஈடாகும்.

5. ஏற்கனவே ஏலம் விட்டு ஒதுக்கீடு செய்யப்பட்ட சுரங்கங்கள் மற்றும் எண்ணெய் வயல்கள் இந்த ஏலத்தில் இணைக்கப்பட வில்லை. இந்த வகையில் சத்தீஸ்கர் மாநிலத்தில் 56.7 கோடி டன் மதிப்புமிக்க எண்ணெய் வளம் ஏலத்தில் இருந்து விலக்களிக்கப்பட்டுள்ளது. அதன் மதிப்பு ரூ.10.6 லட்சம் கோடி!

6. நீண்ட கால குத்தகை, அரசுகளுக்குத் தர வேண்டிய உரியத் தொகைக் குறைப்பு, தளர்த்தப்பட்டுவிட்ட சுற்றுச் சூழல் விதிமுறைகள், எடுக்கும் கனிமங்களை முழுமையாக ஏற்றுமதி செய்யலாம் என்கிற வர்த்தகச் சுதந்தரம், உரியத் தொகைக்கு ஈடாக உள்ளூர் மக்களுக்கு மறுவாழ்வு நடவடிக்கைகளுக்கு செலவு செய்ய வேண்டும் என்பது தளர்த்தப்பட்டு, உரியத் தொகையில் 30% செலவு செய்தால் போதும் என்கிற விதிமுறைத் திருத்தம் ஆகியன அந்நிய நேரடி முதலீட்டைப் பெரிதும் ஈர்க்கின்றன.

7. மற்றொரு முக்கிய விதிமுறைத் தளர்த்தலானது ஏலத்தில் எடுக்கப்படும் நிலப்பகுதி, எதிர்காலத்தில் விரிவாக்கம் செய்து சுரங்கத்தை விரிவு செய்வதற்கு மீண்டும் ஏல முறை கடை பிடிக்கப்படாது; மாறாக, நிறுவனங்களின் கோரிக்கை மட்டுமே முறைப்படுத்தலுக்குப் போதுமானது என்பதே. இதற்காக புதிதாக சுற்றுச்சூழல் சான்றிதழ் எதையும் பெறத் தேவையில்லை. எனவே, சுரங்கத்தை விரிவாக்க வனங் களைத் தடையின்றி அழிக்கலாம், அங்கு வாழும் மக்களை துரத்தலாம்.

ஆக, ஒரு சுதந்திர வர்த்தகப் பொருளாதாரத்தில் (Laises Faire Regime) நிறுவனங்கள் பெறக்கூடிய வசதிகள் அனைத்தும் இச்சட்டத் திருத்தத்தின் மூலம் சுரங்க நிறுவனங்களுக்கு வழங்கப்பட்டுள்ளது என்று ரகுநந்தன் கூறியுள்ளார்.

கொழித்ததால் இழப்பு மக்கள் தவிப்பு

''கியோன்ஜர் மாவட்டத்தின் மொத்த இரும்புத் தாது வளங்களும் 70 முதல் 80 குடும்பங்களுக்குச் சொந்தம், அவர்களின் வாழ்வில் வளம் கொழிக்கிறது. ஆனால் மற்ற மக்களின் உடல்களில் தசைப்பற்று எங்குமில்லை. ஒடிசா மாநிலத்தில் ஒருபக்கம் செல்வச் செழிப்பில் மிதப்பதவர்கள், மறுபக்கம் வறுமையில் உழல்பவர்கள். இவ்விரண்டு நிலைகளுக்கு இடையில் வாழ்பவர் என்று எவரும் இல்லை'' என ஒடிசா மாநிலத்தில் முறைகேடாக இயங்கும் இரும்புத் தாதுச் சுரங்கங்கள் பற்றி ஆய்வு செய்த நீதிபதி எம்.பி. ஷா தனது அறிக்கையில் குறித்துள்ளார்.

ஆளும் பிஜு ஜனதா தளக் கட்சியைச் சேர்ந்த நாடாளுமன்ற உறுப்பினர் தாமோதர் ரவூத், ''கியோன்ஜர் மாவட்டத்தில்தான்

வறுமை தலைவிரித்தாடுகிறது. இந்த மாவட்டத்தில்தான் வருமான வரி செலுத்துகிறவர்களின் எண்ணிக்கையும் அதிகமாக உள்ளது'' என்று ஏற்றத் தாழ்வின் நிஜ நிலையை எடுத்துக் காட்டியுள்ளார்.

சுரங்க நிறுவனங்கள் இந்நாட்டில் எப்படிப்பட்ட கனிம சூறையாடல்களை நிகழ்த்திக்கொண்டிருக்கின்றன என்பதற்கு நீதிபதி எம்.பி.ஷா, ஒடிசாவில் இரும்புத் தாது சுரங்க நிறுவனம் ஒன்றின் நடவடிக்கையில் இருந்தே அறிந்துகொள்ளலாம்.

செராஜுத்தீன் அண்ட் கம்பெனி எனும் குடும்ப நிறுவனம் இரும்புத் தாது வெட்டி எடுக்கும் சுரங்கங்களை நடத்தி வருகிறது. 200910ஆம் நிதியாண்டில் இந்நிறுவனம் தனது மொத்த வருவாயாக ரூ.98.56 கோடி என ஒடிசா அரசுக்குக் கணக்கு காட்டியுள்ளது. இந்நிறுவனம் 11,67,000 மெட்ரிக் டன் இரும்புத் தாது வெட்டியெடுத்து அனுப்பியுள்ள விவரங்களைப் பெற்ற நீதிபதி ஷா, அவற்றின் மதிப்பு மிகக் குறைந்த விலைக்குக் கணக்கிட்டாலும் ரூ.180 கோடி என்று மதிப்பிட்டார். இந்நிறுவனம் தனது இயக்கச் செலவீனமாக ரூ.70 கோடி காட்டியுள்ளது. மீதமுள்ள வருவாய்க்கு வரி கட்டிய பிறகு நிகர லாபமாக ரூ.3.75 கோடியைக் காட்டி அதில் ரூ.1.5 கோடி ஒடிசா அரசுக்கு வரி செலுத்தியுள்ளது!

இரும்புத் தாது எடுத்து விற்பனை செய்யும் நிறுவனங்கள் பெறும் மொத்த வருவாயில் 75 விழுக்காடு லாபம் உள்ளதென்பதை தேசிய கனிம மேம்பாட்டு நிறுவனத்தின் கணக்கை சுட்டிக்காட்டியுள்ள நீதிபதி ஷா, மிக அதிக அளவுக்குச் செலவுக் கணக்கைக் காட்டி மாநில அரசுக்கு கட்ட வேண்டிய வரி அளவை இப்படி பல நிறுவனங்கள் குறைத்துள்ளன என்று கூறியுள்ளார். அவர் குறிப்பிட்ட செராஜுத்தீன் அண்ட் கம்பெனி 200203 முதல் 2006 07ஆம் ஆண்டு வரை வருமான வரியே செலுத்தவில்லை என்பதையும் குறிப்பிட்டுள்ளார்.

கடலில் மூழ்கி மிதக்கும் பனிப்பாறையின் நுனி போன்றது இந்த உதாரணம். இது மிகச் சிறியதொரு நிறுவனம். அதுவே இந்த அளவுக்கு இலாபமும், வரி ஏய்ப்பும் செய்கின்றது என்றால், இந்நாட்டில் எடுக்கும் கனிம வளங்களை அயல் நாடுகளுக்கு விற்கும் நிறுவனங்கள் எவ்வளவு லாபம் அடித்திருப்பார்கள்? அப்படி கொள்ளையடிப்பதால்தானே இந்நாட்டின் அரசியல் வாதிகளின் கணக்குகள் சுவிஸ் வங்கிகளில் வளர்ந்துகொண்டே இருக்கின்றது?

கேலிக்கூத்தான ராயல்டி வருவாய்

இந்நாட்டின் வளங்களைத் தனியார்களுக்குத் தாரை வார்க்கும் வளர்ச்சித் திட்டங்கள் பற்றி பேசும் நமது ஆட்சியாளர்கள் அடிக்கடி கூறுவது ஒன்றிய, மாநில அரசுகளுக்குக் கிடைக்கும் ராயல்டி வருவாய். கனிம வளங்கள் நிறைந்த ஒடிசா மாநிலத்தில் இரும்புத் தாது மூலம் கிடைத்த வருவாய்க் கணக்கையும் நீதிபதி ஷா ஆய்வு செய்துள்ளார்.

2004 முதல் 2012ஆம் ஆண்டுவரை ஒடிசாவில் எடுக்கப்பட்ட இரும்புத் தாதுவின் அளவு 52.41 கோடி மெட்ரிக் டன்கள். இவற்றின் சந்தை மதிப்பு ரூ.1,99,847.5 கோடி! ஒரு மெட்ரிக் டன்னுக்கு ரூ.3,800 கோடி என்று விலை மதிப்பிட்டிருக்கிறார் நீதிபதி ஷா, ஆனால் சந்தையில் அதன் விலை ரூ.7,000 வரை விற்கிறது. இதில் ஒடிசா மாநில அரசு ஒரு மெட்ரிக் டன்னிற்கு நிர்ணயித்துள்ள உரியம் (ராயல்டி) ரூ.8 முதல் 27 வரை! ரூ.27 என்று வைத்துக்கொண்டாலும் 8 ஆண்டுக் காலத்தில் ஒடிசா மாநில அரசுக்கு உரிய வருவாய் ரூ.1,415 மட்டுமே. அதாவது ஒட்டுமொத்த கனிம உற்பத்தியில் இது வெறும் 0.7 விழுக்காடு மட்டுமே. 2009க்குப் பிறகு ஒரு மெட்ரிக் டன் இரும்புத் தாதுவின் விலையில் 10 விழுக்காடு என்று உரியத் தொகையை ஒடிசா அரசு உயர்த்தியுள்ளது. இதனையும் ஒரு கண்துடைப்பு என்றே நீதிபதி ஷா குறிப்பிட்டுள்ளார்.[13]

ஒடிசா மாநிலத்தின் இரும்புத் தாது வளங்களின் மதிப்பை கணக்கிட்டு அதனால் கிடைக்கும் இலாபத்தை தாது வளம் நிறைந்த கியோன்ஞர், சுந்தர்கார் ஆகிய இரண்டு மாவட்ட மக்களின் வறுமையைப் போக்க பயன்படுத்தினால் ஒவ்வொரு வருக்கும் எவ்வளவு கிடைக்கும் என்பதையும் கணக்கிட்டுளார் நீதிபதி ஷா. அவருடைய கணக்குப்படி உரிமம் அளிக்கப்பட்ட 76 நிறுவனங்களின் 8 ஆண்டுக்கால இலாபத்தில் 10 விழுக்காடு ரூ.2,498 கோடி என்றும், அதனை இவ்விரு மாவட்ட மக்களுக்கு பங்கிட்டுக் கொடுத்தால் தலைக்கு ரூ.9.42 இலட்சம் கிடைக்கும் என்றும், அப்படி செய்யப்பட்டிருந்தால் இவ்விரு மாவட்ட மக்களும் இந்தியாவின் மிக முன்னெறிய மாவட்ட மக்களாக இருப்பார்கள் என்று நீதிபதி ஷா கூறியுள்ளார்.

ஆனால் இப்பணம் யாருக்குச் சென்றது? சுரங்கத்தை குத்தகை எடுத்தவர்களுக்கும், அதில் கனிம வளங்களை தோண்டி எடுக்க

ஒப்பந்தம் பெற்றவர்களுக்கும், அவர்களிடையே வேலை பார்ப்பவர்களுக்கும், அரசியல்வாதிகளுக்கும்தான் பெரும் தொகையாக சென்று சேர்ந்துள்ளது.

இந்த மாநிலத்தின் நியாம்கிரி மலைப்பகுதியில்தான் தென் கொரியாவின் எஃகு உற்பத்தி நிறுவனமாக பாஸ்கோ இங்குள்ள இரும்புத் தாதுவைச் சார்ந்து 1,200 கோடி டாலர் முதலீட்டில் எஃகு உற்பத்தி செய்ய முன்வந்தது. அதனை இப்பகுதியில் வாழும் மலைவாழ் மக்கள் போராடித் துரத்தினர். ஏன்? எவ்வளவு பெரிய முதலீட்டில் வந்தாலும் அதனால் தாங்கள் பயன்பெறப் போவதில்லை என்பதையும், இருக்கும் தங்கள் வாழ்வாதாரமான இயற்கைச் சூழலையும் இழந்துவிடுவோம் என்பதாலேயே எதிர்த்தார்கள்.

வளத்தை எடுக்க நிலத்தைத் தந்து ஒண்டாண்டியானவர்கள்

வளர்ச்சிக்கான திட்டங்கள் என்றுதான் கூறி அரசுகள் நிறைவேற்றத் துடிக்கின்றன, ஆனால் இத்திட்டங்களை எதிர்க்கும் எண்ணம் இம்மக்களுக்கு ஏன் வந்தது என்பதற்கு பதில் தேட வேண்டாமா? இந்நாடு விடுதலைப் பெற்ற நாளில் இருந்து எடுத்துக் கொள்ளுங்கள், வளங்களை எடுக்க சுரங்கம் அமைப்பதற்கு தங்களுடைய நிலங்களை அளித்து, அதனால் இருந்த ஒரு வாழ்வாதாரத்தையும் இழந்த இந்நாட்டு மக்கள் எவருக்காவது அந்த வளங்களால் உண்டான வளர்ச்சியால் பலம் ஏதும் கிடைத்ததா? இல்லை என்பதே உண்மை! நெய்வேலியில் பழுப்பு நிலக்கரி எடுப்பதற்குத் தங்கள் நிலங்களை அளித்த மக்களில் பெரும்பாலோர் குடும்பத்தினருக்கு இன்று வரை ஒப்பந்த வேலை வாய்ப்புத்தான் அளிக்கப்படுகிறதே அல்லாமல் நிரந்தரப் பணி உறுதி செய்யப்படவில்லையே? எத்தனை ஆண்டுகளாகப் போராடுகிறார்கள்? வேலை கிடைத்ததா? இல்லை. இது போலவே ஒடிசா மாநிலம் ரூர்கெலாவில் அமைக்கப்பட்ட இந்நாட்டின் முதல் இரும்பு உருக்காலைக்கு தங்கள் பூர்வீகமான 7 கிராமங்களை அங்கு வாழ்ந்த மக்கள் மனமுவந்து கொடுத்தனர். அவர்களுக்கு 1998ஆம் ஆண்டு வரை எந்த இழப்பீடும் தரப்பட வில்லை என்பது மட்டுமின்றி, இப்போதெல்லாம் பேசுகிறார்களே மறுவாழ்வுக்கான மாற்று ஏற்பாடுகள் என்று, அப்படி எதுவும் செய்யப்படவில்லை என்று அம்மக்களின் மைந்தர்களில் ஒருவர் அவர்களின் உரிமைகாகப் போராடிவரும் வழக்குரைஞர் சென்னை

வந்துபோது கூறியது இன்றும் காதில் ஒலித்துக்கொண்டுதான் இருக்கிறது.

ஆக சுரங்கங்களை பெற்றவர்கள், அதிலிருந்து வளங்களை எடுத்தவர்கள், தொழிற்சாலைகள் அமைத்தவர்கள், ஏற்றுமதி செய்தவர்கள் என்று அனைவரும் பயன்பெற்றனர், அதற்காகத் தங்கள் நிலங்களை அளித்தவர்கள் வாழ்வாதரங்களை இழந்ததைத் தவிர வேறெதையும் பெறவில்லை!

இதுதான் காவிரிப் படுகையிலும் நடந்துக்கொண்டிருக்கிறது. ஓ.என்.ஜி.சி.யின் எண்ணெய் துரப்பணத்துக்குத் தங்கள் நிலத்தைக் குத்தகையளித்தவர்கள் இன்று வாழ வேறு வழியின்றி ஏனெனில் அந்த நிலத்தைக் குத்தகை முடிந்த கையோடு திரும்ப அளிக்கப் பட்டாலும் அதனைப் பயன்படுத்த இயலாத நிலையில் கையறு நிலையில் உள்ளனர்.

ஆந்திரா, ஒடிசா, ஜார்க்கண்ட், பீகார், சட்டீஸ்கர் என்று எந்த மாநிலமாகட்டும் அங்கெல்லாம் வளமெடுப்பதற்குச் சுரங்கம் அமைக்க இடமளித்தவர்கள் எல்லாம் அரசுகள் கூறும் வளர்ச்சியால் எந்தப் பலனையும் பெறாதவர்களே!

வளத்தை வளர்ச்சிக்கு உட்படுத்தல்

தனது அறிக்கையிலேயே இதற்கான ஆலோசனை ஒன்றை நீதிபதி ஷா வழங்கியுள்ளார். மாநில அரசுகள் கனிம வள வாடகை வரி என்ற பெயரில் ஒரு நிதியத்தை உருவாக்கிட வேண்டும். அந்த நிதியை உள்கட்டமைப்பு மேம்பாட்டுக்கும், சுரங்கத் தொழிலால் தங்கள் வாழ்வாதரங்களை இழந்து நிற்கும் மக்களுக்கு வேலை வாய்ப்புக்களை உருவாக்கும் திட்டங்களுக்குச் செலவிட வேண்டும். மொத்த கனிம வள வருவாயில் 50 விழுக்காடு மாநிலங்களுக்குக் கிடைத்திட வேண்டும், அதில் பாதிக்குப் பாதி சுரங்கம் இயங்கும் பகுதி மக்களின் நலனுக்குச் செலவிடவேண்டும் என்று தனது நீதிபதி ஷா ஆலோசனை வழங்கியுள்ளார்.

இந்நாட்டின் சிறிய மாநிலங்களில் ஒன்றான கோவாவில் கடந்த 8 ஆண்டுகளில் ரூ.53,833 கோடிக்கு இரும்புத் தாது ஏற்றுமதி செய்ப்பட்டுள்ளது. இதில் 5% மட்டுமே உரியமாக கோவா அரசுக்கு ரூ.2,387 கோடி கிடைத்துள்ளது என்று கூறியுள்ள கோவா ஃபௌன்டேசன் எனும் தன்னார்வ அமைப்பைச் சேர்ந்த ராகுல் பாசு, சுரங்கங்களால் ஏற்படும் பாதிப்பு அதனால் கிடைக்கும்

வருவாயை விட மிகவும் அதிகமானது, மீட்க முடியாதது என்று கூறியுள்ளார்.

ஒரு மாநிலத்தின் மொத்த நிதி நிலை அறிக்கை மதிப்பில் 15 விழுக்காடு அளவுக்கு மட்டுமே சுரங்கம் அமைத்து கனிம வளம் எடுக்க அனுமதிக்க வேண்டும்; சுரங்கத் தொழில் முழுமையாக அரசின் கட்டுப்பாட்டில் இருப்பதும், அதன் வருவாய் 100 விழுக்காடு மாநில அரசுக்குக் கிடைப்பதால் மட்டுமே மக்கள் பலனடைவர்; நார்வே அரசு தனது வடகடலில் எடுக்கப்படும் எண்ணெய் வளத்திலிருந்து கிடைக்கும் வருவாய் முழுவதையும் ஒரு தனித்த மக்கள் நல நிதியாக (Norwegian Sovereign Wealth Fund) உருவாக்கியுள்ளது. அதில் சேர்ந்துள்ள 80,000 கோடி டாலர் நிதியையும் தனது நாட்டின் 50 லட்சம் மக்களின் நலனுக்கே செலவிட்டுவருவதாக ராகுல் பாசு கூறியுள்ளார்.(14)

நார்வே ஒரு ஐரோப்பிய ஒன்றிய நாடு. அதுவும் பெரு நிறுவனங்களின் முதலீட்டை வரவேற்றுத்தான் தொழில் வளர்ச்சி காண்கிறது. ஒரே வேறுபாடு, தனது நாட்டின் மக்களின் நலனை முதன்மைப்படுத்திச் செயல்படுகிறது. கார்ப்பரேட்டுகளின் முதலீட்டுக்காக தனது நாட்டை அவர்களின் லாப வேட்டைக்காடாக மாற்ற அனுமதிக்கவில்லை.

இங்கு எடுக்கிற கனிம வளங்களுக்கு 15 விழுக்காடு உரியத்தைக் கொடுத்துவிட்டு எங்கு வேண்டுமானாலும் கொண்டு சென்று விற்றுக்கொள் என்கிறது நமது நாட்டுத் திருத்திய சட்டம்! நார்வே நாடு தொட்டில் முதல் சுடுகாடு (From Cradle to Grave Yard welfare scheme) வரை என்கிற நலத்திட்டத்தைச் செயல்படுத்தி வருகிறது. அண்டை நாடான சுவீடனுடன் ஒப்பந்தம் செய்துகொண்டு தனது நாட்டு மீனவர்கள் வடகடலில் சுதந்திரமாக மீன் பிடிக்க வழிவகை செய்துள்ளது. இன்று அது முன்னேறிய நாடுகளின் பட்டியில் முதன்மை இடத்தைப் பெற்றுள்ளது.

தனது நாட்டின் வளங்களை தன் நாட்டின் மக்களின் நல்வாழ்வுடன் பிணைத்துப் பார்க்கும் நாடுகள் அவை எப்படிப்பட்ட கொள்கைப் பாதையில் சென்றாலும் முன்னெறிய நாடுகளாகவே இருக்கின்றன.

நம் நாடு மட்டும் ஏன் தன் நாட்டு மக்களின் நலனைக் கருதிச் செயல்படுவதில்லை? இவ்வுலகை இயக்கும் நிதிகளின் வசதிக்கு

இந்நாடு இயக்கப்படுவது ஏன்? நமது நாட்டின் வளத்தில் முதலீடு செய்துள்ள அந்நிய நிறுவனங்கள் ஏதாவது தாங்கள் ஈட்டிய லாபத்தில் வரி செலுத்தியிருக்கிறார்களா? அயல் நாட்டில் நிறுவனம் பதிவு செய்யப்பட்டுள்ளது; எங்களது கணக்குகள் அங்குதான் உள்ளன என்று கூறி, லாபத்தைக் கொண்டு செல்கிறார்கள். இது தொடர்பாக எத்தனை வழக்குகளை வருவாய் துறை பதிவு செய்துள்ளது? பிறகு இந்நாடு பெறும் பயன்தான் என்ன?

வளர்ச்சியில்லாப் பொருளாதார வளர்ச்சி!

1993ஆம் ஆண்டில் இந்நாட்டின் தொழில் துறை அந்நிய நேரடி முதலீட்டுக்குத் திறந்துவிடப்பட்டது. அது முதல் கனிமச் சுரங்களில் இருந்து இந்நாட்டின் பல்வேறு தொழில் நிறுவனங்களில் அந்நிய நேரடி முதலீடு செய்யப்பட்டு வருகிறது. இதனால் ஏற்றுமதி அதிகரித்துள்ளது என்றும் இந்தியாவின் ஒட்டுமொத்த உள்நாட்டு உற்பத்தி (GDP) வளர்ந்துவருகிறது என்றும் ஒவ்வொரு ஆண்டும் புள்ளி விவரம் காட்டப்படுகிறது. ஆனால், உண்மை நிலை என்ன?

2001ஆவது ஆண்டிலிருந்து 2012ஆம் ஆண்டு வரை 12 ஆண்டுக் காலத்தில் இந்நாட்டுக்கு வந்த அந்நிய நேரடி முதலீடு ஒவ்வொரு ஆண்டும் உயர்ந்து வந்துள்ளது. 2001ஆவது ஆண்டில் ரூ.10,733 கோடியாக இருந்த அந்நிய நேரடி முதலீடு, அடுத்த 5 ஆண்டுகளில் அதாவது 2006வது ஆண்டில் ரூ.24,584 கோடியாகவும், 2007ஆம் ஆண்டில் ரூ.56,390 கோடியாகவும், 2008ஆம் ஆண்டில் ரூ.98,642 கோடியாகவும், 2009ஆம் ஆண்டில் ரூ.1,42,829 கோடியாகவும் வளர்ந்துள்ளது. அடுத்த 2 ஆண்டுகளில் ஓரளவுக்கு சுணக்கம் ஏற்பட்டாலும், 2012ஆம் ஆண்டில் அது வரலாறு காணா அளவுக்கு ரூ.1,65,146 கோடியாக உயர்ந்துள்ளது. இது முந்தைய ஆண்டினை விட நிகழாண்டில் சராசரியாக 25.58 விழுக்காடு வளர்ச்சியாகும்.

இதே காலகட்டத்தில் இந்தியாவின் ஒட்டுமொத்த உள்நாட்டு உற்பத்தியானது இந்திய ரூபாய் மதிப்பில் 2001ஆம் ஆண்டில் ரூ.21,54,680 கோடியாகவும், அடுத்த 5 ஆண்டுகளில், அதாவது 2006ஆம் ஆண்டில் ரூ.36,67,253 கோடியாகவும், 2007ஆம் ஆண்டில் ரூ.42,61,472 கோடியாகவும், 2008ஆம் ஆண்டில் ரூ.49,66,578 கோடியாகவும், அடுத்தடுத்த ஆண்டுகளில் மேலும் அதிகரித்து

2012ஆம் ஆண்டில் ரூ.89,32,892 கோடியாக உயர்ந்துள்ளது. இது சராசரியாக 12.59 விழுக்காடு வளர்ச்சியாகும். பொருளாதார வளர்ச்சிக்கான குறியீடு இதுவே என்று பறைசாற்றுகிறார்கள்.

ஆனால், இதே 12 ஆண்டுகளில் வேலை வாய்ப்பும் அதிகரித்திருக்க வேண்டுமல்லவா? அது நடக்கவில்லை! 2001ஆம் ஆண்டில் இந்நாட்டில் வேலை வாய்ப்புப் பெற்றவர்களின் எண்ணிக்கை 27.76 கோடிப் பேர். இது 2002இல் 27.20 கோடியாகச் சுருங்குகிறது. பிறகு 2003ஆம் ஆண்டில் 27 கோடியாகவும், 2004 இல் 26.45 கோடியாகவும், 2005இல் 26.46 கோடியாகவும், 2006இல் 27 கோடியாகவும், அடுத்த இரண்டு ஆண்டுகளில் சிறிதளவு உயர்ந்து 2009இல் 28.18 கோடியாகவும், 2012இல் 29.58 கோடியாகவும் உயர்ந்துள்ளது. இந்த 12 ஆண்டுகளில் வேலை வாய்ப்பின் சராசரி வளர்ச்சி என்ன தெரியுமா? வெறும் 0.49 விழுக்காடு! உண்மையில் இத்தனை ஆண்டுகளில் வேலை வாய்ப்புப் பெற்றோர் என்று கணக்கிட்டால் எந்த உயர்வும் இல்லை என்பது இந்த ஆய்வறிக்கையில் இருந்து பெறும் உண்மையாகும்.[15]

அந்நிய நேரடி முதலீட்டாலோ ஒட்டுமொத்த உள்நாட்டு உற்பத்தி அதிகரிப்பாலோ இந்நாட்டில் வேலை வாய்ப்புகள் கூடவில்லை என்றால் அந்நிய முதலீட்டாலும், ஆண்டுக்கு 12 விழுக்காடு பொருளாதார வளர்ச்சியாலும் என்ன பயன்? வேலை வாய்ப்பை உருவாக்காத வளர்ச்சி (Jobless Growth)என்றால் அது யாருக்கான வளர்ச்சி?இந்நாட்டின் கனிம வளங்களை வெட்டியெடுத்து சர்வதேசச் சந்தையில் விற்று கொள்ளை லாபம் அடிக்கும் பெரு நிறுவனங்களின் வளர்ச்சியைத்தான் இந்நாட்டின் வளர்ச்சியாகக் காட்டுகிறார்களா? இது திட்டமிட்ட ஏமாற்றுதல் இல்லையா?

இந்த ஆண்டில் தகவல் தொழில்நுட்ப (ஐ.டி) நிறுவனங்களில் பணியாற்றிவந்த பல லட்சக்கணக்கான இளைஞர்கள் பணி நீக்கம் செய்யப்பட்டு வருகின்றனரே, இவர்களுக்கு இந்நாடு அளிக்கப் போகும் வேலை வாய்ப்பு என்ன? ஐ.டி. நிறுவனங்களில் பணியாற்றிவரும் நடுநிலைப் பணியாளர்கள் பல நூற்றுக் கணக்கில் ஒவ்வொரு நாளும் பணி நீக்கம் செய்யப்படுகிறார்களே, இளையோர்களின் வாழ்வில் பெரும் சிக்கலாக உருவெடுத்து வரும் இப்பிரச்சனையில் இந்நாட்டின் அரசுகள் தலையிடாதது ஏன்? அப்படி வேலையிழக்கும் பணி அனுபவம் மிக்க முதிர்ந்த பணியாளர்கள் இந்நாட்டுக்கு ஒவ்வொரு ஆண்டும் வருமான வரி கட்டியுள்ளார் அல்லவா? அவர்களைக் காப்பாற்ற என்ன

நடவடிக்கை எடுக்கப்போகிறது இந்நாட்டு அரசு? இப்பிரச்னை யில் இந்நாட்டின் அமைச்சர்கள் இதுவரை எவராவது வாய் திறந்துள்ளனரா? ஏன் மௌனம் காக்கின்றனர்? வேலை வாய்ப்பைத்தான் உருவாக்க முடியவில்லை, வேலை இழப்பையாவது தடுத்து நிறுத்தலாமே? அமைதி காப்பதால் பிரச்னைக்குத் தீர்வு பிறந்திடுமா?

விவசாயதையும் அழித்து, உள்ளூர் சிறு, குறு தொழில்களையும் துவம்சம் செய்து பெரு நிறுவனங்களுக்கு வரித் தள்ளுபடி உள்ளிட்ட சலுகைகளையெல்லாம் கொடுத்து இந்த நாட்டு மக்கள் கண்ட லாபம் என்ன?

இப்போது கூட பல்வேறு நாடுகளுடன் சுதந்திர வர்த்தக ஒப்பந்தங் களை (Free Trade Agreements FTA) நம் நாட்டு அரசு கையெழுத்திடுகிறது. இதனால் இறுதி இலாபம் (Net benefit) யாருக்கு? நமது நாட்டுக்கா? அல்லது கையெழுத்திட்டுத் திறந்துவிடுகிறோமே அந்நாட்டுக்கா? ஒப்பீட்டில் லாபம் தங்களுக்கு இல்லை என்றால் நம் நாட்டுடன் சுதந்திர வர்த்தக ஒப்பந்தத்துக்கு முன்வருவார்களா?

அயலுறவு அமைச்சர் சுஷ்மா சுவராஜ் ஆசிய நாடுகள் உருவாக்கி யிருக்கும் மண்டல விரிவான பொருளாதார கூட்டாண்மையில் (Regional Comprehensive Economic Partnership RCEP)இணைவது பற்றி பேசி வருவதாகக் கூறியுள்ளார். விவசாயம் முதல் தொழில் நுட்பம் வரை தங்களின் பொருட்களை விற்க ஏதுவாக இந்நாடு விதிக்கும் 98% தீர்வைகளை விலக்கிக்கொள்ள வேண்டும் என்றும், வர்த்தகப் பட்டியலில் உள்ள 92 பொருட்களின் மீது விதிக்கப்படும் இறக்குமதித் தீர்வைகளை விலக்கிக்கொள்ள வேண்டும் என்றும் ஆசியான் நாடுகள் கோருகின்றன. இதை அனுமதித்தால் நாம் அன்றாடம் பயன்படுத்தும் பொருட்களில் உணவுப் பொருட்கள் தவிர, மற்ற அனைத்தும் அயல் நாட்டு உற்பத்திகளாக மட்டுமே இருக்கும். இதனால் இந்நாட்டுக்கும் இந்நாட்டு மக்களுக்கும் என்ன பயன்?

ஆசிய நாடுகளுடனான நமது வர்த்தகம் 8 விழுக்காடு உயர்ந்துள்ளது என்று கூறியுள்ளார். இந்த ஆசியான் அமைப்பில் சீனாவும் இடம்பெற்றுள்ளது. நமது நாட்டில் இருந்து அதிகபட்ச மாக இரும்புத் தாது இறக்குமதி செய்யும் நாடு சீனா. காரணம், குறைந்த விலை, நல்ல தரம். இதில் ஏற்றுமதி செய்யும் நிறுவனங் களின் நலன் உள்ளது. ஆனால் நாட்டின் பொருளாதாரத்துக்கு?

வர்த்தக வளர்ச்சியைப் பொருளாதார வளர்ச்சியாகக் காட்டும் மற்றொரு ஏமாற்று. இதனால் அழியப்போவது உள்நாட்டு சிறு, குறுந் தொழில்களே.

நாம் கேட்கும் சேவை தொடர்பான சுதந்தரத்தை ஆசியான் ஏற்க மறுக்கிறது. ஏனெனில் ஐ.டி. உள்ளிட்ட தொழில்நுட்ப வேலை வாய்ப்புகளில் இந்தியர்கள் நிறைந்துவிடுவார்கள் என்ற அச்சம்! ஆக அவர்களுக்கு இந்நாட்டின் சந்தை முக்கியம், அதே நேரத்தில் தங்கள் நாடுகளின் வேலை வாய்ப்புகளையும் காப்பாற்றிக்கொள்ள வேண்டும். இதில் எங்கு நமது நாட்டின் பொருளாதார நலன் உள்ளது? உள்நாட்டு உற்பத்திகளுக்கு எதிரான அச்சுறுத்தல்தான் உள்ளது.[16]

எனவே அயல் நாட்டில் இருந்து வருகிற முதலீடானாலும், தொழில் நுட்பமானாலும், விதையானாலும், உரங்களானாலும், பூச்சிக் கொல்லிகளானாலும், மருந்துப் பொருட்களானாலும், அன்றாட வாழ்வில் பயன்படுத்தக்கூடிய நுகர்வுப் பொருட் களானாலும் இந்திய நாட்டின் சந்தையிலும் லாபம் ஈட்ட வேண்டும் என்கிற ஒற்றை வணிக நோக்கத்துடன் வருகின்றன, வந்துக்கொண்டிருக்கின்றன. இவற்றால் இந்நாட்டின் தொழில் வளம், திறன் ஆகியன பலவீனப்படவே செய்யும், இந்நாட்டுக்கு வர்த்தக முதலீடுகளால் எப்பயனும் விளையப்போவதில்லை. வளர்ந்த நாடுகளின் பெரு நிறுவனங்களுடைய வணிக நலனைக் காப்பாற்றிக்கொள்ளவே தாராளமயமாக்கல் என்கிற வர்த்தகக் கோட்பாட்டை உலக வர்த்தக அமைப்பின் மூலம் மூன்றாவது உலக நாடுகளின் மீது திணித்துக்கொண்டிருக்கிறார்கள்.

ஆசியா, ஆப்ரிக்கா, தென் அமெரிக்கா, மத்தியக் கிழக்காசியா என்று மூன்றாம் உலக நாடுகளின் இருப்பிடமாகவுள்ள நிலப்பகுதியிலும், நீர்ப்பரப்பிலுமே அவர்கள் வர்த்தக ரீதியாகத் தேடும் வளமும், வளங்களைப் பொருளாக்கி விற்பதற்கான சந்தையும் உள்ளன. இதனை ஆக்கிரமிக்க அவர்களிடமுள்ள நிதி, தொழில்நுட்ப பலத்தை நாடுகளின் வளர்ச்சிக்கான சாதனமாகக் காட்டுகிறார்கள், அவ்வளவே. அந்நிய நிதிகள், தொழில் நுட்பங்கள் ஆகியவற்றால் மட்டும் எந்தவொரு நாட்டிற்கும் மெய்யான பொருளாதார வளர்ச்சிக் கிட்டாது, கிட்டவே கிட்டாது. இது தென் அமெரிக்க நாடுகளைக் குறிவைத்து வளர்ந்த நாடுகளின் முதலீடுகள் நடத்திய வர்த்தகத் திட்டங்களின் வரலாற்றில் இருந்து அறியலாம்.

முடக்கும் நிதிகள் முடங்கும் தலைமைகள்

இன்றையத் தேதியில் உலகப் பொருளாதாரத்தை ஆள்வது நிதி நிறுவனங்களே. இவையே பண்டக வர்த்தகத்தில் இருந்து வங்கிகளின் வட்டி விகிதங்களை நிர்ணயிப்பது, தங்கம் உள்ளிட்ட மதிப்பு வாய்ந்த உலோகங்களின் விலைகளைத் தங்கள் வசதிக்கு அன்றாடம் ஏற்றுவது இறக்குவது, இன்றைய உலகின் மிக முக்கியத் தேவையாகவுள்ள கச்சா எண்ணெய் விலையை நிர்ணயிப்பது என்பது உள்ளிட்ட நாடுகளின் பொருளாதாரத்தைப் பாதிக்கிற நடவடிக்கைகளை தங்கள் முதலீட்டைக் கொண்டு நிர்ணயம் செய்து வருகின்றன.[17]

இன்றைய உலகின் வர்த்தக உறவுகள் யாவும் நிதியங்களின் முதலீட்டு பலத்தில் இயங்கும் தொழில்வர்த்தக நிறுவனங்களின் நலனேயன்றி, நாடுகளின் தேவைவளர்ச்சியை இலக்காகக் கொண்ட பரஸ்பர பொருளாதார நலன் சார்ந்த உறவுகளல்ல. வர்த்தகம்தான் பொருளாதாரம் என்று நம்மை மயக்கத்தில் ஆழ்த்தி ஒப்புக்கொள்ள வைத்திருக்கிறார்கள். இதில் பொருளாதார நிபுணர்களில் இருந்து ஊடகங்கள் வரை அனைவரின் பங்கும் உள்ளது. இல்லையென்றால் அயல் நாட்டு முதலீடுகளால் இந்நாடு ஏற்றம் பெறும் என்று நம்ப வைத்திருப்பார்களா? அதுவரை ஏழைகள் நாடாக இருந்து பிறகு அந்நிய முதலீட்டால் ஏற்றம் பெற்ற நாடுகள் என்று பட்டியலை இவர்களால் தர முடியுமா?

நமது நாட்டின் கோடானு கோடி அரசு, பொதுத்துறை, தனியார் நிறுவன ஊழியர்களின் எதிர்காலச் சேம நல நிதி (Employees Provident Fund - EPF), ஓய்வூதிய நிதி ஆகியவற்றினை பங்குச் சந்தைகளில் முதலீடு செய்து, அதில் வரும் வருவாயை நல நிதிகளில் சேர்த்தளிக்குமாறு இந்நாட்டின் நிதியமைச்சர்கள் கூறுகின்றனரே, யாருக்கு லாபமளிக்க பங்குச் சந்தையில் முதலீடு செய்யச் சொல்கிறார்கள்? சந்தை ஆபத்துகளில் சிக்கிச் செய்து அதன் மூலம் அந்நிய நிறுவன (FII) முதலீட்டாளர்களின் நலன்தானே இதிலும் காப்பாற்றப்படுகிறது? இதையெல்லாம் மக்கள் நல அரசின் நடவடிக்கைகளாக இருக்க முடியுமா?

தென் அமெரிக்க நாடுகளின் அனுபவங்கள் இந்நாட்டின் அறிவு ஜீவிகளை எட்டவில்லையா? வளங்களைக் குறிவைத்தே வளர்ந்த நாடுகள் (அவற்றின் நிறுவனங்கள் மற்றும் முதலீடுகள்)

வருகின்றன. அவற்றுக்குத் தாங்கள் கால் பதிக்கும் நாடுகளின் நலன் அல்ல குறிக்கோள், மாறாக தடையற்ற லாப நோக்கே. இதைச் சார்ந்தே வளர்ந்த நாடுகளின் சர்வதேச அரசியல் வடிவமைக்கப்பட்டுள்ளது. வர்த்தக ரீதியிலான லாப நோக்கை உள்ளடக்கியதானவே அந்நாடுகளின் பூகோள அரசியல் அணுகுமுறை இருக்கிறது.

கனிம வளங்களை நாடி இந்நாட்டுக்கு வரும் முதலீடுகளால் இந்நாடு வளர்ச்சி பெறும் என்று நம்புவதும் கொள்கை வகுப்பதும் இந்நாட்டு அரசியலில் நிலைக்கொண்டுள்ள நேரடியான (ஊழல், கொள்ளை) பலவீனத்தையும், அந்நிய செலாவணி இருப்பைக் காப்பாற்றிக்கொள்ள வேறு வழியின்றி பங்குச் சந்தையில் நிறுவன முதலீடுகளை அனுமதிக்கும் பொருளாதார பலவீனத்தையும், மறைமுகமாக (சர்வதேச அரசியலில் நமது நிலைத்தன்மை சார்ந்த) பலவீனத்தையுமே காட்டுகிறது. அந்நிய முதலீடுகளால் வளர்ச்சி ஏற்படும் என்று நமது ஆட்சியாளர்கள் நம்புகிறார்கள் என்று சொல்வதற்கில்லை. ஆனால் நம்மை நம்ப வைக்கிறார்கள், அதுதான் அவலம், வேதனை. இது மாற வேண்டும். அன்றைக்குத் தான் நமது நாட்டின் வளம் இந்நாட்டு மக்களின் வாழ்வோடு சேர்ந்த வளர்ச்சிக்கான ஆதாரமாகும்.

தீட்டப்பட்ட திட்டம் வெற்றியை அடையவில்லை எனில் அதன் நோக்கம் சரியல்ல அல்லது நிறைவேற்றக்கூடிய திறனில்லை என்பதே உண்மை. இவ்விரண்டும் காரணமாக இருக்கின்றது தாராளமயமாக்கல் கொள்கையில். வணிக நோக்கத்தில் சேவைக்கு இன்றைய உலகில் வாய்ப்பேயில்லை. உலக வர்த்தக அமைப்பில் சேர்ந்தபோதே இந்தியா வர்த்தகக் கொள்கையின் போர்வையில் சுரண்டப்படும் என அறிந்திருக்க வேண்டும். அப்பார்வை இல்லாதது தொலை நோக்குப் பார்வை, அணுகு முறை இல்லாததையே காட்டுகிறது. வணிகம் எனும்போது ஒன்று லாபமடைய வேண்டும் அல்லது இழப்பை எதிர்கொள்ள வேண்டும்; முன்னது சுரண்டல், பின்னது பறிகொடுத்தல். இவை இரண்டும் எவ்வகையிலும் மேலானது கிடையாது.

ஆகவே பெரிய மக்கள் தொகையுடைய இந்நாடு பாதிக்கப்படுவது தவறாகவோ, தீமையாகவோ, துயராகவோ உலக வர்த்தக மையத்துக்கோ அதனைத் தங்களின் கட்டுப்பாட்டில் வைத்திருக்கும், வைத்திருக்க முயலும் நாடுகளுக்குத் தெரியாது. எனவே, அவர்களைக் குறைகூறிப் பயனில்லை; குறைந்தது

இந்தியாவின் இயலாமை என்பார்கள்; அதிகமாக அந்த இயலாமை தொடர வேண்டும் என்று எண்ணுவார்கள், செயல்படுவார்கள். செல்வச் செழிப்பில் மூழ்கித் திளைக்கும் நாடுகள் உள்நாட்டு மோதல் இன்றிச் செல்ல வேண்டுமெனில் அதற்கான செல்வச் செழிப்புகளைப் பிற நாடுகளை அழித்தாவது பெற்றே ஆக வேண்டும். ஆகவே அதுபோன்ற நாடுகளிடம் இருந்தும், அமைப்புகளிடமிருந்தும் பாதிக்கப்படாமல் இந்நாடே விலகி இருக்க வேண்டும். வேறு வழியின்றி உலக வர்த்தக அமைப்பில் இந்தியா இணைந்திருந்தால் அதனை நாட்டு மக்களிடம் வெள்ளை அறிக்கையாக வெளியிட்டிருக்க வேண்டும். அதை விடுத்து வளர்ச்சிப் பாதை என்றோ, ஆட்சியின் சாதனை என்றோ பறைசாற்றக் கூடாது. குறைகளைக் குறையென ஒப்புக்கொண்டால்தான் மீட்சிக்கு வழிபிறக்கும்; குறைகளை நிறைவெனப் போற்றி வந்தால் வீழ்ச்சியே கிடைக்கும்.

சுரங்கக் கொள்கை என்கின்றனர், உண்மையில் சுரங்கக் கொள்ளை என்றே கூறவேண்டும். இதுசார்ந்து எக்கேள்வியும் இல்லை. ஆட்சியாளர்கள் இதனைத் தெரிந்தே வைத்துள்ளனரா? அல்லது அறியாமையால் நேர்மையின்மையால் இயலாமையால் தாங்களே ஏமாந்தனரா என்பதே கேள்வி. கண்ணுக்கு தெரிந்த உடல் இருக்க உயிரைத் தனியே உறிஞ்சுவது போன்றே கனிம வளங்களைத் தாரை வார்க்கின்றனர். தாராளமயமாக்கல், பொருளாதாரச் சீர்த்திருத்தம், அயலுறவுக் கொள்கை போன்றவற்றால் பெருவாரியான நிலையில் தாங்கள் தனித்து நின்று துணிவுடன் செயல்பட இயலாதவர்கள் என்றே உலக நாடுகளுக்கு எடுத்துக்காட்டுகின்றனர்!

பூமிக்குள் இருக்கும் கனிம வளங்கள் எடுத்துக் கையாளப்படாமல் இருந்தால் அவை எங்கும் போய்விடப்போவதில்லை. ஆனால் மெய்ப் பயனற்று, உச்சப் பயன் அற்றுப் பறிகொடுப்பதால் அந்த நிலப்பகுதிகள் மனித வாழ்விடமாய் இல்லாமல் ஆகிவிடும். கொள்கையே தேவை என்கின்றனர். தேவையின் அடிப்படையி லேயே கொள்கைகள் வகுக்கப்பட வேண்டும். தம் தேவையில் இருந்தே கொள்கை கோட்பாடுகள் வகுக்கப்பட வேண்டும். பிறரின் உந்துதலால் திணிப்பால் உருவாக்கப்படுவது கொள்கை யல்ல. தங்களின் அழிவுக்குத் தாங்களே வழிதேடிக்கொள்வதே ஆகும்.

நாட்டின் ஒவ்வொரு முயற்சிக்கும் தேவைப்படும் முதலீடுகளை, குடிமக்களைக் கொண்டு பெற்று அவர்களைப் பங்குதாரர்களாக

ஆக்க வேண்டும்; ஆனால் செய்வதேயில்லை. பிழைப்பு நடத்தும் கூலிக்காரர்களாகவே பார்க்கின்றனர். முதலீடு என்பது பணம் மட்டும் அல்ல, மக்களின் உழைப்பாற்றலே பணத்தை உருவாக்குகிறது. இதனை உணராமல் பணத்துக்காக மக்களின் உழைப்பாற்றலை, பெயரால் கொண்ட இயற்கையின் ஆற்றல் களை பணயம் வைக்கும் அவலச் செயல்களைச் செய்கின்றனர். இந்நாடும், இந்நாட்டு மக்களும் பலமற்றவர்கள், திறனற்றவர்கள் என்று கணக்கிட்டே அந்நிய முதலீடுகளை வரவேற்கின்றனர். இவர்களைத் தலைமைக்குத் தேர்ந்தெடுத்த மக்களைக் குறைத்து மதிப்பீடு செய்து கூலிக்காரர்களாக ஆக்கும் துரோகத்தைச் செய்கின்றனர்.

இந்தியர்கள் உடல் பலம் உடையவர்கள், அறிவுப் பலம் உடையவர்கள் என்பதனாலேயே உலகின் தொழில் துறையில் முன்னேற்றிய நாடுகள் அவர்களை அழைத்துக்கொள்கின்றனர். பலமற்றவர்களை எவரும் வரவேற்பதில்லை, ஏற்பதில்லை. இந்நாடு இயற்கை பலங்களை உடையதாக இருப்பதனாலேயே பிற நாடுகள் வருகின்றன. இப்பலங்கள் அனைத்தையும் உணராததே இந்நாட்டுத் தலைமைகளின் செயல் நிலையின் பெரும் கேடுகள்.

வென்று வாகை சூடுவதே பலத்தின் பெருமை. அடிபணிவது பலவீனத்தின் சிறுமை. அடிபணிவதே அரசின் கொள்கை யாகுமானால் மக்கள் வீறுகொண்டு எழுவதை யாராலும் தடுக்க முடியாது.

குறிப்புகள்:

1. The Case for Small Farms: An interview with Peter Rosset, Multinational Monitor. Volume 21, July-August 2000.
2. உலக வர்த்தக அமைப்பைத் தொடங்கிய உறுப்பினர் நாடுகளில் ஒன்று இந்தியா. 1995இல் WTO தொடங்கப்பட்டது. இவ்வமைப்பின் முன்னோடியாக இருந்த வர்த்தகம் மற்றும் வரி விதிப்பு தொடர்பான பொது ஒப்பந்த அமைப்பில் (General Agreement on Trade and Tariff GATT) 1948ஆம் ஆண்டுமுதல் இந்தியா உறுப்பினராக இருந்துவருகிறது.

3. PSB Performance Creditable: Arun Jaitley, Business Line, June 13, 2017.
4. மன்மோகன் சிங் பேசியது: அப்போது (201213) கச்சா எண்ணெய் இறக்குமதிக்கு மட்டும் ஓராண்டில் 14,000 கோடி டாலர்கள் செலவீனத்தை இந்தியா சந்திக்க வேண்டியிருந்தது.
5. இந்திய மைய வங்கி அறிக்கை. Business Line, June 09, 2017.
6. IMF Country Report No. 16/75 on India. 2016 Article IV Consultation Press Release.
7. ஜுலை 24, 1991 அன்று இந்திய நாடாளுமன்றத்தில் மன்மோகன் சிங் ஆற்றிய உரை.
8. Dr. Tabrez Ahmed, Professor and Director - University of Petroleum and Energy Studies, On Mining Law. (www.slideshare.net/tabrezahmad/mining-law)
9. National Mineral Policy 2008.
10. The Federation of Indian Mineral Industries (FIMI), Creating a Vibrant Iron Ore Industry in India, 2008.
11. FIMI, ISA ஆகியவற்றின் உறுப்பினர்களும் அன்வருல் ஹோடாவும் கலந்துகொண்ட ஒரு விவாதத்தில் மேற்கண்ட கருத்து மோதல் நடந்துள்ளது.
12. News Click: Rishab Bailey interview with D. Raghunandan, President, All India People's Science Network.
13. How Odisha govt. squandered valuable mineral resources without any gains for the people, Scroll.in
14. மேற்கண்ட அதே ஆதாரத்தில் இருந்து.
15. Employment Generation in India - Role of GDP and FDI, Dr. V.B. Khandare - Associate Professor, Dept. of Economics, Shri Asaramji Bhandwaldar College, Deogaon (R.) Dist. Aurangabad
16. Sushma Swaraj bats for RECP conclusion to boost trade with ASEAN, Business Line
17. Every Market is Manipulated, Washington Blog, April 14, 2016.

- 12 -

இந்நாடு மீள்வதும் மீட்பதுமே தீர்வு

மனிதர்களின் கூட்டு பலம் எதையும் சாதிக்கவல்லது; ஆனால் கூடுவதற்கு அவர்களின் பலமும் அதனை சரியாக உணராததால் உருவாகும் பலவீனமும் பெரும் ஆற்றல்களை விரையமாக்கி விடுகின்றன. உலகின் பலமான நாடுகள் பிற நாடுகளை பலமாக்கிட விரும்பாதது மட்டுமின்றி அவற்றின் பலங்களைக் குறைப்பதற்கும், பலவீனங்களை வளர்ப்பதற்குமே செயல் படுகின்றன. அதனை ராஜதந்திரம் என்கின்றனர். தந்திரங்களைச் செய்தா நாட்டை காத்திட இயலும்? பின்னர் ஏன் இதனைச் செய்கின்றனர்? மானுடம் எனும் நிகரான பார்வையில்லை. அநேகமாக எக்காலத்திலும் இப்பார்வை இருந்ததில்லை என்பதே நிதர்சனம். ஆனால் நாட்டுக்கு நாடு செய்துக்கொண்ட தீமைகள் ஓரளவுக்கான எல்லைக்குள்ளேயே இருந்தன. இன்றோ அறிவியல் தொழில்நுட்பங்கள் பெருகி தொடர்புகள் பெருகி வெவ்வேறு நாட்டுக்குள் அதன் அரசியல் மானுட ஆற்றல்கள், இயற்கை வளங்கள் ஆகியவற்றினை அறிந்துகொண்டு வணிக நோக்கில் உட்புகத் துணிந்துவிட்டன.

ஆகவே, இன்று புவியில் ஏதாவது ஒரு வளமுடைய நாடு பிற நாட்டு ஊடுருவல்களை எதிர்கொண்டே ஆக வேண்டியுள்ளது.

புவியெங்கும் இந்நிலை தொடர்வதால் நாடுகள் வளர்ந்ததைவிட இழந்ததும் இழப்பதுமே பெருவாரியாக இருக்கின்றன. இதை அறிவியல் வளர்ச்சியினால் என்று கூறிடக்கூடாது, ஏனெனில் அது அரைகுறைப் பார்வை மட்டுமே. எதையும் சுய நலத்துக்குப் பயன்படுத்தி அதற்கு அடிமையாகி அவ்வடிமைத்தனத்தின் தூண்டுதல்களுக்கு எவரையும் அடிமையாக்கும் அவலமே சர்வதேசப் பொருளாதார அரசியல் ஆகிவிட்டது, ஆக்கிவிட்டனர். இதன் அடிப்படையில் அயலுறவுக் கொள்கைகளை வல்லாதிக்க நாடுகள் அமைத்துக்கொள்கின்றன. இயலாத நாடுகள் மீதும் வளர்ந்துவரும் நாடுகள் மீதும் இதனைச் சாதகமான போர்வையாக்கித் திணிக்கின்றன.

தங்களுடைய வளத்தின் பலத்தை உணராத நாடுகள் எவையாயினும் அவற்றின்மீது தங்களின் திட்டங்களைத் திணிக்கின்றன. வல்லாதிக்கங்களின் திணிப்பை தடுக்கவியலாத நாடுகளும் இவையே வாழ்வுக்கும் வளர்ச்சிக்கு வழியென்றும், விதியென்றும் ஏற்றுக்கொண்டுவிட்டன. வழி என்ற பின் ஏற்பதும் விதி என்ற பின் சுமப்பதும் ஆழ்ந்து காணாத எவருடைய இயல்பாகவும் ஆகிறது. ஒவ்வொரு நாட்டின் குடிமக்களின் பார்வையும் இவ்வாறிருக்க அவர்களின் தேர்ந்தெடுப்பான தலைமைகளும் அத்தரத்தின் வெளிப்பாடுகளாய் செயல் நிலைகளாய் வெளிப்படுகின்றன. ஆகவே இயலுமானால் பறிப்பது இல்லையேல் பறிகொடுப்பது இதுவே இன்றைய புவியின் அரசியல் பொருளாதார வாழ்க்கை. இதில் பெரும் போட்டிகள் நடக்கின்றன; எந்த நிலைக்கு எனில் எதனையும் அடியோடு அழித்து வாழாமல் சீரமைத்தே வாழ வேண்டிய மனித குலம் பிற உயிரினங்கள், இணை மனிதர்களை, வாழ்விக்கும் இயற்கை வளங்களைச் சுரண்டியும் அதனை எதிர்போரை அழித்தும் வாழ்வதையே வாழ்வாக ஆக்கிவிட்டன!

ஆகவே வல்லாதிக்கங்களின் குறி இயற்கை வளங்களை உடைய நாடுகள் மீதும், நம் நாடு போன்ற ஒவ்வொன்றின் தேவையும் பெருமளவுக்கான மக்கள் தொகையால் பெருமளவுக்குத் தேவைப்படும் நாடுகள் மீதுமே பதிந்துள்ளன. இவ்விரு பட்டியலிலும் இன்றைய இந்தியா இருக்கிறது. எனவே உலக அரசியல் பொருளாதாரப் போட்டியில் வலிய இழுத்துத் தள்ளப்படாமல் இந்நாடு எளிதில் தப்பிட இயலாது. இந்திய நாட்டின் ஒவ்வொரு குடிமகனும் எதிர்கொள்ளும் ஒவ்வொரு

போராட்டத்தின் வித்தும் வேரும் இதன் விளைவே ஆகும். இதனை உணர்ந்து ஏற்றுச் செயல்படாமல் பொருளாதார வாழ்வில் இந்நாடு தேக்கத்தை, இழப்பைத் தவிர்க்கவே இயலாது.

செயற்கைக்கோள்களின் உதவியால் தன்னாட்டு இயற்கை வளங்களை மட்டும் கண்டுபிடித்து அத்தோடு நில்லாமல் பிற நாடுகளின் நிலப்பகுதிகளில் பூமிக்கடியில் என்னென்ன வளங்கள் எந்தெந்த அளவில் உள்ளதெனக் கண்டுபிடித்து வல்லாதிக்கங்கள் கூறுகின்றன. இந்தியா உட்பட பல நாடுகள் எங்கள் நாட்டை ஊடுருவிப் பார்க்க நீங்கள் யார் என்று கேட்பதாகத் தெரியவில்லை. இதற்கு தடை விதித்தால் நாட்டின் இயற்கை வளங்கள் கொள்ளை போவதை, முயற்சியை தொடக்கத்திலேயே தடுக்கலாம். அதனை விடுத்து வல்லாதிக்க நாடுகளின் அறிவியல் வளர்ச்சி என பிரமித்தால் அவற்றின் ஊடுருவல்களை வரவேற்பதாகவே ஆகிறது.

தன்னிறைவை அடைய வேண்டுமெனில் தன்னில் இருந்தே செயல்பட வேண்டும்; இது தனி மனிதனில் இருந்து நாடுகள் வரை பொருந்தும். பேச்சில் தன்னிறைவு என்பது செயலில் பெருமளவுக்குப் பிற நாடுகளை நாடுவது என்பது இந்நாட்டின் அரசியல் கோளாறாக, தவறாக இருக்கிறது. எனவே நாட்டை வளர்த்திட, காத்திட அந்நிய செலாவணித் தேவை தவிர்க்க இயலாததாகத் தோன்றுகிறது; தவிர்க்க இயலாததாகிவிடுகிறது. கடந்த கால் நூற்றாண்டு கால இந்தியப் பொருளாதாரத்தை, அரசியலை இவை மறைமுகமாக நிர்ணயித்திருக்கின்றன. அதற்கு ஒத்துழைப்பவர்களே இந்தியாவின் பொம்மைத் தலைமைகளாக ஆகின்றனர். இந்த பொம்மைத் தலைமைகளுக்குப் பின்னணியில் இருந்து சாவி கொடுத்து மறைமுகச் சக்திகளே இயக்குகின்றன. வேறு வழி தெரியாததால் அவையே இந்திய ஒன்றிய அரசின் பொருளாதாரக் கொள்கை, சுரங்கக் கனிமக் கொள்கை, அயலுறவுக் கொள்கையாக அறிவிக்கப்படுகின்றன, ஆகிவிடுகின்றன.

நாட்டின் அரசியல் கொள்கைகளை உலக நாடுகள், அந்நிய செலாவணிகள், அந்நிய முதலீடுகள், உலகின் பெரு நிறுவனங்கள், உலகின் நிதிகள் உருவாக்கித் திணிக்குமானால் அவற்றின் கைக்கூலியாக மட்டுமே நாட்டின் தலைமைகள் இருக்கும். பலம் பொருந்திய கைக்கூலிகள் குடிமக்களை அடிமைக் கூலிகளாகவே மாற்றும், மாற்ற இயலும், அல்லாமல் முதலாளியாகவா மாற்றமுடியும்?

மக்களின் உழைப்பாற்றல்களை, இயற்கை வளங்களை, அறிவாற்றல்களை மூலதனமாக வைத்துத் திட்டங்கள், கொள்கைகள் உருவாக்கப்பட்டு, செயல்படுத்திக்காட்டி அதன் பின்னர் தேவையெனில் பிற நாடுகளைத் தேவைக்கேற்ப நாட வேண்டும். அதுவல்லாமல் இயற்கை வளங்களை அந்நிய செலாவணிக்காக விட்டுவிடுவது, அதற்காக அரசியல் கொள்கை களை வகுப்பது, அதனை குடிமக்கள் மீது சுமத்துவது, திணிப்பது நமது நாட்டின் பொருளாதாரத்தை, மக்கள் வாழ்வைப் பலவீனப்படுத்துகிறது. நாடு முழுவதும் போராட்டம் நடக்கிறது. எதிர்க்கட்சிகள் அதனை சாதகமாக்கிக்கொண்டு ஆட்சிக்கு வர முயல்கின்றன, ஆட்சிக்கு வந்ததும் அதனையே வேறு வர்ணம் பூசி மக்கள் மீது திணிக்கின்றன, இதுவே இந்திய ஒன்றிய அரசை ஆளும் கட்சிகள் செய்கின்றன! கட்சிகளின் கொள்கைகள் ஒவ்வொன்றிலும் வேற்றுமைகளையும் எதிர்ப்புகளையும் உடையதாக இருப்பினும் அரசின் கொள்கைகள் எனும் வேலைத் திட்டங்களில் வல்லாதிக்கங்களின் திணிப்பையே வழியென்று ஏற்று ஒன்றுபட்டுவிடுகின்றன!

1992இல் ஏற்கப்பட்ட புதிய பொருளாதாரக் கொள்கை, தாராளமயமாக்கல் எதற்காக என்று காரணம் காட்டப் பட்டதெனில் அந்நிய செலாவணி கையிருப்புப் போதுமான நிலையில் இல்லை, எதிர்காலத்தில் அதனை மேம்படுத்தி நிவர்த்தி செய்வது என்பதுமாகும். இத்தனை ஆண்டுக் காலத்துக்குப் பின் அந்நிய செலாவணியின் கையிருப்பு நிலையென்ன? அதன் கையிருப்பை விட அந்நியக் கடன்களின் அளவு அதிகமாகவே இருக்கின்றதே? நாட்டைத் திறந்துவிட்டு குடிமக்களைச் சந்தையாகக் காட்டி, சந்தையாக ஆக்கி இந்நாடு அடைந்த பயன் என்ன? வரவும் செலவும் சமம் என்றாலே அவையே வளர்ச்சி அல்லவே, கால ஆற்றல் விரையம் மட்டுமே ஆகும்; ஆனால் வரவை விடச் செலவும் கடனும் அதிகமெனில் அது தோல்வி அல்லவா? அத்தோல்விக்காகவா உலக நாடுகளை நோக்கி இந்தியப் பிரதமரின் தொடர் பயணங்கள்? கச்சா எண்ணெய், எரிவாயு ஆகியவற்றின் தேவைக்கே அந்நிய செலாவணி அவசிய மாகிறதெனில் அதற்கு மாற்று வழிகளைக் காணவேண்டும்.

மாற்றம் என்பது முன்னெற்றத்தின் படிகளே ஆகும். முன்னேற்றத்துக்கு மாற்றத்தின் வழிகளால் மட்டுமே செல்ல இயலும். உலகம் மிதிக்கின்றதெனில் மீள்வதற்கு வழி அப்பாதை

களை விட்டு நீங்கி புதுப் பாதைகளைக் காண்பதே சரியாகும். அதே பாதைகளில் மிதிப்பட்டுச் சென்று மீண்டு மிதிப்போம் என்பது சரியானதல்ல. மிதிபட்டு மீண்டால் மிதிக்கவே தோன்றும். மிதியடியாக மாறுவதும், மிதியடியாக மாற்றுவதுமா சாதனை? யாரும் யாரையும் மிதிக்காமல் நட்புணர்வுடன் கைகோத்துச் செல்லும் புதிய பாதைகளை அமைப்பதே சாதனை. இந்திய மக்களின் உழைப்பாற்றல்களையும், அறிவாற்றல்களையும் உலக நாடுகள் மதிக்கின்றன, ஏற்கின்றன. இருந்தும் இந்நாட்டின் தலைமைகள் அதனை உணர்ந்து ஏற்று செயல்படாதது மக்களைக் குறைத்து மதிப்பிடுவதாகும்.

நாட்டில் உள்ள பல இன்னல்களுக்கு அரசின் கொள்கைகள்தான் காரணம். அதற்குக் காரணம் வல்லாதிக்கங்களின் சுரண்டும் மனப்பான்மை. எனவே வளர்ந்து வளைக்கும் எப்பிரச்னைக்கும் எழும் கேள்விகள் அங்கிருந்தே எழுப்பப்பட வேண்டும். அதற்கான விடைகளும் அங்கிருந்தே தேடப்பட வேண்டும். அதை விடுத்து நேர்மையில்லாமல், துணிவில்லாமல் மக்கள் தந்த அதிகாரங்களைக் கொண்டு இத்தீமைகளை அவர்கள் மீதே திணித்தும் மறுப்போரை சட்டம் கொண்டு அடக்கி ஒடுக்கி வீழ்த்துதல் ஒட்டுமொத்த நாட்டையே வீழ்த்துதலே ஆகும். இவை வெளியே தெரியப் பல ஆண்டுகள் ஆகலாம்; ஆனால் அதனை உணர்ந்து ஏற்று மீள இன்னொரு அரசியல் சுதந்திர போர்க் களத்தையே சந்திக்க வேண்டிவரும். சுதந்திரர்களாகச் செயல்பட்டு நாட்டை வளப்படுத்தத் தவறி அடிமைகளாகி, அடிமைத் தளையிலிருந்து மீள பொருளாதார சுதந்தரத்துக்காகப் போர்க்களத்தைக் காண்பது, பாரம்பரியம் மிக்க புவியின் பழமையான நாடான இந்நாடு தன் பாரம்பரியத்தை அதனைக் கொண்டு பல நாடுகளை வழிநடத்தியதை ஆழ்ந்து கண்டு தொடாமல் விட்டுவிட்டதையல்லவா காட்டுகிறது. எனவே தன் ஆற்றல்களைக் கொண்டு உலகப் பொருளாதாரப் போட்டியில் முழுதாய் ஈடுபட்டு காலங்களை முழுதாய் வீணடித்துவிடக் கூடாது; பொருளாதார வளர்ச்சிக்கு முயற்சி செய்யும் அதே வேளையில் தன் பாரம்பரிய, கலாசார வாழ்வை இயற்கையோடு இசைந்து செயல்படும் வாழ்வாக்கி மீண்டும் உலக நாடுகளுக்குப் பாதை காட்டி மீட்க வேண்டும். அதுவன்றி மேம்போக்கான பொருளாதார வளர்ச்சியே பெரிதென நினைத்தால் இந்நாட்டின் மூச்சுக் காற்றில் மூலை முடுக்குகளில் போராட்டம் போராட்டம் என்றே ஆகிவிடும். மக்கள் போராடுவார்கள், அவர்களால்

தேர்ந்தெடுக்கப்பட்ட தலைமைகள் அடக்கி ஒடுக்கும்; இந்நிலை பிற நாடுகளுக்கான வளர்ச்சியாகவும், இந்நாட்டுக்கான வீழ்ச்சியாகவும் அமையும்.

வளர்த்து வளர்வதே வளர்ச்சியின் பண்பு; வீழ்த்தி வளர்வதும் வாழ்வதும் வீழ்ச்சியின் தீங்கு. இன்றைய உலகப் பொருளாதார அரசியல் இதனையே அடிப்படையாக வைத்துள்ளது. அதனை ஏற்பது தீங்கேயாகும்.

மானுடத்தின் மீது அக்கறைக்கொள்வோர் மேற்காண்பவற்றை ஆழ்ந்துணர்ந்து செயல்பட வேண்டும். மீள்வதும் மீட்பதும் இந்நிலப்பரப்பின் பாரம்பரியம். பாரம்பரியம் மீள்வோம், பாரினை மீட்போம்.

பிற்சேர்க்கை 1: படங்கள்

. இது நரிமணம் 3 எனுமிடத்தில் கைவிடப்பட்ட துரப்பணக் கிணற்றுப் பகுதியில் உள்ள எண்ணெய் சகதித் தொட்டி. மழைக் காலத்தில் நீர் இத்துடன் கலந்து பூமிக்குள் ஊறும்போது ரசாயனங்கள் கலந்த இந்தச் சகதி பெரும் பாதிப்பை ஏற்படுத்தும்.

ஹைட்ரோகார்பன் எடுப்பால் மாசடைந்துள்ள நிலத்தடி நீர். பொதுவாக வரப்பு வாய்க்காலில் ஓடும் நீர் தெளிந்தும் வாய்க்காலில் தரையில் ஆற்று மண் படிந்தும் காணப்படும். இங்கு பாசியுடன் உள்ளது. இடம்: உக்கடம் கமலாபுரம்.

மயூரநாதர் கோயில் பின்பிறம் கைவிடப்பட்ட துரப்பணக் கிணற்றில் இருந்து வெளியேறிய கழிவு நீர். அதிக ரசாயனக் கலப்பு உள்ளது. இதனை சிமெண்ட் கான்கிரீட் காப்பிடப்பட்ட தொட்டியில் தேக்கி வைத்திருக்கிறார்கள். இதுவே சரியான முறை. ஆனால் அப்படியே விட்டுச் சென்றுவிட்டது ஓ.என்.ஜி.சி.

பழையபாளையம், மாதானம். இங்குள்ள கச்சா, எரிவாயு சேமிப்பு மற்றும் சுத்திகரிப்பு ஆலைக்கு நேர் எதிரே இருக்கும் பனை மரங்கள். அதன் ஓலைகள் காய்ந்து தொங்குவதைக் காணலாம். இந்த இடத்தில் இருந்து 2-3 கி.மீ. அப்பால் பனை மரங்கள் செழிப்பாக இருக்கின்றன

நெடுவாசல் கிராமத்தை அடுத்துள்ள நல்லாண்டார் கொல்லையில் ஓ.என்.ஜி.சி அமைத்த எண்ணெய்க் கிணறு. எண்ணெய் இருப்பு தீர்ந்துவிட்டதென்று கூறி, கைவிடப்பட்டுவிட்டது. ஆனால் இப்பகுதியை இப்போது ஜெம் லெபாரட்டரிக்கு பெட்ரோலிய அமைச்சகம் குத்தகை அளித்துள்ளது!

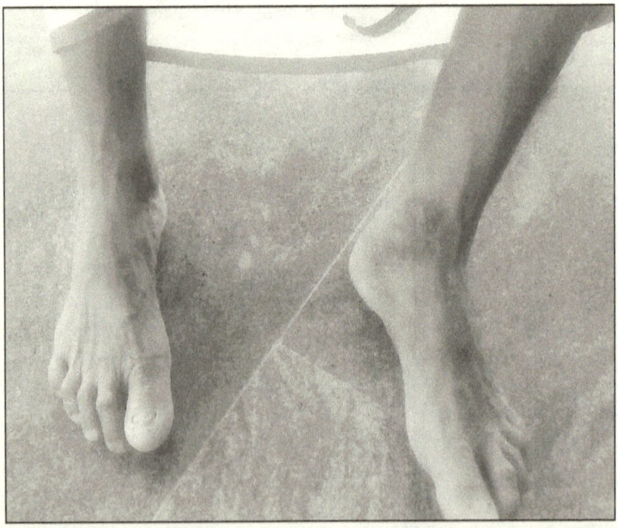

நிலத்தடி நீர் கெட்டுள்ள நிலங்களில் வேலை செய்வோருக்கு கால்களில் இப்படியான படை போன்ற திட்டுக்கள் இருக்கின்றன. இவர் பெயர் சரவணன். இவருடைய வயல் அங்குள்ள ஓ.என்.ஜி.சி.யின் துரப்பணக் கிணற்றுக்கு அருகில் உள்ளது.

எண்ணெய் இருப்பைக் கண்டறிய வெடி சோதனை நடத்தியபோது ஏற்பட்ட அதிர்வினால் உடைந்த தூண், வெடிப்பு விட்ட சுவர்கள். இடம் - காரியாமங்கலம்

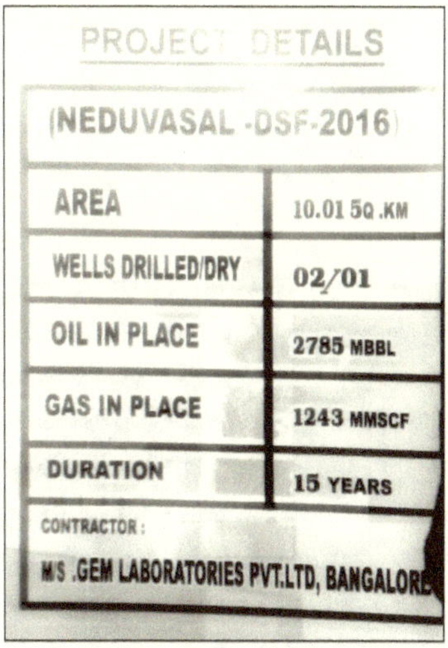

நெடுவாசல் பிளாக் எண்ணெய், எரிவாயுத் துரப்பணத்திற்காக ஜெம் லெபாரட்டரிக்கு குத்தகை அளித்துள்ள விவரம். எண்ணெய், எரிவாயு இருப்பு பற்றியும் விவரங்கள் உள்ளன. 15 ஆண்டு குத்தகை இது. வளத்தின் மதிப்பீடு 700 கோடி ரூபாய்.

பிற்சேர்க்கை 2: ஆவணங்கள்

புதுக்கோட்டை, ஆலங்குடி வட்டம் வடகாடு கிராம மக்களுக்கு மாவட்ட ஆட்சியர் அளித்த உறுதிமொழி

அனுப்புநர்

திரு.எஸ். கணேஷ், இ.ஆ.ப.,
மாவட்ட ஆட்சித் தலைவர்,
புதுக்கோட்டை

பெறுநர்

கிராம பொதுமக்கள், வடகாடு,
ஆலங்குடி தாலுகா.

நக.சி5/ 85 /2017, நாள்: 27.3.2017

பொருள்: சட்டமும் ஒழுங்கும் -புதுக்கோட்டை மாவட்டம் - ஆலங்குடி தாலுகா - வடகாடு வருவாய் கிராமம் - ஹைட்ரோ கார்பன் திட்டத்தினை எதிர்த்து போராட்டம் நடத்தி வருவது தொடர்பாக நடைபெற்ற சமாதான பேச்சுவார்த்தை கூட்டத்தில் எடுக்கப்பட்ட முடிவுகள்- தொடர்பாக

பார்வை

1. அரசாணை எண் (டி) எண். 186, தொழிற் சாலைகள்(MMA.1) துறை, நாள்: 8.10..2015
2. மாண்புமிகு தமிழ்நாடு முதலமைச்சர் அவர்களின் செய்தி வெளியீடு நாள்: 1.3.2017
3. புதுக்கோட்டை சார் ஆட்சியர் கடிதம் நக.அ3/ 640 /2017, நாள்: 25.03.2017
4. வடகாடு கிராம பொதுமக்கள் மனு, நாள்: 25.3.2017

((()))

புதுக்கோட்டை மாவட்டம், ஆலங்குடி தாலுகா, மாங்காடு வருவாய் வட்டம், புள்ளான்விடுதி கிராமம், புலஎண். 58/1ஏ பரப்பு 0.67.5 ஹெக்டேர் நிலத்தில் சுமார் 0.32.0 ஏர்ஸ் பரப்பளவில் ஹைட்ரோ கார்பன் எரிவாயு எடுக்கும் திட்டத்திற்கு எதிர்ப்பு தெரிவித்து பொதுமக்கள் போராட்டம் மற்றும் ஆர்ப்பாட்டம் செய்து வருவது தொடர்பாக புதுக்கோட்டை சார் ஆட்சியரின் அறிக்கையில் தெரிவித்தன்படி 25.03.2017 அன்று ஆலங்குடி தாலுகா, வடகாடு கிராம போராட்ட குழுவினரிடம் நேரில் சந்தித்து போராட்டம் தொடர்பாக பேசப்பட்டது. இதன்பேரில் போராட்டக்குழுவினர் அன்றைய தினம் தங்களது எதிர்ப்பு சம்பந்ததமாக நேரில் அழைத்து பேச வேண்டும் என்றும், தங்களது கோரிக்கை குறித்து மனுவாக தயார் செய்து கொடுப்பதாக தெரிவித்தன்பேரில் அன்றைய தினமே போராட்டக்குழுவினருடன் வடகாடு கிராமத்தில் சமாதான பேச்சு வார்த்தை நடத்தப்பட்டது. இந்த சமாதானப் பேச்சு வார்த்தை கூட்டத்தில் புதுக்கோட்டை சார் ஆட்சியர், ஆலங்குடி வட்டாட்சியர் மற்றும் ஆலங்குடி காவல்

துணை கண்காணிப்பாளர் ஆகியோர் கலந்து கொண்டனர். இக்கூட்டத்தில் அவர்களது கோரிக்கை மனுவின் பேரிலும், நேரடியாக கலந்து ஆலோசனை செய்ததிலும் கீழ்க்கண்ட முடிவுகள் எடுக்கப்பட்டுள்ளது.

1. வடகாடு பகுதியில் விவசாயிகளிடம் ONGC நிறுவனம் செய்துள்ள நில ஒப்பந்தத்த ரத்து செய்து மறு சீரமைப்பு செய்து விவசாயிகளிடம் ஒப்படைக்கவேண்டும் என கோரியுள்ளது தொடர்பாக, தொடர்புடைய நிறுவனத்திற்கு உடன் பரிந்துரை செய்ய நடவடிக்கை எடுக்கப்படும்.

2. ஆலங்குடி தாலுகா, புள்ளான்விடுதி கிராமம் புல எண் 58/1ஏ பரப்பு 0.67.5 ஹெக்டேர் நிலத்தில் சுமார் 0.32.0 ஏர்ஸ் பரப்பில் ONGC நிறுவனத்தால் ஆழ்குழாய் கிணறு மற்றும் கழிவுநீர் தொட்டி அமைக்கப்பட்டுள்ளதை அகற்றவும், மேற்படி ஆழ்குழாய் கிணறு மற்றும் தொட்டியினை மூடவும் இது தொடர்புடைய நிறுவனத்திற்கு பரிந்துரை செய்து 9 மாத காலத்திற்குள் இப்பணியினை முடிக்க நடவடிக்கை எடுக்கப்படும்.

3. பார்வை 1ல் கண்ட அரசாணையில் காவேரி டெல்டா பகுதிகளில் மீத்தேன் வாயு எடுப்பதற்கு (Coal Bed Methane Gas Exploration and Production) எடுக்கும் நடவடிக்கை கைவிடப்படுகிறது என தெரிவிக்கப்பட்டுள்ளது. இதன் அடிப்படையில் வடகாடு அருகிலுள்ள புள்ளான்விடுதி கிராமத்திலும் மீத்தேன் வாயு (Coal Bed Methane Gas Exploration and Production) எடுப்பதற்கு மாவட்ட நிர்வாகம் எந்த நிறுவனத்திற்கும் அனுமதி வழங்கப்படாது எனவும் தெரிவிக்கப்படுகிறது.

4. மாண்புமிகு தமிழ்நாடு முதலமைச்சர் அவர்களின் செய்தி வெளியீட்டின் அடிப்படையில் வடகாடு மற்றும் வடகாடு அருகில் இருக்கும் புள்ளான்விடுதி கிராமத்தில் விவசாயிகளின் வாழ்வாதாரம் ஹைட்ரோ கார்பன் திட்டத்தால் பாதிப்பு ஏற்படும் என்பதாலும், கிராமத்திற்கு சுற்று சூழல் பாதிப்பு ஏற்படும் என்பதாலும், கிராமத்தில் சட்டம் ஒழுங்கை பாதுகாக்கும் நோக்கத்துடன் இத்திட்டத்திற்கு எந்த ஒரு நிறுவனத்திற்கும் மாவட்ட நிர்வாகத்தால் உரிய அனுமதி வழங்கப்படமாட்டாது என்றும் இதன் மூலம் தெரிவிக்கப்படுகிறது.

மாவட்ட ஆட்சித் தலைவர்,
புதுக்கோட்டை.

கதிராமங்கலம் கிராமத்தில் நிலத்தடி நீர் எந்த அளவுக்குக் கெட்டுள்ளது என்பதற்கான சோதனை சான்றாவணம்

GOVERNMENT OF TAMILNADU
DEPARTMENT OF AGRICULTURE

Name of the Sampler: T.KRISHNA KUMAR

Water Samples Analytical Report

Sl.No	NAME OF THE PARAMETER	
		1
PHYSICAL PARAMETER		
1.	Colour	>1hue
2.	Odour	Unpleasant
3.	Turbidity	50 NTU
4.	Total dissolved solids (mg/l)	1445
5.	pH	7.86
6.	Electrical conductivity (dsm⁻¹)	2.26
7.	DO(mg/l)	1.20
8.	BOD (mg/l)	685
9.	COD (mg/l)	415
10.	Oil & Greases (mg/l)	1.68

9/7/17

Agricultural officer,
Soil Testing Laboratory,
Tiruchirapalli- 20

கதிராமங்கலம் நிலத்தடி நீரில் கலந்துள்ள ரசாயனங்களின் அபாய அளவைக் குறிக்கும் சான்று

KATHIRAMANGALAM GROUND WATER SAMPLE ANALYSIS

BASIC ANALYTIC REPORT

PARAMETERS	INDIAN STANDARD FOR GROUNDWATER (SECOND REVISION)	KATHIRAMANGALAM GROUNDWATER ANALYSIS	REMARKS
pH	6.5 to 8.5	8	-
COLOUR	5 Hazen	8 Hazen Pale yellow in colour	Not advisable for domestic use
ODOUR	Agreeable	Unpleasant	Not advisable for domestic use
TURBIDITY	1-5 NTU	50 NTU (very high turbidity)	Not advisable for domestic use
TDS	500 mg/L	1445 mg/L (very high solid level)	Not advisable for domestic use
DISSOLVED OXYGEN	5-8 mg/L	1.20 mg/L (very low level oxygen)	Not advisable for domestic use
BIOLOGICAL OXYGEN DEMAND	<30mg/L	685 mg/L (very high level of BOD) Shows the water as high strength waste water	Not advisable for domestic use
CHEMICAL OXYGEN DEMAND	<20mg/L	415 mg/L (very high level of BOD) Shows the water as high strength waste water	Not advisable for domestic use
OIL AND GREASE	0.5mg/L	1.7 mg/L (highly contaminated by oil)	Not advisable for domestic use

மயிலாடுதுறை வட்டம், மாதிரிமங்கலம் கிராமத்தினர் எதிர்ப்பினால் துரப்பணம் நிறுத்தப்பட்டதற்கான ஆவணம்

24-4-2008

மயிலாடுதுறை வட்டம், மாதிரிமங்கலம் கிராமத்தில், ONGC துரப்பணப் பணிகளுக்கு பொதுமக்கள் மற்றும் அனைத்து பிரதிநிதிகளும் ஆட்சேபம் தெரிவித்ததை தொடர்ந்து, இன்று 24.4.08 11 மணிக்கு, ஊராட்சி மன்ற அலுவலகத்தில் ONGC அதிகாரிகளுடன் நடைபெற்ற கூட்டத்தில் விவாதங்கள், கருத்துக்களை கேட்ட பின்னர் கீழ்கண்ட முடிவுகள் மேற்கொள்ளப்பட்டன.

(1) தற்போது துரப்பணப் பணிகள் மேற்கொள்ள உத்தேசிக்கப்பட்டுள்ள இடத்தில் (KADL) கடந்த மாதம் வெடி சோதனை நடத்தப்பட்டபோது நிலநடுக்கம் போன்ற அதிர்வு ஏற்பட்டதால் அந்த இடத்தில் துரப்பண பணிகளை கைவிட வேண்டுமென்ற வலியுறுத்தல் ஏற்கக் கொள்ளப்பட்டு, KADL துரப்பணப் பணிகள் ~~[illegible]~~ கைவிடப்பட்டன.

(2) குடியிருப்புகளிலிருந்து குறைந்தபட்சம் 500 மீட்டர் தொலைவில் துரப்பணப் பணிகளை மேற்கொள்வதில் பொதுமக்களுக்கு ஆட்சேபணை இல்லை என ஒப்புக் கொள்ளப்பட்டது.

கிராம பிரதிநிதிகள்

[illegible]
[K. [illegible]IAGARAJAN]
[illegible]
B. Devi - Advocate
ர. வைத்தியநாதன்
[illegible]
V. [illegible]
[illegible]
S. [illegible]
A. [illegible]

ONGC அலுவலர்கள்

24/4/08
S. MUNUSAMY
DGM-SSM.

P. ASOKKUMAR
(P. ASOKKUMAR)
CG.

24/4/08
(S.P. ARIVALAGAN)
Dy CAR

24/4/08
S. MAHALINGAM.
TAHSILDAR (LAQ)
ONGC, Neravy.

www.ingramcontent.com/pod-product-compliance
Lightning Source LLC
LaVergne TN
LVHW101406051026
849519LV00005BC/1679